அஸ்விணய்ரா

மேரி சிந்து பிரியா

aelay
publish

அஸ்வினய்ரா

கதை
ஆசிரியர் : மேரி சிந்து பிரியா 2022 ©
முதல் பதிப்பு : அக்டோபர் 2022
வெளியீடு : ஏலே பதிப்பகம்
5/175, பாத்திமா நகர், கூத்தென்குழி,
திருநெல்வேலி - 627104
தொடர்புக்கு : +91 9944992571

Ashwinairaa

Story

First Edition : October 2022
Pages: 498
ISBN : 978-93-5533-619-4
Aelay Publish
Contact : +91 9944992571
Designed by : Aelay publish team

1

“ம்மா...... ம்மா..... நா விளையாட போறேன்ம்மா வர லேட் ஆகும்"

“அஸ்வின் நில்லுடா"

அம்மா கிச்சன்லருந்து வேகமா மின்னல் மாதிரி வெளிய வந்தாங்க. கைல கரண்டி வேற இருக்கு அடிச்சுடுவாங்களோ?

“எதாவது சொல்லுமா லேட் ஆச்சு"

"டேய் அஸ்வின் நாளைக்கு ஸ்கூல் ஸ்டார்ட் ஆகுதுடா ஏன்டா நீ இன்னும் முடி வெட்டாம இருக்க?....அப்பா இன்னைக்கு நைட் வரேன்னு சொல்லிருக்காரு"

"சரிம்மா.... வெட்டிக்கறேன்"

ஸ்கூல் தொடங்குனாலே இது ஒரு தொல்லை. என்ன வாழ்க்கைடா இது? புடிச்ச மாதிரி தலை முடியைக் கூட வெட்டிக்க முடியல. நா வேகமா வெளிய வந்தேன். எங்க வீடு இந்த ஏரியாவுலயே பெரிய வீடு. இங்க

இருக்கறதுலயே நாங்கதான் பணக்காரங்க. மூணு அடுக்கு மாடி வீடு எங்களுது. நா எங்க வீட்டுல இருந்து மூணாவது வீட்டுக்குப் போனேன். அதுதான் என்னோட அத்தை வீடு. நா அந்த வீட்டோட கேட்டைப் புடிச்சு நல்லா சத்தம் வர மாதிரி ஆட்டுனேன். என்னோட அத்தை பையன் வெளிய வந்தான். அவன்தான் நந்தா, என்னோட நண்பன்.

"லேட் ஆகிடுச்சு சீக்ரம் வாடா"

அவன் வேகமா செருப்ப மாட்டிட்டு வந்தான்.

"டேய் எதுக்குடா எப்போ வந்தாலும் இப்டி கேட்டைப் புடிச்சு ஆட்டி சத்தம் போட்ற? அம்மா திட்டுறாங்கடா"

"எனக்காக அத்தைக்கிட்ட திட்டுக்கூட வாங்க மாட்டியா மச்சான்?"

அவன் கேவலமா ஒரு பார்வைப் பாத்துட்டு எனக்கு முன்னாடி அவன் ஓட ஆரம்பிச்சான் நானும் ஓட ஆரம்பிச்சேன். அளவுக்கு அதிகமா வளந்திருக்க என்னோட முடி என்னோட கண் முன்னாடி வந்து வந்து என் பார்வைய மறச்சது. நான் என்னோட தலை முடியை ஒதுக்கிட்டே ஓடுனேன். அந்தத் தெருவுல இருந்த ஒவ்வொரு வீட்டுத் திண்ணையிலயும் இருக்க பாட்டிங்க எல்லாம் எங்களையே பாத்துச்சுங்க. நா அதுல ஒரு பாட்டியப் பாத்துக் கண்ணடிச்சேன். அவிங்களுக்கு உடனே வெக்கத்தோட ஒரு சிரிப்பு வந்தது. வெத்தலப் போட்ட அந்த செவந்த வாயால சிரிக்குறதப் பாக்கவே நல்லாருக்கு, கொஞ்சம் ஒமட்டுர மாதிரியும் இருக்கு.

"டேய் வேகமா வாடா" நந்தா திரும்பிப் பாத்துச் சொல்லிட்டு ஓடுனான். நானும் மூச்சு வாங்க அவன் பக்கத்துலப் போனேன். நந்தா, சரியான கருவாயன் ஆனால் கருப்பழகன். நாங்க ரெண்டு பேரும் சின்னதுல

இருந்தே நண்பர்கள். நா அவன நந்துன்னுதான் கூப்டுவேன். ஒரு வழியா ஆத்துக்காட்டுக்குப் பக்கத்துல இருக்க கிரௌண்ட்க்கு வந்துட்டோம். பசங்க எல்லாரும் கிரிக்கெட் விளையாண்டுட்டு இருந்தாங்க. நாங்களும் அதுல ஐக்கியம் ஆனோம். எங்க ரெண்டு பேருக்கும் கிரிக்கெட் விளையாட ரொம்ப புடிக்கும். லீவ் விட்டா எங்களுக்கு இத தவிர வேற வேலை எதுவும் இல்ல. ஈரோட்டுக்குப் பக்கத்துல இருக்க ஒரு சின்ன அழகான, அமைதியான கிராமம்தான் எங்களோட ஊர், க்ரிஷ்ணாவூர். நா பேட்டிங் பண்ற நேரம் வந்தது. நானும் நல்லாவே விளையாண்டுட்டு இருந்தேன். நா பேட்டால பந்த அடிச்சு எடுத்த ரன்ன விட ஓடி, ஓடி எடுத்த ரன்தான் அதிகம். ஒரே ஒரு ஃபோர் அடிக்கலாம்னு பந்தக் கொஞ்சம் தூக்கி அடிச்சேன், அந்த பந்த ஒருத்த கேட்ச் புடிச்சுட்டான். முடிஞ்சது ஆட்டம். நா போய் கிரௌண்ட் சுத்தி இருக்க சிமெண்ட் தரையில உக்காந்தேன். எனக்கு வேர்த்து ஊத்துச்சு. நான் என் ஷர்ட் காலரால என் முகத்தத் தொடைச்சிட்டுருந்தப்போ என் மொபைல் ரிங் ஆச்சு. ‘உயிரே உயிரே உனை விட எதுவும் உயிரில் பெரிதாய் இல்லையடி..... அழகே அழகே உனை விட எதுவும் அழகில் அழகாய் இல்லையடி' எனக்கு ரொம்ப புடிச்ச பாட்டு இது. நா மொபைல் எடுத்து ஸ்க்ரீனப் பாத்தேன். ‘தியா பேபி'...... தியா என்னோட செல்லக்குட்டி. நாங்க ரெண்டு வருஷமா லவ் பண்ணிட்டு இருக்கோம்.

"தியா.... சொல்லு"

"பேபி வீட்டுக்கு வா, நா உன்னைப் பாக்கணும் இப்பவே"

"இப்போவா? மணி 6.45 ஆகுதுடி இப்போ எப்டி வர்றது?.... நா விளாண்டுட்டு இருக்கேன்டி"

"பைவ் மினிட்ஸ்ல இங்க இருக்கனும் நீ, ஓகேய்"

"தியா.... சொல்றதக்... "

நா சொல்றதக் காதுல வாங்காமலே கட் பண்ணிட்டாள். வேற வழி இல்ல நா இப்போ போய்தான் ஆகணும். நா எழுந்து நின்னு என் மொபைல்ல என் பேன்ட் பாக்கெட்லப் போட்டுட்டு நந்துவக் கூப்டேன். அவன் பேட்டிங் பண்ணிட்டு இருந்தான்.

"டேய்..... மச்சான்" சத்தமாக் கத்துனேன், அவன் திரும்பனான்.

"நா கிளம்பறேன்"

"ஏன்டா?"

நா அவங்கிட்ட சைகைலயே தியா கூப்டான்னு சொன்னேன் அவனும் சரின்னு தலைய ஆட்டுனான். நா அங்கருந்து மறுபடியும் ஓட ஆரம்பிச்சேன். ஏன்னு தெரில எனக்கு ஓட ரொம்ப புடிக்கும். எப்பவுமே இப்டிதான் ஓடிட்டு இருப்பேன். தியாவோட வீடு என்னோட பக்கத்துத் தெருவுல இருக்கு. தியா மிடில் க்ளாஸ் பொண்ணு. நா அவள நெனச்சுட்டே ஓடுனேன். கிரௌண்ட்ல ஆரம்பிச்ச என்னோட ஓட்டம் அவளோட வீட்டுக்கு முன்னாடிதான் நின்னது. பயங்கரமா மூச்சு வாங்குச்சு, வேர்க்க ஆரம்பிச்சது. நா வழக்கம் போல என் ஷர்ட் காலரப் புடிச்சு இழுத்து முகத்தத் தொடைச்சேன். நா காலிங் பெல் அடிக்கலாம்னு கையக் கொண்டு போகும் போதே கதவு திறந்தது. என் முன்னாடி என் தியா நின்னுட்டு இருந்தாள்.தியா நைட் ட்ரெஸ் போட்ருந்தாள். அவள் என்னை விட குள்ளமான பொண்ணு. ஆளுதான் குள்ள ஆனால் சரியான கேடி இவள். எந்த அளவுக்கு அவள் அழகா இருக்காளோ அதைவிட திமிரு அதிகம் என் ஆளுக்கு. ரொம்பவே கோவக்காரி. என்னை விட கம்மியாதான் அவளுக்கு கோவம் வரும். சிரிக்கும் போது எப்பவுமே அவள் கன்னத்துலக் குழி விழும், அதுலயே நா விழுந்துடுவேன். தியா என்னை பாத்து

ஈன்னு பல்ல காட்டுனாள். என் கைய புடிச்சு உள்ள இழுத்து கதவ சாத்துனாள். எனக்கு என்னமோ சரியா படல.

"தியா.... எங்க உன்னோட அம்மா அப்பா யாரையும் காணமே"

"என்னோட கசின்க்கு மேரேஜ் அங்க போயிருக்காங்க. நாளைக்குதான் வருவாங்க"

"ஹேய் அப்போ நீ இன்னைக்கு நைட் தனியாதான் இருக்கப் போறியா?"

"இல்லையே..... அதான் நீ இருக்கல்ல" கேடித்தனமா சிரிச்சாள்.

"ஹேய் விளாடாத தியா. நீ தனியா இருக்காத உன் சித்தி வீட்டுக்குப் போய் தூங்கு"

"அவிங்களும் மேரேஜ்க்குப் போய்ட்டாங்க"

நீ சரியான ட்யூப் லைட்னு கண்ணாலயே ஒரு பார்வைப் பாத்துட்டு என் கைய புடிச்சு இழுத்து மேல இருக்க ஒரு ரூம்க்கு கூப்ட்டுப் போனாள். இவள் என்ன ப்ளான் போட்றான்னு தெரியலயே. நா அந்த ரூம நல்லா பாத்தேன். வெள்ளை நிற பெட். அதுக்கு மேல தியாவோட குடும்பப் ஃபோட்டோ மாட்டியிருந்தது. இந்த ரூம் ரொம்பச் சுத்தமா இருக்கு. தியா என்னை கட்டிப்புடிச்சாள். எனக்குத் தூக்கி வாரிப் போட்டுச்சு. நா அவளக் கட்டிப்புடிக்கல.

"என்னடா இப்டி ஸ்வெட்டிங் ஸ்மெல் அடிக்குது"

அப்படி அடிச்சும் தியா என்னை கட்டிப்புடிச்சுட்டு நின்னுட்டு இருக்காள்..... இது நல்லாருக்கே....

"நாந்தா சொன்னல்ல விளாண்டுட்டு இருந்தேன்னு"

"எப்போ பாரு கிரிக்கெட்தானா உனக்கு"

"வேற என்ன பண்றது?"

"எவ்ளவோ பண்லாமே"

அவள் எந்த அர்த்தத்துல சொல்றான்னு புரியுது ஆனால்..... பேச்சை மாத்தணுமே.

"ஆமா நைட் சாப்பாட்டுக்கு என்ன பண்ண போற? நா எதாவது வாங்கிட்டு வரட்டுமா?"

"அதெல்லாம் வேணா நீ இங்க உக்காரு பேபி"

என்னை பெட் மேல உக்கார வெச்சாள். அவள் என் பக்கத்துல உக்காந்தாள். அப்றம் என் தோள் மேல சாஞ்சாள். எனக்குப் பயமா இருக்கு. இதுக்கு முன்னாடியும் நா எத்தனையோ தடவ இங்க வந்துருக்கேன் அப்போல்லாம் எனக்குப் பயம் இல்ல. ஏன்னா அப்போல்லாம் அவளோட அம்மா இருப்பாங்க. இப்ப வீட்டுல யாரும் இல்லாததாலயே பயமா இருக்கு.

"அஸ்வின் பேபி அதுக்குள்ள டூ இயர்ஸ் ஆகிடுச்சுள்ள"

"ம்ம்"

"நாளைக்கு நா டென்த் நீட்வெல்த்"

"ம்ம்"

என்னால 'ம்ம்' தவிர வேற எதுவும் பேச முடியலயே.

"நாளைக்கு ஸ்கூல்க்குப் பஸ்ல வரயா? இல்ல சைக்கிளா?" தியா கேட்டாள்.

"சைக்கிள்"

அதுக்கு அப்றம் அவள் எதுவும் கேக்கல. நானும் அமைதியா இருந்தேன். திடீர்னு அவள் என் கன்னத்துல முத்தம் கொடுத்தாள். நா படார்னு எழுந்து நின்னேன்.

"ஏன்டா ?.......அஸ்வின்" முகத்தப்பாவமா வெச்சுட்டு சொன்னாள். அப்போ அவளோட முட்டக்கண்ணுப் பாக்குறதுக்கு அழகா இருந்தது.

"நா..... கிளம்பறேன் தியா. நாம நாளைக்கு ஸ்கூல்லப் பாக்கலாம். நீ டோர் லாக் பண்ணிட்டுத் தூங்கு. பயப்படாத ஓகே"

நா அந்த வார்த்தையெல்லாம் ரொம்ப வேகமா சொல்லிட்டுக் கிளம்பலாம்னு திரும்பனப்போ அவள் என்னோட கையப் புடிச்சாள். நா எப்டி இங்கருந்து தப்பிக்கப் போறேன்னு தெரியலயே? நா திரும்புனேன் அவளோட கோபமான முகத்தப் பாத்தேன்.

"தியா.... என்ன?"

“லெட்ஸ் மேக் லவ் அஸ்வின்"

முருகா.... நா இப்போக் கேட்டது உண்மைதானா? இல்ல என் காதுல அது தப்பா விழுந்துடுச்சா?..... அவள் எழுந்து நின்னு என்னோட முகத்த அவளோடக் கையாலப் புடிச்சாள். மெதுவா என்ன கிஸ் பண்ண வந்தாள். நா அவளோடக் கைய டக்குன்னு எடுத்து விட்டுட்டு அவள விட்டுத் தள்ளி நின்னேன். அவளுக்கு அப்போ வந்தது பாரு கோவம், முகம் முழுக்க செவந்துடுச்சு. என் கன்னத்துலக் குட்டியா ஒரு அடி அடிச்சாள். அது எனக்கு வலிக்கவே இல்ல. அதனால நா சிரிச்சேன்.

"எதுக்கு சிரிக்கற அஸ்வின்"

நா ஒன்னுமில்லன்னு தலைய ஆட்டுனேன், அவ கடுப்பாகி பெட் மேல உக்காந்தாள். நா நின்னுட்டே இருந்தேன்.

"ஏன்டா இப்டி பழமா இருக்க, இது 21st சென்சுரிடா கொஞ்சமாவது டெவலப் ஆகுடா"

"நா கிளம்பட்டுமா?"

அவள் வேணான்னு சொன்னாள். அதனால நா நல்ல பையன் மாதிரி போய் அங்க இருந்த சோபால உக்காந்தேன். ஆனால் அவள் கேடி பொண்ணாச்சே அமைதியா இருப்பாளா? அவள் வந்து என் பக்கத்துல உக்காந்தாள். நா தள்ளி உக்காந்தேன்.

"அஸ்வின்..... ப்ளீஸ்"

என் மொபைல் ரிங் ஆச்சு. என் அம்மாதான் கால் பண்ணாங்க. எப்படியும் 'எங்க இருக்க? எப்போ வீட்டுக்கு வருவ'ன்னு கேக்றதுக்குதான் கால் பண்ணுவாங்க. அதனால நா எடுக்கல.

"அட்டெண்ட் பண்ணுடா" தியா சொன்னாள்.

மணி வேற 7.30 ஆகப் போகுது. எப்டி நா இவக்கிட்ட சொல்லிப்புரிய வெச்சுட்டு கிளம்பறது. மறுபடியும் என் மொபைல் ரிங் ஆச்சு.

"ஹலோ சொல்லுமா"

"எங்கடா இருக்க?"

"பிரண்ட் வீட்டுல"

"வீட்டுக்கு வா"

"ம்ம் சரிம்மா"

நா கால் கட் பண்ணிட்டு மொபைலப் பாக்கெட்ல வெக்கும் போது தியா என்னைக் கட்டிப்புடிச்சாள். நானும் அவளக் கட்டிப்புடிச்சேன்.

"அஸ்வின் அப்போ ஓகேய்தான உனக்கு"

"நாட் ஓகே தியா"

“ஓ மை காட்..... சீரியஸ்லி.... வாட்ஸ் ராங் வித் யூ அஸ்வின்"

"நத்திங், நமக்கு அதுக்கான வயசு இல்ல.....வி கான்ட் மேக் லவ் தியா"

தியா என்னை அடிச்சாள். இவளுக்கு இப்போ என்னதான் வேணும்? அவள் மறுபடியும் அடிச்சாள். நா அவளத் தடுத்தேன். எனக்குக் கோவம் வந்தது.

"தியா, என்னடி அவ்ளோ அவசரமா உனக்கு?"

"ஆமா அவசரம்தான் முடியுமா முடியாதா உன்னால" பொறுமையாக் கோவத்தோடக் கேட்டாள்.

"முடியாது" நானும் கோவமாச் சொன்னேன்.

"தென்.... கெட் அவுட் அஸ்வின்"

"தியா"

"இப்பவேப் போ"

எனக்கு செமயா கோவம் வந்தது. ஆனால் நா கோவத்தக் காட்டாம சிரிச்சுட்டே சொன்னேன்.

"தியா ஸாரி"

"போ......."

"தியா"

அவள் என்னை அடிச்சாள். இவக்கிட்ட அடி வாங்குறதுக்குதான் நா பொறந்துருக்கனா என்ன?. நானும் கோவத்துல அவள அடிக்கப் போனேன் ஆனால் அடிக்கல. அவள் என்ன நெனச்சான்னு தெரியல, உடனே அழுக ஆரம்பிச்சாள். அவளுக்கு எதாவது பிரச்சனையா?

"தியா எதாவது பிரச்சனையா?"

ஆனால் கொஞ்ச நேரத்துக்கு முன்னாடி நல்லாதான இருந்தாள். அவள் என்னை பாக்காம, எதுவும் பேசாம நின்னாள்.

"நா இங்க வந்ததே தப்பு தியா"

நா அவள் வீட்டை விட்டு வெளிய வந்தேன். வீட்டுக்கு வெளிய வந்த எனக்கு அங்கருந்து போக மனசு வரல. அவிங்க வீட்டுக்கு முன்னாடியே கொஞ்ச நேரம் நடந்துட்டு இருந்தேன். மணி 8.30 ஆகியும் நா அங்கயே சுத்திட்டு இருந்தேன். அவள் வீட்டுல தனியா இருக்கறதால எனக்கு கொஞ்சம் பயமா இருக்கு. அவள் இன்னும் சாப்டக்கூட இல்லை. என்ன பண்ணிட்டு இருக்கான்னு தெரியல. தியாவோட நண்பன் ரேவந்த் சைக்கிள்ள வந்தான். என்னை பாத்ததும் சைக்கிள நிறுத்தி எங்கிட்ட பேசுனான். ரேவந்த் நல்ல பையன். எனக்கு அவனப் புடிக்கும். அவன் கண் கண்ணாடியை அட்ஜஸ்ட் பண்ணிட்டுக் கேட்டான்.

"அண்ணா இங்க என்ன பண்றிங்க?"

"உன் பிரண்ட் வர சொன்னான்னு வந்தன்டா, அவள் எங்கிட்ட சண்டப் போட்டு என்னை வெளில அனுப்பிட்டாடா"

"மறுபடியும் சண்டையா?"

"ஹ்ம்"

"என்னால முடியலன்னா நீங்களாச்சு உங்க சண்டையாச்சு"

"டேய் அத விடு.... நீ இங்க என்ன பண்ற?"

"தியா கால் பண்ணி சாப்பாடு வாங்கிட்டு வர சொன்னாள், அதான் வாங்கிட்டு வந்தேன்"

அப்போதான் நா அவனோட சைக்கிள் கேரியர்ல இருக்க கவர கவனிச்சன். அப்போ நாந்தா தேவையில்லாம இங்க நின்னு அவளப் பத்தி யோசிச்சுட்டு இருக்கனா? நா பல்லக் கடிச்சுட்டே சிரிச்சேன்.

"என்னாச்சு?"

"ஒன்னுமில்ல ரேவந்து நீ போ.... நானும் கிளம்பறேன்"

நா வீட்டுக்கு வந்தப்போ அப்பா இருந்தாரு. அப்பா சென்னையில பிசினஸ் பண்றாரு. அங்க எங்களோட பைவ் ஸ்டார் ஹோட்டல், ஷாப்பிங் மால் ரெண்டையும் பாத்துக்கவே இவருக்கு நேரம் பத்த மாட்டுக்குது. எப்பயாவதுதான் வீட்டுக்கு வருவாரு. சரியா சொல்லணும்னா மாசத்துல ரெண்டு நாள் இல்லனா மூணு நாள். அப்பாவும் அம்மாவும் ஷோபால உக்காந்து பேசிட்டு இருந்தாங்க. அப்பா ரொம்ப அழகு, அம்மாவும் அழகுதான் ஆனால் அப்பா அளவுக்கு இல்ல. அப்பா எப்டி அம்மாவக் கல்யாணம்

பண்ணாருன்னு நா அடிக்கடி கேக்கும் போதெல்லாம் அப்பா சொல்லுவாரு “என்ன பண்றது விதி". அவரு சும்மா அப்டி சொல்லுவாரு ஏன்னா எனக்கு தெரியும் என் அப்பாக்கு எல்லாமே என் அம்மாதான். என் அம்மாக்கும் அப்டிதான். நா பாக்குறதுக்கு அப்டியே என் அப்பா மாதிரி, எல்லாரும் அப்டிதான் சொல்லுவாங்க.

"அஸ்வின் இவ்ளோ நேரம் எங்க போயிருந்த?"

"ம்மா விளாண்டுட்டு இருந்தம்மா"

"நா போன் பண்ணப்ப பிரண்ட் வீட்டுல இருக்கேன்னு சொன்ன"

என் வாயேப் போதும் என்னை மாட்டி விட.

"ம்மா அப்போ பிரண்ட் வீட்டுல இருந்தேன். அப்றம் கிரௌண்ட்க்குப் போய் விளாண்டுட்டு வரேன் போதுமா?"

என் அப்பா என்னை சந்தேகமாப் பாத்தாரு. நா அவர்க்கிட்டப் பேசுறது இல்ல. காரணம், அவர் எங்க கூட அதிக நேரம் இருக்கறது இல்ல. நா என் ரூம்க்குப் போனேன். குளிச்சுட்டு ட்ரெஸ் மாத்திட்டு சாப்டப் போனேன். அப்பா டைனிங் டேபிள்ல உக்காந்து சாப்ட்டு இருந்தாரு. நா அவருக்கு எதிர்ல உக்காந்தேன். அம்மா எனக்கு ரெண்டு தோசை போட்டாங்க, கொஞ்சம் சட்னி வெச்சாங்க. நா சாப்டும் போது அப்பா கேட்டாரு.

"ஏன்டா முடி இன்னும் வெட்டாம இருக்க? நாளைக்கு ஸ்கூல் ஸ்டார்ட் ஆகுதுதான?"

"ம்மா நா நாளைக்கு காலையில வெட்டிக்கறேன்னு சொல்லுங்க"

அப்பாவ பாக்கும் போதெல்லாம் என்னோட வயசான தோற்றத்தப் பாக்குற மாதிரி இருக்கும். அவரு மிஸ்டர் ஹேண்ட்ஸம். அவருக்கு அழகு சேத்துறதே சின்னப் பையன் மாதிரி இருக்க அவரோட ஹேர்ஸ்டைலும் அவரோட மூக்குக் கண்ணாடியும்தான். அவரு போட்ற கண்ணாடி எல்லாமே ரொம்ப ஸ்டைலா இருக்கும் வயசுப் பசங்க தோத்துடுவாங்க இவர்க்கிட்ட. அவரோட ட்ரெஸ்ஸிங் ஸ்டைலும் செம மாஸா இருக்கும். என் அம்மாவப் பத்தி சொல்லவே தேவையில்லை. அவிங்களுக்கு நா ரொம்பவே செல்லம் ஏன்னா நா வீட்டுக்கு ஒரே பையனாச்சே. இல்ல இல்ல..... எனக்கு ஒரு தம்பி இருந்தான். அவனுக்கு ஒரு தடவக் காய்ச்சல் வந்தது அப்டியே இறந்துட்டான். அவன் சின்னதுலயே இறந்ததுனால எனக்கு அவனோட ஞாபகம் அவ்ளோவா வராது. தம்பி இறந்தப் பிறகு எனக்குக் காய்ச்சல் வந்தாப் போதும் அம்மா அழ ஆரம்பிச்சுடுவாங்க. அதனாலயே நா அவிங்கக்கிட்டச் சொல்லாமலே ஹாஸ்பிட்டல் போய்ட்டு வந்துருவேன். என்னைப் பொருத்தளவுக்கு வாழ்க்கைல நமக்குத் தேவை ரெண்டு விஷயம் ஒன்னு நல்ல அம்மா, அப்பா இன்னொன்னு நம்மளோட வாழ்க்கைத்துணை. அப்டி பாத்தம்னா எனக்கு ரெண்டுமே இருக்கு அப்பா அம்மா அப்றம் தியா. அவள் வேற இன்னும் கோவமாதான் இருப்பாள். நாளைக்கு ஸ்கூல்க்குப் போனதும் அவள சமாதானப்படுத்தனும்.

"என்னடா யோசிக்குற? சாப்டு"

நா சாப்டுட்டே அப்பாவப் பாத்துக் கேட்டேன்

"எத்தனை நாள் இருப்பீங்கப்பா?"

"த்ரீ டேய்ஸ்"

மூணு நாள் அவ்ளோதான். அவருக்கூட இருக்கணும்னு ஆசை ஆனால் முடியல.

"அஸ்வின் நாளைக்கு ஈவினிங் உனக்குத் தேவையான திங்ஸ் எல்லாம் வாங்கணும் சீக்ரம் வா"

"எனக்குத் தேவையான திங்ஸா?"

"உன்னை ஹாஸ்டல் சேத்தி விடப் போறேன்"

அத கேட்டதும் என்னை விட அம்மாக்குதான் முகம் வாடிப் போச்சு. எங்க வீட்டுலருந்து ஸ்கூல்க்கு ஒரு பத்து நிமிஷத்துல போயிடலாம். எதுக்காக ஹாஸ்டல்?

"நா போக மாட்டேம்மா"

"எதுக்குங்க ஹாஸ்டல் எல்லாம். ஸ்கூல் பக்கத்துலதான இருக்கு" அம்மா சொன்னாங்க. அம்மா எது சொன்னாலும் அப்பாக் கேட்டுப்பாரு. அம்மாக்குப்புடிக்காத எதையும் அவரு செய்ய மாட்டாரு. அந்த விஷயத்துல அப்பாவ எனக்கு ரொம்பப் புடிக்கும். அதனாலயே எனக்கு அவர் மேல மரியாதை அதிகம்.

"சரணு, இவன் இப்பவே இப்டி வெளில சுத்திட்டு லேட்டா வரான் அதுவும் நா வந்துருப்பேன்னு தெரிஞ்சே லேட்டா வரான்"

அம்மாவோட பேரு சரண்யா, அப்பா எப்பவும் அவிங்கள சரணுன்னுதான் கூப்டுவாரு.

"விளையாடதானேங்க போயிருந்தான்"

"சரணு அவன் இந்த வருஷம் ட்வெல்த் இந்த மாதிரியே இந்த வருஷம் முழுக்க சுத்துனான்னா அவ்ளோதான் நல்லா உருப்புட்டுருவான்"

"நா உருப்படாம போனா பரவால்லப்பா" நா சிரிச்சுட்டே சொன்னேன். ரெண்டுப் பேரோட

பார்வையும் என் மேல வந்தது. அவிங்களுக்குத் தெரியும் நா கோவம் வந்தால் சிரிச்சுட்டே பேசுவேன்னு.

"அஸ்வின் இந்த ஒரு வருஷம் மட்டும்தான்"

நா தட்டுல கையக் கழுவிட்டு. எழுந்து நின்னு அவிங்களைப் பாத்து சிரிச்சேன்.

"நா போக மாட்டேன்னு சொல்றன்ல்ல"

நா கோவத்துல என் ரூம்க்கு போய்ப் படுத்துட்டு தியாவப் பத்தி யோசிச்சுட்டே தூங்கிட்டேன். நல்ல தூக்கத்த கெடுக்கறதுக்குனே யாரோ கால் பண்றாங்க. நா என் தலைகாணிக்கு மேல இருந்த மொபைல எடுத்து கால் அட்டெண்ட் பண்ணேன்.

"ஹலோ" கண்ண திறக்காமலே சொன்னேன்.

"அஸ்வின் எனக்குப் பயமா இருக்கு" தியாவோட குரல் கேட்டதும் என் தூக்கம் எல்லாம் காணாமப் போயிடுச்சு. என் கண்ணுப் படார்னு திறந்தது. தியா அழுகற சத்தம் கேட்டுச்சு.

"எதுக்கு அழுகுற தியா?......தியா"

"வீட்டுக்கு வா அஸ்வின் ப்ளீஸ் ப்ளீஸ் ப்ளீஸ்"

மறுபடியுமா? முருகா என்னைக் காப்பாத்து. மணி 1.45 ஆகுது இந்நேரத்துல கால் பண்ணி தொல்லை பண்றாளே.

"தியா மணி 1.45 ஆகுதுடி. இப்போ எப்டி டி வர்றது"

"அப்போ நீ வர மாட்டல்ல. எனக்குத் தெரியும் அஸ்வின் உனக்கு என்மேல லவ்வே இல்ல"

"லூசு, அப்பா வேற வந்துருக்காரு. எப்டி அவருக்குத் தெரியாம வர முடியும்?.... செல்லக்குட்டி புரிஞ்சுக்கோடி"

"போனை வை"

"தியா.... என்ன தியா இப்டி"

"எங்கூட இனி பேசாத அஸ்வின்...."

அவள் அழுதுட்டே சொன்னாள். எனக்கு என்னப் பண்றதுன்னே தெரியல.

"செல்லம் நா சொல்றதக் கேளு"

கட் பண்ணிட்டாள். எப்போ சண்டப் போட்டாலும் நடு ராத்திரில கால் பண்ணி அழுது என் தூக்கத்தக் கெடுக்குறதே இவளுக்கு ஒரு வேலை. நா எழுந்து பாத்ரூம் போய் முகத்தக் கழுவிட்டு, தலையச் சீவிட்டு, மெதுவா நடந்து வீட்டை விட்டு வெளிய வந்தேன். என் அம்மாவோட ஸ்கூட்டியத் தள்ளிட்டேக் கொஞ்ச தூரம் போய் அப்றமா ஸ்டார்ட் பண்ணிட்டு நேரா தியா வீட்டுக்குப் போனேன். ஸ்கூட்டிய அவளோட வீட்டுக்கு முன்னாடி நிறுத்தப் பயமா இருக்கு. இதனால எதாவது பிரச்சனை வந்துருமோன்னு. நா தியாக்கு கால் பண்னேன். ரிங் ஆகிட்டே இருக்கு. தியா வெளிய வந்தாள், அவளோட கைல மொபைல் இருக்கு. அவள் வந்து கேட்டை த் திறந்தாள். நானும் வண்டியை தள்ளிட்டேப் போனேன். அவள் எதுவுமே பேசல. நா வண்டிய நிறுத்துனதும் தியா என் கையப் புடிச்சு உள்ள கூப்ட்டுப் போனாள், கதவச் சாத்துனாள். என் வலது கைய இறுக்கமா புடிச்சு அழுதாள்.

"அஸ்வின் ப்ளீஸ் இங்கயே இரு"

"வீட்டுல அப்பா இருக்காரு அவருக்குத் தெரிஞ்சதுனா அவ்ளோதான். அம்மாக்குதான் திட்டு விழும்"

அவள் அழுதுட்டே இருக்காள். எதுக்கு இப்படி ஓவரா அழுகுறாள்.

"உன் பேரண்ட்ஸ்க்கு அறிவில்லையா? எதுக்கு உன்னை மட்டும் இங்கத் தனியா விட்டுட்டு போனாங்க"

தியா அழுதுட்டே அவளோட ரூம்க்குப் போய்ட்டாள். இனி என்னாலயும் இவளத் தனியா விட்டுட்டுப் போக முடியாது. நா அவளோட ரூம்க்குப் போனேன், அவள் அழுதுட்டே படுத்துட்டு இருந்தாள். நா அந்த ரூம் லைட் ஆஃப் பண்ணிட்டு அங்க இருந்த நாற்காலியில உக்காந்தேன். இது மட்டும் என் அப்பாக்குத் தெரிஞ்சா என்னை கண்டிப்பா ஹாஸ்டல் சேத்தி விட்ருவாரு.

"என் பக்கத்துல வந்து தூங்கு அஸ்வின்"

"நீ வாய மூடிட்டு தூங்கு"

அவள் சத்தமே வராம மெதுவா சிரிச்சாள். இப்போ அவள் அழுகை எங்க போச்சு?

"ட்ராமா குயின்" நா சொன்னேன்.

"தேங்க் யூ பேபி"

நா கொஞ்ச நேரம் மொபைல் நோண்டிட்டு இருந்தேன்.

"அஸ்வின்......"

"அடிச்சுடுவன்டி அமைதியாத் தூங்கு"

தியா தூங்குனப் பிறகு எனக்குத் தூக்கமா வந்துச்சு. நானும் போய் அவளோட பெட்லயே ஒரு ஓரமாப்

படுத்தேன். பயமா இருக்கே.... பயத்துல தூக்கம் போயிரும் போல இருக்கே. பயிந்துட்டே ரொம்ப நேரம் தூங்கவே இல்ல. அப்றம் எப்படி தூங்கனேன்னும் தெரியல, எழுந்ததும் தெரியல. எழுந்துப் பாக்கும் போது அந்த ரூம்ல இருந்த பாத்ரூம் கதவு லேசா திறந்துருந்தது.அங்க இருக்க மஞ்சள் நிற லைட் வெளிச்சம் இந்த ரூம்குள்ளயும் லேசா வந்தது. தியா என் பக்கத்துல இல்ல. அவதான் உள்ள இருக்கான்னு நெனைக்குறேன்.

"தியா"

"ஆ.... வரேன் அஸ்வின்"

நா எழுந்து உக்காந்ததும் மொபைல் நோண்டுனேன். தியா வெளிய வந்தாள். பெட்ல என் முன்னாடி சப்னாங்கால் போட்டு உக்காந்தாள். என்னையவே குறுகுறுன்னுப் பாத்தாள். எனக்குக் கொட்டாவிதான் வந்தது. அப்போ அவள் என்னோட வாயில கை வெச்சு அடச்சு அவளே தன்னப்பால சிரிச்சாள்.

"தியா தூங்குலயா?"

இப்போ அவள் கொட்டாவி விட்டாள். நா சிரிச்சேன்.

"அஸ்வின் எப்பவுமே எங்கூட இருப்பயா?"

"நா விட்டுட்டு போனா நீ விட்ருவயா என்னை"

"மாட்டேன்....உன்னை கொன்னுடுவேன்டா"

அவள் என் கழுத்தை நெருக்குனாள், நாங்க சிரிச்சுட்டே இருந்தோம். அப்போ என் மொபைல்ல அலாரம் அடிச்சது மணி 5.15. நா கிளம்பனும் இப்போ இல்லனா அப்பாக்கிட்ட மாட்டிப்பேன். நா எழுந்து நின்னப்போ தியா என் கையப் புடிச்சாள்.

"தியா நா கிளம்பறேன் ஸ்கூல்ல வெய்ட் பண்ணுவேன் உனக்காக"

தியா என்னை ஏக்கமாப் பாத்தாள்.

"என்ன தியா, ?"

"மேக் லவ் டு மி அஸ்வின்"

எதனால தியா திரும்பத்த திரும்ப கேக்குறாள். நா அவள் தலையில கை வெச்சு சொன்னேன்.

"ஆர் யூ ஆல்ரைட் தியா?"

"ஹ்ம்" அவள் தலைய ஆட்டுனாள். அவள் இன்னும் என்னோட கைய விடல.

"நா வரேன் தியா"

நா அவளோட கைப்பிடியிலருந்து என்னோட கைய எடுத்துட்டு அவளக் கண்டுக்காம நடக்க ஆரம்பிச்சேன்.

"லெட்ஸ் பிரேக் அப் அஸ்வின்"

அதக் கேட்ட பிறகு என் காலு அதுக்கு மேல ஒரு அடி எடுத்து வெக்கல. எனக்குக் கோவம் வந்தது நா திரும்பி அவளப் பாத்து லேசா சிரிச்சேன்.

"என்ன சொன்ன நீ?"

"பிரேக் அப்"

"ஃபார் வாட்?"

நா கடுப்போட கேட்டேன், அவள் பதில் சொல்லல.

"இப்போ மட்டும் நீ எங்கூட பிரேக் அப் பண்ணா இது தேர்ட்டின்த் டைம் தியா. இந்த ரெண்டு வருஷத்துல நீ இத்தனை தடவ எங்கூட பிரேக் அப் பண்ணிருக்க. ஆனால் நா ஒரு தடவ கூட பண்ல தியா. நீ ஏன் இப்டி பண்ற தியா?"

"ஏன்னா நா கெட்டப் பொண்ணு அஸ்வின்"

இப்போ என்ன நடந்ததுன்னு இவள் பிரேக் அப் பண்லாம்னு சொல்றாள்.

"இதுதான் லாஸ்ட் டைம் உங்கூட பேசுறது," தியா சொன்னாள்.

இந்த டைலாக்க கேட்டுக்கேட்டு வெறுத்துட்டேன். ஒவ்வொரு தடவ பிரேக் அப் பண்ணும் போதும் இதே டைலாக்தான் சொல்லுவாள். ஆனால் ரெண்டு மூணு நாளுக்கு அப்றம் அவளே வந்து பேசிடுவாள். நானும் பேசிடுவேன்.

"எப்பயுமே நீ இப்டிதான் பண்ற. இதுக்கு அப்றம் நீ வந்து பேசுனாலும் நா பேசமாட்டேன் தியா"

"நா பேச மாட்டன்டா" தியா அப்படி சொன்னதுமே நா வெளிய வந்துட்டேன்.

2

நா கடைக்கு போய் பால் பாக்கெட் வாங்கிட்டு வீட்டுக்குப் போனேன். கிச்சன்க்கு போய் அத ப்ரிட்ஜ்ல வெச்சுட்டு ரூம்க்கு போய்ப் படுத்துட்டேன். தியா கால் பண்ணாள். இன்னைக்கு நடந்த எல்லாத்தையும் நெனச்சாலே எரிச்சலாகுது. நா இந்த தடவ கண்டிப்பா அவளோட பேசப் போறது இல்ல. அவள் மறுபடியும் கால் பண்ணிட்டே இருந்தாள். நா அட்டன் பண்ணவே இல்ல. ஆனால் நா கமுந்து படுத்து மொபைலயேதான் பாத்துட்டு இருந்தேன். அவள் மெசேஜ் அனுப்பனாள்.

' Fine break up 💔 .... don't talk to me ever 😑 😡 ''

பாக்கதானப் போறேன். நீ எப்படி எங்கூட பேசாம இருக்கப் போறேன்னு. இந்த தடவ நீ வந்து எங்கிட்ட கெஞ்சி 'ஸாரிஅஸ்வின்' அப்டின்னு சொல்ற வரைக்கும் நா பேசவே மாட்டேன்டி.

●●●

கொஞ்ச நேரத்துக்கு அப்றம் நா எழுந்து ஸ்கூல்க்கு ரெடி ஆகிட்டு கிளம்பும் போது அப்பா என்னை கார்ல ட்ராப் பண்றேன்னு சொன்னாரு. ஸ்கூல் வர வரைக்கும் அவரு ஏதேதோ சொல்லி என்னை சமாதானப்படுத்தப் பாத்தாரு. சீக்ரமே எங்கள சென்னைக்குக் கூட்டு போறேன்னு சொன்னாரு. எனக்கு அங்க போக இஷ்டம் இல்ல. அங்க வேற அடிக்கடி வெள்ளம் வருது. நா அங்க போக மாட்டேன். அங்க போயிட்டா தியாவ என்னாலப் பாக்க முடியாது. நா அடுத்த வருஷம் காலேஜ் சேந்தாலும் இங்க எங்கயாவது பக்கமா சேந்துப்பேன். என்னால அவளப் பாக்காம இருக்க முடியாது.

"நா உங்களுக்காகதானடா அங்க இருந்து கஷ்டப்படுறேன்,"

"ப்பா போதும்.... காது வலிக்குது"

ஸ்கூல் வந்ததும் நா ஸ்கூல் பேக்கை எடுத்துட்டு கார் கதவத் திறந்தேன்.

"நைட் எங்கப் போயிருந்த அஸ்வின்?"

மாட்டிக்கிட்டனே. என்ன சொல்லி சமாளிக்குறது.

"ப்பா நா..... நந்துகூட வீடியோ கேம் விளையாடப் போனேன்.....அ..... அப்டியே அத்தை வீட்லயே தூங்கிட்டன்பா"

அவரு அத நம்பலேன்னு அவரு முகத்தப் பாக்கும் போது தெரிஞ்சது. அதப்பத்தி பேச அவரு விரும்பலன்னு நெனைக்குறேன். அவரு முகத்துலத் தயக்கம் தெரிஞ்சது.

"இந்த வயசு அந்த மாதிரி. தப்பும் சரியா தெரியும்..... தப்பான வழியிலப் போகாத அஸ்வின். நீ தப்பு எதுவும் பண்ணலயே"

"ப்பா அப்டிலா எது..... ம்"

"அந்த பொண்ணு யாரு?"

"லேட் ஆகுது..... டாட்டா ப்பா"

நா வேகமா கார்லருந்து இறங்குனேன். அப்பாவும் இறங்குனாரு. அப்போ தியாவும், ரேவந்த்தும் அங்க வந்தாங்க.

"ஹாய் அண்ணா" ரேவந்த் சொன்னான்.

"ஹாய்டா"

என் அப்பா எங்கப் பக்கத்துல வந்து நின்னாரு.

"ஹாய் ஹேண்ட்ஸம்" தியா என்னோட அப்பாவை எப்பவுமே இப்டிதான் கூப்டுவாள். அதனாலயே என் அப்பாக்கு அவள ரொம்பப் புடிக்கும்.

"ஹாய் க்யூட்டி.... ஏன் இப்போல்லாம் வீட்டுக்கு வர்றது இல்ல ரெண்டு பேரும்"

இவரே வீட்டுல இருக்குறது இல்ல. இவருக்கு எதுக்கு இந்த கேள்வி.

"எப்போ பாரு ஸ்பெஷல் க்ளாஸ் வெச்சுக் கொல்றாங்க. இந்த மாசம் கூட அஞ்சு நாள்தான் லீவ் விட்டாங்க ஹேண்ட்ஸம். அதான் அங்க வர முடியல"

"ஓ.... நீங்க ரெண்டு பேரும் இந்த வருஷம் டென்த் போறீங்களா"

"ஹ்ம், " ரெண்டு பேரும் தலைய ஆட்டுனாங்க. அப்பா அவிங்களோட கொஞ்ச நேரம் பேசிட்டு இருந்தாரு. நா தியாவப் பாத்தேன். அவள் என்னை கண்டுக்கவே இல்ல. சாம்பல் நிற குட்டைப் பாவாடை, வெள்ளையும் சாம்பலும் கலந்த செக்குடு ஷர்ட் யூனிஃபார்ம் போட்ருந்தாள். ரெண்டு குதிரைவால் வேற போட்டுருக்காள். யூனிஃபார்ம்ல தியா எனக்கு ரொம்பக் குட்டி பொண்ணா தெரியுறாள். எல்லாரும் எங்கள ஓரக்கண்ணாலப் பாத்துட்டே போனாங்க. இந்த ஸ்கூல்ல படிக்கிறப் பாதி பேருக்கு நானும் தியாவும் லவ் பண்றது தெரியும். நந்து அங்க வந்தான்,

"மாமா, என்ன மாமா என்னைக் கண்டுக்குறதே இல்ல"

"உன்னை எதுக்குடா கண்டுக்கணும்? உன் அம்மா எப்டி இருக்காள்?"

என் அப்பாக்கூடப் பொறந்த தங்கச்சிதான் நந்துவோட அம்மா கீதா. என்னப் பிரச்சனை வந்துச்சோ தெரியல ரெண்டு பேரும் நாலு வருஷமா பேசிக்கறது இல்ல. அவிங்க ரெண்டு பேரும் பேசிக்கறது இல்ல ஆனால் நாங்க பேசுவோம். தியா என்னப் பாக்கும் போது நா 'ஸாரி' சொல்லி வாய அசைச்சேன். அவள் பிரேக் அப்னு வாய அசைச்சாள். இப்போ எதுக்கு நா தேவையில்லாம அவக்கிட்ட 'ஸாரி' சொன்னேன். தப்பு எல்லாம் அவள் மேலதானே. நா இனி ஸாரி கேக்க மாட்டேன்.

"டேய் என்னடா நேத்து சாய்ந்திரம் கிரௌண்ட்லருந்து கிளம்புன அதுக்கு அப்றம் ஆளயேக் காணம்" நந்து சொன்னான்.

இவன் ஒருத்தன் போதும் என்னை வாழ வெக்க. அப்பா உடனே என்னைப் பாத்தாரு.

"அஸ்வின் யாரை லவ் பண்றான்னு உங்களுக்குத் தெரியும்தான?" அப்பா கேட்டதும் நந்து என்னை பாத்து முழிச்சான். தியாவும் என்னைப் பாத்தாள்.

"இல்ல, அஸ்வின் அண்ணா யாரையும் லவ் பண்ல" ரேவந்த் சொன்னான். நல்ல நேரத்துல சொன்னடா யப்பா....

"கண்டிப்பா அவன் லவ் பண்றான். நீங்க சொல்லலனா பரவால்ல"

அப்பா அத சிரிச்சுட்டேச் சொன்னாரு. கிளம்பி போனாரு ஆனால் போறதுக்கு முன்னாடி சொன்னாரு 'அஸ்வின் ஈவினிங் சீக்ரம் வா, முடிய கட் பண்ணனும்'. வீட்டுக்கு போனாதானேத் தெரியும்.. அவரு எத சொன்னாருன்னு. அப்பா கார் கிளம்பனதுமே தியா கிளம்பிட்டாள்.

●●●

நாங்க சண்டப் போட்டு ஒரு வாரம் ஆச்சு. தியா எங்கூட பேசல. சரி நானாவது பேசுலாம்னு கால் பண்ணால் அவள் அட்டெண்ட் பண்ண மாட்டுக்குறாள். நாங்க ரெண்டு பேரும் ஒரே ட்யூஷன் சென்டர்க்குதான் போறோம். ட்வெல்த் ,டென்த்க்கு தனித் தனி ரூம்லதான் டீச்சிங். ஆனால் தியா வேணும்னே என்னை வெறுப்பேத்தனும்னே எங்க ரூம்ல வந்து உக்காந்து ட்வெல்த் பொண்ணுங்கக்கூட பேசிட்டு இருக்காள். நாங்க கடைசிப் பென்ஞ்ச்ல உக்காந்துருக்கோம். பொண்ணுங்க முன்னாடி உக்காந்துருக்காங்க. தியா அப்பப்போ என்னை திரும்பிப் பாத்தாள். நா அவள மட்டும்தான் பாத்துட்டு இருக்கேன். நா மறுபடியும் ஒரு தடவ அவள பாத்து வாய அசைச்சேன் 'ஸாரி'. அவள் அத பாத்தாள், ஆனால் எந்த பதிலும் சொல்லல.

அதே மாதிரி பார்த்தும் பாக்காமலும், பேசிக்காம இன்னொரு வாரம் ஓடுச்சு. நாங்க இவ்ளோ நாள் பேசாம இருந்ததே இல்ல. ஸ்கூல் விட்டதும் நானும் நந்துவும் சைக்கிள் எடுக்க கிரௌண்ட்க்குப் போனோம். தியா அவளோட சைக்கிள் பக்கத்துல நின்னுட்டு இருந்தாள். அவளுக்கு முன்னாடி ஒரு பையன் கைல கிரீட்டிங் கார்ட், ரோஸ் வெச்சுட்டு நின்னுட்டு இருந்தான். நா அத கண்டுக்காத மாதிரி அவிங்களக் கடந்து வந்தேன். இது ஒன்னும் புதுசு இல்ல, எப்போல்லாம் நாங்க ப்ரேக் அப் பண்றமோ அப்போல்லாம் எவனாவது வந்து அவளுக்கு ப்ரப்போஸ் பண்ணுவான். தியா என் ப்ரப்போஸல் தவிர வேற யாரோடதையும் ஏத்துக்கிட்டது இல்ல.

"மச்சான் கொஞ்சம் திரும்பிப் பாரு" நந்து என் ஷர்ட் காலரப் புடிச்சு இழுத்தான். நா திரும்பிப் பாத்தப்போ தியா கைல அந்த கிரீட்டிங் கார்ட், ரோஸ் வெச்சுருந்தாள். அவள் எதுக்கு அத வாங்குனாள்? நா திரும்பி அவக்கிட்டப் போனேன். அவளும் சிரிச்சுட்டேப் பாத்தாள். அந்த வழியா போயிட்டுருந்த பசங்க பொண்ணுங்க எல்லாரும் எங்களப் பாத்துட்டே போனாங்க.

"எதுக்கு அத வாங்குன?" நா கோவமா கேட்டதுக்கு அவள் சிரிச்சுட்டேப் பதில் சொன்னாள்.

"எனக்கு இவனப் புடிச்சுருக்கு, ஸோ நா வாங்குனேன்"

"தியா கோவத்துல இப்டி நடந்துக்குறாள், நீங்க தப்பா நெனைக்காதிங்க" ரேவந்த் சொன்னான்.

"மச்சான், வாடா எல்லாரும் பாக்றாங்க" நந்து என் கையப் புடிச்சான். எங்கள சுத்தி நிக்குற எல்லாரும் நாங்க எப்போடா கத்தி சண்ட போடுவோம்னு காத்துட்டு இருக்காங்க. எனக்கு செம கோவம். நா அவளப் பாத்து சிரிச்சுட்டு அங்கருந்து கிளம்பிட்டேன். வீட்டுக்கு வந்தும் அதப்பத்திதான் யோசிச்சுட்டே

இருந்தேன். நைட் எல்லாம் தியாவ நெனச்சு சரியா தூங்கவே இல்ல. காலைல எழுந்ததும் எனக்குக் காய்ச்சல் அடிச்சது. அதனால நா சந்தோசமா இருக்கேன் ஏன்னா ஸ்கூல் போக வேண்டியது இல்லல்ல. காய்ச்சல் வந்ததும் என் அம்மா என்னை விட்டு நகரவே இல்ல. பத்தாதத்துக்கு என் அப்பாக்கு வேற கால் பண்ணி சொல்லி அவரும் கிளம்பி வந்துட்டாரு. ரெண்டு நாளா நா ஸ்கூல்க்கு, ட்யூஷன்க்கு போகல, தியாவ பாக்கல. அவளும் ஒரு மெசேஜ் கூட பண்ணல, ஏன் வரலன்னு கேக்கவும் இல்ல. இந்த தடவப் ப்ரேக் அப் பண்ணது உண்மையா? முடிஞ்சதா?. நா ஹால்ல உக்காந்து மொபைல் நோண்டிட்டு இருந்தேன். காலிங் பெல் அடிச்சது, அப்பா போய்க் கதவ திறந்தாரு.

"உள்ள வாங்க தியா, ரேவந்த்"

நா மொபைல் நோண்டுறத விட்டுட்டு நிமிந்து ரெண்டு பேரையும் பாத்தேன். தியா ஸ்கூல்ல இருந்து நேரா இங்கதான் வந்துருக்கான்னு நெனைக்குறேன். அவளோட ஐடி கார்ட் இன்னும் அவள் கழுத்துல இருக்கு. ஸ்கூல் பை மாட்டியிருந்தாள். அவிங்க ரெண்டு பேரும் வந்து என் பக்கத்துல உக்காந்தாங்க. ரேவந்த் எங்களுக்கு நடுவுல உக்காந்தான்.

"அண்ணா உங்களுக்கு பீவர்னு சொன்னாங்க" ரேவந்த் கேட்டான்.

"ஹ்ம், நீங்க ட்யூஷன் போகலயா?"

"உங்கள பாத்துட்டு அப்டியே ட்யூஷன் போகலாம்னு வந்தோண்ணா"

"ம்ம்"

தியா வெச்ச கண்ணெடுக்காம என்னையவே பாத்துட்டு இருந்தாள். எனக்கு அவளப் பாத்து

மொறைக்குறதா இல்ல சிரிக்குறதான்னு தெரியல. அதனால நா ரேவந்த்த பாத்து சிரிச்சேன்.

"அஸ்வினு நீ பேசிட்டு இரு நா போய் அம்மாவக் கூப்டுறேன்" அப்பா சொன்னாரு.

அவரு அந்த பக்கம் போனதுமே தியா ரேவந்த்த பாத்து சொன்னாள்.

"ரேவ் நீ வெளிய வெய்ட் பண்ணுடா நா வரேன்"

அவனும் பூம் பூம் மாடு மாதிரி தலைய ஆட்டிட்டி வெளியப் போனான்.

"அறிவில்லயா உனக்கு? எதுக்கு அவன வெளியப் போக சொன்ன?"

தியா என் பக்கத்துல வந்து உக்காந்து என்னை பாசமா கட்டிப்புடிச்சாள். நா அவளப் பாக்காம முகத்தத் திருப்புனேன். என் அப்பா அம்மா மட்டும் இப்போ வந்தாங்கன்னா என் நிலைமை என்ன ஆகும்?

"இன்னும் பீவர் இருக்கா பேபி"

இவளோட என்ன ஆனாலும் பேச கூடாது. எவ்ளோ கொழுப்பு இருந்தா அந்த பையங்கிட்ட இருந்து கிரீட்டிங் கார்ட் வாங்கியிருப்பாள்.

"அஸ்வின்...... சொல்லுடா"

தியாவ பாக்காம நா வேற பக்கம் பாத்துட்டு இருந்தேன். தியா என் முகத்தை திருப்புனாள். நா அவளப் பாத்தேன், அவளோட கண் அழுகுறதுக்கு தயாரா இருக்கு.

"தியா"

"ஐ யம் ஸாரி அஸ்வின்... நீ அந்தப்பையன் எங்கிட்ட ப்ரப்போஸ் பண்றான்னு தெரிஞ்சும் கண்டுக்காம போனல்ல. அதனாலதான் நா அத வாங்குனேன். ஆனால் நீ போன உடனே அவங்கிட்டயே திருப்பிக் கொடுத்துட்டேன்டா அஸ்வின் ஸாரி"

"ப்ராமிஸ்?" நா கேட்டேன்.

"ஹ்ம் ப்ராமிஸ்"

நா சிரிச்சேன் உடனே அவள் சிரிச்சுட்டே என்னை விட்டுத்தள்ளி உக்காந்தாள்.

"ட்யூஷன்க்கு வா அஸ்வின்"

"அம்மா விட மாட்டாங்கடி"

"இல்லனா நைட் எய்ட்டோ க்லாக் நா ட்யூஷன் முடிஞ்சதும் வெய்ட் பண்றேன். நீ வந்து என்னை கூப்ட்டு போய் வீட்டுல விடு"

அப்போ அம்மா வந்தாங்க தியா அவிங்க கூட ஒரு அஞ்சு நிமிஷம் பேசிட்டு இருந்தாள். அப்பா ஜூஸ் கொண்டு வந்து கொடுத்தாரு. தியா நல்லா வாய் விட்டு சிரிச்சுட்டே சொன்னாள்.

"மிஸ்டர் ஹேண்ட்ஸம் கதிரவன் சார், நீங்க ஏன் ரொம்ப முன்னாடியே பொறந்துட்டிங்க. இப்போ பொறந்துருக்கலாம்ல நா உங்களையே லவ் பண்ணிக் கல்யாணம் பண்ணிருப்பனே."

இவளுக்கு இருக்க கொழுப்புக்கு அளவே இல்ல. இருந்தாலும் அவள் அப்படி விளையாட்டுக்கு சொன்னது எனக்கு ரொம்ப புடிச்சுருந்தது. அப்பா ரேவந்த் எங்கேன்னு கேக்கல, மறந்துட்டாருன்னு நெனைக்கறேன். தியா கிளம்புனாள், நா அவக்கூட

வெளில போனேன். ரேவந்த் சைக்கிள ரெடியா வெச்சுட்டு நின்னுட்டு இருந்தான்.

"நீ சைக்கிள் எடுத்துட்டு வரலயா தியா?"

"இல்ல பேபி, ரேவ் சைக்கிள்ளதான் வந்தேன், கொஞ்சம் அன்கம்ப்ஃபர்ட்டுபுலா இருக்கு"

"சரி நா வந்து கூப்ட்டு போறேன்"

தியா அவனோட சைக்கிள்ள முன்னாடி உக்காந்தாள். அவன் என்னதான் அவளோட நண்பனா இருந்தாலும் எனக்கு இது புடிக்கல. நா எப்டி என்னோட ஆள இன்னொரு பையனோட சைக்கிள்ள அனுப்புறது.

"இங்க வா அஸ்வின்" நா அவள் பக்கத்துல போனேன். அவள் என்னோட கன்னத்துல டக்குனு முத்தம் கொடுத்தாள். ரேவந்த் முகத்த அந்த பக்கம் திருப்பிட்டான். இவள யாராலயும் திருத்த முடியாது.

"லூசு, நீ இருக்கியே" நா அவள் தலையில ஒரு தட்டுத் தட்டுனேன்.

அவிங்க ரெண்டு பேரும் போனப் பிறகு நா தியாவோட கால்க்காக வெய்ட் பண்ணிட்டே இருந்தேன். சரியா எட்டு மணிக்கு தியா கால் பண்ணாள். அம்மாக்கிட்ட கெஞ்சி பர்மிஷன் வாங்கிட்டு ஸ்கூட்டி எடுத்துட்டுப் போனேன். தியா ட்யூஷன்க்கு வெளிய தனியா நின்னுட்டு இருந்தாள். நா போய் அவள பிக்கப் பண்னேன். பைக்ல போகும் போது சொன்னேன்.

"தியா, இதுக்கு மேல உன் வாய்லருந்து ப்ரேக் அப்னு ஒரு வார்த்தை வந்தது.... நீ செத்துருவ எங்கிட்ட"

"ம்ம் சொல்ல மாட்டேன்....நாளைக்கு ஸ்கூல்க்கு வருவதான?"

"ம்ம்"

"அஸ்வின்"

"ஹ்ம் சொல்லுடி செல்லம்"

"நீ ஏன் என்னை டச் பண்ண தயங்குற?"

"செல்லம் ப்ளீஸ் அந்த டாப்பிக் வேணாமே"

"சொல்லுடா..... ரீசன் என்ன?"

"என்னோட அப்பா"

"டேய்"

"நெஜமாதான்டி, அவரு எங்கிட்ட நெறய சொல்லிருக்காரு"

"வண்டிய ஓரமா நிறுத்திட்டு சொல்லு... காது கேக்கல"

நா ஸ்கூட்டிய நிறுத்தாம ஸ்லோவா ஓட்டுனேன்.

"என் அப்பா எங்கிட்ட நெறய ஓப்பனா பேசுவாரு. அவரு எங்கிட்ட அடிக்கடி சொல்லுறது நீ பெரிய பையனா வளந்ததுக்கு அப்றம் உனக்கு நெறய அட்ராக்சன் வரும். நீ எப்படியும் லவ் பண்ணுவ. ஆனால் உனக்கு பத்தொன்பது வயசு ஆகற வரைக்கும் அது லவ்வா இல்லயான்னு தெரியாது, ஸோஅதுக்கு முன்னாடியே நீ அவசரப்பட்டு எந்த தப்பும் பண்ணக்கூடாதுன்னு.... அப்படி தப்பு பண்ணால் அதனால தப்பான விளைவுதான் வரும்னு. இதெல்லாத்தயும் அவரு எனக்கு பன்னண்டு வயசு ஆனதுலருந்தே சொல்லிட்டு இருக்காரு. இப்பவும் சொல்லிட்டுதான் இருக்காரு"

"டேய் பேபி நா பேசாம உன் அப்பாவ லவ் பண்ணட்டுமா?"

"செல்லம் அவரு உனக்கும் அப்பா மாதிரிடி, வருங்காலத்துல உன்னோட மாமனார் ஆக போறவரு. இப்டிலாம் சொல்லாதடி செல்லம்"

"அஸ்வின் நாம எப்போ கல்யாணம் பண்ணிக்கலாம்"

"ட்வென்டி பைவ்"

"நோ பேபி ட்வென்டி த்ரீல பண்ணிக்கலாம்"

"ஹ்ம் ஓகேய் உனக்கு ட்வென்டி த்ரீ எனக்கு ட்வென்டி பைவ்"

"பேபி உனக்கு ட்வென்டி த்ரீ எனக்கு ட்வென்டி ஒன்"

"அதுக்கல்லாம் இன்னும் டைம் இருக்குடி செல்லம்.... அதப் பத்தில்லாம் அப்றம் பேசலாம்"

"சரி பேபி.... நீ காலேஜ்ல என்ன படிக்கப் போற?"

"என்ஜினீயரிங்.... நீ என்ன படிக்கப்போற பேஷன் டிசைனிங்தான?"

"ஹ்ம்"

நா அவிங்க வீட்டுக்கு முன்னாடி அவள இறக்கி விட்டேன். எல்லார் வீட்லயும் சீரியல் ஓடற சத்தம் கேக்குது. எல்லாரும் சீரியல் பாக்குறதுனால யாரும் வெளிய இல்ல. அவள் பை எடுத்து மாட்டிட்டு என் பக்கத்துல வந்தாள். என் கைய புடிச்சு கேட்டாள்.

"நீ என்னைதான கல்யாணம் பண்ணிப்ப?"

"லூசு உன்னை லவ் பண்ணிட்டு வேற யாரக் கல்யாணம் பண்ணிக்கச் சொல்ற"

"ப்ராமிஸ்?..... வேற யாரையும் பண்ணிக்க மாட்டல்ல என்ன ஆனாலும்" அவள் அப்படி கேக்கும் போது அநியாயத்துக்கு குழந்தை மாதிரி இருக்காள்.

"ஹ்ம்" நா அவளப் பாத்து சிரிச்சேன்.

"ஒரே ஒரு கிஸ் அஸ்வின்..... ப்ளீஸ் ப்ளீஸ் ப்ளீஸ்" இப்படிக் கொஞ்சி கேக்கும் போதும் அழகா இருக்காள்.

இவளுக்கு இவ்ளோ நேரம் க்ளாஸ் எடுத்தது எல்லாம் வேஸ்ட். நா வேணான்னு தலைய ஆட்டுனேன். அவள் முத்தம் கொடுக்க வந்தாள். நா என் வாய் மேல கை வெச்சதுனால முத்தம் என் கை மேல விழுந்தது. அவள் சிணுங்கிட்டே சொன்னாள்.

"அம்மாஞ்சி போடா"

அவள் வீட்டுக்குள்ளப் போகும் போது என்னை திரும்பிப் பாத்து வாய் அசைச்சாள்.

"லவ் யூ அஸ்வின் மாமா"

"லவ் யூ டி பொண்டாட்டி"

நா மெதுவா சொல்லிப் ப்லைன் கிஸ் கொடுத்தேன். அவள் வெக்கப்பட்டுட்டே உள்ள போனாள். நானும் சிரிச்சுட்டே கிளம்பிட்டேன்.

3

நா ட்யூஷன் சென்டர்ல கடைசிப் பென்ஞ்ச்ல உக்காந்து என் நண்பர்களோட பேசிட்டு இருந்தேன். நா இன்னைக்கு நேரமா வந்துட்டேன்னு தோணுது. ட்யூஷன்ல நாங்க நாலு பசங்க, அஞ்சு பொண்ணுங்க மட்டும்தான் இருக்கோம். தியா உள்ள வந்தாள், நேரா வந்து என் பக்கத்துல உக்காந்தாள். எனக்கு பக்குன்னுச்சு. என் நண்பர்கள் ஓஹோன்னு கத்துனாங்க. இவனுங்க கத்துனதுனால முன்னாடி இருக்க அந்த அஞ்சு பொண்ணுங்களும் திரும்பிப் பாத்தாங்க. தியா என் தோள் மேல சாய்ஞ்சு உக்காந்தாள். இவளுக்கு கொஞ்சம் கூட பயமே இல்லயா?. என் நண்பர்கள் அமைதியா எழுந்து போய் முன்னாடி காலியா இருக்க பென்ஞ்ச்ல உக்காந்தானுங்க. பொண்ணுங்கல்லாம் எங்கள திரும்பிப் பாத்து, பாத்து அவிங்களுக்குள்ளேயே ஏதோ சொல்லிக்கிட்டாங்க. தியா கண்ண மூடி என் கைல

அவள் கை கோர்த்து உக்காந்தாள். நா பயத்த வெளில காட்டக் கூடாதுன்னு டெஸ்க் மேல இருக்க நோட்டுல கிறுக்கிட்டு இருந்தேன். கை நடுங்குச்சு அதனால ஒரு தடவ கைய இறுக்கமா மூடுனேன் கை நடுக்கத்த கட்டுப்படுத்தறதுக்காக. அப்றம் நோட்டுல அஸ்வின் தியானு எழுதிட்டு இருந்தேன். கொஞ்ச நேரம் ஆகியும் தியா அப்டியேதான் உக்காந்துட்டு இருந்தாள். நேரம் ஆக ஆகப் பசங்க, பொண்ணுங்க எல்லாம் ஒவ்வொருத்தரா வர ஆரம்பிச்சாங்க. எல்லாருமே எங்களப் பாத்தாங்க.

"தியா எல்லாரும் பாக்றாங்கடி, நீ போ"

நா மெதுவா சொன்னேன். அவளும் கண்ணத்த திறக்காம மெதுவா சொன்னாள்.

"பாத்துட்டு போறாங்க அஸ்வின்"

"லூசு, எழுந்திருடி..... போ"

"அவிங்களுக்குத் தெரியட்டும் அஸ்வின், நா உனக்கு மட்டும்தான்னு"

அந்த வார்த்தையைக் கேட்டதுக்கு அப்றம் என்னால எதுவும் பேச முடியல. செம சந்தோசம். இவள எனக்கு சின்னதுல இருந்தே தெரியும். எப்போ இருந்து இவள் மேல இந்த மாதிரி உணர்வு வந்ததுன்னு எனக்கு ஞாபகம் இல்ல. அந்த உணர்வு கடைசி வரைக்கும் இருக்கும், இருக்கணும். தியாவே எழுந்து போனாள். போறதுக்கு முன்னாடி எதுவுமே சொல்லல. ட்யூஷன் முடிஞ்சு நாங்க ஒன்னா சைக்கிள் ஓட்டிட்டுப் போனோம். எனக்கு அவளுக்கு முத்தம் கொடுக்கணும்னு தோணுது. ட்யூஷன்ல அவள் அப்படிச் சொன்னதுல இருந்தே அந்த மாதிரி தோணுது அவிங்க வீடு வந்ததும் தியா சொன்னாள்.

"டாடா பை பை அஸ்வின்..... வீட்டுக்குப் போனதும் கால் பண்ணு பேசலாம்"

"ம்ம்"

அவள் சைக்கிளத் தள்ளிட்டு போனாள்.

"தியா"

தியா சைக்கிள நிறுத்திட்டு வெளிய வந்தாள்.

"என்னடா ஏன் நீ இன்னும் நின்னுட்டே இருக்க, கிளம்பலயா? என்னை விட்டுப்போக முடிலயா?" அவ மழலைத்தனமா சிரிச்சுட்டே கேட்டாள்.

"தியா நா உன்னை..... நீ"

"என்னடா?"

"பக்கத்துல வா"

அவளும் பக்கத்துல வந்தாள். நா அவளோட கன்னத்துல வேகமா அழுத்தமா ஒரு முத்தம் கொடுத்துட்டு அவள பாத்தப்போ அவளோட முகம் அதிர்ச்சியில இருந்தது.

"அஸ்வின்..... நீயா?"

என்னால பேச முடியல, நா உதட்டை கடிச்சுட்டே தலைய மட்டும் ஆட்டுனேன். இப்போ அவள் என் கன்னத்துல முத்தம் கொடுத்தாள். அவள் தைரியமா என் முன்னாடி நின்னுட்ருக்காள் ஆனால் என்னால அப்படி இருக்க முடியலயே. நா சைக்கிள ஓட்டிட்டு கிளம்பி வந்துட்டேன். அவள் என்னை கூப்டாள் ஆனால் நா நிக்காம வந்துட்டேன். வீட்டுக்குப் போனதும் அவளுக்கு கால் பண்லாமா வேணாமான்னு

யோசிச்சுட்டே இருந்தேன். அவளே கால் பண்ணாள். நா அட்டெண்ட் பண்னேன்.

"ஹலோ"

"டேய் ஏன்டா கூப்ட கூப்ட ஓடிட்ட?"

"தெரியல..... கொஞ்சம் பயமா இருந்தது"

"பேபி லவ் யூ டா"

"லவ் யூ டி"

நாங்க ரொம்ப நேரமா பேசிட்டே இருந்தோம். அம்மா சாப்டக் கூப்பிட்டாங்க. நா சாப்டும் போதும் மொபைல் நோண்டிட்டு இருந்தேன். தியா மெசேஜ் அனுப்பிட்டே இருந்தாள். நானும் ரிப்ளை பண்ணிட்டு இருந்தேன். டக்குனு அவள் ரொம்ப ரொமான்டிக்கா மெசேஜ் அனுப்பனாள்.

'unnoda lips semaaaa baby 😍 😘 na vara ippo adha kiss panna 💃 💃 💃'

அத படிச்சதுமே எனக்கு ஒரு மாதிரி ஆகிருச்சு. நா அமைதியா இருக்காம பதிலுக்கு ரிப்ளை பண்னேன்.

'un lips alavukku illa baby 💋 ummaaaaaaaa'

அங்க ஆரம்பிச்சது எங்களோட ரொமான்டிக் பேச்சு. அன்னைக்கு நைட் முழுக்க தூங்காம பேசிட்டே இருந்தோம். அம்மா நா தூங்கிட்டனான்னு பாக்க ஒரு தடவ ரூம்க்கு வந்தாங்க அப்போ மட்டும் நா தூங்கற மாதிரி நடிச்சேன். அவிங்க லைட் ஆஃப் பண்ணிட்டு போனதும் நா மறுபடியும் பேசுனேன். 4.30 மணிக்குத்தா தூங்கனேன். மறுபடியும் அம்மா 6.30 க்கு எழுப்பி

விட்டாங்க. செம டையார்டா இருந்துச்சு. அந்த டயர்ட்னஸோடயே ஸ்கூல்க்குப் போயிட்டேன். தியாவும் அதே நிலமைலதான் இருந்தாள். அதுக்கு அப்றம் ரெண்டு பேரும் அடிக்கடி நைட் முழுக்க தூங்காமப் பேசிட்டே இருந்தோம். நெறய ரொமான்டிக்கா பேச ஆரம்பிச்சோம்.

நாள் ஓடுச்சு.... எக்ஸாம்க்கு இன்னும் மூணு மாசம்தான் இருக்கு. அதனால நாங்க நைட் தூங்காம பேசுறதக் கட் பண்ணிட்டு படிக்கலாம்னு முடிவு எடுத்தோம். நா ரூம்ல உக்காந்து நைட் *11.30*க்கு தூக்கத்தக் கட்டுப்படுத்திட்டு படிச்சுட்டு இருந்தப்போ தியா கால் பண்ணாள்.

"நீ இன்னும் தூங்கலயா?"

"அஸ்வின்...... கீழ வா"

என் தூக்கமே போயிருச்சு. இவ்ளோ நேரம் சொக்கிட்டு இருந்த கண்ணு நல்லா முட்ட முட்ட முழிச்சது. இந்நேரத்துல இவள் இங்க என்ன பண்றாள்?

"தியா இங்கயா இருக்க?"

அவள் தேம்பி அழுதுட்டே சொன்னாள். அவள் அழுகுற சத்தத்தைக் கேக்க எனக்கு கஷ்டமா இருக்கு. எதுக்கு இப்டி அழுகுறாள்.

"வா..... அஸ்வின்.... ப்...... ப்.... ப்ளீ..ஸ்"

"என்ன ஆச்சுடி"

"வா அஸ்....வ்....வின்"

அவள் ரொம்பத் தேம்பி அழுகுறாள். நா வேகமா வெளியப் போனேன். வீட்டுக்கு வெளில ஒரே இருட்டா இருக்கு. எனக்கு அவள் எங்க இருக்கானே

தெரியல. நா மங்கலான மஞ்சள் லைட் ஸ்விட்ச் போட்டேன் . தியா எங்க வீட்டு கேட்க்கிட்ட நின்னுட்டு இருந்தாள். நா போய் மெதுவா சத்தம் வராம கேட்டைத் திறந்தேன். அவள் உடனே என்னை கட்டிப்புடிச்சாள். தியா இன்னும் ஸ்கூல் யூனிஃபார்ம்லயே இருக்காள்.

"தியா.... ஏன்டி இப்டி அழுகுற?"

அவள் அழுது நா நெறய தடவப் பாத்துருக்கேன். நாங்க லவ் பண்ண ஆரம்பிச்சதுல இருந்தே அவள் இததான் பண்றாள். ஆனால் இந்த அளவுக்கு அழுது நா பாத்தது இல்ல. தியா எதுவுமே சொல்லாம அழுதுட்டே இருந்தாள். யாராவது பாத்துருவாங்களோன்னு பயத்துல நா அவள வீட்டுக்குள்ளக் கூப்ட்டு போனேன். ஹால்ல லைட் ஆன் பண்னேன். அவள் முகத்தப் பாத்ததுமே எனக்கு அழுகை வர மாதிரி இருக்கு. அவள் கன்னத்துல நல்லா மூணு விரல் சிவப்பா பதிஞ்சு இருக்கு. யாரு இவள அடிச்சது?

"தியா என்னாச்சு?"

நா அவளோட சிவந்த கன்னத்துல கை வெச்சு கேட்டேன். எனக்கு என்னமோ அவளோட அப்பா மேலதான் சந்தேகமா இருக்கு. தியா அவளோட அப்பாக்கிட்ட அடி வாங்குறத நா சின்னதுல இருந்தே பாத்துட்டுதான் இருக்கேன். இந்த அடியும் அப்டிதான்னு தோணுது.

"எனக்கு வீட்டுல இருக்கவே புடிக்கல அஸ்வின்"

"அதுக்காக இந்த நேரத்துல தனியா வருவியா?"

"எனக்கு உங்கூடவே இருக்கனும் அஸ்வின்"

தியா என்னை கட்டிப்புடிச்சாள். அம்மா வெளிய வரக்கூடாது, முருகா. இவளோட அப்பனுக்கு வேற

வேலையே இல்ல. ஒன்னும் இல்லாத விசயத்துக்கெல்லாம் இவள அடிப்பான். இப்ப எதுக்கு அடிச்சான்னு தெரியலயே. அதுவும் இப்டி கன்னம் வீங்கிப் போற அளவுக்கு.

"தியா உன் அப்பா அடிச்சாரா?"

அவக்கிட்டருந்து எந்த பதிலும் வரல.

"சரி வா, நா உன்னை வீட்டுல விடுறேன்"

அப்போதான் அவள் என்னை இறுக்கமா கட்டிப்புடிச்சாள்.

"வேணாம் அஸ்வின் நா உங்கூடவே இருக்கேன். எனக்கு பயமா இருக்கு"

"அம்மா இருக்காங்கடி, நீ இங்க இருந்தனா ரெண்டு பேரும் மாட்டிப்போம்"

"நா வீட்டுக்கு போகல அஸ்வின், நீ எங்கூட இரு"

நா அவள கட்டிப்புடிச்சேன், அவள் அழுகை இன்னும் நிக்கல. நா யோசிக்காம அவள என்னோட ரூம்க்கு கூப்ட்டு போனேன். அவள பெட்ல உக்கார வெச்சு தண்ணி கொடுத்ததுக்கு அப்றம் நா அவள் பக்கத்துல உக்காந்துப் பொறுமையா கேட்டேன்.

"அப்பா அடிச்சாரா ? உண்மையை சொல்லு"

இப்போதான் அவள் அழுகல, என் தோள் மேல அவள் தலையச் சாய்ச்சு, என் கைல அவளோட கையக் கோர்த்து சொன்னாள்.

"ம்ம்"

"அவருக்கு வேற வேலையே இல்லயாடி, அவர நெனச்சாலே எனக்கு அப்டி கோவம் வருது"

நா அவன் ஏன் அடிச்சானு காரணம் கேக்கல ஏன்னா தியா எப்பவுமே எங்கிட்ட காரணத்த சொன்னது இல்ல.

"அஸ்வின் ..... ஐ வான்ட் டு ஸ்லீப் ஃபாரெவர் அஸ்வின்"

"தியா லூசு"

"நெஜமாவே சாகணும் போல இருக்கு அஸ்வின், "

"லூசு அப்டிலா சொல்லாதடி, உன் அப்பன் கெடக்குறான் டுபாக்கூரு..... இருடி ஒரு நாள் அவருக்கு இருக்கு"

எனக்கு இப்போ ஒரு சந்தேகம் வருது. தியா கொஞ்ச நாளாதான் எங்கூட ரொமான்டிக்கா இருக்க முயற்சி பண்றாள். இப்போ வேற சாகணும்னு சொல்றாள், ஒரு வேளை இவளுக்கு எதாவது நோய் இருக்கா? அவக்கிட்ட கேக்கலாமா?

"தியா,..... நா ஒன்னு கேக்கனும்"

"ஹ்ம் கேளுடா"

"உனக்கு எதாவது நோய் இருக்கா?"

நா அத வேகமா கேட்டேன், உடனே அவள் சோகம் எல்லாம் போய் நல்லா சிரிச்சாள். பாக்குறதுக்கே அழகா இருக்கு..... நா அவளோட செவந்த கன்னத்த பாத்துட்டே இருந்தேன்.

"லூசா நீ?"

"ஏன் தியா?"

தியா என்னோட பெட்லப் படுத்துட்டு சொன்னாள்.

"லைட் ஆஃப் பண்ணுடா தூக்கம் வருது"

"ஏய் எழுந்திருடி வீட்டுக்கு போலாம்"

நா சொல்றது என்னமோ அவள் காதுலயே விழாத மாதிரி கண்ணை மூடிப் படுத்தாள். இவள எப்டி எழுப்பி வீட்டுக்கு கூப்ட்டு போய் விட்றது.

"உன் அப்பா உன்னை அடிப்பாரா அஸ்வின்?"

அடிக்க மாட்டாரு ஆனால் நா அவக்கிட்ட சொல்ல விரும்பல. இப்போ சொன்னால் அவள் இன்னும் கஷ்டப்படுவாள். எல்லார் வீட்லயும்தான் பெத்தவிங்க அடிப்பாங்க ஆனால் இவளோட அப்பன் மாதிரி இல்ல. நா எழுந்து லைட் ஆஃப் பண்ணிட்டு அவளுக்கு பெட்சீட்டை போத்தி விட்டேன். அவளும் தூங்குனாள். நா பக்கத்துலயே படுத்து மொபைல்ல அலாரம் வெச்சேன். ஏன்னா காலைல நேரமா எழுந்து இவள வீட்டுக்கு கூப்ட்டு போய் விடனும். அவள் நல்லா தூங்கிட்டாலானு பாக்க மொபைல் ஸ்க்ரீன் வெளிச்சத்தை லேசா அவளோட முகத்துல படுற மாதிரி திருப்புனேன். அவள் தூங்கிட்டாள். அவளோட கன்னத்துல இருக்க மூணு விரல் தடயம் மட்டும்தான் எனக்கு தெரிஞ்சது. நா மெதுவா அத தொட்டு பாத்ததுக்கு அப்றம் அது மேல முத்தம் கொடுத்தேன். அப்போதான் அவளோட கழுத்துல இருக்க காயம் என் கண்ணுல பட்டது. இவளோட அப்பா ஏன் இவள இப்டி கொடுமை படுத்துறான். நா அவளோட தலை முடியை தடவிட்டே சொன்னேன்.

"நா உன்னை அடிக்கவே மாட்டேன்டி தியா, உன்னை நல்லா பாத்துப்பன்டி... கடைசி வரைக்கும்"

"எனக்கு தெரியும் அஸ்வின்" தியா சொன்னாள். இவள் தூங்கலயா?

"தியா தூங்கலயா?"

அவள் என் பக்கம் திரும்பி என்னை கட்டிப்புடிச்சு படுத்தாள். என் அப்பா சொன்ன அறிவுரை எல்லாம் வீணா போகுதே, முருகா.

"லவ் யூ பேபி"

"லவ் யூ டூ தியா"

நானும் அவள் பக்கத்துல படுத்துத் தூங்கிட்டேன். நடுராத்திரியில ஒரு தடவ நா முழிச்சு பாத்தப்போ அவள் தூங்காம முழிச்சுட்டு எதையோ யோசிச்சுட்டு இருந்தாள். நா அவக்கிட்ட எதுவுமே கேக்கல. காலைல அஞ்சு மணிக்கு அலாரம் அடிச்சதும் அவளக் கஷ்டப்பட்டு எழுப்பி கூப்ட்டு போய் வீட்டுல விட்டேன்.

4

இரண்டு வருடங்களுக்கு பிறகு

ஐ லவ் பெங்களூரு. என் வாழ்க்கையை அனுபவிக்க கத்துக் கொடுத்த இடம் பெங்களூர். இந்த ரெண்டு வருஷத்துல எனக்கு இங்க கிடைச்சது எல்லாமே அழகான நினைவுகள். நல்ல நண்பன் ஒருத்தன், டக்கரான காலேஜ், செம சந்தோஷமான வாழ்க்கை இது. எல்லாமே இங்க எனக்கு கிடைச்சிருக்கு. என் வாழ்க்கை முழுக்க இங்கயே இருந்தாலும் சந்தோசம்தான். எனக்கு வேற எதுமே தேவையில்லை இந்த சந்தோசம் மட்டும் போதும். காலேஜ் வந்த பிறகுதான் எனக்கு என்னோட வாழ்க்கைக்கு எது தேவை எது தேவையில்லனு புரிஞ்சது. என் அப்பா சொன்னது சரிதான். இந்த லவ் மண்ணாங்கட்டி எல்லாம் எனக்குத் தேவையில்லை. எனக்கு என்னோட நண்பர்கள் மட்டும் போதும். நந்துவும் இங்கதான் படிக்குறான். அவங்கிட்ட எந்த மாற்றமும் இல்ல அவன் பழைய மாதிரியே கருப்பழகனா, நல்ல

பையனா இருக்கான். எனக்கு இங்க ஒரு நண்பன் இருக்கான். அவனோட பேர் விக்கி. அவனோட அப்பா கர்நாடகா, அம்மா தமிழ்நாடு. அதனால அவனுக்கு ரெண்டு மொழியும் தெரியும் ஆனால் அவன் இங்க இருக்க வேண்டிய பையனே இல்ல. ஏன்னா அவங்கிட்ட தமிழ்நாட்டு கலாச்சாரமும் இல்ல, கர்நாடக கலாச்சாரமும் இல்ல. இவ்வளவு ஏன் இந்திய கலாச்சாரம்னு எதுமே அவங்கிட்ட இல்ல. அவனுக்கு என்னெல்லாம் பண்ணனும்னு தோணுதோ அதெல்லாத்தையும் பண்ணுவான். அது தப்பா இருந்தாலும் செய்வான். பெங்களூர் வந்து நா மூணு விசயம் கத்துக்கிட்டேன், ஒன்னு தண்ணி அடிக்குறது, இன்னொன்னு டிக் டாக் வீடியோ பண்றது அடுத்தது வித விதமான ஹேர்ஸ்டைல் விட்றது. இத மூணயும் கத்துக்கிட்ட எனக்கு ஸ்மோக்கிங் மட்டும் புடிக்கல. காரணம் 'ட்ரின்கிங் இஸ் இன்ஞ்சுரியஸ் டு ஹெல்த்' அதனால சரி பண்ணிறலாம் ஆனால் 'ஸ்மோக்கிங் கில்ஸ்', உயிர் போனா ஒண்ணும் பண்ண முடியாது.

பெங்களூர்ல எனக்கு புடிச்ச இடம்னு ஒரு மூணு இடம் இருக்கு. ஒன்னு என்னோட காலேஜ், இன்னொன்னு நாங்க தங்கி இருக்க அபார்ட்மெண்ட், அடுத்தது இந்த 'அவேக் கிளப்'. அது ஒரு நைட் பப். நா ட்ரெஸ் பண்ற விதம், என் வாழ்க்கை முறை எல்லாமே மாறுனதுக்கு இந்த நைட் க்ளப் ஒரு காரணம். நா மெக்கானிக்கல் என்ஜினியரிங் படிக்குறேன். என் க்ளாஸ் பசங்க எல்லாரும் சேந்து இன்னைக்கு இங்கப் பார்ட்டி பண்ண வந்துருக்கோம். எங்களுக்கு பார்ட்டி பண்ண காரணம் எல்லாம் தேவையில்லை. இருந்தாலும் இப்போ ஒரு காரணம் இருக்கு. என்னென்னா நாளைக்கு முதல் வருஷம் படிக்குற ஸ்டுடெண்ட்ஸ்க்கு முதல் நாள். இந்த தடவ பசங்கள விட பொண்ணுங்கதான் நெறய பேர் சேந்துருக்காங்கன்னு எங்களுக்கு ஒரு நியூஸ் வந்துச்சு.அதனாலதான் இப்போ பார்ட்டி நடந்துட்டு இருக்கு. அதுவும் வட இந்திய பொண்ணுங்கதான் அதிகம்னு சொல்றாங்க.அதனாலயே பசங்க செம

குஷில இருக்கானுங்க. க்ளப்ல பாட்டெல்லாம் பட்டய கிளப்புது. நாங்க எல்லாருமே கருப்பு நிற ஷர்ட் போட்டுருக்கோம். எல்லாருமே ஜாலியா டான்ஸ் ப்ளோர்ல ஆட்டிட்டு இருக்காங்க. விக்கிய பத்தி ஒரு விசயம் சொல்லியே ஆகணும். அவன் ஈஸியா பொண்ணுங்கள கரெக்ட் பண்ணிருவான் சரியான ப்ளே பாய்். இப்போ கூட ஒரு பொண்ண கரெக்ட் பண்ணி அவக்கூட டான்ஸ் ஆடிட்டு இருக்கான். எங்களுக்கு ஜோடி இல்லாததால நாங்க பசங்க எல்லாரும் ஜோடி சேந்து ஆடிட்டு இருக்கோம். இங்க இருக்க பொண்ணுங்கல்லாம் எங்கள பாத்து சிரிச்சுட்டு இருக்காங்க. அப்றம் கொஞ்சம் இரக்கப்பட்டு வந்து எங்களுக்கு கம்பனிக் கொடுத்து ஆடுனாங்க. இதுதான் ஆதாரம் நாம இருப்பத்தோறாம் நூற்றாண்டுல வாழ்ந்துட்டு இருக்கறதுக்கு. எனக்கு கம்பனி கிடைக்கல என் மொபைல் வைப்ரேட் ஆச்சு. நா டான்ஸ் ஃப்ளோர் விட்டுத் தள்ளி போனேன். பாட்டு சத்தம் அதிகமா இருக்கு. அத விட இவனுங்க கத்துற சத்தம்தான் அதிகமா இருக்கு. காது அடைக்குது. நா கால் அட்டெண்ட் பண்ணேன்.

"சொல்லுங்கமா" நா சத்தமா கேட்டேன்,

"எங்கடா இருக்க?"

"ஆ.....பிரண்ட் வீட்டுல"

"பாட்டு சத்தம் இப்டி கேக்குது"

"பர்த்டேய் பார்ட்டிம்மா"

"சரி, அப்பா பெங்களூர் வராரு அப்டியே உன்னைப் பாக்க வருவாரு.... காலைல வந்துருவாருன்னு நெனைக்கறேன்"

"ஆ.... ஆ.... சரிம்மா இங்க சத்தமா இருக்கு நா அப்றம் கூப்டுறேன்"

அப்பா ஏன் திடீர்னு வராரு. நாளைக்கு காலைல நேரமா எழனுமே. என் தோள் மேல யாரோ கை வெச்சாங்க. நா அந்த கைய பாத்தேன், ஒரு பொண்ணோட கை விரல். டார்க் சிகப்பு நிற நெய்ல் பாலிஷ் போட்டுருக்காள், அழகா இருக்கு. நா திரும்பி நின்னேன். அவளோட முகமும் அழகா இருக்கு, எப்டி இல்லாம இருக்கும் முகம் முழுக்க மேக்கப் போட்டுருக்காள். அவள் சிகப்பு நிறத்துல ஸ்லீவ்லெஸ் டாப், ப்ளூ நிறத்துல ஷார்ட்ஸ் போட்ருக்காள். இவள் கண்டிப்பா தமிழ்ப் பொண்ணு கிடையாதுன்னு அவளோட முகத்தப் பாக்கும் போதே தெரியுது.

"ஹாய்" அவள் சொன்னாள்

"ஹேய் ஹாய்"

"கேன் ஐ டான்ஸ் வித் யூ?"

"அஃப் கோர்ஸ்"

நா அவளோட ஸ்ட்ரக்ச்சர பாத்தேன், செமயா இருக்காள். அப்போ 'சீப் த்ரில்ஸ்' பாட்டு ஓடுச்சு.

"லெட்ஸ் கோ அண்ட் ஹிட் தி டான்ஸ் ஃப்ளோர்"

நாங்க போய் டான்ஸ் ஆடுனோம். கலர் கலரான வெளிச்சம் எங்க மேல பட்டது. விக்கி என்னை பாத்துக் கண்ணடிச்சான். நா அவனப் பாத்து சிரிச்சுட்டுருந்தப்போ இந்தப் பொண்ணு என் கன்னத்துல கை வெச்சு என் முகத்த அவப்பக்கம் திருப்புனாள்.

"ஆர் யூ ய மல்லு கய்?"

"நோ, தமிழன்"

"ஓ... ஐ யம் ய பஞ்சாபி"

டக்குன்னு அவள் என் கையப் புடிச்சு அந்தப் பக்கமா இழுத்துட்டுப் போனாள். நாங்க அங்க இருக்க சோபா மேல உக்காந்தோம்.

"லெட்ஸ் டேக்க செல்பி"

அவள் என் பக்கத்துல நெருக்கமா உக்காந்தாள். நானும் செல்பிக்கு போஸ் கொடுத்து உக்காந்தேன். அவள் செல்பி எடுக்கும் போது திடீர்னு என்னோடக் கன்னத்துல முத்தம் கொடுத்தாள். நா அவளப் பாத்து சிரிச்சேன்.

"டு யூ வான்ட் டு ஸ்லீப் வித் மீ?"

அவள் அப்டி கேட்டதும் எனக்கு எப்டி ரியாக்ட் பண்றதுன்னு தெரியல. இதுதான் இருபத்தோராம் நூற்றாண்டோட வளர்ச்சியா? ஹ்ம்.. நல்லாருக்கு... ரொம்ப நல்லாருக்கு.

"ஸாரி ஐ யம் ய வெர்ஜின்"

"ஓ கம் ஆன்" அவள் என்னமோ சலிச்சிட்டு சொன்னாள்.

"நோ, ஐ கான்ட்"

அவள் என்னைப் பாத்து சிரிச்சு என்னோட கன்னத்த ஏதோ ஒரு குழந்தையோடக் கன்னத்தக் கிள்ளுற மாதிரிக் கிள்ளிட்டு கேட்டாள்.

"வாட்ஸ் யுவர் நேம்?"

"அஸ்வின்... அஸ்வின் கதிரவன்"

அவள் எங்கூட கைக்குலுக்கி சொன்னாள்.

"ஐ யம் தியா"

அந்த பேரக் கேட்ட அடுத்த நிமிஷம் என்னோட முகத்துல இருக்க சிரிப்பு காணாமப் போய்டுச்சு. இந்த பேர கேக்கவே நா விரும்பல. தியாவா?.... இன்னொரு தியாவ என்னால பாக்க முடியாது. இவள் என் கன்னத்துல முத்தம் கொடுத்தப்போ நா சிரிச்சது எனக்கு புடிச்சதுனால இல்ல. கோவத்துலதான் நா சிரிச்சேன். அதே மாதிரி இப்போவும் நா சிரிச்சேன். இதுக்கு முன்னாடி கூட அவ்ளோ கோவம் வரல. ஆனால் இந்த பேரக் கேட்டதும் செமயா வருது.

"வாட்?"

"யாரக் கேட்டு எனக்கு முத்தம் கொடுத்த?"

அவளுக்கு நா பேசுறது புரியல. அவள் நா இங்கிலிஷ்ல பேசனும்னு காத்துட்டு இருந்தாள். அவளுக்கு நா திட்டுறது புரிய கூடாதுன்னு நா தமிழ்ல பேசுனேன். நா எழுந்து நின்னு சொன்னேன்.

"எப்டி டி நீ எனக்கு முத்தம் கொடுக்கலாம்? அதுவும் இந்த பேர வெச்சுட்டு"

நா கோவமா சொன்னேன். அவளுக்கு நா அவள திட்டுறேன்னு மட்டும் புரிஞ்சது ஆனால் என்ன திட்டுறேன்னு புரியல. அவள் எழுந்து நின்னு என்னை மொறச்சாள்.

"கொஞ்சம் கூட வெக்கமே இல்லாம ரூம்க்கு வான்னு சொல்ற..... போடிங்கு"

"ஹேய்...... ஸ்பீக் இன் இங்கிலிஷ்"

"நா தமிழ்லதான்டி பேசுவேன் போடி"

அவளுக்கு எதுவும் புரியாம கடுப்பாகி சொன்னாள்.

"ஸ்டுப்பிட் மதராசி"

"அடிங்கு"

நா அவள அறையப் போனேன் நந்து வந்து என்னைப்ப புடிச்சு இழுத்தான். இவன் எங்க இருந்து வந்தான்?

"விடு நந்து, அவள் என்னை சொன்னானு தெரியுமா? முட்டாள் மதராசின்னு சொல்றாள்"

"சரி மச்சான் நீ கோவப்படாத"

நா அமைதியா நின்னு, அவளப் பாத்து சொன்னேன்.

"ஐ யம் ய தமிழன் ஓகேய். டோன்ட் மெஸ் வித் மீ"

எல்லாரும் இந்தியனா இருந்தும் எதுக்கு இந்தப் பிரிவினை. விக்கி அங்க வந்தான். இங்க என்ன நடக்குதுன்னு தெரியாம அந்த பொண்ணப் பாத்து ஜொல்லு விட்டுட்டே கேட்டான்.

"ஹேய் க்யூட்டி மே ஐ நோவ் யுவர் ஸ்வீட் நேம்"

"தியா"

விக்கியும் நந்துவும் உடனே கிண்டலா சிரிச்சானுங்க. எனக்கு செம கடுப்பாச்சு.

"டேய் சிரிக்காதிங்கடா"

அந்த பொண்ணு போனாள், வேற பையனத் தேடி. இவனுங்க சிரிச்சுட்டே இருக்கானுங்க. நா போய் சரக்கு வாங்கிக் குடிச்சேன். அவனுங்களும் வந்து குடிச்சானுங்க. நா ஸ்கூல் படிக்கும் போது எனக்குக்

குடிக்கற பசங்களையே புடிக்காது. ஆனால் இப்போ நானே குடிச்சு பழகிட்டேன் எல்லாமே உன்னாலதான் தியா. உன்னாலதான் நா இப்டி மாறிட்டேன். எல்லாத்தையும் முடிச்சுட்டு நாங்க வீட்டுக்கு காலைல நாலு மணிக்குப் போய் சேந்தோம். எங்களோட அபார்ட்மெண்ட் மூணாவது ஃப்ளோர்ல இருக்கு. இங்க அதிக பட்சமா எல்லாருமே குடும்பத்தோட தங்கியிருக்காங்க. நாங்க மட்டும்தான் வயசுப் பசங்க. அதனால யாரும் எங்கக்கிட்ட அவ்ளோவா பேச மாட்டாங்க. நாங்க லிப்ட்ல போகும் போது விக்கி வேணும்னே என் மேல சாஞ்சு அந்த பஞ்சாபிப் பொண்ணு மாதிரி பேசிக் கிண்டல் பண்ணிட்டு இருந்தான்.

நாங்க குடிச்சுருக்கறது மட்டும் யாருக்காவது தெரிஞ்சா போதும் உடனே போட்டு கொடுத்துருவாங்க. எங்களோட ஃப்ளாட்ல ரெண்டு ரூம், அந்த ரெண்டு ரூம்க்குமே தனித் தனி பாத்ரூம் இருக்கு. அப்றம் ஒரு லிவ்விங் ரூமோட சேத்து ஒரு கிச்சன் இருக்கு. விக்கி போய் சோபாலப் படுத்துட்டு குட் நைட்னு சொன்னான்.

நானும் நந்துவும் ரூம்க்கு போய்ட்டோம். இங்க ரெண்டு ரூம் மட்டும் இருக்கறதால யாராவது ஒருத்தர் அட்ஜஸ்ட் பண்ணிதான் ஆகணும். அதனால விக்கிதான் அட்ஜஸ்ட் பண்ணிப்பான். அவனோட துணி, பொருள் எல்லாம் ரெண்டு ரூம்லயுமே பாதி பாதி இருக்கும். நா என்னோட ரூம்க்குப் போனேன். என் ரூம் எப்பவுமே இருட்டாதான் இருக்கும். நா அதிகமா லைட் போடவே மாட்டேன். டைல்ஸ் கூட கருப்பு நிறத்துலதான் இருக்கும். நா வெறும் கால்ல நடந்தால் என்னோட கால் ரொம்ப வெள்ளையா தெரியும், பாக்குறதுக்கு பேயோட கால் மாதிரியே இருக்கும். என் பெட்க்கு பக்கத்துல இருக்க அந்த பெரிய கண்ணாடி ஜன்னல்க்கு ஸ்க்ரீன் கூட கருப்புதான். எனக்கு வெளிச்சம் வேணும்னா நா அந்த ஸ்க்ரீன ஒதுக்கி விட்டுட்டு என் பெட் பக்கத்துல இருக்க லைட்டப்

போட்டுப்பேன் அதுவே போதும். நா ஸ்க்ரீன ஒதுக்கிட்டு பெட்ல கமுந்து படுத்துட்டு கண்ண மூடுனேன். உடனே என் நினைவுக்கு வந்தது தியாதான். தியா என் வாழ்கையிலயே இல்ல. அவள் இப்போ எப்டி இருப்பாள், என்னப் பண்றாள்? எதுவுமே எனக்கு தெரியாது. அவளப் பாத்து கூட ரெண்டு வருஷம் ஆகுது. அவளப்பாக்க கூடாதுன்னுதான நா இங்க வந்து படிச்சுட்டுருக்கேன். அவள விட்டு தள்ளி இருக்கனும்னுதான் நா இங்க வந்தேன். ஆனால் இங்க வந்தும் அவளோட ஞாபகம்தான் எனக்கு. அவள முழுசா வெறுக்க முடியாம ரொம்ப கஷ்டபட்டுட்டு இருக்கேன். ஏன் தியா? ஏன் என்னால உன்னை வெறுக்க முடியல..... இல்ல, நா உன்னை வெறுத்துட்டேன்டி.... உன்னை எனக்கு புடிக்கல தியா.... அவளப் பத்தி நெனைக்கும் போது எல்லாம் என் கண்ணுலருந்து ஒரு சொட்டுக் கண்ணீராவது வரும். இப்போ கூட வருது. அய்யய்யோ ரூம்க்குள்ள ஒரு எமகண்டமும் வருது, விக்கி வந்து என் பக்கத்துல படுத்தான். அவனுக்கு மட்டும் நா அழுகுறது தெரிஞ்சது என்னை ஓட்டியேக் கொன்னுருவான்.

"மச்சான் தூங்கிட்டியா?"

"ஹ்ம்"

"அப்றம் ஏன்டா ஹ்ம் சொல்ற"

அவன் என் டிக்கி மேல கால் போட்டான்.

"அமைதியா தூங்குடா"

"என்னடா வாய்ஸ் ஒரு மாதிரி இருக்கு.... டேய் மச்சான்"

அவன் லைட் போட்டுட்டு, என்ன திருப்பிப் படுக்க வெச்சான்.

"ஏன்டா?"

"என்னடா அழுதயா?"

"இல்லடா..... தூக்கம் வருது தூங்க விடுடா"

"டேய் நந்து இங்க வாடா. உன் மாமா அழுகுறான் பாரு" விக்கி ரொம்பச் சத்தமாக் கத்துனான். அந்த சத்தத்தைக் கேட்டு பாதி தூக்க கலக்கத்துல நந்து எழுந்து வந்தான்.

"என்னடா பிரச்சனை உங்களுக்கு?" நந்து கேட்டான்.

"இங்க பாருடா இவன் மூஞ்ச" விக்கி சொன்னான்.

அவனும் தூக்க கலக்கத்துலயே பாத்துட்டு என்னன்னு கேட்டான். நா பதில் சொல்லாம பெட்சீட்டை இழுத்து போத்திப் படுத்தேன். விக்கி பெட்சீட்டை உருவுனான்.

"அந்த தியா..... அவள நெனச்சா அழுகுற?"

"இல்ல"

"புலுவாதடா..... அவள நெனச்சுதான" விக்கி சொன்னான்

"டேய் தூங்க விடுங்கடா"

நான் கண்ண மூடிப் படுத்துட்டேன். நந்துவும் என் பெட்ல படுத்தான். நெருக்கமா இருக்கு அத சொன்னாலும் இவனுங்க எழுந்து போக மாட்டானுங்க.

"எனக்கு நெஜமாவே புரியலடா எதுக்காக நீங்க ப்ரேக் அப் பண்ணிங்கன்னு.... நானும் எத்தனையோ தடவ கேட்டுட்டேன் ஆனால் நீ சொல்ல மாட்டுக்குற" நந்து சொன்னான்

நா சொல்ல விரும்பல..... அவள பத்தி நினைக்கவும் விரும்பல..... இவனுங்க மொக்கை போட்டுட்டு என்னை தூங்கவும் விடல, அழுகவும் விடல. இவனுங்களாள என்னோட சுதந்திரமே போய்டுச்சு. எனக்கு கால் வந்தது.

"யார்டா உனக்கு இந்த நேரத்துல கால் பண்றது" விக்கி கேட்டான்.

"அப்பா கால் பண்றாரு..... விக்கி உன்ன மாதிரி எனக்கு நெறைய கேர்ள் பிரண்ட்ஸ் இல்ல கண்ட கண்ட நேரத்துல கால் பண்ண"

"உனக்கு பொறாமடா, என்னைப் பாத்து"

"போடா டேய்.... ஏதாவது சொல்லிடப் போறேன்"

நா மொபைல் எடுத்துட்டுப் பேசுறதுக்காக வெளிலப் போனேன். இங்க சரியா சிக்னல் கிடைக்கல. எங்க ஃப்ளாட்க்கு முன்னாடி இருக்கத் தூண்ல சாஞ்சுப் பேசிட்டு இருந்தேன்.

"வந்துட்டிங்களா அப்பா? எப்போ இங்க வருவிங்க?"

"எனக்கு கொஞ்சம் வேலை இருக்கு அஸ்வின். இந்த தடவ என்னால உன்னைப் பாக்க வர முடியாது. அடுத்த தடவப் பாக்க வரேன்"

"ஹ்ம்ம்"

"கோவம் இல்லயே?"

"இல்ல.... ப்பா நா வெக்குறேன்"

நா டக்குனு கால்கட் பண்ணிட்டு மொபைல நோண்டுனேன். இன்னும் விடியலக் கொஞ்சம்

இருட்டாவும், கொஞ்சம் வெளிச்சமாவும் இருக்கு. பக்கத்து ஃப்ளாட் கதவு திறந்துச்சு. இந்த ஃப்ளாட் இவ்ளோ நாள் காலியாதான இருந்தது. யாரு இருக்கான்னு தெரிஞ்சுக்கனுமேன்ற ஆர்வத்துல நா என் தலைய மட்டும் லேசா திருப்பிப் பாத்தேன்.... வெள்ளை நிற பைஜாமாப் போட்டுட்டு ஆறு அடி உயரத்துல ஒரு பொண்ணு வந்தாள். என்னை விட ஒரு இன்ச்தான் உயரம் கம்மியா இருப்பான்னு நெனைக்கறேன். அவளோட வளைவு நெளிவு எல்லாம் பாக்குறதுக்கு தீபிகா படுகோன் மாதிரி இருக்கு. நூறு மார்க்ஸ் கொடுக்கலாம், அவ்ளோ அழகு. இந்த இருட்டுலயே இப்டி இருக்காலே வெளிச்சத்துல எப்டி இருப்பாள். இனி எனக்கு நல்லா டைம் பாஸ் ஆகப் போகுது. அந்தப்பொண்ணு மொபைல்ல பேசிட்டே என் பக்கத்துல இருக்க தூண்ல வந்து சாஞ்சு நின்னாள். நானும் மொபைல் நோண்டிட்டே அவள ஓரக்கண்ணால சைட் அடிச்சுட்டு இருந்தேன்.

"நீ இந்த நேரத்துல எங்கடி போன? சீக்ரம் வா.... இல்லன்னா கொன்றுவேன் உன்னை"

அந்தப் பொண்ணு தமிழ்ல பேசுறாள். தமிழ் பொண்ணா இவள்? ஆனால் பாக்குறதுக்கு பாலிவுட் ஹீரோயின் மாதிரி இருக்காளே. அவளோட தலை முடி அவளோட முகத்த அடிக்கடி மறச்சுட்டே இருக்கு அவளும் அத அழகா ஒதுக்கிட்டே பேசிட்டு இருக்காள். அவளோட கை விரல் நகம் நீளமா அழகா இருக்கு. கொஞ்சம் கொஞ்சமா விடிய ஆரம்பிக்குது. அந்த விடியல் அவள அழகா காட்டுது. அவளோட கண், மூக்கு, உதடு இப்டி எல்லாமே அழகா இருக்கு. அவளோட குட்டி முகத்துக்கு ஏத்த மாதிரி பொருத்தமான கழுத்து இருக்கு அவளுக்கு. அதுக்கும் கீழ என் கண் போகுது, என்னை நானே கட்டுப்படுத்திட்டு என் பார்வைய அவள் மேலருந்து எடுத்துட்டு மொபைல நோண்டுனேன். ஆனாலும் அவள சைட் அடிக்கமா இருக்க முடியல. நா அவள மறுபடியும் ஓரக்கண்ணால பத்தப்போ அவள்

என்னைப் பாத்து சிரிச்சாள். நா சைட் அடிக்குறத பாத்துட்டாளா?. நானும் பதிலுக்கு சிரிச்சேன். அவள் 'ஹாய்' சொன்னாள் அப்றம் என் பக்கத்துல வந்து கை குலுக்கறதுக்காக கைய நீட்டுனாள். நானும் கைய நீட்டுனேன்.

"ஐ யம் ஐரா"

"நா அஸ்வின்"

நா பேர் சொன்னதும் அவளோட அந்த குட்டிக் கண்ணு ஆச்சர்யத்துல விரிஞ்சது. என் பேர் அவ்ளோ அழகா இருக்கா என்ன?

"தமிழா?"

"ஹ்ம்"

"அப்பா.... எங்கடா இங்க வந்து தனியா மாட்டிப்பமோன்னு நெனச்சேன், நல்லவேளை நீங்க இருக்கீங்க"

நா அவள் பேசும் போது அவளோட குட்டி குட்டி முத்துப் பல்ல பாத்தேன்.

"இங்க இருக்க பாதி பேர் தமிழ்தான்,"

"ஓ... நல்லதா போச்சு"

அப்றம் எங்களுக்கு என்ன பேசுறதுன்னு தெரில. இவள் நல்லா பேசிப் பழகுறாள். நாங்க என்ன பேசுறதுன்னு தெரியாம முழிச்சப்போ அங்க இன்னொரு பொண்ணு வந்தாள். அவள் என்னைப் பாத்ததுமே ஐராக்கிட்ட கோவமா கேட்டாள்.

"இவங்கிட்ட என்ன பேசிட்டு இருக்க? உள்ள வா"

அந்த லூசு ஐராவோட கையப் புடிச்சு உள்ள இழுத்துட்டு போய்டுச்சு. அவிங்க கதவ சாத்தப் போகும் போது நா லேசா ஐராவ பாத்து சிரிச்சேன், அவளும் சிரிச்சாள். அந்த லூசு கதவ படார்னு சாத்துச்சு. இதுக்கு ஏன் என் மேல இவ்ளோ கோவம்? ஒரு வேளை நம்மளப் பத்தி அப்பார்ட்மெண்ட்ல விசாரிச்சுருக்குமோ? கண்டிப்பா விசாரிச்சுருப்பாள்.

காலைல எட்டு மணிக்கு எழுந்து மூணு பேரும் வேக வேகமா குளிச்சுட்டு ஸ்டைலா ட்ரெஸ் பண்ணிட்டு அவசர அவசரமா காலேஜ்க்கு போனோம். எங்க காலேஜ் பத்தி சொல்லனும்னா பாக்கறதுக்கு டாப்புட்டக்கரா இருக்கும். இங்க இருக்க எல்லா கட்டிடமும் சிகப்பு நிறத்துல இருக்கும்.... தெளிவா சொல்லனும்னா செங்கல்ல கட்டிடம் கட்டிட்டு சிமெண்ட் பூசாம இருந்தா எப்டி இருக்குமோ அப்டி இருக்கும். இங்க இருக்க எல்லா கட்டிடத்துக்கு முன்னாடியும் வரிசையா மரம் இருக்கும். நா விக்கி ரெண்டு பேரும் எங்க கிளாஸ் ரூம்க்கு முன்னாடி இருக்க குட்டித் தடுப்பு செவுத்துல சாஞ்சு அந்த வழியா வர ஜூனியர்ஸ ராகிங் பண்ணிட்டு இருந்தோம். நந்து க்ளாஸ்க்குள்ளப் போய் தூங்கிட்டான். நாங்க ஒரு குரூப் பசங்கள ராகிங் பண்ணிட்டு விட்டோம் எங்க பக்கத்து ஃப்ளாட் பொண்ணுங்க வந்தாங்க. ரெண்டு பேருமே செம டைட்டா ஒரு ஜீன்ஸ் போட்டுட்டு,பிங்க் நிறத்துல ப்ரிண்ட்டடு டீ சர்ட் போட்டு இருந்தாங்க. விக்கி அவிங்களை விசில் அடிச்சுக் கூப்ட்டான். அவிங்க எங்க முன்னாடி வந்து நின்னாங்க. அந்த பொண்ணு விக்கியப் பாத்து மொறைக்குது. ஐரா என்னை பாத்து சிரிச்சாள்.

"ஏய் கண்ண நோண்டிடுவேன். எதுக்குடி அப்டி மொறச்சு பாக்குற? இரு..... உனக்கு தமிழ் தெரியுமா"

"தெரியாது" திமிராச் சொன்னாள்.

"தமிழ் பொண்ணா அதான் இவ்ளோ திமிராப் பேசுற"

நா ஐராவ பாத்துட்டே இருந்தேன்,

"உன் பேர் என்ன?" விக்கி அந்த லூசுக்கிட்ட கேட்டான்.

"தெரியலயே"

"என்னடா இவள் இப்டி வெறுப்பேத்துறாள்" விக்கி என்னை பாத்து மெதுவா சொன்னான்.

"அவளோட நேம் நவ்யா" ஐரா சொன்னாள்.

"ஏய், இவங்கிட்ட ஏன்டி சொல்லிட்டு இருக்க? வா போலாம்"

நவ்யா ஐராவோட கையப் புடிச்சு இழுத்துட்டுப் போனாள். விக்கி கூப்புட்டே இருந்தான் ஆனால் அவிங்க காதுல வாங்காத மாதிரி போய்ட்டே இருந்தாங்க. ஐரா ஒரு தடவ என்னைத் திரும்பிப் பாத்து பாய் சொன்னாள்.

"என்னடா அவள உனக்குத் தெரியுமா?"

"ஹ்ம்ம் நம்ம பக்கத்து ஃப்ளாட் பொண்ணு ஐரா..... காலைலதா பேசுனோம்"

"சரி...." அவன் என் தோள் மேல கை போட்டு சொன்னான் "அந்த நவ்யா அழகா இருக்கா இல்ல.... லவ் பண்ணட்டுமா?"

"டேய் உனக்கு மட்டும் எப்டிடா ஒரு செமெஸ்டர்க்கு ஒரு லவ் வருது"

"டேய் மச்சான் வாழ்க்கையை அனுபவிச்சு வாழணும்டா"

"நெஜமாவே நீ நல்லா........ வாழ்றடா"

ஒரு நாள் முழுக்க நாங்க நல்லா சைட் அடிச்சுட்டு இருந்தோம். சாய்ந்திரம் நாங்க ஃப்ளாட்க்குப் போகும் போது பக்கத்து ஃப்ளாட் கதவு திறந்து இருந்தது. அங்கருந்து நல்ல மணம் வருது.

"ஆ....." விக்கி கண்ண மூடிட்டே மோப்பம் புடிச்சுட்டே அவிங்க ஃப்ளாட்க்கு முன்னாடி போனான். நா அவனோட ஷர்ட் காலரப் புடிச்சு இழுத்துட்டு சொன்னேன்.

"டேய், எங்கடா போற?"

"மச்சான், ஸ்மெல் நல்லாருக்குடா"

"நீ ஏன் அங்கப் போற?.... கொட்டிக்குறதுக்கா?"
நந்து சொன்னான்.

"நம்ம ஜூனியர்ஸ்தானடா..... ஒரு வேளை சாப்பாடு போட மாட்டாங்களா?"

"ஐராக்கூட பாவம் பாத்து சாப்பாடு போட்டாலும் போடுவாள். ஆனால் அந்த நவ்யா உன்னை ஒதச்சே வெளில அனுப்பிருவாள்" நா சொன்னேன்.

திறந்து இருந்த கதவ விக்கி ஒரு தட்டு தட்டி சத்தமா சொன்னான்.

"நவ்யா பேபி, என்ன பண்ற?" விக்கி சத்தமா சொல்லிட்டே அவிங்க ஃப்ளாட்க்குள்ள ஒரு அடி எடுத்து வெச்சான். நானும் நந்துவும் அவன புடிச்சு இழுத்தோம்.

"அமைதியா இருடா அவளுங்க கம்ப்லைன்ட் பண்ணிருவாளுங்க"

அப்போ நவ்யா எங்க முன்னாடி வந்து நின்னாள்.

"ஹேய் பேபி" விக்கி சொன்னான்.

"யாருடா உனக்கு பேபி, செருப்பால அடிப்பேன்"

அவள் கதவ மூஞ்சுல அடிச்ச மாதிரி சாத்திட்டாள். எனக்கு இந்த பொண்ணப் புடிக்கல. பாக்குறதுக்கு மாடர்னா இருக்காள் ஆனால் பசங்கக்கூட பழக மாட்டுக்குறாள். நானும் நந்துவும் விக்கிய பாத்து "தூ...."ன்னு துப்பிட்டு ஃப்ளாட்க்கு போனோம். என்னோட ரூம் ரொம்ப கலைஞ்சுப் போய் இருந்தது. நா அதெல்லாம் கொஞ்சம் சரி செஞ்சுட்டு லிவ்விங் ரூம்க்கு போனேன். நந்துவும், விக்கியும் நல்லா சொகுசா படுத்துட்டு கிரிக்கெட் பாத்துட்டு இருந்தாங்க.

"சமைக்கலயா டா?"

நா சொல்றத கண்டுக்கவே இல்ல.

"ஐயோ அவுட்டு..... ச்ச" நந்து டீவிய பாத்துட்டே கத்துனான்.

நா மொபைல எடுத்து பீட்ஸா ஆர்டர் பண்லாம்னு பாத்தேன். அப்போ யாரோ கதவ தட்டுனாங்க.

"டேய் போய் பாருங்களேன்டா யாருனு"

எவனும் கண்டுக்கல. இவனுங்கக்கிட்ட சொல்றது செவுடன் காதுல சங்கு ஊதுறது மாதிரிதான். நானே போய் கதவத் திறந்தேன், ஐரா தயங்கிட்டே நின்னாள். என்னை பாத்து சிரிச்சாள். நா மொபைல பேண்ட் பாக்கெட்ல போட்டுட்டு ஐராக்கிட்ட என்னன்னு கேட்டேன்.

5

“ஹாய்” ஐரா சொன்னாள்.

"ஹாய்"

இவள உள்ள கூப்டலாமா. கூப்டா எதாவது தப்பா நெனச்சுப்பாளா?

"உள்ள வரலாமா?" அவளே கேட்டாள்.

"ஹ்ம் வரலாமே"

அவளும் மெதுவா தயங்கிட்டே உள்ள வந்தாள். அவள பாத்ததும் இவனுங்க படார்னு எழுந்து ஈன்னு பல்ல காட்டுனாங்க. அவள உக்கார சொன்னாங்க. நாங்க மூணு பேரும் ஒரு சோபால உக்காந்தோம். அவள் எங்களுக்கு பக்கத்துல இருந்த சிங்கிள் சோபால உக்காந்தாள்.

"ஹாய் ஐ யம் ஐரா"

இவனுங்க அவளோட கை குலுக்கி பேச ஆரம்பிச்சானுங்க. எல்லார் முகத்துலயும் பதட்டம் இருந்தது. ஏன்னா இதுதான் முதல் தடவை ஒரு பொண்ணு எங்க ஃப்ளாட்க்கு வரது.

"ஸாரி நவ்யா உங்கக்கிட்ட அப்டி பேசுனதுக்கு"

"இட்ஸ் ஓகேய்" நாங்க சொன்னோம்.

"நீங்க சாப்டாச்சா?" ஐரா கேட்டாள்.

"ஹ்ம்"னு நானும் நந்துவும் சொல்லும் போதே, விக்கி 'இல்ல' னு சொன்னான். நாங்க அவன கேவலமா ஒரு பார்வைப் பாத்துட்டு ஐராவப் பாத்தோம்.

"நா உங்களுக்கும் சேத்திதான் சமைச்சுருக்கேன். ப்ளீஸ் நீங்க மூணு பேரும் சாப்ட வாங்க"

"இல்ல நாங்க" நா சொல்லும் போதே ஐரா "எனக்காக ப்ளீஸ்" சொன்னாள். அதனால நாங்களும் வரோம்னு சொன்னோம்.

அவள் இங்க இருந்து கிளம்பனாள். நாங்க பத்து நிமிஷத்துக்கு அப்றம் அவிங்க ஃப்ளாட்க்கு போனோம். இந்த ஃப்ளாட்டும் பாக்கறதுக்கு அச்சு அசல் எங்களோட ஃப்ளாட் மாதிரிதான் இருக்கு. ஒரே ஒரு வித்தியாசம் இருக்கு. அது என்னன்னா இந்த ஃப்ளாட் அநியாயத்துக்கு சுத்தமா இருக்கு. ஐரா எங்கள ஓப்பன் கிச்சன்க்கு கூப்ட்டு போனாள். அப்றம் சாப்பாடு போட்டுக் கொடுத்தாள். நாங்களும் சாப்ட ஆரம்பிச்சோம். சாப்பாடு நல்லாவே ருசியா இருக்கு. யாரு சமைச்சிருப்பா நவ்யாவா இல்ல ஐராவா?. ஐரா பாத்ரம் கழுவிட்டே என்னை திரும்பிப் பாத்தாள்.

எனக்கு சாப்ட கொஞ்சம் கூச்சமா இருக்கு. நா தயங்கிட்டே சாப்ட்டு இருந்தேன்.

"நீங்க சாப்டுறது அழகா இருக்கு அஸ்வின்"

"இவன் சாப்டுறது அழகா இருக்கா?" விக்கி காமெடியா சிரிச்சான்.

"டேய்" நா விக்கிய மொறச்சு பாத்தப்போ ஐரா திரும்பி அவளோட வேலையப் பாக்க ஆரம்பிச்சாள். அப்றம் தன்னப்பால மெதுவா சத்தம் வராத மாதிரி சிரிச்சாள். இவள் என்ன பைத்தியமா?.... நாங்க சாப்ட்ட தட்ட எடுத்துட்டுப் போய் சிங்க்ல போட்டுட்டு கை கழுவுனோம். ஐரா என் பக்கத்துல நின்னாள். நா அவளோட உயரத்தை நோட் பண்ணுனேன். நல்ல வேளை அவள் என்னை விட கொஞ்சம் உயரம் கம்மி. நாங்க எல்லாரும் உக்காந்து பேசுனோம். ஐரா அவளோட குடும்பத்தை பத்தி சொன்னாள். நாங்க எங்க குடும்பத்தை பத்தி சொல்லிட்டு இருந்தோம். அப்போதான் நவ்யா என்ட்ரி கொடுத்தாள். இந்த தடவ அவள் எங்களப் பாத்து சிரிச்சாள். நாங்க சிரிக்கல ஏன்னா எங்களால நம்ப முடியல அவள் சிரிச்சத. அவள் என் பக்கத்துல இருக்க ஸ்டூல்ல உக்காந்தாள்.

"ஹாய் அஸ்வின்"

"ம்.....ஆ.... ஹேய் ஹாய்"

அவள் எங்கூட கை குலுக்காம விக்கி, நந்துக்கூட கை குலுக்குனாள். இவள் என்ன திடீர்னு இப்டி நடந்துக்குறாள்.

"ஸாரி, நா உங்கக்கிட்ட அப்டி நடந்ததுக்கு"

"அச்சச்சோ அதெல்லாம் பிரச்சனையே இல்லங்க" விக்கி சிரிச்சுட்டே சொன்னான். அவனோட எல்லாப் பல்லயும் என்னாலப் பாக்க முடிஞ்சது.

"நா இங்க வந்தப்போ நீங்களும் அதே காலேஜ்லதான் படிக்குறிங்கன்னு தெரிஞ்சு உங்கள பத்தி பக்கத்துல இருக்கவிங்கக்கிட்டக் கேட்டதுக்கு எல்லாரும் ஒரே டைலாக்கதான் திரும்ப திரும்ப சொன்னாங்க. அதான் கொஞ்சம் டென்ஷன் ஆகிடுச்சு"

"அப்டி என்ன சொன்னாங்க" நந்து கேட்டான்.

"அந்த மூணுல ஒன்னு பழம், இன்னொன்னு பொறுக்கி, இன்னும் ஒன்னு என்ன ரகம்னே தெரியல.... மொத்தத்துல மூணுமே உருப்படாதது"

நாங்க அதக் கேட்டதும் சிரிச்சோம்.

"ஓகேய் இப்போ நீங்களே சொல்லுங்க, யாரு பழம், பொறுக்கி அப்றம்... அந்த ரகம் தெரியாத பையன்னு"

"நா பழம்" நந்து சிரிச்சுட்டே சொன்னான்.

"நா பொறுக்கி" விக்கி சொன்னான்.

"நா, அந்த ரகம் தெரியாத பையன்"

நாங்க அப்டி வரிசையா சொன்னத பாத்து நவ்யா, ஐரா சிரிச்சாங்க. அப்றம் நாங்க எந்த பதட்டமும் இல்லாம பேச ஆரம்பிச்சோம். நேரம் போறதே தெரியாம பேசிட்டு இருந்தோம். அவிங்க கூட இவ்ளோ நேரம் பேசுனதுனலுருந்து அவிங்க ரெண்டு பேரும் சின்னதுல இருந்து ஒன்னா படிச்சுருக்காங்கனு தெரிஞ்சது. ரெண்டு பேருமே ரொம்ப நெருக்கமா இருக்காங்க. அப்போ எனக்கு திடீர்னு தியாவோட நம்பர்லருந்து கால் வந்தது. நா அவளோட நம்பர எப்பவோ டெலிட் பண்ணிட்டேன். ஆனால் எப்டி என்னால அவள் நம்பர மறக்க முடியும்? நா எதுவும் யோசிக்காம கால் அட்டெண்ட் பண்ணி 'ஹலோ யாருன்னு' கேட்டேன்.

கேட்டவுடனே கட் ஆகிடுச்சு. நா மொபைல கோவத்தோட பாத்தேன்.

"அத ஏன்டா இப்டி கோவமாப் பாக்குற?" நந்து கேட்டான்.

"ஒன்னும் இல்ல..... மச்சான் நா கிளம்பறேன் நீங்க அப்றம் வாங்க"

"என்னடா" விக்கி கேட்டான்.

"தூக்கம் வருது"

நா அவிங்கக்கிட்ட சொல்லிட்டு என் ரூம்க்கு வந்துட்டேன். கதவச் சாத்திட்டு பெட்ல உக்காந்து தியா நம்பருக்கு கால் பண்ணுனேன். முதல் ரிங்லயே கால் அட்டெண்ட் பண்ணாள்.

"ஹலோ யாரு?" நா கேட்டேன்.

எந்த பதிலும் வரல. இவள் எதுக்கு இப்போ கால் பண்ணிட்டு பேசாம அமைதியா இருக்காள். வேணா அவள் பேசவே வேணா. நா அவளோட குரலைக் கேக்க விரும்பல.

"ஹலோ.... யாருன்னு கேட்டா பதில் சொல்ல மாட்டிங்களோ?"

அவள் டீவி பாத்துட்டு இருக்கான்னு நெனைக்குறேன், பாட்டு சத்தம் கேக்குது. நா கட் பண்ணிட்டு பெட்ல படுத்து மொபைல் நோண்டுனேன். மறுபடியும் கால் வந்தது, நா உடனே அட்டெண்ட் பண்ணிட்டு பேசாம அமைதியா இருந்தேன், அவளும் பேசல. பாக்குறேன்டி இன்னும் எவ்ளோ நேரம் பேசாம இருக்க போறனு. நானும் கால் கட் பண்ண போறது இல்ல. நா பெட்சைடு டேபிள்ல இருந்த ஹெட் போன் எடுத்து போட்டுட்டு அப்டியே

பேசாம அமைதியா இருந்தேன். பாட்டு சத்தம் இப்போக் கேக்கல. ரொம்ப அமைதியா இருக்கு. இவள் இப்போ என்னப் பண்ணிட்டு இருக்காள்? இப்டியே ரொம்ப நேரமா ரெண்டு பேருமே பேசல. விக்கி கதவத் தட்டுனான். நா கதவத் திறந்ததும் என்னை வித்தியாசமா பாத்துட்டு சொன்னான்.

"தூக்கம் வருதுன்னு சொல்லிட்டு வந்த. தூங்காம ஹெட் போன போட்டு பாட்டுக் கேட்டுட்டு இருக்க"

"தூங்குறதுக்குதான் பாட்டு கேட்டுட்டு இருக்கேன்"

அவன் போய் பெட்ல படுத்தான். நானும் போய் படுத்தேன். இப்போ தண்ணி சத்தம் கேக்குது. பாத்ரூம்ல இருக்காளா இல்ல கிச்சன்ல இருக்காளா?

"டேய் மச்சான்..... எனக்கு என்னமோ அந்த ஐரா உனக்கு ரூட் விடுறானு தோணுது மச்சான்" விக்கி சொன்னான்.

எனக்கும் அப்டிதான் தோணுது. அவள் என்ன முயற்சி பண்ணாலும் நா விழ மாட்டேன். ஒரு தடவ பட்டதே போதும்டா சாமி. லவ்வே வேணாம், சைட் அடிச்சுட்டு சந்தோசமா இருந்துக்கலாம்.

"மச்சான் எனக்கு தெரியும்டா நீயும் அவளுக்கு ரூட் விட்றதான..... செம ஃபிகர் மச்சான் அவள். நீ அவள எப்டி சைட் அடிக்குறனு நானும் நோட் பண்ணுனேன் மச்" அவன் சொல்லி முடிக்குறதுக்குள்ள நா அவனோட வாய அடைச்சேன். அவன் எதுவும் புரியாம என்னை பாத்தான். இதெல்லாம் தியா கேட்டுட்டாளா? இப்போ எனக்கு அந்தத் தண்ணி சத்தம் கேக்கல. இவள் என்ன பண்றாள்? விக்கி அவனோட வாய அடைச்சுட்டு இருக்க என்னோட கையத் தட்டி விட்டான்.

"என்னடா?" விக்கி கேட்டான்.

"உஷ்"

தியா என்னதான் பண்றாள்? ஏன் எந்த சத்தமும் கேக்கல. நா எழுந்து உக்காந்து விக்கியப் பாத்தேன், விக்கியும் எழுந்து உக்காந்தான். எனக்கு இப்போ பாத்திரம் எல்லாம் நொறுங்கற சத்தம் கேட்டது. நல்லா படார் படார்னு விழுகுது. இதுல இருந்தே தெரியுது தியா கிச்சன்ல இருக்கான்னு. என்னாச்சு?

"தியா எதுக்குடி பாத்திரத்த எல்லாம் இப்டி தூக்கிப் போட்டு நொறுக்கிட்டு இருக்க.... உன்னை"

அவளோட அம்மா கத்துறது கேட்டுச்சு. எனக்கு சிரிப்புதான் வந்தது. எனக்கு தெரியும் ஏன் அவள் இப்டி பண்றான்னு. நா ஐராவ சைட் அடிச்சது அவளுக்குப் புடிக்கல. நா சிரிச்சதப் பாத்து விக்கி குழம்பி கேட்டான்.

"என்னடா பாட்டு கேக்கற நீ? இப்டி வெக்கப்பட்டு சிரிச்சுட்டு இருக்க"

அவன் என்னோட ஹெட் போன் ஒன்ன பிடுங்கி அவனோட காதுல வெச்சான். இப்போ மறுபடியும் பாத்திரம் நொறுங்கறச் சத்தம் கேட்டது. விக்கி அந்தச் சத்தத்தை கேட்டதும் எங்கிட்டயே ஹெட் போன திருப்பிக் கொடுத்தான். நா காதுல மாட்டிட்டு சத்தம் வராம சிரிச்சேன்.

"சொல்ல சொல்லக் கேக்க மாட்ட நீ... இரு வரேன்" அவளோட அம்மா கத்துறச் சத்தம் கேட்டுச்சு.

"யாருக்கிட்ட பேசிட்டு இருக்க மச்சான்?" விக்கி கேட்டான்.

"சும்மா ராங் நம்பர்" நா சொன்னதும் அவன் எதுவும் புரியாம தலையில அடிச்சுட்டுப் படுத்தான். இப்போ தியா ஓடுறான்னு நெனைக்கறேன்..... அப்றம் கதவு சாத்துற சத்தம் கேட்டுச்சு.

"உன்னை அடக்குறதுக்கே தனியா வேலைக்கு ஒரு ஆள் வெக்கனும் போல. வெளில வா தியா" அவளோட அம்மா சொன்னாங்க.

கதவத் தட்டிட்டே இருந்தாங்க. அப்றம் அந்த சத்தமும் நின்னுச்சு. இப்போ மறுபடியும் அமைதியா இருக்கு. எதுக்காக ரெண்டு வருஷத்துக்கு அப்றம் இப்போ கால் பண்ணிருக்காள் இவள்?. கொஞ்ச நேரத்துல விக்கி தூங்கிட்டான். இவளும் எதுவும் பேசற மாதிரி தெரியல அதனால நா கட் பண்ணிட்டேன். அவள் மறுபடியும் கால் பண்ணாள். இவளுக்கு என்னதான் வேணுமோ தெரியல. நா அட்டெண்ட் பண்ணிட்டுத் தூங்கிட்டேன்.

நா காலைல எழுந்துப் பாக்கும் போது கால் கட் ஆகியிருந்தது. மூணு மிஸ்டு கால் இருந்தது. இப்போ திரும்பவும் அவள் கால் பண்ணுறாள். நா ஹெட் போன கழட்டிட்டு, கால் அட்டெண்ட் பண்ணிட்டு, மொபைல காதுல வெச்சுட்டுக் கண்ண மூடுனேன். எனக்கு இன்னும் தூக்கம் போகவே இல்ல.

"தியா, காலேஜ் இல்லயா இன்னைக்கு" அவளோட அம்மாவோட குரல் கேட்டது.

"ஹா...." தியாவோட குரல் கேட்டுச்சு. உடனே நா கட் பண்ணிட்டேன். வேணா அஸ்வின் அவக்கூட பேசாதன்னு எனக்கு நானே சொல்லிக்கிட்டே இருந்தேன். தியா காலேஜ் போறாளா? முதல் வருஷம்தான் படிப்பாள். என்ன படிக்குறான்னு தெரியலயே. ஃபேஷன் டிசைனிங்தான் படிப்பான்னு நெனைக்குறேன். இப்போவாது அவள் கொஞ்சமாவது வளந்துருப்பாளா? தியா கால் பண்ணாள். வேணா அஸ்வின் அட்டெண்ட் பண்ணாத. அவளப்பத்தி யோசிக்காத அஸ்வின்.... அவள் வேணா உனக்கு..... நானே எங்கிட்ட இப்டி சொல்லிட்டு இருக்கும் போது மெசெஜ் வந்தது.

'call atn pannu da Ashwin'

'mudiyadhu moodittu podi'

அதுக்கு அப்றம் அவள் கால் பண்ணல. நானும் மொபைல் சார்ஜ் போட்டு விட்டுட்டு என் வேலையப் பாக்க ஆரம்பிச்சேன். நாங்க காலேஜ் போறதுக்காக ரெடி ஆகிட்டு பைக்க எடுக்கறதுக்காக கார் பார்க்கிங் ஏரியாவுக்குப் போனோம். நாங்க பைக்க ஸ்டார்ட் பண்ணதும் நவ்யா குரல் கேட்டது.

“ஸ்டாப் கய்ஸ்"

ஐராவும் நவ்யாவும் ஓடி வந்தாங்க.

"நாங்களும் வரலாமா?"

"நீங்க நேத்து எங்கள கூப்ட்டு சாப்பாடுப் போடும் போதே நா நெனச்சேன். நீங்க எங்கள டிரைவரா யூஸ் பண்ணதான் இப்டிலாம் பண்றிங்கன்னு" நந்து சொன்னான்.

"தெரிஞ்சா சரி" நவ்யா சொன்னாள்.

"சரி வாங்க டைம் ஆகுது" நா சொன்னேன்.

விக்கி ரொம்ப ஆவலோட இருந்தான் நவ்யா அவனோட பைக்ல உக்காருவான்னு ஆனால் அவள் போய் நந்து பைக்ல உக்காந்தாள்.

"நவ்யா நா உன்னை ட்ராப் பண்றனே" விக்கி சொன்னான்

"நோ தேங்க்ஸ் ப்ரோ"

நந்து சிரிச்சுட்டே விக்கிக்கிட்ட பழிச்சு காட்டிட்டு கிளம்பிட்டான்.

"ஐரா செல்லக்குட்டி நீயாவது எங்கூட வருவியா?"

"ஸாரி நா அஸ்வினோட வரேன்"

"அவன் பொண்ணுங்கள பைக்ல உக்கார வெக்க மாட்டான்"

ஐரா திரும்பி என்னை கொஞ்சம் ஆச்சர்யத்தோடப் பாத்துட்டுக் கேட்டாள்.

"அப்டியா அஸ்வின்?"

உண்மைதான். ஆனால் இப்போ ஆமான்னு சொன்னா விக்கி அமைதியா இல்லாம அவள கரெக்ட் பண்ண முயற்சி பண்ணுவான்.

"அப்டிலா இல்ல ஐரா"

"அடேய்... இது எப்போ இருந்து" விக்கி கேட்டான்.

"இப்போலருந்து"

விக்கி கிண்டலா மண்டைய மண்டைய ஆட்டிட்டு கிளம்பிட்டான்.

"நீ எனக்காக உன் கொள்கைய மாத்திக்க வேணாம் அஸ்வின்"

"இட்ஸ் ஓகேய் ஐரா"

"நா ட்ரைவ் பண்ணட்டுமா?"

"நீயா? இந்த பைக்கயா?"

"ஹ்ம்" அவள் அழகா தலைய ஆட்டுனாள்.

"ஏன் நா உயிரோட இருக்கறது உனக்குப் புடிக்கலயா?"

"ஹலோ.... நீ தள்ளி உக்காரு நா ட்ரைவ் பண்றேன்"

நானும் சும்மா விளையாட்டுக்கு நகந்து உக்காந்தேன். அவள் செம ஸ்டைலா என் முன்னாடி உக்காந்து பைக்க ஓட்டுனாள். ரொம்ப வேகமா ஓட்டுனாள். ஐயோ அப்பா நாங்கூட இவ்ளோ வேகமா ஓட்ட மாட்டேன். ஒரு பொண்ணு பைக் ஓட்டி நா பின்னாடி உக்காந்துட்டு போறது வித்தியாசமான உணர்வா இருக்கு. சந்தோசமா இருக்கு.

"கொஞ்சம் ஸ்லோவா போமா"

"இதுக்கு மேல எப்டி ஸ்லோவா போறது அஸ்வின்"

என்னால கண்ணே முழிக்க முடியல அந்த அளவுக்கு வேகமா போறாள். அவளோட முடி எல்லாம் என் மூஞ்சுல நல்லா அடிக்குது.

6

நாள் போக போக நாங்க நவ்யா, ஐரா கூட ரொம்ப நெருக்கமானோம். க்ளாஸ் நடக்குற நேரத்தை தவிர மத்த நேரத்துல எல்லாம் ஒன்னாதான் சுத்திட்டு இருப்போம். மூணு பேரா இருந்த நாங்க அஞ்சு பேரா மாறுனோம். கிளப்க்கும் அவிங்கள கூப்ட்டுப் போனோம். அவிங்களும் செம ஜாலியா இருந்தாங்க. இவ்ளோ நாள் ஆகியும் விக்கி அவிங்க கூட வெறும் நண்பனா மட்டும் பழகுறான். அவனோட ப்ளேபாய் வேலை எல்லாம் அவன் அவிங்கக்கிட்ட காட்டுறது இல்ல. என்னாலயும் சரி நந்துவாலயும் சரி விக்கி இப்டி பழகுறத நம்பவே முடியல. அவன் எந்த பொண்ணுங்ககூட பழகுனாலும் அவிங்கள கரெக்ட் பண்ணணும்னுதான் நெனைப்பான். ஆனால் இவிங்கக்கிட்ட அப்டி எதுவும் பண்ணல. எங்களுக்குள்ள ஒரு நல்ல நட்பு இருக்கு அது எந்த காரணத்துனாலயும் அழிஞ்சிட கூடாதுன்னு நெனைக்குறேன். ஐரா எங்கூட மட்டும் ரொம்ப நெருக்கம் ஆகிட்டாள். அவளோட கஷ்டம் சந்தோசம் எல்லாத்தையும் எங்கிட்ட சொல்ற அளவுக்கு நெருக்கம்

ஆகிட்டாள். ஆனால் நவ்யா எங்கூட அவ்ளோ நெருக்கம் இல்ல. இப்போல்லாம் நாங்க தினமும் சமைக்க வேண்டிய அவசியம் இல்ல. ஒரு நாள் அவிங்க சமைப்பாங்க இன்னொரு நாள் நாங்க சமைப்போம். அதிகபட்சம் அவிங்கதான் சமைப்பாங்க. இப்போ நாங்க எல்லாரும் அவிங்களோட ஃப்ளாட்ல உக்காந்து 'பிடா' தெலுங்கு படம் பாத்துட்டு இருக்கோம். நவ்யா, விக்கி, நந்து மூணு பேரும் சோபால உக்காந்துருந்தாங்க. நானும் ஐராவும் கீழ உக்காந்து இருந்தோம். நல்லா நொறுக்கு தீனி தின்னுட்டேப் பாத்துட்டு இருந்தோம்.

"திருட்டுப்பயலே எப்போ பாரு என் ஸ்னாக்ஸயே ஏன்டா எடுக்குற?" நவ்யா விக்கியோட முதுகுலயே ரெண்டு குத்துக் குத்துனாள்.

"அஸ்வின், சாய் பல்லவி டான்ஸ் சான்ஸே இல்ல செம மாஸ்" ஐரா எங்கிட்டச்சொன்னாள்.

"ஏய்.... அது என் ஆளு நீ சைட் அடிக்காதடி" நா சொன்னேன்.

"அய்யடா ..... ஓவர் ஆசை உடம்புக்கு ஆகாது மகனே" ஐரா சொன்னாள்.

படம் முடிஞ்சதும் எங்களுக்கு என்ன பண்றதுன்னு தெரியல. நவ்யா 'ட்ருத் ஆர் டேர்' விளையாடலாம்னு சொன்னாள். உடனே விக்கி ஓடிப்போய் ஒரு காலியான பியர் பாட்டிலை எடுத்துட்டு வந்தான். நாங்க வட்டமா உக்காந்து அத நடுவுல வெச்சோம். நவ்யாதான் முதல்ல சுத்தி விட்டாள். அது விக்கியப் பாத்து நின்னது.

"ட்ரூத் ஆர் டேர்" நவ்யா கேட்டாள்.

"ட்ரூத்" விக்கி சொன்னான்.

"நீ வெர்ஜின் பையனா இல்லயா?"

"இல்ல" விக்கி கொஞ்சம் கூட தயங்காம சொன்னான். நவ்யா வாய் மேல கை வெச்சு அவனப் பாத்தாள்.

"நீ ஒரு கொஸ்டின் வேஸ்ட் பண்ணிட்ட நவ்யா. இத எங்கிட்டக் கேட்டா நானே சொல்லிருப்பனே" நந்து சிரிச்சுட்டே சொன்னான்.

“ஓ காட்.......விக்கி..... ப்ளே பாய்" நவ்யா சொன்னாள். அடுத்தது விக்கி பாட்டில சுத்தி விட்டான். அது ஐராவ நோக்கி நின்னது.

"சிக்கிட்டடி இன்னைக்கு" விக்கி சொன்னான்.

"விக்கி ப்ளீஸ் நல்ல கொஸ்டினா கேளு" ஐரா முகத்தப் பாவமா வெச்சுட்டு சொன்னாள்.

"ட்ரூத் ஆர் டேர்" விக்கி கேட்டான்.

"ட்ரூத்"

"எங்க மூணு பேருல உனக்கு யார ரொம்பப் புடிக்கும்" விக்கி கேட்டான்.

ஐரா உடனே என்னைப் பாத்தாள். அவளுக்கு என்னைதான் ரொம்பப் புடிக்குமா? அவள் சொல்றதுக்கு தயங்குனாள்.

"கிவ் மீ ய டேர் விக்கி"

"அவ்ளோ கஷ்டமான கேள்விய ஒன்னும் கேக்கலயே நா. ஓகேய் நீ இப்போ உண்மைய சொல்லாததால உனக்கு பெனால்ட்டி கொடுக்குறேன்"

"என்ன?"

விக்கி என்னை பாத்து சிரிச்சான். அவன் சிரிக்குறதுலயே தெரியுது அவன் என்னை வெச்சு ஏதோ திட்டம் போடுறான்னு.

"நீ இப்போ அஸ்வின டிஸ்க்ரைப் பண்ணி அவனுக்கு ப்ரப்போஸ் பண்ணனும் ஓகேய்வா?" விக்கி சொன்னான்.

"டேய் எங்கருந்து டா உனக்கு இப்டிலாம் ஐடியா வருது" நா கேட்டேன்.

நானும் ஐராவும் நடுவுல முட்டி போட்டோம். அவள் கொஞ்சம் யோசிச்சாள், அப்றம் என்னோட கண்ணப் பாத்து பேச ஆரம்பிச்சாள்.

"அஸ்வின் ஏன் நீ இவ்ளோ அழகா இருக்க? உன்னோட கண்ண நீ ரசிச்சு பாத்துருக்கியா அஸ்வின்? அப்டி மட்டும் பாத்து இருந்தா நீயே உன் மேல காதல்ல விழுந்துருப்ப"

அவளோட முகத்த மறைக்குற அழகான கூந்தல அவள் ஒதுக்கி விட்டுட்டே பேசுறாள். அழகா இருக்காள்.

"உன்னோட அந்த ப்ரவ்னிஸ் கண்ணு எனக்கு ரொம்பப் புடிக்கும்"

"ஐரா மனசுல இருக்கிறத எல்லாம் அப்டியே கொட்டித்தீக்குற போல" நந்து சொன்னான். ஐரா அத கண்டுக்காம பேசுனாள்.

"உன்னோட குட்டி சிக்ஸ் பேக் ரொம்ப புடிக்கும்,"

அவள் சிக்ஸ் பேக்னு சொன்னதுமே எனக்கு தியாவோட ஞாபகம் வந்தது.

"இதெல்லாத்தயும் விட நீ எப்பயுமே ட்ரிம் பண்ணி கரெக்ட்டா வெச்சுருக்க அந்த தாடி புடிக்கும்..... ஆ..... இன்னொரு விஷயம்.... நா உன் பக்கத்துல நிக்கும் போதெல்லாம் நா கிட்டதட்ட உன்னோட உயரத்துக்கு சமமா இருக்கறதால நீ எட்டி எட்டி நிப்பயே இல்லனா என்னை விட்டு தள்ளி நிப்பயே அது எனக்கு ரொம்பப் புடிக்கும்"

"ஹேய் நா உன்ன விட ஹயிட்டுடி"

"அஸ்வின்...... இதெல்லாந்தாம் என்னை உன் பக்கமா இழுத்துச்சு.... ஐ லவ் யூ அஸ்வின்"

அவள் சொல்லி முடிச்சதும் இவுங்க கை தட்டுனாங்க. அவிங்களோட சேந்து நானும் கை தட்டுனேன். இது எங்க போய் முடியப் போகுதோ தெரியலயே. ஐரா சொன்னதெல்லாம் விளையாட்டுக்குன்னு அவிங்களுக்கு தோணலாம். ஆனால் எனக்கு இது விளையாட்டுக்குனு தோணல. வேணா ஐரா என்னை லவ் பண்ணாத. என்னால உன்னை லவ் பண்ண முடியாது. நா இன்னும் தியாவ மறக்கல. நம்ம நட்பக் கெடுத்துடாத. விளையாட்டு மறுபடியும் தொடங்குச்சு. நெறைய வித்யாசமான கேள்வி எல்லாம் கேட்டாங்க. ரொம்ப விறுவிறுப்பா போய்ட்டு இருந்தது. இப்போ பாட்டில் என்னை நோக்கி நின்னது. நந்து கேள்வி கேக்குறதுக்கு ரெடியா இருந்தான்.

"ட்ரூத் ஆர் டேர்" நந்து கேட்டான்.

"ட்ரூத்"

நந்து விக்கியப் பாத்தான், ரெண்டு பேரும் ஏதோ பேசி வெச்சுருக்காங்கன்னு மட்டும் நல்லா தெரியுது. விக்கி ஏதோ சிக்னல் காட்டுனான். அதுக்கு நந்துவும் தலைய ஆட்டுனான்.

"நீயும் தியாவும் எதுக்காக ப்ரேக் அப் பண்ணிங்க?" நந்து கேட்டான்.

"தியா யாரு?" நவ்யா ஐரா ரெண்டு பேரும் ஒரே நேரத்துல கேட்டாங்க.

"என்னோட எக்ஸ் கேர்ள் பிரண்ட்" அவனுங்க சொல்றதுக்கு முன்னாடி நானே சொல்லிட்டேன். ஐரா முகம் வாடுச்சு.

"எனக்கு பெனால்ட்டி கொடு மச்சான்" நா லேசாச் சிரிச்சுட்டே சொன்னேன்.

"டேய் இன்னைக்காவது சொல்லுடா" நந்து கேட்டான். நா முடியாதுன்னு தலைய ஆட்டுனேன்.

"அட்லீஸ்ட் யார் மேல தப்பு இருக்குன்னு சொல்லேன்டா" விக்கி கேட்டான்.

"என் மேலதான் மச்சான் தப்பு.... போதுமா" நா அங்கருந்து எழுந்து வந்துட்டேன்.

"டேய் நில்லுடா, டேய் மச்சான்" நந்து கத்துனான்.

நா கோவத்துல சிரிச்சுட்டே மொட்ட மாடிக்கு போயிட்டேன். நா மறக்கனும்னு நெனைக்குறத இவனுங்க ஏன் மறுபடியும் மறுபடியும் கேட்டுத் தொல்லைப் பண்றானுங்க? அத தெரிஞ்சுட்டு இவனுங்க என்ன பண்ணப் போறானுங்க? நா மொட்ட மாடியிலயே ரொம்ப நேரம் இருந்தேன், நா தியாவப் பாத்த அந்த கடைசி நாள் என் மனசுல ஓடிட்டே இருக்கு. எல்லாமே என் தப்புதான். எல்லாரும் நல்லா நிம்மதியா தூங்கிட்டு இருக்க இந்த நேரத்துல என்னால தூங்க முடியல. நீ ஏன் தியா அப்டி பண்ண? என்னால ஏன் அத மறக்க முடியல. அத நெனைக்க நெனைக்க எனக்கு என்மேலேயே வெறுப்பு வருதுடி. ரொம்ப

நேரம் ஆகியும் நா மொட்ட மாடியிலயே நின்னுட்டு இருந்தேன். அம்மா கால் பண்ணாங்க.

"சொல்லுங்கம்மா,"

"சாப்ட்டியா?"

"ஹ்ம் நீங்க சாப்டாச்சா?"

"இல்லடா.... டேய் வைஷு'க்கு கல்யாணம் முடிவு பண்ணிட்டாங்கடா"

வைஷ்ணவி, என்னோட ஒரே ஒரு அத்தை பொண்ணு, நந்துவோட அக்கா. எனக்கும் அக்காதான்.

"எப்போமா? நந்து எங்கிட்ட எதுவும் சொல்லலேயே"

"அவனுக்கு இப்போதான் கீதா கால் பண்ணி சொல்லப் போறேன்னு சொன்னாள். இந்நேரம் சொல்லிருக்கனுமே"

"மாப்பிள்ளை என்ன பண்றாரு?"

"சென்னைல சிவில் என்ஜினீயரா இருக்காரு"

"ஹ்ம் சரிமா பையனப்பத்தி விசாரிச்சிங்களா?"

"ஹ்ம்ம் உன் அப்பாக்கு தெரிஞ்சப் பையன்தானாம்"

"அத்தையும் அப்பாவும் பேசிட்டாங்களா?"

"தெரில அப்டிதான் நெனைக்குறேன்"

"ஹ்ம்ம் அப்பா பாத்த பையன எப்டி அத்தை ஓகே பண்ணாங்க?"

"அதான்டா எனக்கும் புரியல"

அம்மாக்கூட கொஞ்ச நேரம் பேசிட்டு நா நந்துவ பாக்குறதுக்காக கீழப் போனேன். அவன் சோபா மேலப் படுத்து நல்லா தூங்கிட்டு இருந்தான். அவனோட மொபைல் ரிங் ஆகிட்டே இருந்தது. அத்தைதான் கால் பண்ணாங்க. நா அட்டெண்ட் பண்ணி அவன் தூங்கிட்டான்னு சொல்லி வெச்சுட்டேன். நவ்யா கீழப் படுத்துத் தூங்கிட்டு இருந்தாள். அவப்பக்கத்துல விக்கி தூங்கிட்டு இருந்தான். ஒருத்தன் கோவமா போனானே அவனுக்கு என்னாச்சுன்னு கொஞ்சம் கூட கவலை இல்லாம இப்டி தூங்குதுங்க. ஐரா மட்டும் கிச்சன்ல பாத்திரம் கழுவிட்டு இருந்தாள். அவள் என்னை திரும்பிப் பாத்துச் சொன்னாள்.

"கோவம் போய்டுச்சா?"

நா பதில் சொல்லாம நின்னேன்.

"அஸ்வின், நீ கோவமா இருந்தாலும் பரவால்ல. நவ்யாவ தூக்கிட்டுப் போய் அவளோட ரூம்ல படுக்க வை போ"

அவள் சொன்னத நா செஞ்சேன். நவ்யா நா தூக்கும் போதும் முழிக்கவே இல்ல. நல்லா தூங்குறாள். அப்றம் நா ஐராக்கு உதவி பண்லாம்னு போனேன்.

"நீ பார் போடு நா வாஷ் பண்றேன்".

"தேங்க்ஸ்" ஐரா சிரிச்சுட்டே சொன்னாள்.

நா பாத்ரம் கழுவும் போது ஐரா அப்பப்போ என்னைத் திரும்பிப் பாத்துட்டே இருந்தாள்.

"என்னடி? எதாவது கேக்கணுமா?"

"கேக்கலாமா?"

"ஹ்ம்"

"உனக்கு கேர்ள் பிரண்ட் இருக்கா?"

"இல்ல.... மொரட்டு சிங்கிள்டி நானு. எங்கூடவே இருந்துட்டு எப்டி டி இத கேக்குற?"

"ஸோ ஊருக்குள்ள மொரட்டு சிங்கிள்னு சொல்லிட்டு சுத்துறதுங்க எல்லாம் இப்டிதான் போல"

"எப்டி?"

"நத்திங்.... உன்னோட லவ் ஸ்டோரி சொல்லு அஸ்வின்"

"ப்ளீஸ் அத மட்டும் கேக்காத"

"சரி என்னோட லவ் ஸ்டோரி சொல்லட்டுமா?"

"பார்ரா, சொல்லேன் உன் லவ் ஸ்டோரிய"

"என்னோட எக்ஸ் பாக்குறதுக்கு நல்லா அமுல் பேபி மாதிரி இருப்பான்.... குண்டுப்பன்னி"

நா சிரிச்சேன். இவள் எப்டி குண்டா இருக்க பையன லவ் பண்ணாள்?

"ம்ம் சொல்லு அப்றம்"

"அவந்தான் எங்கிட்ட சாக்லேட் கொடுத்து ப்ரப்போஸ் பண்ணான். டெய்லி மறக்காம எனக்குச் சாக்லேட் கொடுப்பான். நல்லா லவ் போய்ட்டு இருந்தது. சரி நம்மளோட பாய் பிரண்ட்தானனு நானும் ஒரு நாள் அவங்கிட்ட கேக்காமலயே அவனோட பேக்லருந்து சாக்லேட் எடுத்து சாப்டுட்டேன்டா. அதுக்கு போய் அந்த குண்டுப்பன்னி எங்கூட ப்ரேக்

அப் பண்ணிட்டு என்னை வேணான்னு சொல்லிட்டுப் போய்ட்டான்"

நா பாத்திரத்தை கழுவுறத நிறுத்திட்டு அவளப் பாத்து சொன்னேன்.

"ஹேய் என்னடி காமெடி பண்றயா?"

"இல்லடா, உண்மையா.... என்னை நம்ப மாட்டயா?"

"மாட்டேன், எவ்ளோ நாள் லவ் பண்ணிங்கன்னு சொல்லு அப்றம் நம்புறேன்"

" டூ வீக்ஸ்" அவள் நக்கலா சிரிச்சாள்.

"என்னடி அடி வேணுமா?"

"ப்ராமிஸ்டா, டூ வீக்ஸ் லவ் பண்ணோம். அஞ்சாங் கிளாஸ் படிக்கும் போது"

"நா கேட்டதே தப்புதான்டி போதும் இதுக்கு மேல இந்தக் கதைய யார்கிட்டயும் சொல்லாத"

அவள் என்மேல தண்ணி தெளிச்சாள், நானும் பதிலுக்குத் தெளிச்சேன். பாத்திரம் கழுவி முடிச்சதும் நாங்க ரெண்டு பேரும் தூக்கம் வராததுனால வெளிய வந்து நின்னுட்டு இருந்தோம். இந்த இருட்டப் பாக்கும் போதெல்லாம் எனக்கு தியா ஞாபகம் வருது. அவள மறக்கவே முடியலயே. அவளோட ஞாபகம் வந்தாலே என் முகம் வாடிடும். என் முகத்தப் பாத்துட்டு ஐரா கேட்டாள்.

"என்னாச்சு அஸ்வின்?.... எக்ஸ் கேர்ள் பிரண்ட் ஞாபகம் வந்துடுச்சா?"

நா இல்லனு தலைய ஆட்டுனேன்.

"நீ உனக்குள்ளேயே அத நெனச்சு கஷ்டப்படறதுக்குப் பதிலா எங்கிட்ட அத சொல்லி ரிலாக்ஸ் ஆகிக்கோ அஸ்வின்"

என் பக்கத்துல கொஞ்சம் இடைவெளி விட்டு நின்னுட்டு இருந்த அவள நா பாத்தேன், அவளும் பாத்தாள்.

"நா யார்க்கிட்டயும் சொல்ல மாட்டன்டா, நீ என்னை நம்பி சொல்லலாம் அஸ்வின்.....ஜஸ்ட் ட்ரஸ்ட் மீ"

எனக்கும் இத யார்க்கிட்டயாவது சொல்லனும் போலதான் இருக்கு. ஆனால் யார்கிட்டயும் சொல்ல முடியல. இவக்கிட்ட சொல்லனும்னு தோணுது சொல்லலாமா?

"நீ நந்துக்கிட்ட சொல்ல மாட்டல்ல"

"நவ்யாக்கிட்ட கூட சொல்ல மாட்டேன் போதுமா.... இப்போ உனக்கு சொல்லனும்னு தோணுச்சுனா எங்கிட்டச் சொல்லு அஸ்வின்"

நா அவக்கிட்ட எல்லாத்தையும் சொன்னேன். சின்னதுல இருந்து தியா மேல எனக்கு இருந்த க்ரஸ், அப்றம் அது காதலா மாறுனது, ப்ரப்போஸ் பண்ணது, லவ் பண்ணது, நெறைய தடவ ப்ரேக் அப் பண்ணது இப்டி எல்லாத்தையும் சொன்னேன். அவளும் பொறுமையாக் கேட்டாள். அவள் பத்தாவது படிக்கும் போதே எங்கிட்ட 'லெட்ஸ் மேக் லவ்'னு சொன்னத சொல்லும் போது ஐரா லைட்டா சிரிச்சாள்.

"ஷி இஸ் ய வியர்டோ ஐ லைக் ஹெர்" ஐரா சொன்னாள்.

கடைசியா நாங்க ஏன் ப்ரேக் அப் பண்ணோம்னு சொல்லத் தயங்கி அமைதியா இருந்தேன்.

"தயங்காம சொல்லு அஸ்வின்"

நாங்க போய் மாடிப் படிக்கட்டுல உக்காந்தோம். அவள் என்னோட தோள் மேல கை வெச்சாள். அப்றம் நா சொல்ல தொடங்குனேன்.

"ஸ்டடி ஹாலிடேய்ஸ்க்கு முன்னாடி ஸ்கூல்ல ஃபேர்வெல் பங்க்சன் நடந்தது. ஈவினிங் ஸ்டார்ட் ஆகி லேட் நைட்லதான் முடிஞ்சது. அந்த நாள இன்னைக்கும் என்னால மறக்க முடியல ஐரா.... நெனைக்கும் போதெல்லாம் கஷ்டமா இருக்கும் "

"அன்னைக்குதான் ரெண்டு பேரும் ப்ரேக் அப் பண்ணிங்களா?"

"ஹ்ம்ம்"

7

ஆண்டு விழா தொடங்குனதுலருந்து நிகழ்ச்சி ரொம்ப ஜாலியா போச்சு. விளையாட்டு மைதானத்துல பெரிய மேடைப் போட்டு அத நல்லா அலங்காரம் பண்ணியிருந்தாங்க. நாங்க எல்லாரும் இன்னைக்கு கலர் ட்ரெஸ். பாக்றதுக்கே அழகா இருக்காங்க எல்லாரும். பேரண்ட்ஸ் நெறைய பேர் வந்து இருக்காங்க. தியாவோட அம்மாவும் வந்துருக்காங்க. சாய்ந்திரம் ஆரம்பிச்சது நைட் ஆகியும் முடியாம நல்ல படியா போய்ட்டு இருந்தது. மேடைல ஆடுறவிங்கள எல்லாம் நாங்க பாக்கவே இல்ல. நாங்க பாட்டுக்கு டான்ஸ் ஆடிட்டு இருந்தோம். பசங்களும் பொண்ணுங்களும் தனித் தனி கூட்டமா போட்டிப் போட்டு ஆடிட்டு இருந்தோம். எவ்ளோ வித்யாசமான பாட்டு வந்தாலும் எங்களுக்கு தெரிஞ்ச நாலு ஸ்டெப்பயே திரும்பத் திரும்ப போட்டோம்.

"அஸ்வினு உன் ஆளுடா... பாரு"

என் நண்பன் கார்த்தி சொன்னான். நா டான்ஸ் ஆடுறத நிறுத்திட்டு மேடையை பாத்தேன். தியா ஜீன்ஸ் பேண்ட், கருப்பு கலர் ஷர்ட் போட்டுட்டு நின்னுட்டு இருந்தாள். தலை முடிய விரிச்சு விட்டுருந்ததுக்கும் அந்த ட்ரெஸ்க்கும் செமயா இருக்கு. செம அழகா இருக்காள் என் அழகி. அவளத் தவிர என்னால வேற எதையும் பாக்க முடியல. நாங்க விசில் அடிச்சோம். அவள் எங்களப் பாத்து சிரிச்சாள். 'நாக்க மூக்க' பாட்டுக்கு டான்ஸ் ஆடுனாள். தியாக்கு டான்ஸ் ஆட ரொம்பப் புடிக்கும். நல்ல குத்துப்பாட்டு சத்தம் கேட்டா போதும் எந்த இடம்னு எல்லாம் பாக்காம டான்ஸ் ஆட ஆரம்பிச்சுடுவாள்.

"என்னமா குத்துரா பார்ரா" நந்து சொல்லிட்டே விசில் அடிச்சான். அவள் டான்ஸ் ஆடும் போது கீழ இருக்க யாருமே டான்ஸ் ஆடமா அவள் ஆடுறதப் பாத்தாங்க. அப்டியே என்னையும் திரும்பிப் பாத்தாங்க. எனக்கு கொஞ்சம் பெருமையா இருந்தது. டான்ஸ் முடிஞ்சதும் பயங்கரமா கைத்தட்டுனாங்க. அவள் டான்ஸ் முடிஞ்சதுமே எங்கிட்ட ஓடி வந்தாள்.

"எப்டிடா இருந்தது?"

"செம மாஸ்" நானும் என்னோட நண்பர்களும் கத்திச் சொன்னோம். அடுத்த டான்ஸ் தொடங்குனதும் தியா எங்களுக்கு நடுவுல டான்ஸ் ஆடுனாள். இவளுக்கு பசங்க பக்கத்துல இருக்கும் போது கூச்சமா இருக்குமா இல்லயா? இந்த ஆட்டம் போடுறாள். நாங்க எல்லாரும் அவள ரவுண்ட் அடிச்சு ஆடுனோம். பொண்ணுங்க எல்லாரும் தியாவ ஒரு மாதிரி பாத்தாங்க. அதனால நா அவள் கையப் புடிச்சு அவள நிறுத்துனேன்.

"போதும்டி, டையர்ட் ஆகிடாத"

அவளோட நெத்தில வேர்த்து ஊத்துச்சு. நா என்னோட பேண்ட் பாக்கெட்ல இருந்து கர்ச்சிஃப் எடுத்து

அவளோட நெத்தியத் தொடச்சேன். தியா அழகா சிரிச்சாள். இப்போ என் நண்பர்கள் எல்லாரும் எங்கள சுத்தி ரவுண்ட் அடிச்சு, கிண்டல் பண்ணிட்டே ஆடுனாங்க.

"அஸ்வின் தியா..... அஸ்வின் தியா"னு கத்துனாங்க. அங்க வந்த என்னோட கிளாஸ் டீச்சர் எங்களப் பாத்து மொறச்சுட்டேப் போனாங்க.

"டேய் நீங்களே போதும்டா. எங்கள மாட்டி விட" நா சொன்னேன்.

"மாட்டுனா பாத்துக்கலாம் விடு மச்சான்" என் நண்பன் கார்த்தி சொன்னான்.

"தியா குட்டி, செம டான்ஸ் மா உன்னோடது" நந்து சொன்னான். நந்துக்கு தியாவ ரொம்ப புடிக்கும். யாருக்குதான் தியாவ புடிக்காது. அவளோட பழகுற எல்லாருக்குமே அவள ரொம்பப் புடிக்கும்.

"தேங்க்ஸ் நந்து அண்ணா" அவள் சிரிச்சுட்டே சொன்னாள். தியா என் கைய இறுக்கமாப் புடிச்சாள். நா அவளப் பாத்தேன், அவள் என் பக்கத்துல வந்து, காதுல சொன்னாள்.

"நா உங்கிட்ட கொஞ்சம் தனியா பேசனும் பேபி"

நானும் அவளோட கையப் புடிச்சு அவளத் தனியா கூப்ட்டுப் போனேன். நாங்க ஒரு க்ளாஸ் ரூம்க்குப் போனோம். இருட்டா இருந்ததுனால நா என் மொபைல் எடுத்து டார்ச் அடிச்சேன்.

"என்ன தியா?"

"கண்ண மூடு அஸ்வின்"

நானும் கண்ண மூடுனேன். அவள் என்னோட கையப் புடிச்சு ஏதோ பண்ணுறாள். கைல ஏதோ கட்டி விட்றாள். வாட்ச்னு நெனைக்குறேன்.

"இப்போ பாரு"

நா கண்ண திறந்தேன். நா நெனச்சது சரி. என் கைல ஸ்டைலா ஒரு வாட்ச் இருந்தது. எனக்கு ரொம்பப்ப புடிச்சுருக்கு.

"ஆல் த பெஸ்ட் பேபி..... நல்லா படிச்சு எக்ஸாம் நல்லாப்பன்னு ஓகே. என்னையே நெனச்சுட்டு படிக்காம இருக்காத"

"தேங்க்ஸ்டி செல்லம்..... நீயும் படி உனக்கும் எக்ஸாம் வரப் போகுது ஞாபகம் இருக்கா?"

"ஹ்ம்ம்.....வாட்ச் எப்டி இருக்கு?"

நா மொபைல் டார்ச் ஆஃப் பண்ணிட்டு பாக்கெட்ல வெச்சேன். மறுபடியும் இப்போ இருட்டா இருக்கு.

"ஏன்டா ஆஃப் பண்ண"

நா அவளோட முகத்தப் புடிச்சு நெத்தில முத்தம் கொடுத்தேன்.

"நீ எதுக் கொடுத்தாலும் எனக்கு புடிக்குன்டி செல்லம்" நா சொன்னதும் தியா என் கன்னத்துல முத்தம் கொடுத்தாள். அவளோட மொபைல் ரிங் ஆச்சு.

"ம்மா ரெஸ்ட் ரூம் வந்தம்மா.... இரு வரேன்"

அவள் கால் கட் பண்ணிட்டு மொபைல எங்கிட்டக் கொடுத்தாள்.

"அஸ்வின் நா ரெஸ்ட்ரூம் போய்ட்டு வரேன் நீ இங்கயே வெய்ட் பண்ணுடா"

"ஹ்ம் நா வேணும்னா கூட வரட்டுமா"

“நோ ப்ராப்ளம்" ரொமான்டிக்கா சிரிச்சாள்.

"ஏய் கேடி போடி..... சீக்ரம் போய்ட்டு வா"

"ஹ்ம்ம்"

அவள் ரெண்டு அடி எடுத்து வெச்சு முன்னாடி போனாள். அப்றம் என்ன நெனச்சாலோ தெரியல திரும்ப வந்து என்னோட ஷர்ட்ட தூக்கி என்னோட வயித்தப் பாத்தாள். நா ஷர்ட்ட கீழ இறக்கி விட்டுட்டு சொன்னேன்.

"என்னடி லூசு"

"பேபி ப்ளீஸ் எனக்காக சிக்ஸ் பேக் வை பேபி"

"ஹேய் அதென்ன அவ்ளோ ஈஸியாடி உனக்கு? அதுக்கு டைம் ஸ்பெண்ட் பண்ணி ஜிம்க்குப் போகணும்டி"

"ப்ளீஸ் ப்ளீஸ் எனக்காகடா"

"ஹ்ம்ம் ட்ரை பண்றேன்"

உடனே அவள் மறுபடியும் என் கன்னத்துல முத்தம் கொடுத்துட்டு போனாள். அவள் ரெஸ்ட் ரூம் போனாள். நானும் அந்த க்ளாஸ் ரூம்க்கு வெளியில போய் அவளுக்காகக் காத்துட்டு இருந்தேன்.

நானும் பதினஞ்சு நிமிஷமா அந்த க்ளாஸ் ரூம்க்கு முன்னாடி நின்னுட்டு இருந்தேன். தியா வரல. லூசு மொபைலயும் எங்கிட்ட கொடுத்துட்டுப்

போயிட்டாள். இங்கருந்து ஒரு ஆறு க்ளாஸ் ரூம் தள்ளிதான் ரெஸ்ட் ரூம் இருக்கு. அதனால நானே அங்கப் போனேன். இது பொண்ணுங்க ரெஸ்ட் ரூம் உள்ள போகக் கூடாதே. ரெஸ்ட் ரூமும் இருட்டா இருக்கு. இதுக்குள்ள இவள் இவ்ளோ நேரமா என்ன பண்றாள்? நா தியா பேர சொல்லி கூப்டலாம்னு வாய திறக்கும் போது ஏதோ படார்னு கீழ விழுந்த மாதிரி சத்தம் கேட்டது. அதனால நா அமைதியா உள்ள போனேன், செவுத்துல கை வெச்சு ஸ்விட்ச் போர்ட் தேடுனேன். அது என் கைலப் பட்டதும் நா ஸ்விட்ச் போட்டேன். என்னால இத நம்ப முடியல தியா.... ஒரு நிமிஷத்துல எனக்கு என்ன நடக்குதுன்னே புரியல....தண்ணி பைப்க்குப் பக்கத்துல நின்னு தியாவ செவுத்துல சாய்ச்சு ரேவந்த் லிப் லாக் பண்ணிட்டு இருந்தான். தியா அவனோட ஷர்ட் காலர இறுக்கமா புடிச்சுட்டு இருந்தாள். லைட் போட்டவுடனே அவிங்க ரெண்டு பேரும் என்னைத் திரும்பிப் பாத்தாங்க. எனக்கு தியாவோட முகத்துல இருக்கப் பயத்தை பாக்கும் போது கண் கலங்குச்சு, கோபமும் வந்தது. ரேவந்த் என்னைப் பாத்து பயந்து போய் நின்னான். நா கோவத்துல அவன் பக்கத்துலப் போய் அவன அடிச்சேன். முகத்துலயே ஒரு குத்து விட்டேன். இவன் எப்டி என் தியாவுக்கு முத்தம் கொடுக்கலாம்?. அவன் என்னைத் திருப்பி அடிக்க முயற்சி கூட பண்ணல. நா கொடுக்குற அடிய அமைதியா வாங்குனான். தியா என்னோடக் கையப் புடிச்சு இழுத்தாள். நா அவளத் திரும்பிப் பாத்தப்போ அவளோடக் கண்ணும் கலங்கி இருந்தது.

"அவன அடிக்காத அஸ்வின்" தியா சொன்னாள்.

நா அவன மறுபடியும் அடிச்சேன், என் கோவம் எல்லாம் அவன் மேல அடியா விழுந்தது. தியா மறுபடியும் என் கையப் புடிச்சு இழுத்தாள். தியா என் கன்னத்துல அடிச்சாள்.

"அவன அடிக்காதன்னு சொல்றேன்ல"

"தியா" அவ்ளோதான் என்னால என் கண்ணுல இருந்து வர கண்ணீரை தடுக்க முடியல. அப்டினா அவன் மேல தப்பு இல்லயா? இவதான் அவன முத்தம் கொடுக்க விட்டாளா? ரேவந்த் வெளியப் போனான். நானும் அவனப் போக விட்டுட்டேன். இவள் மேல தப்பு இருக்கும் போது அவன அடிச்சு என்னப் பண்றது? தியா என் கண்ணப் பாக்க முடியாம முகத்த வேறப் பக்கம் திரும்பி நின்னாள்.

"ஏன்டி? இப்டி பண்ண?..... அவனுக்காக என்னைய அடிக்கிற"

"அஸ்வின்.... லிஸன்"

"எப்டி தியா உன்னால அவன தொட விட முடிஞ்சது...... அப்டினா நமக்குள்ள இருக்க ரிலேஷன்ஷிப்க்கு என்னடி அர்த்தம்?" நா சத்தமா கத்துனேன்.

என்னால அழுகைய நிறுத்த முடியல.

"அஸ்வின் வெளில போய் பேசலாம் வா"

அவள் என் கையப் புடிச்சாள், நா கைய உதறிட்டு வெளியப் போனேன். அவள் என் பின்னாடியே வந்து மறுபடியும் கையப் புடிச்சாள். நா மறுபடியும் கைய உதறிட்டு சொன்னேன்.

"உனக்கு லவ் எல்லாம் வேணா இல்ல..... இதுதான வேணும் உனக்கு. என்மேல உனக்கு லவ் எல்லாம் இல்லதான. லஸ்ட் மட்டும்தான இருக்கு உண்மைய சொல்லுடி" நா அழுதுட்டே சொன்னேன்.

"அப்டி சொல்லாதடா"

அவள் என் பக்கத்துல வந்து நின்னு என் கண்ணீரத் தொடச்சாள். நா அவள் கையத் தட்டி விட்டுட்டு சொன்னேன்.

"பக்கத்துல வராதடி எனக்குப் புடிக்கல"

அவள் இப்போ அழுதாள். எல்லாமே நடிப்பு. எனக்கு வர கோவத்துக்கு அளவே இல்ல.

"நடிக்காதடி..... உனக்கு என்னடி அவ்ளோ அவசரம்? பதினஞ்சு வயசுலயே இப்டி அவசரமா உனக்கு..... அந்த அவசரத்துனாலதான் என்னை லவ் பண்ணியா? ஆனால் நாந்தான் உன்னோட வழிக்கு வரலயே. அதனாலதான் இப்போ உன் பிரண்டயே யூஸ் பண்ற இல்ல?" நா கத்திச சத்தமா சொன்னேன். பாட்டு சத்தத்துல நா கத்துறது யாருக்கு கேக்கப் போகுது?. இவளே காதுல வாங்காத மாதிரிதான் இருக்காள். அவள் என்னை கட்டிப்புடிச்சு அழுதாள்.

"ஐ லவ் யூ அஸ்வின்"

நா அவளத் தள்ளி விட்டுட்டு, என் தலை முடியைப் புடிச்சு சொன்னேன்.

"என் ஹேர்ரு..... மூடிட்டுப் போடி.... ஏதாவது சொல்லிறப் போறேன்"

நா இவள் முன்னாடி அழக் கூடாதுன்னு நெனைக்குறேன். ஆனால் என்னால அழுகையை நிறுத்த முடியல. அவள் என் கையப் புடிச்சுச் சொன்னாள்.

"ஸாரிடா, ப்ளீஸ் அழுகாதடா"

"ப்ரேக் அப் பண்ணிக்கலாம்" நாங்க லவ் பண்ண தொடங்குனதுல இருந்து நா ப்ரேக் அப் பண்ணதே

இல்ல. இதுதான் முதலும் கடைசியும். இவள் எனக்கு வேணா.

"அஸ்வின் எதுக்குடா ப்ரேக் அப்"

"ஹ்ம்ம் நீ இப்போ ஒரு நல்ல காரியம் பண்ணியே தியா அதுக்குத்தான்"

தியா அழுதுட்டே நெறைய தடவ ஸாரி சொன்னாள். எல்லாமே நடிப்பு. இதுக்கு முன்னாடி எல்லாம் அவள் அழுகுறதப் பாக்கும் போது கஷ்டமா இருக்கும். ஆனால் இப்போ எரிச்சலா இருக்கு. அவள் மறுபடியும் மறுபடியும் என்னை கட்டிப்புடிச்சுட்டே இருந்தாள். நா தள்ளி விட்டுட்டே இருந்தேன், என்னால கோவத்தைக் கட்டுப்படுத்த முடியல அதனால நா அவள அறைஞ்சேன். அவள் கன்னத்துல கை வெச்சுட்டே அழுதாள். இப்போ எனக்கு கஷ்டமா இருக்கு. நா அவளோட முகத்தப் புடிச்சு அழுதுட்டே நெத்தில முத்தம் கொடுத்தேன்.

"ஏன்டி இப்டி பண்ண? எப்டி தியா உன்னால முடிஞ்சது..... நா உனக்கு தேவையில்லையா தியா.... என் லவ் உனக்கு வேணாமா.... உனக்கு அவ்ளோ அவசரம்னு சொல்லியிருந்தா நானே உன்னை கிஸ் பண்ணிருப்பனேடி.. ஏன்டி இப்டி"

"ஐ யம் ஸாரிடா" அவள் சொன்னாள்.

இந்த ஸாரின்ற ஒரு வார்த்தை எல்லாத்தையும் மாத்திடுமா என்ன? நா அவள விட்டுத தள்ளி நின்னேன். அவளக் கடைசியா ஒரு தடவ பாத்துக் கோவத்துல சிரிச்சுட்டு திரும்பி நடக்க ஆரம்பிச்சேன்.

"அஸ்வின் நில்லுடா ப்ளீஸ்..... போகாதடா" அவளோட அழுகுரல் என் காதுல விழுந்தது. அவள அதுக்கு அப்றம் திரும்பிப் பாக்கவே இல்ல. நா நிகழ்ச்சி நடக்குற இடத்துக்குப் போனேன். நந்து நல்லா டான்ஸ்

ஆடிட்டு இருந்தான். கொஞ்ச நேரத்துக்கு முன்னாடி நானும் இப்டிதான் இருந்தேன் அதெல்லாம் கொஞ்ச நேரத்துல மாறிடுச்சு. நா நந்துவோட கையப் புடிச்சேன். அவன் என்னை திரும்பிப் பாத்து குழம்புனான்.

"ஏன்டா அழுகுற?"

நா அவனக் கட்டிப்புடிச்சு அழுதேன்,

"என்னாச்சுடா?" நந்து கேட்டான்.

"என்னை ஏமாத்திட்டா மச்சான்"

"என்னடா சொன்ன? டேய்" பாட்டு சத்தத்துல அவனுக்கு நா சொன்னது காதுல விழுகல. நல்லதாப் போச்சு. என் நண்பனுங்க எல்லாரும் என்ன நடக்குதுன்னு புரியாம முழிச்சானுங்க. அப்போ தியாவோட அம்மா அங்க வந்தாங்க.

"அஸ்வினு, தியாவோட அம்மாடா" என் நண்பன் கார்த்தி சொன்னான்.

நா கண்ணத் தொடச்சுட்டு திரும்பி அவிங்களப் பாத்தேன்.

"அஸ்வின் நீ தியாவ பாத்தியா?" அவளோட அம்மா சத்தமா கேட்டாங்க.

ஹ்ம்ம் பாத்தனே அவள..... எப்டி பாக்கக் கூடாதோ அந்த நிலமைல பாத்தேன். இனி பாக்கவே மாட்டேன் அவள.

"அவள் எங்க இருக்கான்னு தெரியுமா?"

யாருக்கு தெரியும் அவள் யாரோட எந்த ரெஸ்ட்ரூம்ல இருக்கான்னு. நா என் பேண்ட் பாக்கெட்ல இருந்து

அவளோட மொபைல எடுத்து அவிங்ககிட்ட கொடுத்துட்டு சொன்னேன்.

"அவ ரெஸ்ட் ரூம்ல இருக்காள்.... நீங்க அந்தப் பக்கம் போய்ப் பாருங்க"

"சரி உனக்கு என்னாச்சு? உன் முகம் பாக்க அழுத மாதிரியே இருக்கு"

"ஒன்னும் இல்லம்மா. தியா அந்தப் பக்கமா இருக்காள்"

நா அந்த ரெஸ்ட் ரூம் இருக்குறப் பக்கம் கை காட்டுனேன். அப்றம் நா அங்கருந்து வந்தேன். நந்து என் பின்னாடியே வந்தான். நா ஸ்கூட்டிய எடுத்துட்டுக் கிளம்புனேன். அவனும் எங்கூட வந்தான். அவன் எவ்ளோ கேட்டும் நா எதுவுமே சொல்லல. ப்ரேக் அப் ஆகிடுச்சுன்னு ஒரு வார்த்தையை மட்டும்தான் சொன்னேன். அதுக்கான காரணத்தை சொல்லல. அதுதான் நா தியாவப் பாத்த கடைசி நாள். நானும் அவளப் பாக்க முயற்சி பண்ணல. அவளும் என்னைத் தேடி வரல. பரிட்சைக்கு சரியாப் படிக்க முடியாம, ஏற்கனவே படிச்சதையும் ரிவிஷன் பண்ண முடியாம என் மார்க் கம்மியானதுதான் என் காதல் எனக்குக் கொடுத்த பரிசு. அம்மா என்னை அங்கயே பக்கமா காலேஜ் சேத்தி விடலாம்னு நெனச்சாங்க. ஆனால் என்னால அங்க இருக்க முடியல. அவளத் தப்பி தவறி கூட நா பாக்க விரும்பல. அதனாலதான் இங்க பெங்களூர் வந்தேன். நந்துவும் எங்கூடவே வந்தான் எனக்காக.

8

நா இதச் சொல்லும் போது அழுதேன், ஐரா என் பக்கத்துல நெருக்கமா உக்காந்தாள். என்னை அன்பாக் கட்டிப்புடிச்சு என் தலை முடியை பாசத்தோட தடவி விட்டாள். இவள் இப்டிப் பண்ணும் போதுதான் எனக்கு இன்னும் அதிகமா அழுகை வந்தது.

"என்னால அவள மறக்க முடியலடி"

"இட்ஸ் ஓகே டோன்ட் க்ரை அஸ்வின்"

நா அவள இன்னும் இறுக்கமாக் கட்டிப்புடிச்சு அழுதேன். கொஞ்ச நேரத்துக்கு அப்றம் என் அழுகை நின்னதும் நா அவள விட்டுத தள்ளி உக்காந்தேன். நா ஏன் இவளக் கட்டிப்புடிச்சு அழுதேன்னு கொஞ்சம் வருத்தமா இருக்கு. அவள் என்ன நெனச்சாளோ? நா கண்ணத் தொடச்சுட்டே அவளப் பாக்கக் கூடாதுன்னு முகத்தத் திருப்பி உக்காந்துருந்தப்போ அவள் கேட்டாள்.

"எனக்கு கொஞ்சம் டவுட இருக்கு. நா கொஸ்டின்ஸ் கேக்கலாமா?"

இப்போ நா அவளப் பாத்து தலைய ஆட்டுனேன். நா என்ன இப்போ பாடமா நடத்துனேன் இவள் சந்தேகம் இருக்குன்னு சொல்றாள்.

"நீ ஏன் உண்மைய நந்துக்கிட்ட சொல்லலடா?"

"அவனுக்கு அவள் மேல ஒரு மரியாதை இருக்கு. அவன் அவள் மேலப் பாசமா இருக்கான். நா அதக் கெடுக்க விரும்பல"

"விக்கிக்கிட்ட ஏன் சொல்லல?"

"அவன் நந்துக்கிட்ட சொல்லிருவான்"

அவள் என்னைப் பாத்து சிச்சாள். எனக்குக் கடுப்பாச்சு.

"இன்னொரு டவுட்"

"என்ன?" நா கொஞ்சம் கோவமாக் கேட்டேன்.

"கொஞ்ச நேரத்துக்கு முன்னாடி நந்து, விக்கி ரெண்டு பேரும் யார் மேல தப்புன்னு கேட்டதுக்கு நீ உன்மேலதான் தப்புன்னு சொன்ன. ஆனால் இதுல உன்னோட தப்பு என்ன இருக்குடா? எதுக்கு அப்டி சொன்ன?"

இருக்கு..... இப்போ இருக்கப் பசங்க பொண்ணுங்க எல்லாரும் எட்டாங் க்ளாஸ்லயே எல்லாத் தப்பான வேலையும் பண்றாங்க..... தியாக்கும் அந்த வயசுல அப்டித் தோணியிருக்கு. நா மட்டும் அவளோடக் கொஞ்சம் ரொமான்டிக்கா பழகி இருந்தா அவள் கண்டிப்பா அந்தத் தப்பப் பண்ணிருக்க மாட்டாள்.

அவள் அப்டி பண்ணதுக்கு முழு காரணமும் நாந்தான். ஆனால் இத நா ஐராக்கிட்ட சொல்ல விரும்பல.

"போதும் இதுக்கு மேல நீ எதும் கேக்க வேணாம். நீ போய்த் தூங்கு. என்னைக் கொஞ்சம் தனியா விடு"

அவள் என் தலை முடியை தடவிட்டே சொன்னாள்.

"ஐ லைக் யூ அஸ்வின்"

நா அவளோடக் கைய மெதுவாத் எடுத்து விட்டேன். வேணா ஐரா, எனக்கு இன்னொரு லவ் ஸ்டோரி வேணாம். அந்த லவ்ல இருந்தே இன்னும் என்னால வெளிய வர முடியல.

"சீக்ரம் போய்த் தூங்கு. அதப்பத்தியே யோசிச்சுட்டு இருக்காத" ஐரா சொன்னாள்.

ஐரா உள்ளப் போனதும் எனக்கு என்மேலயே கோவம் வந்தது. நா எதுக்காக ஐராக்கிட்ட இதெல்லாம் சொன்னேன். அவள் தியாவ பத்தி என்ன நெனைப்பாள்? கண்டிப்பா தப்பா நெனப்பாள். நானே என்னோட பின் தலையில ஓங்கி ஒரு அடி அடிச்சேன்.

######

நா ஐராக்கிட்ட அவசரப்பட்டு உண்மைய சொல்லிட்டனோன்னு நெனச்சு ரொம்பக் கஷ்டப்பட்டேன். அவக்கூட சரியா பேசவும் இல்ல. அவளப் பாக்கும் போதெல்லாம் எனக்கு ஏன்டா அவக்கிட்ட சொன்னோம்னு தோணிட்டே இருக்கு. அவள் ஊருக்குப் போய் மூணு நாள் ஆகுது, அதனால நவ்யாக்கு கம்பெனிக்கு ஆள் இல்ல. அவள் நாள் முழுக்க எங்களோடத்தான் இருக்காள். செமெஸ்டர் எக்ஸாம் வரதுனால நாங்க எல்லாரும் மேல மொட்ட மாடியில உக்காந்துப் படிச்சுட்டு இருக்கோம். உண்மையை சொல்லனும்னா நாங்க படிக்கல சும்மா புத்தகத்தை திறந்து வெச்சுட்டு செவுத்துல சாஞ்சு உக்காந்து மொபைல் நோண்டிட்டு இருக்கோம்.

நானும் நந்துவும் ஒரு பக்கமா உக்காந்துருக்கோம். நவ்யாவும், விக்கியும் எங்களுக்கு எதிர்ல உக்காந்துருக்காங்க. இந்த அப்பார்ட்மெண்ட்ல இருக்க யாருமே இந்த மொட்ட மாடிய எங்க அளவுக்கு உபயோக படுத்தமாட்டாங்க. அதுவும் இந்த நைட் டைம்ல யாருமே வர மாட்டாங்க. இங்க இருக்க லைட் வெளிச்சம் போதும் இங்க உக்காந்து ஜாலியா அரட்டை அடிக்க. நந்து வைஷுக்கிட்ட போன் பேசிட்டு இருக்கான். விக்கி ஹெட் செட் போட்டுட்டு ஏதோ ஒரு பொண்ணோட கடலை போட்டுட்டு இருக்கான். அவன் என்ன பேசுறான்னு அவன் பக்கத்துல உக்காந்துட்டு இருக்க நவ்யாக்குக்கூட காது கேக்கல.

"யார் கூட இப்டி குசுகுசுன்னு பேசிட்டு இருக்க?" நவ்யா கேட்டாள்.

"என் கேர்ள் பிரண்டோட"

"அது தெரியுதுடா, எந்த கேர்ள் பிரண்டோட பேசிட்டு இருக்க? உனக்குதான் ஏகப்பட்டது இருக்கே"

நாங்க சிரிச்சோம்.

"ஏய், போடி" அவன் அவளத் தள்ளி விட்டுட்டு பேசுனான். நவ்யா அமைதியா இல்லாம சிரிச்சுட்டே அவனோட ஹெட் செட்டக் கழட்டி விட்டுட்டாள். அவன் கொஞ்சம் கடுப்பாகி அவளக் குமிய வெச்சு முதுகுல மூணு குத்து விட்டான்.

"எந்திரிச்சு போடி"

அவன் மொபைல காதுல வெச்சுப் பேசுனான்.

"நீங்க யாருன்னு எனக்கு தெரில ஆனால் யாரா இருந்தாலும் இவங்கிட்ட மாட்டிக்காதீங்க. இவன் வெர்ஜின் பையன் இல்ல" நவ்யா கத்துனாள்.

விக்கி உடனே கால் கட் பண்ணிட்டான். அவ்ளோதான் சிக்குனாள் நவ்யா. அவள் எழுந்து ஓட முயற்சி பண்ணாள். ஆனால் அவள் தலை முடிய விரிச்சு போட்ருந்ததால விக்கிக்கு வசமாப் போய்டுச்சு. அவன் அவளோட தலை முடியப் புடிச்சு இழுத்தான். அதனால அவளால நகர முடியல.

"ஹா..... வலிக்குதுடா, விடு.... ஹா, நந்து கருவாயா ஹெல்ப் பண்ணுடா"

"டேய் விடுடா அவள" நந்து போன் பேசிட்டே ஏதோ கடமைக்கு சொன்னான்.

"ஏன்டி எவ்ளோ கொழுப்பு உனக்கு"

விக்கி அவள முதுகுலயே மறுபடியும் நல்லா அடிச்சான். அவிங்க சண்டப் போடுறதப் பாக்க எங்களுக்கு காமெடியா இருந்தது. அதனால நாங்க சிரிச்சுட்டே இருந்தோம். அப்போ அங்க ஒரு ஆன்ட்டி வந்தாங்க. போன் பேசிட்டே வந்தாங்க, அவிங்க நவ்யாவும் விக்கியும் மாத்தி மாத்தி அடிச்சுக்கறத ஒரு மாதிரி பாத்தாங்க. அப்பவும் இதுங்க ரெண்டும் அடங்காம சண்டப் போட்டுட்டே இருந்ததுங்க.

"பெத்தவிங்க கஷ்டப்பட்டுப் படிக்க அனுப்புனா இதுங்க இங்க வந்து பண்ற வேலையப் பாரு" அவிங்க வேணும்னே ஜாடை மாடையா போன்ல சொன்னாங்க.

அந்த ஆன்ட்டி அப்டி சொன்னதுமே எங்களுக்கு கோவம் வந்தது. விக்கி நவ்யாவ அடிக்குறத நிறுத்துனான். அவள் நகர்ந்துப் போக முயற்சி பண்ணாள். விக்கி அவளப் பக்கத்துல இழுத்து உக்கார வெச்சான். அவளோட தோள் மேல கைப் போட்டான்.

"என்னடா?" நவ்யா அவனப் பாத்துட்டே கேட்டாள்.

"புருஷனுங்க இதுங்களை எல்லாம் நம்பி வீட்டுல விட்டுட்டு வேலைக்குப் போனா அர்த்த ராத்திரில இதுங்கப் பண்ற வேலையப் பாரு மச்சி. யார் யார் கூடயோ போன் பேசிட்டு இருக்குங்க.... வீட்டுக்குள்ள இருந்து பேசுனா குழந்தைங்க போட்டுக் கொடுத்துருமோன்னு பயத்துல இப்டி மொட்ட மாடிக்கு வந்து பேசுதுங்க.... இதுல வெக்கமே இல்லாம நம்மள வேற ஜாடை மாடையா பேசுது" விக்கி சொன்னான்.

நாங்க சிரிச்சோம், அந்த ஆண்ட்டி எங்களப் பாத்து மொறச்சுட்டே கீழ இறங்கிப் போய்ட்டாங்க. பசங்க பொண்ணுங்க ஒருத்தர ஒருத்தர் தொட்டு பழக கூடாதா என்ன? நட்புல அந்த மாதிரி எல்லாம் எதுவுமே இல்ல.

"செம மச்சான்" நானும் நந்துவும் ஒரே சமயத்துல சொல்லி ஹை ஃபைவ் போட்டோம்.

இப்போ மறுபடியும் விக்கி நவ்யாவோட கழுத்த அப்டியே நெறுக்குனான். அப்போ அவனோட போன் ரிங் ஆச்சு. நவ்யா அவனோட கையக் குத்திட்டே சொன்னாள்.

"என்னை விடுடா, பாரு உன் ஆளு கால் பண்றாள் அட்டெண்ட் பண்ணிப் பேசு"

"என் ஆளு இல்ல அஸ்வினோட ஆளு"

என்னோட ஆளா?....விக்கி கால் அட்டெண்ட் பண்ணான். அப்போதான் நவ்யாவ விட்டான். அவளும் தப்பிச்சாப் போதும்னு எனக்கும் நந்துவுக்கும் நடுவுல வந்து உக்காந்தாள்.

"சொல்லுடி, " விக்கி சொன்னான்.

"ஹ்ம்.... நா வரவா?.....அவனா இப்போவா? ஏன்டி காலைல வரத் தெரியாதா? இப்போதான் வருவியா?.....ஹ்ம்ம் சரி சரி.... அனுப்பி விட்றேன்"

நவ்யா எங்கிட்ட அவளோடக் கழுத்தைக் காட்டிச் சொன்னாள்.

"காயம் ஆகிடுச்சாப் பாரு"

"ஏய் இதெல்லாம் ரொம்ப ஓவர் நவ்யா" நா சொன்னேன்.

"அதெல்லாம் ஓவர் இல்ல மச்சான் இப்போ உன்னோட ஆளு பண்றாலே அதுதான் ஓவர்"விக்கி சொன்னான்.

"யாரடா சொல்ற? எனக்கு எங்கடா ஆள் இருக்கு"

"ஐரா....ஐரா.....ஐரா" விக்கி, நந்து, நவ்யா மூணு பேருமே கோரஸா பாடுனாங்க. என் பக்கத்துல இருக்கறது நவ்யாதான அதனால நா அவளோட தலையில அடிச்சேன்.

"டேய் நா எத்தனை தடவ சொல்லிட்டேன் எங்களுக்குள்ள எதுவும் இல்லன்னு"

"அப்டியா.... சரி அவதான் இப்போ கால் பண்ணாள். அவள் இன்னும் பிஃப்டின் மினிட்ஸ்ல பஸ் ஸ்டாப்க்கு வந்துருவாளாம். ஸோ நீ பைக் எடுத்துட்டுப் போய் அவளக் கூப்ட்டு வருவியாமா"

"நீ போய் கூட்டிட்டு வா" நா சொன்னேன்.

"நா அப்டிதான் சொன்னேன். அவள் அஸ்வின வரச் சொல்லுன்னு சொல்றாள்" விக்கி பொண்ணு மாதிரி குரலை மாத்திப் பேசி ஐராவக் கிண்டல் பண்ணான்.

"ஓ...." நவ்யா அவள் சோல்டர்ல என்னோட சோல்டரை இடிச்சாள்.

"உன்னை விக்கி அடிக்குறதுல தப்பே இல்லடி" நானும் அவள ரெண்டுக் குத்து குத்துனேன்.

"நமக்குக் கிடைச்ச அடி தாங்கி மச்சான் இவள்" நந்து சொன்னான். நவ்யா என்னோட புக்க எடுத்து நந்துவோட மூஞ்சுலயே எறிஞ்சாள்.

"போடாக் கருவாயா" நவ்யா சொன்னாள்.

நவ்யா எங்களோட இவ்ளோ நெருக்கமா பழகுவான்னு நாங்க யாருமே நெனச்சுக்கூடப் பாக்கல. அவளோடக் குறும்புத்தனம் எங்களுக்கு ரொம்பப் புடிக்கும். நா எழுந்து ஃப்ளாட்க்குப் போய் பைக் சாவி எடுத்தேன் அப்டியே பிரிட்ஜ்ல இருந்து பியர் பாட்டில் ஒன்னு எடுத்துக் குடிச்சேன். அப்றம் பஸ் ஸ்டாபக்குப் போனேன். நெறைய பஸ் வருது, போகுது ஆனால் இவள மட்டும் காணமே. நானும் சென்னை பஸ் வந்து நிக்குற இடத்துல பைக் நிறுத்திட்டு, அது மேல சாஞ்சு மொபைல் நோண்டிட்டு இருந்தேன். இவ்ளோ நேரம் ஆகியும் ஏன் அவள் வரல. நா அவளுக்கு கால் பண்ணேன்.

"எங்கடி இருக்க?"

"வந்துட்டன்டா வந்துட்டேன் இரு"

அவள் என் பின்னாடி இருந்து வந்து என் முன்னாடி நின்னாள். இவ்ளோ நேரம் வேணும்னே என்னை காய வெச்சாளா?

"இவ்ளோ நேரம் எங்கடி இருந்த?"

"காபி ஷாப்ல, வாயேன் ஒரு காபி குடிக்கலாம்"

அவள் என் பக்கத்துல வந்தாள்.

"எனக்கு காபி புடிக்காது" நான் சொன்னேன்.

"அப்றம் என்னடா புடிக்கும் உனக்கு? பியர்தான..... இப்போ குடிச்சுருக்கதான நீ?"

"ஹ்ம்"

அவளுக்குக் கோவம் வந்தது ஆனால் எதுவும் சொல்லாம அவளோட பையை எங்கிட்டு கொடுத்துட்டுச் சொன்னாள்.

"நா ட்ரைவ் பண்றேன்"

நா நகர்ந்து நின்னவுடனே அவள் பைக்ல உக்காந்தாள், நானும் பின்னாடி உக்காந்தேன். அவள் எதுமே பேசாம ட்ரைவ் பண்ணாள். நா அவளக் கோவப்படுத்தணும்ன்னு தான் குடிச்சுட்டு வந்தேன். அது நல்லாவே வேலை செய்யுது. நாங்க லிஃப்ட்லப் போகும் போதும் அவள் பேசாம வந்தாள். நா என் ஃப்ளாட்க்குள்ளப் போகும் போது அவளும் உள்ள வந்தாள்.

"நீ ஏன்டி இங்க வர?"

"நீ எதுக்காக ட்ரிங்க் பண்ண அஸ்வின்"

"தோணுச்சு ட்ரிங்க் பண்ணேன். உனக்கு என்னப் பிரச்சனை"

"ஏன் தியா ஞாபகம் வந்துருச்சா?"

இவக்கிட்ட நா சொல்லிருக்கவேக் கூடாது. இவக்கிட்ட சொல்றதுக்கு பதிலா நா நந்துக்கிட்டயே சொல்லிருக்கலாம். அவனாவது காதுல வாங்கியும்

வாங்காத மாதிரி நடந்துருப்பான். நா வேணும்னே அவள வெறுப்பேத்தறத்துக்காகச் சொன்னேன்.

"நா எப்போ அவள மறந்தேன் இப்போ ஞாபகம் வரதுக்கு"

நா அதச் சொன்னதும் அவள் மூஞ்ச பாக்கணுமே.... அப்டியே வாடிடுச்சு. இவளுக்கு என்மேல ஏதோ இருக்குன்னு இதுலயே தெரியுது.

"அஸ்வின்..... ப்ளீஸ் தேவையில்லாம ட்ரிங்க் பண்ணாதடா, எனக்காக"

அவள் என் கையப் புடிச்சு சொன்னாள். எங்கிட்ட யாராவது "எனக்காக"ன்னு சொன்னாவே எனக்கு தியா ஞாபகம்தான் வரும். இவளுக்காக நா ஏன் குடிக்காம இருக்கணும்.

"ஐ லவ் தியா...." நா சொன்னேன்.

அவள் என்ன சொல்றதுன்னு தெரியாமத் தரையப் பாத்து நின்னாள்.

"அதனாலதான் நா ட்ரிங்க் பண்றேன் ஓகே"

"நீ ட்ரிங்க் பண்றதுக்கு அவளக் காரணம் சொல்லாத அஸ்வின்.... நீ ட்ரிங்க் பண்றது உன்னோடத் தப்பு"

"ஐரா.... உங்கிட்ட எப்டி சொல்லி புரிய வெக்கறதுன்னு தெரில"

"என்ன?"

நா உன்னை லவ் பண்ணலன்னு எப்டி சொல்றது. உனக்கு என்மேல இருக்க அன்பு அதிகமாகறத்துக்கு முன்னாடி நா எப்படியாவது சொல்லிப் புரிய வெக்கணும்.

"நத்திங்" நா சொன்னேன்.

அப்போ கதவு திறந்தது. நந்து உள்ள வந்தான். பின்னாடியே விக்கி நவ்யாவ உப்பு மூட்டை தூக்கிட்டு வந்தான். அவள் நல்லா தூங்கிட்டு இருக்காள். அவளுக்கு எங்க மேல இப்போ முழுசா நம்பிக்கை இருக்குன்னு நெனைக்குறேன் அதனாலதான் எங்கள நம்பி எங்ளோட இப்டி பழகுறாள்.

"என்ன வந்தவுடனே ரொமான்ஸா?" நந்து என்னைப் பாத்துக் கேட்டான்.

நானும் ஐராவும் அவன மொறச்சுப் பாத்தோம்.

"கூல்" அவன் சொன்னான்.

"இவள இங்கயேப் படுக்க வெக்கட்டுமா இல்ல, உங்க ஃப்ளாட்க்கு தூக்கிட்டு வரட்டுமா? எதுவா இருந்தாலும் சீக்ரம் சொல்லுடி" விக்கி கேட்டான்.

"அவளோட ரூம்க்கு தூக்கிட்டுப் போடா நா வரேன்"

"ஓகே"

விக்கி வெளியப் போனான். நந்து நாங்க என்ன பேசுறோம்ன்னு ஒட்டு கேக்குறதுக்காகவே சோபால உக்காந்தான்.

"நா அப்றமா உங்கூட பேசுற?" ஐரா சொல்லிட்டு வெளியப் போனாள்.

"அப்றமா என்னப் பேச போறியோ அத இப்பவே சொன்னா நானும் தெரிஞ்சுப்பேன்ல" நந்து கத்திச் சொன்னான். ஐரா திரும்ப வந்து எட்டிப் பாத்து சொன்னாள்.

"கருவாயா, கொன்றுவேன் உன்னை" பைக் சாவிய அவன் மேல தூக்கி எரிஞ்சுட்டுப் போனாள்.

"இவளுங்க ரெண்டு பேரும் ஏன்டா எத கைல வெச்சுருந்தாலும் என்மேல தூக்கி எறியுறாளுங்க...... என்னாச்சுடா, சண்டையா?"

"யாருக்கு தெரியும்"

அவனுக்கு கால் வந்தது,

"சொல்லு தியா, எப்டி இருக்க?" நந்து எழுந்து வெளியப் போனான்.

தியா என் வாழ்க்கைல இருந்து நீ எப்போதான் போவேன்னு தெரில. முருகா என் வாழ்க்கையில என்னதான் நடக்குது. எதுவுமே புரியல.... பேசாம நா சந்நியாசம் போகட்டுமா? நா ரூம்க்கு போய் பெட்ல படுத்தேன், நந்து உள்ள வந்தான்.

"மச்சான், தியா உங்கிட்ட பேசணுமாம்"

நா பேச மாட்டேன்னு தலைய ஆட்டுனேன்,

"ப்ளீஸ் பேசு மச்சான்"

நா மொபைல கைல வாங்கல. அவன் என் பக்கத்துல உக்காந்து மொபைல என் காதுல வெச்சான்.

"ஹலோ, அஸ்வின்" தியாவோட குரல்ல கூட இப்போ வித்யாசம் இருக்கு. அப்டினா அவள் இப்போ பாக்குறதுக்கும் வித்தியாசமா இருப்பாளா? இல்ல ஸ்கூல்ல இருந்த மாதிரியேதான் இருப்பாளா? நா பதில் பேசல, மொபைலையும் தட்டி விடல.

"ஹேப்பி பர்த்டே அஸ்வின்"

நா செவுத்துல மாட்டி இருந்த கடிகாரத்துல மணி பாத்தேன், சரியா பன்னெண்டு ஆகுது. ஹ்ம்ம் இன்னைக்கு என்னோட பிறந்தநாள். நா தேங்க்ஸ் சொல்லலாமா வேணாமான்னு யோசிச்சேன். அப்போ ஐரா கைல கேக்கோட உள்ள வந்தாள். பின்னாடியே விக்கியும் வந்தான். நவ்யா தூக்கக் கலக்கத்துலயே நடந்து வந்தாள், பாக்கக் காமெடியா இருக்கு.

"ஹேப்பி பர்த்டே அஸ்வின்"

எல்லாரும் சத்தமாக் கத்துனாங்க. நா எழுந்து உக்காந்தேன். நந்து தியாக்கிட்ட ஏதோ சொல்லிட்டு கால் கட் பண்ணான். நவ்யா தூக்கக் கலக்கத்துலயே வந்து கண்ண மூடிட்டே என்னை கட்டிப்புடிச்சு சொன்னாள்.

"ஹேப்பி பர்த்டே சீனியர் அண்ணா"

என்னால சிரிப்ப நிறுத்தவே முடியல, எல்லாருமே சிரிச்சாங்க. நாங்க எத்தனை தடவ அவக்கிட்ட அண்ணாண்ணு கூப்ட சொல்லிருக்கோம். அவள் கூப்ட்டதே இல்ல. எப்பவுமே மரியாதை இல்லாமதான் பேசுவாள். அவள் இன்னும் தூக்கக் கலக்கத்துலயேதான் இருக்காள்.

"கும்பகர்ணன் பேத்திடி நீ..... அப்டியே மெதுவா வா"

விக்கி அவள மெதுவா நகத்திட்டே போய் சோபால தூங்க வெச்சான். இதெல்லாத்தயும் நந்து வீடியோ எடுத்தான். நா கேக் கட் பண்ணேன். எல்லாரும் என் முகத்துல க்ரீமப்பூசி விட்டாங்க. நானும் அவிங்க முகத்துல பூசி விட்டேன். என் பிறந்தநாள் எப்பவும் போல போச்சு. ஒரே ஒரு வித்தியாசம் என்னன்னா இந்த வருஷம் எங்கூட ஐராவும், நவ்யாவும் இருக்காங்க. இந்த ரெண்டு வருஷத்துல நா ரொம்ப மிஸ் பண்ண இன்னொன்னும் எனக்கு கிடச்சுருக்கு, தியாவோட விஷ். எனக்கு கால் வந்தது. ஏதோ ஒரு புது நம்பர்ல

இருந்து. இவுங்க சத்தம் போட்டுட்டே கேக் சாப்ட்டு இருந்தாங்க. அதனால நா லிவ்விங் ரூம்க்கு வந்தேன்.

"ஹலோ, யாரு?"

"ஹேப்பி பர்த்டே அஸ்ஸாப்பா"

ஒரு சின்னப் பையனோட குரல் கேட்டுச்சு.

"யாரு?"

"அஸ்ஸா அப்பா"ன்னு சொல்லி அந்த குட்டிப் பையன் சிரிச்சான்.

"அப்பாவா?" .....டேய் எவன்டா இந்நேரத்துல கால் பண்ணி வெறுப்பேத்துறது.....யாரு இது?

"ஹலோ யார் பேசுறது, உங்க பேர் என்ன?"
நா அந்தப் பையங்கிட்ட பொறுமையா கேட்டேன், கால்கட் ஆகிடுச்சு. நா மறுபடியும் அந்த நம்பருக்கு கால் பண்ணேன் ஆனால் கால் போகல. நா கொஞ்ச நேரத்துக்கு அப்றம் இப்டி ஒரு கால் எனக்கு வந்ததுன்னு விக்கிக்கிட்ட சொன்னதுக்கு அவன் சொன்னான்.

"ஒரு வேளை எனக்கு கால் பண்றதுக்கு பதிலா உனக்கு பண்ணிட்டாங்களோ என்னமோ"

"டேய் என்னோட பேரச் சொல்லத் தெரியாம அஸ்ஸா அஸ்ஸானு சொன்னான் அந்தக் குட்டிப் பையன்"

"என்ன மச்சான் தியா, ஐராவ தவிர உன் வாழ்க்கைல வேற யாராவது இருக்காங்களா என்ன.... இந்த குழந்தை எங்க இருந்து வந்தது?"

"ப்ளீஸ் மச்சான் காமெடின்ற பேருல டென்ஷன் பண்ணாத" நா சொன்னேன்.

9

என் பிறந்த நாளுக்கு இவனுங்க பார்ட்டி கொடுக்கறன்ற பேருல என் க்ளாஸ் பசங்களையும், சி.எஸ். இ டிப்பார்ட்மெண்ட்ல இருந்து ஐரா,நவ்யாவோட க்ளாஸ்மெட்ஸ் கொஞ்ச பேரையும் கூப்ட்டு இங்க அட்டகாசம் பண்ணிட்டு இருக்கானுங்க. எனக்கு பார்ட்டி பண்ற மூடே இல்ல. எல்லாரும் ஜாலியா டான்ஸ் பண்ணிட்டு இருக்கானுங்க. நா மட்டும் தனியா சுத்திட்டு இருக்கேன். ஐராவோட க்ளாஸ்மெட் ஒரு பொண்ணு நா எங்க போனாலும் என்னையவேப் பாத்துட்டு இருக்கு. கொஞ்ச நேரத்துக்கு அப்றம் நா வாஷ்ரூம் போய்ட்டு கை கழுவிட்டு இருந்தேன், நவ்யா உள்ள வந்தாள். அவளும் கை கழுவுனாள்.

"என்னடா பர்த்டே பேபி ரொம்ப டல்லா இருக்க?" என்னோட தோளை அவளோட தோளால இடிச்சுட்டே சொன்னாள்.

"மூட் அவுட்" நா சொன்னேன்.

"ஏன்?" நா அவக்கிட்ட அந்த குட்டிப் பையன் அப்பான்னு கூப்ட்டதப்பத்தி சொன்னேன். அவள் எங்களுக்கு முன்னாடி இருக்க கண்ணாடியில இருக்க என்னோட உருவத்தைப் பாத்து சொன்னாள்.

"விடுடா, ராங் நம்பரா இருக்கும்"

அந்தப் பையன் அஸ்ஸானு சொன்னதுனால அது ராங் நம்பர்ன்னு எனக்கு தோணல.

"ஐரா உன்னை லவ் பண்றாண்ணு உனக்கு தெரியுமா தெரியாதா அஸ்வின்?" நவ்யா திடீர்ன்னு கேட்டாள்.

தெரியும் ஆனால் நா தெரியாதுன்னு தலைய ஆட்டுனேன். அப்போ என்னையவே ரொம்ப நேரமா சைட் அடிச்சுட்டு இருந்தப் பொண்ணு அங்க வந்தாள்.

"எக்ஸ்க்யூஸ் மீ" அவள் சொன்னாள். அவள் அவளோட ஹேண்ட் பேக்ல இருந்து லிப்ஸ்டிக் எடுத்து கண்ணாடியப் பாத்து உதட்டுக்கு லிப்ஸ்டிக் போட்டாள்.

"ஐடியா..... ஹேய் நனகே இகா நின் லிப்ஸ்டிக் பேக்கு. அத ஒந்து செகண்ட் கொடு" . நவ்யா அந்தப் பொண்ணுக்கிட்ட 'அந்த லிப்ஸ்டிக் எனக்கு இப்போ தேவைப்படுது ஒரு செகண்ட் கொடு'ன்னு கன்னடத்துல கேட்டாள். ஏன்னா அந்தப் பொண்ணுக்குத் தமிழ் தெரியாது.

"ஓ ஓகே... டேக் திஸ்" அந்தப் பொண்ணுக் கொடுத்ததும். நவ்யா என் முகத்த புடிச்சு என் உதட்டுல தேச்சு விட்டாள்.

"ம்ம்.... என்ன பண்றடி? விடு"

"இருடா"

அவள் பூசி விட்டதும் அந்தப் பொண்ணுகிட்டத் திருப்பி கொடுத்தாள்.

"தேங்க் யூ" நவ்யா அந்தப் பொண்ணுக்கிட்டச் சொன்னாள்.

அந்தப் பொண்ணும் என்னை மாதிரியே எதுவும் புரியாம முழிச்சது. நவ்யா வெளிலப் போனாள். அந்தப் பொண்ணும் வெளிலப் போனாள். இந்த நவ்யாக்கு என்ன ஆச்சு. நா கண்ணாடில என் உதட்டைப் பாத்தேன், பாக்கவே முடியல அவ்ளோ கேவலமா இருக்கு. நா அதக் கழுவிட்டு இருந்தேன் அப்போ ஐரா உள்ள வந்தாள். ரொம்பக் கோவமா இருக்கான்னு அவள் முகத்த பாக்கும் போதே புரியுது. ஆனால் எதுக்கு இந்த கோவம்?

"எதுக்கு அப்டி மொறச்சுப் பாக்குற?"

"எப்டி லிப்ஸ்டிக் வந்தது அங்க?" ஐரா என் உதட்டைக் கைக்காட்டி கேட்டாள். பைப்பத் திறந்து விட்டாள் தண்ணி வேகமா வந்தது.

"அது வந்து அந்தப் பொண்..." நா சொல்லி முடிக்கறதுக்குள்ள அவள் என்னோட பின் தலையில கை வெச்சு என் முகத்தத் தண்ணிலப் படுற மாதிரி பைப்புக்குக் கீழ வெச்சு அழுத்துனாள், அப்றம் விட்டாள். இப்போ என் தலை முடி முழுக்க நெனஞ்சு ஈரமா இருக்கு.

"பைத்தியமா நீ?" நா கோவமா கேட்டேன். அவள் மறுபடியும் அதே மாதிரி பண்ணாள். நா அவளோடக் கையத் தட்டி விட்டுட்டு கோவமா சொன்னேன்.

"ஐரா ஓவரா போற நீ"

என் தலையில இருக்க தண்ணி எல்லாம் வலிஞ்சுட்டே இப்போ என்னோட ஷர்ட்க்கு வந்து ஈரமாக ஆரம்பிக்குது.

"அவள நீ கிஸ் பண்ணியா?"

"எவள?"

"என் க்ளாஸ்மெட் பவி,"

"அவள் பேரு பவியா?"

"பேச்ச மாத்தாத சொல்லு"

"இல்லடி, யாரு சொன்னாள்"

"நவ்யாதா சொன்னாள்"

அவள் மட்டும் என் கைல மாட்டுனா செத்தா இன்னைக்கு.

"அவள் சும்மா சொல்லிருக்காடி"

"நிஜமா?" அவள் முகத்தப் பாவமா வெச்சுட்டுச் சொன்னாள்.

"ஹ்ம்ம்"

"அப்டிலா நீ எதுவும் பண்ணாத அஸ்வின்"

"நா பண்ணா உனக்கென்ன ஐரா?"

"அஸ்வின்..... நா..... "

"என்ன? சொல்லு"

“ஐ லவ் யூ"

நவ்யா, இதெல்லாமே உன்னாலதான்டி எங்கிட்ட செத்தடி நீ. நா ஐராவப் பாத்தேன் அவளும் நா திரும்ப அந்த வார்த்தைய அவக்கிட்ட சொல்லணும்னு எதிர்ப்பாத்து நின்னாள். நா அவள் எதிர்ப்பாக்காத ஒன்ன சொன்னேன்.

"நீ எனக்கு தங்கச்சி மாதிரி ஐரா"

அவள் கோவத்துல என்னை அடிக்க வந்தாள். நா அவளோட கையப் புடிச்சேன். அப்றம் அவள் அழுதுட்டே வெளியப் போயிட்டாள். நா ஐராவ சைட் அடிச்சது என்னமோ உண்மைதான். ஆனால் அதெல்லாம் நாங்க பிரண்ட்ஸ் ஆகறதுக்கு முன்னாடி. எனக்கு அவள் ஒரு தோழி மட்டும்தான். அவள் மேல எனக்கு லவ் எல்லாம் இல்ல.

10

ஒரு வருடத்திற்கு பிறகு வைஷ்ணவி திருமணம்

மாப்ளப் பாத்து ஒரு வருஷம் ஆகுது. ஆனால் நாளைக்குத்தான் வைஷு அக்காக்கு கல்யாணம். விடிஞ்சா கல்யாணம், அதனால நாங்க ரொம்பப் பிஸியா இருக்கோம். நானும் நந்துவும் நடந்தே ஓஞ்சுட்டோம். எங்களுக்கு அவ்ளோ வேலை வெய்க்குறாங்க. மண்டபம் முழுக்க சீரியல் செட் போட்டு செம பிரகாசமா இருக்கு. மண்டபமே கலை கட்டுது, நெறையக் கூட்டம், மத்தளச் சத்தம், பாட்டுச் சத்தம், நெறைய குட்டிஸ் ஓடி ஆடி விளையாண்டுட்டு இருக்காங்க. பெரியவிங்க எல்லாரும் அங்க அங்க கும்பலா உக்காந்து இங்க இருக்க பொண்ணுங்கள்ல எந்த பொண்ணு அழகா இருக்குன்னு மார்க் போட்டுட்டு இருக்காங்க. அவிங்களோட சேந்து உக்காராம விக்கி தனியா உக்காந்து பொண்ணுங்களுக்கு மார்க் போட்டுட்டு இருக்கான்.

நவ்யாவும், ஐராவும் என் கண்ணுலயே படல. எங்கப் போனாங்கன்னுத் தெரில.

"டேய், அவிங்க எங்க?" நா விக்கிக்கிட்டக் கேட்டேன்.

"தெரில மச்சான்"

"சரி நீ இங்க தனியா உக்காந்து என்னப் பண்ற எங்கூட வா"

அவனும் எங்கூட எழுந்து வந்தான். நா மேல முதல் ஃப்ளோர்ல இருக்க மணமகள் அறைக்குப் போனேன். கதவத் தட்டுனேன், ஒரு பொண்ணு வந்து கதவத் திறந்தது.

"வைஷு அக்கா ரெடி ஆகிட்டாங்களா? ரெடி ஆனால் கீழ கூப்ட்டு வரச் சொல்றாங்க"

அந்தப் பொண்ணு பதில் சொல்லல.

"உள்ள வாடா" வைஷு அக்கா சொன்னாள்.

நா உள்ளப் போனேன், விக்கியும் பின்னாடியே வந்தான். அக்கா மேக்கப் போட்டு அழகா ரெடி ஆகிருந்தாள். அவிங்கப் பக்கத்துல ஆறு பொண்ணுங்க இருந்தாங்க.

"நா பாக்க எப்டிடா இருக்கேன்? நல்லாருக்கனா?"

"ஹ்ம்ம் மேக்கப்தான் கொஞ்சம் ஓவர்"

அவள் உடனே கண்ணாடியைப் பாத்தாள்.

"சும்மா சொன்ன நல்லாருக்க.... அக்கா இவன் எங்களோட பிரண்ட் விக்கி"

வைஷு விக்கியப் பாத்துச் சிரிச்சாள். அவனும் சிரிச்சுட்டே கைக்குலுக்கி 'வாழ்த்துக்கள் அக்கா'ன்னு சொன்னான்.

"சரி ரெடி ஆகிட்டள்ள எழுந்துக் கீழ வா, லேட் ஆகுதுன்னு கத்திட்டே இருக்காங்க"

அக்கா எழுந்து நின்னாள்.

"பயமா இருக்குடா தம்பி" அக்கா சொன்னாள்.

"பயப்படாதிங்க அக்கா, மாப்ள பக்கத்துலதான் இருக்கப் போறாரு போங்க" விக்கி சொன்னான். அக்காவ கீழக் கூப்ட்டு போனாங்க. நாங்களும் பின்னாடியே போனோம். விக்கிக்கு நந்து கால் பண்ணான். உடனே அவன் என்னைக் கழட்டி விட்டுட்டு மண்டபத்துக்கு வெளியப் போனான். நா போய் என் அப்பா, அம்மா பக்கத்துல உக்காந்தேன். அப்பா எங்கிட்ட அத செஞ்சுட்டியா? இத செஞ்சுட்டியான்னு கேள்வி கேட்டுட்டே இருந்தாரு.

"ப்பா அத்தை சொன்னது எல்லாத்தையும் செஞ்சுட்டன்பா போதுமா"

விக்கி முகத்துல ஒரு பிரகாசத்தோட நல்லா ஈன்னு சிரிச்சுட்டே வந்து என் பக்கத்துல உக்காந்தான்.

"எதுக்குடா இப்டி இழிக்குற"

அவன் என் காதுல சொன்னான்.

"உன் ஆளு செம மச்சான்"

"யாருடா?"

"தியா" நா அவனப் பாத்து முழிச்சேன், தியா வந்துருக்காளா? அவள் இருக்கப் பக்கமே போகக் கூடாது.

"அவள எங்கப் பாத்தடா?" நா கேட்டேன்.

"மண்டபத்துக்கு வெளில டான்ஸ் ஆடிட்டு இருக்காள் நந்துவோட" அவன் கிண்டலா சிரிச்சுட்டே சொன்னான். உடனே நா எழுந்து வெளியப் போனேன் விக்கியும் கூட வந்தான். எல்லாரும் கூட்டமா நின்னுட்டு இருந்தாங்க. நா அவிங்கள எல்லாம் கடந்து போனேன், மத்தளச் சத்தத்துக்கு ஏத்த மாதிரி நாலுப் பசங்களும், மூணுப் பொண்ணுங்களும், தியாவும் ஆட்டிட்டு இருந்தாங்க. அவளோட அம்மா அவள என்னப் பண்றதுன்னு தெரியாம கோவத்துல நின்னு வேடிக்கை பாத்துட்டு இருந்தாங்க. தியா.... கொஞ்சம் வளந்துருக்காள். ஃபிரீ ஹேர் விட்ருந்தாள், ஸ்கை ப்ளூ நிறத்துல ஷர்ட், த்ரீ போர்த் ஜீன்ஸ் போட்ருந்தாள். அது அவளோட கால் முட்டிக்குக் கீழக் கொஞ்சம் இறக்கமா இருக்கு அவ்ளோதான். ஷர்ட் கை அவளோடக் கை முட்டி வரைக்கும் மடிச்சு இருக்கு. ஒரு கால்ல கருப்பு கயிறு கட்டிருக்காள். வெள்ளை நிறத்துல ஷ்னீக்கர் போட்டுருக்காள். ஒரு கைல கயிறும், இன்னொரு கைல வாட்ச்சும் கட்டியிருக்காள். மொத்தத்துல ஒரு கல்யாணத்துக்கு எப்டி வரணுமோ அப்டி வரல, ரொம்ப மாடர்னா வந்துருக்காள். முதல்ல இருந்தத விட ரொம்ப அழகா இருக்காள். நா கடைசியா அவளப் பாக்கும் போது அவள் ரொம்பச் சின்னப் பொண்ணா இருந்தாள். இப்போ பெரியப் பொண்ணு மாதிரி இருக்காள். சொல்லவே தேவையில்லை அநியாயத்துக்கு அழகா இருக்காள். தியாவோட அம்மா என் பக்கத்துல வந்துப் பேசுனாங்க.

"அஸ்வின் எப்டி இருக்க?"

"நல்லா இருக்கம்மா. நீங்க எப்டி இருக்கீங்க?"

"நல்லாருக்கேன் தம்பி. இன்னும் எவ்ளோ நாள் இருக்கு நீ படிச்சு முடிக்க?"

"ஆறு மாசம்"

அவிங்க எங்கிட்ட ஏதேதோ பேசுனாங்க அது எதுவுமே என் காதுல விழுகல. நா வெச்சக் கண்ண எடுக்காம தியாவப் பாத்துட்டு இருந்தேன்.

"அவளப் பாத்தியா அஸ்வின்..... சொல்றப் பேச்சு எதையுமே கேக்குறது இல்ல. எப்டி ஆடுறான்னு பாரு.... இவளோட அப்பா வந்தாருன்னா ஒதை வாங்கப் போறாள்"

இல்லனா மட்டும் அவரு இவள அடிக்கவே மாட்டாரு பாரு.... ஐராவும், நவ்யாவும் அங்க வந்தாங்க. ரெண்டு பேருமே புடவைக் கட்டிருக்காங்க.

"யாருடா அந்தப் பொண்ணு," நவ்யா கேட்டாள். நாங்க எதுவுமே சொல்லல.

"நல்லா ஆடுறாள் இல்ல" நவ்யாவும் போய் அவளோட ஆடுனாள். மண்டபத்துக்கு உள்ள இருக்க பாதிப் பேரு வெளிய வந்து வேடிக்கைப் பாத்தாங்க. தியா என்னைப் பாத்துட்டாள். அச்சச்சோ..... இங்கருந்து ஓடுடா அஸ்வின். அவள் வெகுளியா சிரிச்சுட்டே என்னைப் பாத்து கைக் காட்டுனாள். அவளோடக் கன்னத்துல அழகாக் குழி விழுந்தது. நா அதுல மயங்கி விழுந்து அப்டியே மெய்மறந்து அவளப் பாத்தேன். அவள் நா இருக்கப் பக்கம் நடந்து வந்தாள். நா அப்டியே பின்னாடி அடி எடுத்து வெச்சேன்.

"எங்கடா போற?" விக்கி கேட்டான்.

நா திரும்பி வேகமா நடக்க ஆரம்பிச்சேன். ஓடு ஓடு நிக்காத, ஓடிட்டே இரு.... என்னோட வேகமான நடை ஓட்டமாச்சு.

"எங்கடா ஓடுற?" அப்பா என்னை நிறுத்தி கேட்டாரு.

"அது... அத்தை மேலருந்து தட்டு எடுத்துட்டு வரச் சொன்னாங்க.... அதுக்குதான்"

நா மறுபடியும் ஓடுனேன், இப்டி ஓடி ரொம்ப நாள் ஆகுது. இந்த ஓட்டத்தை மட்டும் ஒலிம்பிக் மைதானத்துல ஓடி இருந்தால் கண்டிப்பா எனக்கு ஒரு பதக்கம் கிடைச்சிருக்கும். படிக்கட்டுல வேகமா ஏறி, மணமகள் ரூம்க்கு ஓடுனேன். அங்கதான் இப்போ யாரும் இருக்க மாட்டாங்க. நா உள்ள ஓடிப் போனேன் எனக்கு பயங்கரமா மூச்சு வாங்குச்சு. தியா உள்ள வந்தாள், அவளுக்கும் மூச்சு வாங்குது. இவள் என் பின்னாடியே ஓடி வந்துருக்கான்னு நெனைக்குறேன்.

"ஹாய் பேபி" மூச்சு வாங்கிட்டே சொன்னாள். அழகா சிரிச்சாள். அவளோடக் கன்னக்குழி செமயா இருக்கு.

நா இப்போ எங்க ஓடுறதுன்னு தெரியலயே. நா அப்டியே நின்னேன். அவள் என் பக்கத்துல வந்தாள். நா பின்னாடியே போனேன்,

"எதுக்கு என்னைப் பாத்து ஓடுறடா. நீ ஓடுனா நா விட்டுருவனா?"
அவள் என்னக் கேட்டாலும் சரி பேசவேக் கூடாது. அவள் என் கையப் புடிச்சாள். நா கைய மெதுவா உதறிட்டு கதவுக்கிட்ட போனேன். அவள் எனக்கு முன்னாடி வந்து நின்னு கதவச் சாத்துனாள். முருகா என்ன ஆனாலும் சரி நா இவக்கூட பேசக் கூடாது. அப்டி பேசாம இருந்தாள் நா மொட்டை அடிச்சுக்கிறேன், இல்ல இல்ல மொட்டை வேணாம் வேற எதாவது பண்றேன். ஸாரி முருகா.

"நீ பாக்கவே வித்தியாசமா இருக்க பேபி இப்போ.... பட் உன்னோட டிக் டாக் வீடியோஸ்ல இருக்க மாதிரி அப்டியே இருக்க..... ஹேண்ட்ஸமா"

அவள் என்னை மேல இருந்து கீழ வரைக்கும் ஒரு பார்வை பாத்தாள். என் பக்கத்துல நெருக்கமா வந்தாள். நா பின்னாடியேப் போய் கதவுப் பக்கத்துல இருக்க செவுத்துல இடிச்சு நின்னேன். அவள் என் மேல மோதுனாள். எனக்கு இதயத் துடிப்பே நின்னுருச்சு. அவளோட முட்டக்கண்ணால என்னைப் பாத்து கண்ணடிச்சாள். இந்த முட்டக்கண்ணு மட்டும் இன்னும் மாறவே இல்ல. குள்ளச்சி, என்ன நெனச்சுட்டு இருக்கான்னு தெரியலயே.

"என் நம்பர நிஜமாவே நீ மறந்துட்டியா பேபி? இல்ல சும்மா வேணும்னே யாருன்னு கேட்டயா?"

நா அவளப் பாக்காம முகத்தத் திருப்பனேன். அவளப் பாக்கவே முடியல அவ்ளோ அழகா இருக்காள். என் முகத்தப் புடிச்சு திருப்பி அவள் கேட்டாள்.

"என்னை மறந்துட்டியா பேபி?"

நா அவள் கண்ணப் பாத்து ஆமான்னு தலைய ஆட்டுனேன்.

"எங்கூட பேச மாட்டியா?"

"ஹ்ம்ம்" நா சொன்னேன்.

ஐயோ அவசரப்பட்டு “ஹ்ம்ம்" சொல்லிட்டியேடா. அவள் சிரிச்சாள் அப்றம் என் தோள் மேல அவளோட ரெண்டு கையையும் வெச்சு எட்டி எட்டி நின்னாள். முருகா முருகா முருகா முருகா முருகா. குள்ளச்சி என்னோட கன்னத்துல அவளோட கன்னத்த மெதுவா ஒரசுனாள். நா கண்ண மூடுனேன். மறுபடியும் என்னோட இன்னொரு கன்னத்துலயும் அதே மாதிரி ஒரசுனாள். அப்றம் என்னோடக் கன்னத்துல ஒரு முத்தம் கொடுத்தாள். எனக்கு அழுகை வ்ர மாதிரி இருக்கு. நா கண் கலங்க கண் திறந்து அவளோட

முகத்தைப் பாத்தேன். அவள் இப்போ நேரா நின்னு என்னோடக் கழுத்துக்கிட்ட அவளோட முகத்த அழுத்தமா வெச்சு, என்னை அணைச்ச மாதிரி நின்னாள். இவள் என்ன அழ வெக்காமப் போக மாட்டாள் போல. நா ஏன் எதுவும் சொல்லாம அமைதியா இருக்கேன். அவளத் தள்ளி விடவும் தோணல, தள்ளிப் போகவும் தோணல. ஒரு ரெண்டு நிமிஷம் எதுவும் பேசாம அப்டியே இருந்தாள். அந்த ரெண்டு நிமிஷம் சீக்கிரமாப் போகல. எதுக்காக இவள் இப்டி அமைதியா என்னைக் கட்டி அணைச்சு நிக்குறான்னு தெரியல. எனக்கு இவக்கூட இப்டியே நிக்கணும் போல இருக்கு. என்னோட ஓரக்கழுத்துக்கிட்ட அழுத்தமா மோதிட்டு இருக்க அவளோட முகம் விலகக் கூடாது.

"அஸ்வின், மிஸ்டு யூ"

என் கண்ணுல இருந்து வந்த கண்ணீர் அவளோட உதட்டுல விழுந்தது. அவள் என் முகத்தைப் பாத்தாள்.

"நீயும் என்னை மிஸ் பண்றல்ல அஸ்வின்" அவளோடக் கண்ணும் கலங்குச்சு.

நா இல்லன்னு தலைய ஆட்டுனேன். ஆனால் நா அவள ரொம்பவே மிஸ் பண்றேன். எனக்கும் அவளக் கட்டிப்புடிக்கணும் போல இருக்கு ஆனால் ஏதோ தடுக்குது. அவள் என்னை விட்டு விலகி நின்னாள். என்னோட ஷர்ட்டத் தூக்கிப் பாத்துட்டுச் சொன்னாள்.

"சிக்ஸ் பேக்"

நா எதுக்காக ஜிம்க்குப் போய் இப்டி சிக்ஸ் பேக் வெச்சேன் அதுவும் இவளுக்குப் புடிக்கும்ன்னு. அவள் என் வயித்துல விளையாட்டுக்கு ரெண்டுக் குத்துக் குத்துனாள்.

"ஏய்" நா சொன்னேன்.

"நல்லாருக்கு பேபி..... நா சொன்னதுனாலதான நீ சிக்ஸ் பேக் வெச்சுருக்க" அவள் சொல்லிட்டே மறுபடியும் குத்துனாள். இந்த தடவ விளையாட்டுக்கு இல்ல, நிஜமாவே குத்துனாள். எனக்கு வலிச்சது. அவளுக்கு என்னக் கொல வெறியோ தெரியல. நா என் ஷர்ட்ட இறக்கி விட்டுட்டு அவளப் பாத்தேன், அவளும் பாத்தாள். மறுபடியும் என் வயித்துல குத்துனாள்..... கோவத்தோட. நா அவள் கையப்புடிச்சு தடுத்தேன். அவள் கைய உருவிட்டு மறுபடியும் குத்துனாள். அப்றம் அவள் கதவத் திறந்து வெளியப் போனாள். நா அப்டியே மரம் மாதிரி நின்னேன். முருகா, என் தியா எனக்குத் திரும்ப வேணும்..... எப்டியாவது சேத்தி வெச்சுடு. நா கொஞ்ச நேரம் அங்கயே தலைல கை வெச்சு உக்காந்தேன். நா ஏன் ஒரே மாதிரி இல்லாம மாத்தி மாத்தி யோசிச்சுட்டு இருக்கேன். கொஞ்ச நேரத்துக்கு அப்றம் நா எழுந்து கீழப் போனேன். வைஷு அக்காவையும், மாப்ளயையும் உக்கார வெச்சு ஏதோ சம்பிரதாயம் பண்ணிட்டு இருந்தாங்க. நவ்யாவும் அப்பாவும் உக்காந்து பேசிட்டு இருந்தாங்க. நா அவிங்க பக்கத்துலப் போய் உக்காந்தேன். யாரோ என் பக்கத்துல வந்து உக்காந்தாங்க. நா திரும்பி பாத்தேன், அது தியா. என்னைப் பாத்துச் சிரிச்சாள், அவள் கன்னக்குழிய தொடனும் போல இருக்கு. அப்பாவும் தியாவும் பேசுனாங்க. நா நடுவுல மாட்டிக்கிட்டு என்ன பண்றதுன்னு தெரியாம முழிக்குறேன். அப்பா எழுந்துப் போனாரு, தியா என் கையோட அவள் கை கோர்த்தாள். நானும் அதத் தடுக்கல.

"சாப்டியா அஸ்வின்?"

நா அவளோடக் கண்ணப் பாத்து இல்லன்னு தலைய ஆட்டுனேன். வேணாம்டா அவள் எது கேட்டாலும் பதில் சொல்லாத.

"நீங்கதான் தியாவா?" நவ்யா கேட்டாள்.

"ஹ்ம்ம்," தியா தலைய ஆட்டுனாள். நவ்யா எழுந்து போனாள். ஐராக்கிட்ட சொல்றதுக்குதான் போறான்னு நெனைக்குறேன். என் அத்தை எங்களக் கடந்துப் போனாங்க. அவிங்க நாங்க கை கோர்த்து இருக்குறதப் பாத்துட்டேப் போனாங்க. நா உடனே கைய விட்டுட்டேன். நவ்யா விக்கியயும், ஐராவையும், நந்துவையும் கூப்ட்டு அங்க வந்தாள். நாற்காலி எடுத்து வட்டமா போட்டு உக்காந்தாங்க. இந்த நவ்யாக்கு கொஞ்சம் கூட அறிவு இல்ல. ஐரா தியாவுக்கு எதிர்ல உக்காந்தாள். நந்துவத் தவிர மத்தவிங்க எல்லாரும் தியாவோட கை குலுக்கிப் பேர் சொன்னாங்க. ஐரா கை குலுக்கும் போது சொன்னாள்,

"ஹாய் ஐ யம் ஐரா, அஸ்வினோட கேர்ள் பிரண்ட்"

இவள எதுல அடிக்குறது. தியா என்னைப் பாத்து வெகுளியா சிரிச்சுட்டேக் கேட்டாள்.

"அப்டியா அஸ்வின்? இந்த அக்காவதான் நீ சைட் அடிச்சுட்டு இருக்கியா?"

விக்கியும், நந்துவும் சிரிச்சாங்க. எனக்கும் சிரிப்பு வந்தது நா உதட்டைக் கடிச்சு சிரிக்காம இருந்தேன். நந்துவ மாமா கூப்டாரு அதனால அவன் எழுந்து போய்ட்டான்.

"அக்காவா? ஹலோ உனக்கும் எனக்கும் ஒரே ஏஜ்தான் ஓகே" ஐரா எரிச்சலோடு சொன்னாள்.

"ஓகே" தியா அப்றம் எதுவும் சொல்லல.

"நீங்க நல்லா டான்ஸ் ஆடுறிங்க" விக்கி சொன்னான்.

"தேங்க்ஸ் அண்ணா....நா உங்களோட டிக் டாக் வீடியோஸ் பாத்துருக்கேன் நீங்க செமயா பண்றிங்க"

"ஓ.... தேங்க்ஸ்டா" விக்கி சொன்னான்.

தியா என் காதுல வந்து மெதுவா சொன்னாள்.

"இந்தப் பொண்ணு உன்னை விட ஹைட்டா இருக்காள். இவள சைட் அடிக்காத பேபி"

ஐரா தியாவ மொறச்சுப் பாத்தாள். எனக்கு ஐராவப் பாத்தா இன்னும் கோவம் வருது. இவள் எதுக்கு இப்போ தியாவ மொறச்சுப் பாக்குறாள்.

"என்ன சொன்ன நீ அவனோடக் காதுல" ஐரா கேட்டாள்.

"ஸாரி பிரைவேட் மேட்டர்" தியா சொன்னாள்.

"அஸ்வின் தியா..... பேர் பொருத்தம் நல்லாருக்குல்ல" விக்கி சொன்னான் விளையாட்டுக்கு.

"அஸ்வின் ஐரா கூட தான் நல்லாருக்கு" நவ்யா சொன்னாள்.

"ஹ்ம்ம் நல்லாருக்கே, அஸ்வினய்ரா" தியா சிரிச்சுட்டேச் சொன்னாள். எதுக்கு இப்டி பேரச் சேத்தி சொல்லுறாள் எனக்குப் புடிக்கல. தியா எழுந்து நின்னாள்.

"ஓகே.... ஐ ஹேவ் டு கோ நவ். ஸீ யூ லேட்டர் காய்ஸ்" தியா சிரிச்சுட்டே எழுந்து நின்னாள். "பாய்" எல்லாரும் சொன்னாங்க.

"பாய் பேபி" தியா என்னைப் பாத்து மட்டும் மொறச்சுச் சொன்னாள். அப்றம் போயிட்டாள். என்மேல கோவமா இருக்காளா அதனாலதான் கிளம்பிட்டாளா?

"எதுக்கு நீ ஐராவ இங்க கூப்ட்டு வந்த நவ்யா?" நா கோவமா கேட்டேன்.

"தியாவ பாக்கணும்னு சொன்னாள் அதனாலதான். அதுக்கு ஏன் கோவப்படுற நீ?" நவ்யா சொன்னாள். தியாக்கிட்ட போய் பேசலாமா? வேணாமா? பேசலாமா? வேணாமா? பேசலாமா? வேணாமா?. நா திடீர்ன்னு எழுந்து ஓடுனேன் கூட்டத்துல தியா எங்க போனான்னு தெரியல. நா தேடுனேன், அவள் என் கண்ணுல பட்டாள். அவள் மண்டபத்துக்கு வெளிய மெதுவா நடந்துப் போய்ட்டு இருந்தாள். நா போய் அவளோடக் கையப் புடிச்சேன், அவள் என்னைத் திரும்பிப் பாத்து சிரிச்சாள். இவள் கோவமா இருப்பான்னு நெனச்சு வந்தேன் ஆனால் இவளப் பாத்தா அப்டி தெரியலயே.

"அவள் என் கேர்ள் பிரண்ட் இல்ல. அவள் சும்மா சொன்னாள். நா அவள லவ் பண்ணல, சைட்டும் அடிக்கல. அவிங்க சும்மா விளையாட்டுக்கு ஓட்டுறாங்க" நா பட படன்னு சொன்னேன்.

"தெரியும் பேபி". அந்த வழியா போறவிங்க எங்கள ஒரு மாதிரி பாத்துட்டேப் போனாங்க. தியா என்னைப் பாத்துச் சிரிச்சுட்டே இருக்காள். எதுக்கு இப்டி சிரிக்குறாள்? ஐயோ அவளோட கன்னக்குழி அழகா இருக்கே..... சிரிக்காதடி. அப்போ 'கம்பத்துப் பொண்ணு' பாட்டு ஒடுச்சு.

'ஆலமரத்து இலைடா, அவள் கன்னக்குழியில விழுடா' இந்த வரி என் காதுல விழுந்தது. நா தன்னப்பாலச் சிரிச்சேன்.

"ஏன் சிரிக்குறடா?"

நா அவள் கைய விட்டேன். அப்றம் திரும்பி நடந்து வந்தேன்.

"பாய்..... அஸ்வினய்ரா" அவள் சத்தமா சொன்னாள். நா லைட்டா திரும்பிப் பாத்துச் சிரிச்சுட்டே வந்தேன். இப்போ அவள் அப்டி கூப்புட்றது எனக்குப் புடிச்சுருக்கு.

"அஸ்வினய்ரா" மறுபடியும் கத்துனாள். எனக்கு ரொம்பப் புடிச்சுருக்கு. அவள் கிண்டலுக்குதான் இப்டி கூப்டுறாள். ஆனால் அத ரொம்ப அழகா சொல்லுறாள். நா சிரிச்சுட்டே வந்தேன். நா போய் விக்கி பக்கத்துல உக்காந்ததும் அவன் சொன்னான்.

"நீ முருகா முருகான்னு சொல்லும் போதே நெனச்சன்டா இப்டி எதாவது பண்ணுவன்னு"

"என்ன?"

"ரெண்டு ஃபிகர் கரெக்ட் பண்ணிருக்கியே"

"விக்கி எங்கிட்ட நல்லா வாங்க போற நீ" ஐரா சொன்னாள்.

"த்ரிஷா இல்லனா நயன்தாரா மாதிரி உனக்கு தியா இல்லனா ஐரா மச்சான்"

அவனுக்கு நா சிரிச்சுட்டே பதில் சொன்னேன் "தியா மட்டும்தான்"

சம்பிரதாயம் சடங்குன்னு ஏதேதோ பண்ணாங்க. எல்லாம் முடிஞ்சதும் மண்டபம் கொஞ்சம் அமைதி ஆச்சு. தியாவோட அம்மா மண்டபத்துலதான் இருக்காங்க.ஆனால் தியா மட்டும் என் கண்ணுலப் படவே இல்ல. விக்கி சரக்கு அடிக்கலாம்ன்னு தொல்லை பண்ணிட்டே இருந்தான். இங்க எங்கக் குடிக்கறது? மாட்டுனா மர்கையாதான். மாமா வீடு காலியா இருக்கு. நா அவன அங்க கூப்ட்டுப் போனேன். நந்துக்கிட்ட சொன்னதுக்கு அவன் கோவப்பட்டான். அதனால அவன கழட்டி விட்டுட்டு நாங்க மட்டும்

வந்தோம். மொட்டை மாடியில செவுத்துல சாஞ்சு, நல்லா காத்தோட்டமா உக்காந்து விக்கி சரக்கு அடிச்சான். நா ஒரு பெக் மட்டும் அடிச்சுட்டு அமைதியா உக்காந்துட்டேன். நா மொபைல் நோண்டிட்டு இருந்தேன். இருட்டுல மொபைல் வெளிச்சத்தால விக்கி முகத்த என்னாலப் பாக்க முடிஞ்சது. தியாவோட நம்பர பேபினு சேவ் பண்ணேன். விக்கி என் தோள் மேல கைப் போட்டுச் சொன்னான்.

"டேய் மச்சான், நீ தியாவ ரொம்ப லவ் பண்றதான?"

"தெரியலயே"

அப்போ அங்க யாரோ வந்தாங்க. இருட்டுல யாருன்னு தெரியல. நா மொபைல் டார்ச் ஆன் பண்ணேன். தியா நின்னுட்டு இருந்தாள். அவளப் பாத்ததும் நா தன்னப்பால எழுந்து நின்னேன். விக்கி அவனுக்கு பக்கத்துல இருந்த லைட் ஸ்விட்ச் ஆன் பண்ணி விட்டான். குண்டு பல்பு வெளிச்சத்துல தியா கீழ இருந்த சரக்குப் பாட்டிலைப் பாத்தாள்.

"இந்த டைம்ல நீ இங்க என்ன பண்ற?" நா அவக்கிட்ட கேட்டேன்.

அவள் என் வயித்துல குத்துனாள். நல்லா வலிக்கிற மாதிரி குத்துனாள். இவள் எங்க இருந்து வந்தானும் தெரியல, எதுக்கு குத்துறானும் தெரியல. மறுபடியும் குத்துனாள்.

"தண்ணி அடிக்கிறயா?" தியா கேட்டாள்.

"இல்ல,"

"அவன் பொய் சொல்றான் சிஸ்டர், அவனும்தான் தண்ணி அடிச்சான்" விக்கி போட்டுக் கொடுத்தான். தியா மறுபடியும் குத்துனாள். என்ன இந்தக் குத்துக்

குத்துறாள். என் ஷர்ட் காலரப் புடிச்சு இழுத்துட்டு போனாள். என்னை நடு படிக்கட்டுல உக்கார வெச்சாள், அவளும் பக்கத்துல உக்காந்தாள். நா எழுந்திருக்க பாத்தப்போ அவள் என்னை விடாம இழுத்து உக்கார வெச்சாள். இங்க வெளிச்சம் இல்லாம இருட்டா இருக்கு.

"எதுக்கு நீ தண்ணி அடிக்குற அஸ்வினய்ரா?"

"அப்டி கூப்டாத" நா அவளப் பாக்காம முகத்தத் திருப்பனேன். அவள் என் தோள் மேல தலை சாச்சு உக்காந்தாள்.

"அங்க இருட்டுல உக்காந்து ரெண்டு பேரும் என்னப் பண்றிங்க?" விக்கி கேட்டான். அவனுக்கு கொஞ்சம் போதை ஏறிடுச்சு.

"குடிக்காதடா எனக்குப் புடிக்கல" தியா சொன்னாள்.

"நீ எதுக்கு இங்க வந்த?"

"உன்னைப் பாக்க.... நீ ரெண்டு நாள்தான இங்க இருப்ப. அப்றம் கிளம்பிடுவ இல்ல"

"நா இங்க இருக்கேன்னு யாரு சொன்னா?"

"நந்து அண்ணா"

நானும் அவளும் என்ன பேசுறதுன்னு தெரியாம அமைதியா உக்காந்து இருந்தோம். காத்து அதிகமா வீசுச்சு அப்போ தியா என் கைய இறுக்கமா பிடிச்சு உக்காந்தாள்.

"லவ் யூ" தியா சொன்னாள்.

அதக் கேக்கும் போதே செம ஃபீல் ஆகுது எனக்கு.

"நீ சொல்ல மாட்டியா அஸ்வின்"

"என்ன சொல்லச் சொல்ற?"

"லவ் யூ"

நா அப்டியே அமைதி ஆகிட்டேன். அவள் என் உள்ளங்கைல அவள் விரலால ஏதோ வரஞ்சுட்டு இருக்காள் எனக்கு கூச்சமா இருக்கு. நா கைய இழுத்தேன், அவள் விடல. அப்டியே அவளோட கை மேல வந்தது என்னோட கழுத்துக்கு. அவள் கிச்சுகிச்சு மூட்டுனாள். எனக்கு சிரிப்பு வந்தது. என் தியா இன்னும் அதே குட்டி பொண்ணாதான் இருக்காள். நா சிரிச்சுட்டே அவளோட கையப் புடிச்சேன்.

"கூச்சமா இருக்கு தியா"

அவள் நா உம்முன்னு இருந்ததால என்னை சிரிக்க வைக்க இப்டி பண்ணாள். அவளும் சிரிச்சாள். நா அவளோடக் கைய விட்டதும் அவள் என் முகத்தப் புடிச்சுச் சொன்னாள்.

"என்னை பாரு பேபி"

இந்த இருட்டுலயும் அவள் முகத்தைப் பாக்க முடியுது. நானும் பாத்தேன். என் முகத்தை விடாம புடிச்சுட்டே இருந்தாள்.

"என்ன தியா?"

"உங்கூட இருக்க எனக்கு ரொம்ப புடிக்கும் அஸ்வின். என்னை விட்டுப் போய்டாத அஸ்வின்"

என்னால புரிஞ்சுக்கவே முடியல. என்ன பதில் சொல்றதுன்னும் தெரியல. நா அவளோட கைய எடுத்து விட்டேன்.

"நீ கிளம்பு லேட் ஆகுது. எப்டியும் ரெண்டு மணி இருக்கும் இப்போ"

நா எழுந்து நின்னேன். அவளும் எழுந்து நின்னாள். உடனே என்னைக் கட்டிப்புடிச்சாள்.

"தியா, அழுகுறயா?"

"நீ இன்னும் என்மேல கோவமா இருக்கதான அஸ்வின்"

அவள் முகம் என் நெஞ்சுல அழுத்தி இருந்ததால அவள் பேசுறது தெளிவா கேக்குல. மூக்கு அடைச்சிருக்க மாதிரி பேசுறாள்.

"எனக்கு நீ வேணும் அஸ்வின், உன்னை பாக்கமா இவ்ளோ நாள் எவ்ளோ கஷ்டப்பட்டேன் தெரியுமா?"

"சரி அழுகாத தியா"

இவள் இன்னும் மாறல. ஸ்கூல் படிக்கும் போது எப்படி எங்கிட்ட அழுவாளோ அப்டியேதான் இப்பவும் அழுகுறாள்.

"மிஸ் யூ டா" அவள் என்னை இறுக்கமாக் கட்டிப்புடிச்சாள். நானும் அவளக் கட்டிப்புடிச்சு அவளோடத் தலையத் தடவி விட்டேன்.

"நீ எதுக்கு பெங்களூர் போனடா? அதனாலதான் என்னால உன்னப் பாக்க முடியல... நானும் பெங்களூர்ல படிக்குறன்னு வீட்டுல கேட்டேன் அஸ்வின் அவிங்க விடல" ரொம்ப அழுகுறாள் குள்ளச்சி, எனக்கு புடிச்சுருக்கு. இந்த அழுகையை நா இவ்ளோ வருஷமா ரொம்ப மிஸ் பண்ணேன். நா சந்தோசத்துல சிரிச்சேன். தியா நிமிந்து நா சிரிக்கறதப் பாத்தாள். அதப் பாத்துட்டு அவள் என் கன்னத்துல ஒரு குட்டி அடி அடிச்சாள்.

"எதுக்கு சிரிக்கற? நா அழுதுட்டு இருக்கும் போது" அப்டி கேக்கும் போது தியா ரொம்ப வெகுளியா தெரிஞ்சாள். நா மறுபடியும் சிரிச்சேன் அவள் என் வயித்துலக் கிள்ளுனாள்.

"சும்மா சும்மா அங்க தொடாதடி"

அவள் வேணும்னே வயித்தைக் கிள்ளுனாள். நா அவளோட ரெண்டுக் கன்னத்தயும் கிள்ளுனேன், அவள் சிரிச்சாள்.

"நா உன்னை வீட்டுல விடட்டுமா?" நா கேட்டேன்.

"ஹ்ம்" அவள் நாங்க நின்னுட்டு இருந்த படிக்கட்டுல இருந்து ஒரு படிக்கட்டு மேல ஏறி என் பின்னாடி நின்னாள். நா திரும்பி அவளப் பாத்தேன். இப்போ அவள் என் உயரத்துக்கு சமமா இருக்காள்.

"என்ன குள்ளச்சி வீட்டுக்குப் போற ஐடியா இல்லயா?"

அவள் என் நெத்தியில முத்தம் கொடுத்தாள், லூசு. அப்டியே என் தோள் மேல கைப் போட்டு என்னை வளைச்சுக் கட்டிப்புடிச்சாள்.

"கிளம்பலாமா?" நா கேட்டேன்.

"ஹ்ம், லவ் யூ"

நா ஏன் இவள என்னை நெருங்க விட்டேன்.... என்னால லவ் யூனு அவக்கிட்ட சொல்ல முடியல. நா இன்னும் கொஞ்சம் குழப்பத்துலதான் இருக்கேன். எது பண்ணாலும் கொஞ்சம் யோசிக்கணும்னு தோணுது. அதே சமயம் எதையும் யோசிக்காம தியாவ ஏத்துக்கணும் போல இருக்கு.

"சரி, என்னை விடு கிளம்பலாம்" அவள் எனக்கு முன்னாடி அமைதியா இறங்கிப் போனாள். நா லவ் யூ சொல்லாததால கஷ்டப்படுறாளா?. நா மேலப் போய் விக்கிட்ட சொன்னேன்.

"நா அவள விட்டுட்டு வரேன் மச்சான், நீ தூங்கு"

"ஹ்ம் நடத்து மச்சான்"

நா கீழ வந்தப்போ எனக்கு முன்னாடி அவள் பைக்ல உக்காந்து பைக் ஓட்டுற மாதிரி விளையாண்டுட்டு இருந்தாள். எனக்கு ஐராவோட ஞாபகம் வந்தது.

"பைக் ஓட்டுவியா?"

"ச்சீ, நா ஸ்கூட்டியே கோணலும் மானலுமாதான் ட்ரைவ் பண்ணுவேன்"

நாங்க பைக்ல போகும் போது ரெண்டு பேருக்கும் நடுவுல கொஞ்சம் கூட சந்து இல்லாத மாதிரி உக்காந்துட்டு வந்தாள். அஞ்சு நிமிஷத்துல அவிங்க வீட்டுக்கு முன்னாடி அவள இறக்கி விட்டேன்.

"பேபி இதுதான நம்மளோட பர்ஸ்ட் பைக் ரைட்"

"ஹ்ம்... காலைல கல்யாணத்துக்கு வருவியா?"

"ஹ்ம்ம் வருவனே அஸ்வினய்ரா"

"அப்டி கூப்டாத தியா"

"அஸ்வினய்ரா"

"பாய்"

"குட் நைட் பேபி" அழகாச் சிரிச்சுட்டே சொன்னாள்.

நா மாமா வீட்டுக்குத் திரும்ப வந்தப்போ விக்கி தூங்கிட்டு இருந்தான். எனக்கு கிடைச்சக் கொஞ்ச நேரத்தையும் நா தூங்காம தியாவப் பத்தி யோசிச்சுட்டே இருந்தேன். அவள் இன்னைக்கு பண்ணது எல்லாம் எனக்குள்ள ஓடிட்டே இருந்தது. தியா இன்னும் என் மேல அதே அளவு காதல் வெச்சுருக்காள். எனக்கும் அவள் மேல இருக்க காதல் குறையவே இல்ல இருந்தாலும் எனக்குள்ள ஒரு தயக்கம் இருக்கு. இப்டி யோசிச்சு யோசிச்சு நா சுத்தமா தூங்கல. விடிஞ்சதும் விக்கிய எழுப்பி கிளம்பச் சொன்னேன். நாங்க ரெண்டு பேரும் வேக வேகமா ரெடி ஆனோம். நா கல்யாணத்துக்கு எடுத்த திக் ப்ளூ ஷர்ட், சந்தன கலர் பேண்ட் போட்டேன். நாங்க கோவிலுக்கு போனப்போ மணி ஆறேகால் ஆகிடுச்சு. கிட்டதட்ட எல்லாம் முடிஞ்சுருச்சி தாலி மட்டுந்தான் கட்டல. அம்மா என்னைத் திட்டுனாங்க, 'மண்டபத்துலயே தூங்க வேண்டியதுதானன்னு' நானும் திட்ட வாங்கிட்டு வாங்காத மாதிரி நின்னுட்டு இருந்தேன். ஐரா, நவ்யா ரெண்டு பேரும் நந்து பக்கத்துல நின்னுட்டு இருந்தாங்க.

நந்துவும் நானும் ஒரே ட்ரெஸ். பொண்ணையும் மாப்ளயையும் சுத்தி எல்லாரும் நின்னுட்டு இருக்காங்க. ஐயர் மந்திரம் சொல்லிட்டு இருக்காரு. நா மொபைல் எடுத்து வீடியோ எடுத்தேன். நந்து முகம் பாக்க கொஞ்சம் வாடி இருக்கு. அக்கா கல்யாணம் பண்ணிட்டு போறான்னு வருத்தமும் சந்தோஷமும் சேந்து அவனக் கஷ்டப்படுத்துது. விக்கி போய் அவனோட தோள் மேல கைப் போட்டு இந்த கும்பல்ல இருக்க ஒரு பொண்ணப் பத்தி சொல்லி அவனோட மூட மாத்த முயற்சி பண்ணான். என் கண்ணு தியாவத் தேடுச்சு. அவளக் காணமே. அவளோட அம்மா, அப்பா இருக்காங்க. இவள் எங்கப் போனாள்? விக்கி என் கைல இருந்து மொபைலப் புடிங்கிட்டு சொன்னான்.

"நீ வீடியோ எடுக்கற மாதிரி தெரியலயே மச்சான்.... உன் ஆளத் தேடுறயா?"

அவன் சொன்னதைக் கண்டுக்காம, என் கண்ணு அவளத் தேடுது. எங்கப் போய்த் தொலைஞ்சாள்?

"அஸ்வினய்ரா" தியா என் பின்னாடி இருந்து காதுலக் கத்துனாள். நா விழுக்குன்னு விழுந்தேன். நா அவளத் திரும்பிப் பாத்தேன். அவள் பட்டியாளா சுடிப் போட்ருந்தாள் இப்போப் பாக்க அடக்க ஒடுக்கமானப் பொண்ணு மாதிரி இருக்காள். தியா என் பக்கத்துல வந்து நின்னாள். ஐரா கண்டும் காணாத மாதிரி இருந்தாள்.

"அப்டி கூப்டாத தியா" நா சொன்னேன்.

அக்காக்கு மாப்ள தாலி கட்டுனாரு. நாங்க அர்ச்சனைப் போட்டோம். நந்து கண்ணுல இருந்து கண்ணீர் மட்டும்தான் வரல. ரொம்பக் கட்டுப்படுத்திட்டு அழுகாம நிக்குறான். எங்கூட பொறந்த அக்கா, தங்கச்சி யாரும் இல்லையே அதனால அது எந்த மாதிரி உணர்வுன்னு எனக்குத் தெரியல. எனக்கும் கொஞ்சம் கஷ்டமாதான் இருக்கு. தியா என் கையப் புடிச்சு என் காதுலச் சொன்னாள்.

" இன்னும் ரெண்டு வருஷத்துல நீ என்னைக் கல்யாணம் பண்ணிக்கணும் அஸ்வின்"

எனக்கு அவள் சொன்னதக் கேட்டுப பக்குன்னு இருந்தது. நா இல்லன்னு தலைய ஆட்டுனேன்.

"நா உன்னை விட மாட்டேன் பேபி"

தியா அவளோட அப்பா, அம்மாக்கிட்டப் போனாள். அவள் என்னைத் திரும்பிக் கூடப் பாக்கல. நா அவளப் பாத்துட்டு இருந்தேன். எனக்கு இப்போ ட்வென்டி ஒன் இன்னும் ரெண்டு வருஷத்துல ட்வென்டி த்ரீ ஆகிடும். அவள் இன்னும் நாங்க எப்பவோ பேசுனது எல்லாம் மறக்காம அப்டியே ஞாபகம் வெச்சு இருக்காள்.

எனக்கு அவள் எங்கிட்ட சொன்ன *'எனக்கு 21 உனக்கு 23'* வார்த்தை ஞாபகம் வந்துச்சு.

"மச்சான், நீ இப்டி இருந்து நா பாத்ததே இல்லடா. நீ ஸ்கூல் படிக்கும் போது இப்டிதான் இருந்தயா என்ன?" விக்கி கேட்டான்.

"எப்டி?"

"தியா மேல பைத்தியமா இருக்க.... அவளப் பாத்தாலே நீ வித்தியாசமா நடந்துக்குற. நீ இவ்ளோ வேகமா ஓடுவன்னு எனக்கு நேத்துதான் மச்சான் தெரிஞ்சது"

இது ஐரா காதுல விழுந்தது. அவள் விக்கிய ஒரு மாதிரிக் கோவமாப் பாத்தாள். கொஞ்ச நேரத்துக்கு அப்றம் மண்டபத்துலச் சாப்பாடு பரிமாறுனாங்க. தியா சாப்ட போகாம மண்டபத்துல உக்காந்து மொபைல் நோண்டிட்டு இருந்தாள். நா அவளப் பாத்துட்டே இருந்தேன். அவள் என்னைப் பாக்கவே மாட்டுக்குறாள். நா அவளுக்குப் பின்னாடி கொஞ்சம் தள்ளி உக்காந்து அவளப் பாத்துட்டு இருந்தேன் விக்கி எங்கூட உக்காந்துட்டு இருந்தான்.

"மச்சான் உனக்கு அவள் மேல இவ்ளோ லவ் இருக்கும் போது எதுக்காக தயங்குறடா? எப்பவோ சண்டைப் போட்டத நெனச்சுட்டே இருக்காம அதெல்லாம் மறந்துட்டு மறுபடியும் ஸ்டார்ட் பண்ணுடா" விக்கி லேசா சிரிச்சுட்டே சொன்னான். அவனுக்கு எங்களுக்குள்ள என்ன நடந்ததுன்னு தெரியாதே.... தெரிஞ்சா இப்படி சொல்ல மாட்டான். ஆனால் அவன் சொல்றது சரிதான. நா ஏன் அதெல்லாம் மறக்கக் கூடாது.

"த்ரீ அண்ட் ஹாப் இயர்ஸ் ஆகியும் அந்தப் பொண்ணு இன்னும் உன்னைதான நெனச்சுட்டு இருக்கு.... நடு

ராத்திரியில பயப்படமா உன்னைப் பாக்குறதுக்காக நேத்து வந்துருக்காள்"

அவள் எப்பயுமே நடு ராத்திரிலதான் வருவான்னு இவனுக்குத் தெரியல.

"எனக்கு புரியல மச்சான், நேத்து நீயும் அந்த பொண்ண ஹக் பண்ண ஆனால் லவ் யூ சொல்லல.... நீ என்ன முடிவுல இருக்கன்னு தெரியல"

"டேய் இதெல்லாத்தயும் நீ ஏன்டா பாத்த?"

அவன் ஈன்னு இளிச்சான். நா முன்னாடி பாத்தேன் தியா இல்ல. எங்கப் போனாள்? நா அவளோடப் பேசியே ஆகனும். எல்லாத்தையும் மறந்துட்டு என் தியாகூட பழைய மாதிரி பேசனும்னு தோணுது. நா அவளுக்கு கால் பண்ணேன் ரிங் ஆச்சு. நா எழுந்து நடந்துட்டே அவளத் தேடுனேன். அவள் கால் அட்டெண்ட் பண்ணாள்.

"ஹ... ஹலோ"

"தியா நா உங்கூட கொஞ்சம் பேசனும், எங்க இருக்க?"

"நா அம்மாக்கூட"

"ஓகே எங்க இருக்கன்னு சொல்லு"

"நீ வெய்ட் பண்ணு நானே வரேன்"

"ஹ்ம்"

நா மண்டபத்துக்கு வெளியப் போனேன். தியா ஒரு பைக் பக்கத்துல நின்னுட்டு இருந்தாள். ஆனால் அவளோட அம்மா கூட இல்ல.

"தியா நீ உன் அம்மா கூடவா இருக்க?"

"ஹ்ம்ம்"

நா கால் கட் பண்ணேன். தியா ரேவந்த்தோட நின்னுட்டு இருந்தாள். அவன் அவளோடக் கையப் புடிச்சுட்டு நின்னுட்டு இருந்தான். தியா திரும்பி நின்னுட்டு இருந்தாள். அவளோட முகத்தை என்னாலப் பாக்க முடியல. நா அவக்கூட மறுபடியும் ரிலேஷன்ஷிப் ஆரம்பிக்கணும்னு நினைச்சேன் ஆனால் எங்க முடிஞ்சதோ அங்கயே வந்து நிக்குது. நா திரும்பி உள்ளப் போனேன். எதுவுமே நடக்காத மாதிரி விக்கி பக்கத்துலப் போய் உக்காந்தேன்.

"என்னடா போன வேகத்துல திரும்ப வந்துட்ட" நா கோவத்துல அவனப் பாத்துச் சிரிச்சேன். அவன் அத புரிஞ்சுக்கிட்டு எங்கிட்ட பேசாம இருந்தான். என்னைச் சுத்தி நடக்குற எதயுமே நா கவனிக்கல. என் கண்ணுல ரேவந்த் தியாவோட கையப் புடிச்சு நின்னுட்டு இருந்தது அப்டியே நிக்குது. எதையாவது தூக்கிப் போட்டு ஒடைக்கணும் போல இருக்கு. தியா வந்தாள். என் பக்கத்துல உக்காந்தாள்.

"சொல்லு பேபி என்ன பேசணும்"

"எதுக்குப் பொய் சொல்ற எங்கிட்ட?" நா பொறுமையா, கொஞ்சம் கோவமாக் கேட்டேன்.

"என்ன பொய்?"

"என்னைப் பாத்தா ஸ்டுப்பிட் மாதிரி இருக்கா தியா?" நா சிரிச்சுட்டேச் சத்தமாக் கேட்டேன். எனக்கு முன்னாடி இருந்த ஒரு ஆளு எங்களத் திரும்பிப் பாத்தான்.

"மச்சான், அவளோட தனியாப் பேசு இங்க சண்டப் போடாத" விக்கி சொன்னான். நா எழுந்து போனேன்

அவளும் பின்னாடியே வந்தாள். முதல் ஃப்ளோர்ல காலியா இருக்க ஒரு ரூம்க்குள்ள போனோம்.

"அம்மாவோட இருக்கன்னு சொன்ன ஏன்?"

"ஹ்ம்.... என்ன அஸ்வின்?"

"நீ அவனோட நின்னுட்டு இருந்தத நா பாத்தேன்டி"

தியா உடனே அமைதி ஆகிட்டாள்.

"ஏன்டி மறுபடியும் மறுபடியும் என்னைக் கொல்ற? நா எவ்ளோ கஷ்டப்பட்டு ஒரு டிசிஷன் எடுத்தேன் ஆனால் நீ இன்னும் அவங்கூட பேசிட்டு இருக்க?"

"நீ நெனைக்கற மாதிரி இல்லடா"

"எங்கிட்டப் பேசாத, ஜஸ்ட் கோ அவே தியா"

அவள் பொறுமையாப் பேசத் தொடங்குனாள்.

"திரும்பவும் ஆரம்பிக்காதடா ப்ளீஸ், அத மறந்துடு அஸ்வின் ப்ளீஸ்.... ரொம்ப நாளுக்கு அப்றம் நா சந்தோசமா இருந்தேன் நேத்து. இப்போ நீ லூசு மாதிரிப் பண்ணி அத கெடுக்காத அஸ்வின்"

"லூசுதான் தியா பிகாஸ் ஐ லவ் யூ தியா.... லவ் யூ ஸோ மச். ஸ்டில் ஐ கான்ட் ஃபர்கெட் யூ"

"தெரியும் அஸ்வின்"

"ஆனால் நீ என்னை ஏமாத்திட்டே இருக்க, பொய் சொல்லிட்டே இருக்க" நா தள்ளி நின்னேன். அவள் என் பக்கத்துல வந்தாள். என் கையப் புடிக்க வந்தாள் நா தள்ளி நின்னுச் சொன்னேன்.

"டோன்ட் டச் மீ தியா.... கோ அண்ட் ஃபக் தட் பாஸ்டர்ட் . அவந்தான உனக்கு வேணும்... நா தேவை இல்ல. எப்டி உன்னால அவங்கூட நார்மலா பேச முடியுது..... ஆல்ரெடி எல்லாம் முடிச்சுட்டானா என்ன?"

அவள் என்னை அறைஞ்சுட்டு சொன்னாள்.

"எப்டிடா உன்னால இப்டித் தப்பா நினைக்க முடியுது" அவள் கண் கலங்குச்சு.

"யு ஆர் எ பிட்ச் தியா.... நா எதுக்கு உன்னை லவ் பண்ணேன்"

"எனக்கு நீ இப்டி பேசுறதுப் புடிக்கல அஸ்வின்" கண் கலங்க சொன்னாள்.

"எனக்கும்தான் நீ இப்டிப் பண்றது புடிக்கல"

தியா அழுதுட்டே வெளியப் போனாள். போய்த் தொலையட்டும். நா உடனே அழுதேன் என்னால அழுகைய கட்டுப்படுத்தவே முடியல. எனக்கு மட்டும் ஏன் இப்டி நடக்குது? ஏன் தியா, திரும்பத்திரும்ப என்னை நீ ஏமாத்துற? என்னை ஏன்டி இப்டி பேச வெய்க்குற? நா ஏன் இப்டி பேசுனேன். இல்ல நா இப்டி பேசியிருக்கக் கூடாது. நா வெளியப் போனேன். அவள் பின்னாடியேப் போனேன்.

"தியா.... தியா.... நில்லு.... தியா.... ஏய்" நா அவள் கையப்புடிச்சேன். அவள் திரும்பிப் பாத்தாள், கைய உருவப் பாத்தாள் நா இறுக்கமாப் புடிச்சேன். நா அவளோடக் கண்ணப் பாத்தேன். அதுல இருந்து வந்த கண்ணீருக்கு அளவே இல்ல. இங்க பெரியவிங்க கொஞ்சப் பேர் இருக்காங்க அதனால நா அவளோடக் கையப் புடிச்சு இழுத்தேன். அவள் வரவே இல்ல. அவளுக்கு வலிச்சாலும் பரவாலன்னு நா வழுக்கட்டாயமா அவள ரூம்குள்ள இழுத்துட்டு போனேன். கதவச் சாத்துனேன்.

"கைய விடு பேபி" ரொம்பவே அழுகறாள். முகமே செவந்துடுச்சு.

"தியா..... ஸாரிடி"

"கைய விடு"

நா விட்டதுமே அவள் ஓடலாம்னு பாத்தாள். நா அவளோட ரெண்டு கையையும் இறுக்கமாப் புடிச்சு அவளத் தடுத்தேன். அவள் என் முகத்தைப் பாக்கவே மாட்டுக்குறாள்.

"கோவத்துல சொல்லிட்டேன்டி..... ஸாரி தியா"

"ஐ யம் எ பிட்ச் அஸ்வின்"

"நாந்தா சொல்றேன்ல கோவத்துல சொல்லிட்டேன்னு"

நா அவள் முகத்தப் புடிச்சு உதட்டுல முத்தம் கொடுக்கப் போனப்போ, அவள் முகத்தத் திருப்புனாள். எனக்குக் கஷ்டமா இருந்தது.

"இதுவே அவனா இருந்தால் அலோவ் பண்ணிருப்ப இல்ல தியா"

அவள் அழுதுட்டே என்னோட கன்னத்துல மாறி மாறி அடிச்சாள்.

"டோன்ட் டாக் லைக் தட் அகைன்"

"அப்போ என்னைக் கிஸ் பண்ண விடுடி"

அவள் கண்ண மூடுனாள். நான் அழுதேன், நா அவளக் கிஸ் பண்ணுனேன். எங்களோட முதல் முத்தம்...... இந்த மாதிரி ஒரு நிலமைல வரும்னு நா யோசிச்சது கூட

இல்ல. நா அவள விடாம கிஸ் பண்ணேன். அவளுக்கு மூச்சு வாங்குச்சு. அவள் என் நெஞ்சுல கை வெச்சு தள்ள முயற்சிப் பண்ணாள். நா அவள விட்டேன். ரெண்டு பேருக்கும் அழுகை நிக்கல. நா அவள் நெத்தியில முத்தம் கொடுத்துச் சொன்னேன்.

"லவ் யூ தியா"

அவள் என்னைத் தள்ளி விட்டுட்டுச் சொன்னாள்.

"என்னை லவ் பண்ணாத அஸ்வின். ஐ யம் எ பிட்ச்"

"அது நா கோவத்துல சொல்லிட்டேன் தியா"

யாரோ கதவ தட்டுனாங்க. தியா பயப்பட்டாள், எனக்கும் பயமா இருந்தது. நாங்க ரெண்டு பேரும் ஒரே ரூம்ல இருக்கறது தெரிஞ்சா என்ன ஆகும்? பெரிய பிரச்சனை ஆகுமே. இங்க இவள ஒளிச்சு வெக்க இடமும் இல்ல. எப்படி கதவத் திறக்குறது.

"அஸ்வின், நா அப்பாடா....கதவத் திற"

அப்பாவா!.... போச்சு மாட்டுனேன். என்னப் பண்றது? தியா கதவத் திறக்கப் போனாள். நா அவளத் தடுத்தேன். அவளக் கதவுக்குப் பக்கத்துல மறைவா நிக்க வெச்சேன். நா பயிந்துட்டே கதவத் திறந்தேன். அப்பாவும், நா தியாவ இழுத்துட்டு வரதப்பாத்த ரெண்டு பெரியவரும் நின்னுட்டு இருந்தாங்க.

"ப்பா...." நா பதட்டத்தோட சொன்னேன்.

"நீங்க போங்க நா பாத்துக்குறேன்," அப்பா அவிங்கக்கிட்ட சொல்லி அனுப்பி விட்டாரு.

"தியா எங்க?"

தியா வந்து என் பக்கத்துல நின்னாள். இன்னும் அவளுக்கு அழுகை குறையல. அப்பா உள்ள வந்து சொன்னாரு.

"அழுகாத க்யூட்டி எதுக்கு அழுகுற?"

தியா டக்குனு என் பக்கம் திரும்பி என்னைக் கட்டிப்புடிச்சுட்டாள். தியா இதுவே போதும் அவருக்கிட்ட வாங்கிக் கட்டிக்க. எனக்கும் அவளை அணைச்சுப் பிடிக்கணும் போல இருக்கு. என் கை ரெண்டும் என்னையவே அறியாம அவளை அணைக்கப் போனது. அப்பா ஒரு மாதிரி பாத்தாரு அதனால என்னோட கை ரெண்டும் அமைதியாகிடுச்சு. அப்பா ஆச்சர்யப் படல.

"ரெண்டு பேருமே அழுதிருக்கீங்க போல. முகத்தை பாத்தாலே தெரியுது"

"ப்பா, இல்ல சின்ன சண்ட"

அப்பாவும் தியா எப்போ என்னை விடுவான்னு பாத்தாரு. என்னால எதுவும் பண்ண முடில அவரு முன்னாடி. இவள் வேற ரொம்ப அழுகுறாள். நா மெதுவா அவளுக்கு கேக்குற மாதிரி சொன்னேன்.

"தியா, ப்ளீஸ் அழாதடி"

தியா என்னை விட்டுத் தள்ளி நின்னாள்.

11

அப்பா எங்கள நிக்க வெச்சு பாத்துட்டே இருந்தாரு. ஜோடி பொருத்தம் நல்லா இருக்கா இல்லையான்னு பாக்குறாரோ?. தியா கண்ணத் தொடச்சுட்டே நின்னுட்டு இருந்தாள்.

"ரெண்டு பேரும் இன்னும் லவ் பண்றிங்களா?" அப்பாக் கேட்டாரு. அப்டினா அப்பாக்கு ஏற்கனவே தெரியுமா.

"ஹ்ம்ம்" நானும் தியாவும் ஒரே நேரத்துலச் சொல்லித் தலைய ஆட்டுனோம்.

"எத்தனை வருஷம் ஆகுது?"

"நா சிக்ஸ்த் படிக்கும் போது இருந்து அவன லவ் பண்றேன்" தியா அழுதுட்டே சொன்னாள். இந்த விஷயம் எனக்கே தெரியாதே. நா தியாவப் பாத்தேன்.

"நெஜமாவா?" நா கேட்டேன்.

அவள் எங்கிட்டப் பதில் சொல்லல. அப்பா என்னை அமைதியா இருக்கச் சொன்னாரு.

"அதெல்லாம் லவ் இல்ல தியா.... அந்த வயசுல வர அட்ராக்சன்" அப்பா சொன்னாரு.

"ஹ்ம் ஆனா இப்போ அது லவ்வாதான இருக்கு... நவ் ஐ யம் நைன்டீன்.... ஐ யம் நாட் எ கிட், ஹேண்ட்ஸம்"

அப்பா அவள் இப்டி பேசுறதப் பாத்துச் சிரிச்சாரு.

"அப்டினா நீங்க ஒன்பது வருஷமா லவ் பண்றிங்களா?"

"இல்லப்பா, நா டென்த் படிக்கும் போதுலருந்து. அப்போதான் நா ப்ரப்போஸ் பண்ணேன். அப்போ அவள் எய்ட்த் படிச்சுட்டு இருந்தாள்"

அப்பா என்னை 'நீயாடா பேசுறது'ன்ற மாதிரி ஒரு பார்வைப் பாத்தாரு.

"எனக்குத் தெரியும் ஸ்கூல் படிக்கும் போது நீங்க லவ் பண்ணது. ஆனால் இப்போ லவ் பண்றிங்கன்னு என்னால நம்ப முடியல.... நீ தியாவ லவ் பண்றதா இருந்தா எதுக்காக பெங்களூர்லதான் படிக்கணும்னு அடம் புடிச்சு அங்கப் போன? உடனே எனக்கு அங்க படிக்கணும்னு ஆசை அதான் போனேன்னு எங்கிட்ட பொய் சொல்ல முயற்சிக்காத.... நீ லீவ்க்கு கூட இங்க வர மாட்ட. உன் அம்மா உனக்கு கால் பண்ணி கெஞ்சுனா மட்டும்தான் வருவ. நீ அவள லவ் பண்ணிருந்தா அவள விட்டுத் தள்ளி இருக்கணும்ன்னு நெனைப்பியா?"

"அது..... உங்களுக்கு எப்டி தெரியும் நாங்க லவ் பண்ணது?"

அப்பா எங்கள மாறி மாறிப் பாத்துட்டு சொன்னாரு.

"தியா ஒரு தடவ உனக்கு உடம்பு சரியில்லாம போனப்போ வீட்டுக்கு வந்து இருந்தாள். அப்போ நீங்கப் பண்ணத நா பாத்துட்டுதான் இருந்தேன்"

அப்போ என்ன பண்ணோம்? எனக்கு ஞாபகம் வரல. நா தியாவ பாத்து புருவத்தை தூக்கி என்னனு கேட்டேன். அவள் முகத்தைப் பாவமா வெச்சுட்டு 'ஹக்னு' வாய அசைச்சாள். நா அப்பாவப் பாத்து லேசா பதட்டத்தோடச் சிரிச்சேன். அவரு கோவப்பட்றதுக்குப் பதிலா சிரிச்சுட்டேக் கேட்டாரு.

"இங்க எதுக்கு வந்திங்க? நீ எதுக்காக தியாவ இழுத்துட்டு இங்க வந்த அஸ்வின்"

எவன் போட்டு கொடுத்தானோ நல்லாத் தெளிவாப் போட்டுக் கொடுத்துருக்கான்.

"ப்பா... பேசுறதுக்காகதான்"

"இவன் எங்கிட்ட தப்பு தப்பா பேசுறான், ஹேண்ட்ஸம்" தியா சொன்னாள்.

"நா என்ன தப்பா பேசுனேன்? ப்பா... அவள் சும்மா சொல்றாப்பா... நா அவளத் திட்டுனேன் அதான் அப்டி சொல்றாள்"

அப்பா எங்க ரெண்டு பேருக்கும் என்னச் சொல்லிப் புரிய வெக்கிறதுன்னு தெரியாம நின்னாரு.

"தியா உன் அப்பா கோவமா இருக்காரு.... நீங்க ரெண்டு பேரும் ஒரே ரூம்க்குள்ள போனதா அந்த ஆளுங்க வந்து சொன்னதுல இருந்து. உன்னைத் திட்டிட போறாரு நீ சீக்ரம் கீழப் போ"

"ஹ்ம்ம்"

தியா போனாள். அவள் என் கண் பார்வைல இருந்து மறையற வரைக்கும் நா அவளையேப் பாத்துட்டு இருந்தேன் அப்பா பேசுறத கவனிக்காம.

"கொஞ்சம் என்னையும் பாருடா. நா உங்கிட்டதான் பேசிட்டு இருக்க"

"ப்பா.... உங்களுக்கு எங்க மேல கோவம் இல்லயே"

"இல்ல.... நா கேக்றதுக்குப் பதில் சொல்லு"

"கேளுங்கப்பா"

"உனக்கு தியாவக் கல்யாணம் பண்ணிக்கிற ஐடியா இருக்கா இல்ல சும்மா லவ் மட்டும்தானா?"

"ஹ்ம்ம் இருக்கு"

கொஞ்ச நேரத்துக்கு முன்னாடி வரைக்கும் அவள மன்னிச்சு ஏத்துக்கலாமா இல்லையான்னு யோசிச்சுட்டே இருந்தேன். இப்போ அப்பாக்கிட்ட அவளக் கல்யாணம் பண்ணிக்க ஆசை இருக்குன்னு சொல்றேன். நா முழுப் பைத்தியமா இருக்கேன் அவள் மேல. அவளுக்கு என் மேல லவ் இருக்குன்னு தெரிஞ்சுடுச்சு அதுவே போதும். நா வேற எதப் பத்தியும் நினைக்க விரும்பல. அவள் எனக்காக இருப்பாள், எனக்காக மட்டும் இருப்பான்னு நம்புறேன்.

"அப்றம் நா சொல்றேன், உன் அம்மா சொல்றான்னு வேற பொண்ண கல்யாணம் பண்ண மாட்டியே"
"இல்லப்பா அப்டிலாம் பண்ண மாட்டேன்"

"சந்தோசம்..... கீழப் போ எதாவது உருப்படியான வேலை இருந்தா பாரு போ" அப்பா இதக் கொஞ்சம் கோவமா சொன்ன மாதிரி எனக்கு தோணுது.

"ப்பா உங்களுக்கு புடிக்கலயா நாங்க லவ் பண்றது"

"எனக்கு புடிச்சாலும் புடிக்கலனாலும் அது பிரச்சனை இல்ல அஸ்வின். உனக்கு புடிச்சுருக்குதான?"

"ஹ்ம்ம்"

"இது உன் வாழ்க்கை, உனக்கு புடிச்ச மாதிரி சரியான வழியில வாழு அஸ்வின்"

அந்த வார்த்தையைக் கேட்டதுக்கு அப்றம் அதிக அளவு சந்தோசம் எனக்குள்ள. நா அப்பா கதவத் தட்டும் போது பயிந்துட்டேன். அவரு கோவத்துல அடிச்சுருவாரோன்னு. ஆனால் இங்க எல்லாமே நா நெனச்சதுக்கு எதிரா நடந்து இருக்கு.

"தேங்க்ஸ்ப்பா" நா சந்தோசமா சொன்னேன்.

"தப்பு எதுவும் பண்ணாம இருந்தா சரி"

"ப்பா.........." நா இழுத்து சொன்னேன். அவரு லேசா சிரிச்சாரு. இதனாலதான் என் அப்பாவ எனக்கு ரொம்ப ரொம்பப் புடிக்கும். எனக்குப் புடிச்ச விஷயத்தை செய்ய அவரு எப்பவுமே தடையா இருந்தது இல்ல. என்னதான் அவரு எங்க லவ்க்கு ஓகே சொன்னாலும். அவரோட முகத்துல ஒரு கவலை இருக்கு. ஏன்னு புரியாம, கேக்க முடியாம நா கீழப் போனேன். தியாவோட அம்மா, அப்பா யாருமே இல்ல. தியாவோட அப்பா கோவமா இருக்கறதா அப்பா சொன்னாரு. கண்டிப்பா அவளுக்கு அடி விழுகும்.

●●●

நா ரெண்டு நாளா தியாக்கு கால் பண்ணேன் அவள் அட்டெண்ட் பண்ணவே இல்ல. இன்னுமா கோவமா இருக்காள். நானும் நந்துவும் பைக்ல ஈரோடு பஸ் ஸ்டாண்ட் போய்ட்டு இருக்கோம். நா மட்டும் பெங்களூர்ப் போறேன். நந்து ரெண்டு நாளுக்கு

அப்றம்தான் வருவான். இப்போ என்னை பஸ் ஸ்டான்ட்ல விடுறதுக்காக என் கூட வரான். எனக்கு தியாவப் பாக்கணும் போல இருக்கு. அவளப் பாக்காம எப்டி போறது. நா அவளுக்காக சாக்லேட் கூட வாங்கி வெச்சேன், அவளப் பாத்து கொடுக்கணும்னு. ஆனால் அவள் கால் அட்டெண்ட் பண்ணவே மாட்டுக்குறாள்.

"நந்து, தியா வீட்டுக்குப் போலாமா?"

"இந்த நேரத்துல போனா என்னடா நினைப்பாங்க... அது மட்டும் இல்ல நீங்க லவ் பண்றிங்கன்னு இப்போ அவிங்களுக்குத் தெரியும். நீ போய் அவிங்க முன்னாடி நின்னா எதுல அடி வாங்குவன்னேத் தெரியாது"

நா என் கைல இருக்க வாட்ச்ல மணிப் பாத்தேன். சரியா 10.00 மணி ஆகுது. 10.45க்கு எனக்கு பஸ்.

"நந்து போலான்டா..... நா அவள வெளிய வரச் சொல்லி பாத்துக்கறேன்" நா அவனோட காதுலயே கத்துனேன். அவனும் உடனே பைக்கைத் திருப்பனான். வேகமா ஓட்டுனான். நாங்க தியா வீட்டுக்கிட்ட பைக்க நிறுத்தாம கொஞ்சம் தள்ளி நிறுத்துனோம். நா அவளுக்கு கால் பண்ணேன் அவள் எடுக்கல, நா மெசேஜ் பண்ணேன்.

'Na unga v2ku velila irukka. unguda pesanum Diya 😟 '

நா மெசேஜ் பண்ணிட்டு அவளோட ரூம் ஜன்னலயே பாத்துட்டு இருந்தேன். லைட் எரிஞ்சது, தியா ஜன்னல் ஸ்க்ரீன ஒதுக்கி விட்டு என்னைப் பாத்தாள். நா அவளக் கீழ வரச் சொன்னேன். அவிங்க வீட்டுக்கும், பக்கத்து வீட்டுக்கும் நடுவுல ஒரு சின்ன சந்து இருக்கு. நா அந்த சந்தக் காட்டி அங்க வரச் சொல்லி சிக்னல் காட்டுனேன். அவள் வர மாட்டேன்னு தலைய ஆட்டுனாள். நா கால்

பண்ணேன். இந்த தடவ அவள் அட்டெண்ட் பண்ணாள்.

"தியா கீழ வா ப்ளீஸ், ப்ளீஸ், ப்ளீஸ்"

நா அவக்கிட்ட செல்லமா கெஞ்சுனேன். அவள் பேசவே இல்ல, நா அவளக் கீழ வரச் சொல்லிக் கெஞ்சிட்டே இருந்தேன்.

"நா கிளம்பறன்டி, இதுக்கு அப்றம் உன்னால என்னைப் பாக்க முடியாது"

நா கால் கட் பண்ணேன். ரெண்டு நிமிஷத்துல தியா வீட்டுக்கு வெளியில வந்தாள். யாராவது பாக்குறாங்களான்னு சுத்தி முத்தி பாத்துட்டே வந்தாள். அவள் அந்த சந்துக்குப் போனாள்.

"மச்சான் நீ வெய்ட் பண்ணு நா வரேன்"

"லேட் ஆகுதுடா சீக்ரம் வா..... பஸ் மிஸ் பண்ணிறப் போற"

பஸ் போய்டுச்சுனா கூட பரவால. எனக்குப் போகவே புடிக்கல. நானும் சந்துக்குள்ளப் போனேன். இந்த சந்து ரொம்பச் சின்னது. அவள் அவிங்க வீட்டுச் செவுத்துல சாஞ்சு நின்னாள். நா அவளுக்கு எதிர்ல இன்னொரு வீட்டுச் செவுத்துல சாஞ்சு நின்னேன். ரெண்டு பேருக்கும் நடுவுல அவ்ளோ பெரிய இடைவெளி எதுவும் இல்ல. கஷ்டப்பட்டு ரெண்டு பேரும் ஒருத்தர் மேல ஒருத்தர் மோதாம நின்னுட்டு இருக்கோம். தெரு விளக்கு வெளிச்சம் எங்க மேல பட்டது.

"நா போய்ட்டு வரேண்டி.... கால் பண்ணு ஓகே"

தியா கொஞ்சம் கூட மதிக்கல. நா அன்னைக்குப் பேசுனத நெனச்சு இன்னுமா கோவமா இருக்காள்?

"நா அன்னைக்குப் பேசுனது எல்லாமே கோவத்துலப் பேசுனது...... ஸோ ஸாரிடி மன்னிச்சுக்கோ"

அவள் அமைதியாவே நின்னுட்டு இருந்தாள். நா என்னோடப் பேண்ட் பாக்கெட்ல இருந்து சாக்லேட் எடுத்துக் கொடுத்தேன் அதையும் வாங்கல. நா திரும்ப அதப் பாக்கெட்ல வெச்சுட்டேன். தியா வாயவேத் திறக்காம அமைதியா நின்னுட்டு இருக்காள். இந்தப் பொண்ணுங்க கோவமா இருக்கும் போது எங்களக் கெட்ட வார்த்தைலயே திட்டிட்டாக் கூட எங்களுக்குக் கோவம் வராது. ஆனால் இப்டி பேசாம ஊமை மாதிரி இருக்கும் போதுதான் அவ்ளோ கடுப்பாகும். ஓங்கி அறையலாம் போல இருக்கு.

"இப்போ நீ பேசுவியா இல்லயா?"

அவள் என் கண்ணப்பாத்து மாட்டேன்னுத் தலைய ஆட்டுனாள்.

"ரொம்ப பண்ணாதடி, நாந்தா ஸாரி சொன்னேன்ல"

"ஸாரி சொல்றதால எல்லாம் எதுவும் சரி ஆகாது பேபி.... அன்னைக்கு நீ எவ்ளோ அசிங்கமா பேசுன. நீ டீசண்டா இங்கிலிஷ்ல சொன்னதுனால உனக்கு அது பெருசாத் தெரியல. ஆனால் நீ பேசுனதக் கொஞ்சம் அப்டியே தமிழ்ல யோசிச்சுப் பாரு நீ எவ்ளோ கேவலமா பேசிருக்கன்னு தெரியும்"

அவள் சொன்னதும் நானும் என்னையே அறியாமத் தமிழ்ல யோசிச்சு பாத்தேன். ரொம்ப அசிங்கமாதான் பேசிட்டேன். அப்றம் ஏன் இவள் கோவப் படமாட்டாள்? நா அவளோட கன்னத்தைக் கிள்ளிச் சொன்னேன்.

"குள்ளச்சி, எத்தனைத் தடவ சொல்லட்டும் நா கோவத்துல சொல்லிட்டேன்னு" நா கெஞ்சலோடப் பேசுனேன்.

"கோவத்துல என்ன வேணாலும் சொல்லுவியா?" தியா கோவமாக் கேட்டாள், கொஞ்சம் சத்தமா கேட்டாள். நா அவளோட வாய அடிச்சேன்.

"மெதுவா பேசுடி, யாராவது வந்துடப் போறாங்க" நா அவளோட வாய் மேலருந்து கைய எடுத்தேன்.

"என் தப்புதான் நீ என்னை எவ்ளோ கேவலமா நினைச்சாலும் உன் பின்னாடியே வரேன்ல பேபி .... அதான் நீ"

அவள் பேசும் போதே நா குமிஞ்சு அவளோட நெத்தியோட என்னோட நெத்திய ஒட்டி வெச்சேன், அவள் அமைதி ஆகிட்டாள். இவ்ளோ சண்டைலயும் அவள் என்னை பேபி பேபின்னு கூப்டுறாள், செல்லக்குட்டி.

"இப்போ சண்டப்போடு பாக்கலாம்" நா சொன்னேன். அவள் முகத்தை திருப்பனாள். நா அவள் முகத்தை இறுக்கமாப் புடிச்சேன். அழகா இருக்காள். இப்போப் போய்ட்டு எப்போத் திரும்பி வருவேன்னு தெரியல. அதுவரைக்கும் தாங்குற மாதிரி எதாவது பண்ணணுமே. நா அவள் பக்கத்துல நெருக்கமாப் போனேன். இப்போ எங்க உடம்பு மோதுச்சு. அவளோட நெத்தியில முத்தம் கொடுத்தேன். அப்றம் குனிஞ்சு அவளோட மூக்குல என்னோட மூக்க வெச்சுத் தேச்சேன். அப்பவும் மேடம் கோவமாவே இருக்காங்க.

"இது வரைக்கும் போட்ட சண்டையே போதுன்டி.... குள்ளச்சி"

"நா ஒன்னும் குள்ள இல்ல பேபி, நீதான் பனைமரம் மாதிரி இருக்க பேபி" கோவமாச் சொல்லிட்டு முகத்தை வலதுப்பக்கம் திருப்பனாள். நானும் என்னோட முகத்த அவளோட முகத்துப் பக்கம் கொண்டுப் போய்

அவளோட உதட்டுல பஜக்குன்னு ஒரு முத்தம் கொடுத்துட்டுச் சொன்னேன்.

"ஸாரி"

அவள் என்னை கொஞ்சம் ஆச்சர்யத்தோட பாத்தாள். மறுபடியும் முகத்த இடதுப் பக்கம் திருப்புனாள் அப்போ அவள் உதட்டுல இன்னொரு முத்தம் கொடுத்துட்டு 'ஸாரி' சொன்னேன். அவள் இப்போ முகத்த நேரா வெச்சுட்டு என் கண்ணப் பாத்தாள்.

"ஸாரி அண்ட் லவ் யூ தியா" நா அவளோட உதட்டுல முத்தம் கொடுக்கத் தொடங்குனேன் அவளும் பண்ணாள். நா அவள விடவே இல்ல. அவளோட கீழ் உதடு என்னோட உதட்டுக்கிட்ட மாட்டிக்கிட்டு தப்பிக்க முடியாம கஷ்டப்படுது. எனக்கு இப்போ அவள என்னென்னமோ பண்ணனும் போல தோணுது. இந்த முத்தம் நல்லாருக்கு. நா தியாவ விட்டேன். அவளோட உதடு பாக்க ஈரத்தோட அழகா இருக்கு. அவள் தலை குனிஞ்சு நின்னாள். அவளோட தலை முடி அவள் முகத்தை மறைச்சது. நா அவளோட தலைமுடியை காதுக்குப் பின்னாடி ஒதுக்கிட்டு அவள் முகத்தைப் புடிச்சேன். என் கண்ணெல்லாம் நா ஈரமாக்குன அவளோட உதட்டு மேலதான் இருக்கு.

"உன் லிப்ஸ் நெஜமாவே செமடி குள்ளச்சி" நா அவளோடக் கீழ் உதட்டை புடிச்சுக் கிள்ளுனேன்.

நா மறுபடியும் முத்தம் கொடுக்கலாம்னு போனப்போ பைக் ஹாரன் சத்தம் கேட்டது. நந்துதான் அடிக்குறான்னு நெனைக்குற.

"சரி நா கிளம்பறேன் தியா. இப்போவாவது நார்மலாப் பேசு"

தியா பேசல. நா அவளோடக் கையப் புடிச்சுச் சாக்லேட் கொடுத்தேன். இப்போ அவள் வாங்குனாள். நா அவக்கிட்ட ஒன்னு சொல்லணும்னு நெனைக்குற.

"தியா.... நீ"

என்னால அவக்கிட்ட வெளிப்படையா சொல்ல முடியல. அவள் ரேவந்த் கூடப்பேசுறது எனக்குப் புடிக்கலன்னு. அன்னைக்குக் கோவத்துல நா அசிங்கமாப் பேசுன மாதிரி இப்பவும் பேசிற கூடாதுன்னு நா உறுதியா இருக்கேன்.

"எனக்காக மட்டும் இருப்பியா தியா, நா மட்டும்தான் உன்னை டச் பண்ணனும்"

தியாவோட முகம் வாடிருச்சு. வேணா நடந்தத பத்திப் பேச வேணாம்.

"என்னாச்சு?" நா கேட்டேன்.

அவள் எதும் இல்லன்னு தலைய ஆட்டுனாள். நா அவளப் பாசமா கட்டிப்புடிச்சேன், அவள் என்னை கட்டிப்புடிக்கல. எனக்கு கஷ்டமா இருக்கு. நந்து பைக் ஹாரன் அடிச்சான். இவன் ஹாரன் அடிச்சே தியாவோட அப்பாவ வெளியில வர வெச்சுருவான் போல.

"நா போய்ட்டு வரேன் தியா.... நீ வீட்டுக்குள்ளப் போ"

நா திரும்பனேன் மனசே வராம ரெண்டு அடி எடுத்து வெச்சேன். தியா பின்னாடி இருந்து என்னோட டீ-ஷர்ட்ட புடிச்சு இழுத்தாள். நா நின்னேன். தியா அப்டியே என் பின்னாடி இருந்து என்னை கட்டிப்புடிச்சாள். நா சிரிச்சுட்டே அவள் கை மேல என் கை வெச்சேன். இப்போதான் நிம்மதியா இருக்கு. எப்டியோ அவளுக்கு கோவம் போய்டுச்சு.

"எப்போ திரும்ப வருவடா" தியா கவலையோடக் கேட்டாள். அப்பாடா ஒரு வழியா பேசிட்டாள்.

"தெரியலடி"

"பேபி தண்ணி அடிக்காத, அந்த ஐராவ சைட் அடிக்காத.....ஓகே"

"ஹ்ம்ம்" நா சிரிச்சுட்டே திரும்பி நின்னேன். அவளோட முகத்தைப் பாத்தேன் அவள் கண்ணுக் கலங்கி இருந்தது. இந்த அழு மூஞ்சி எப்போதான் திருந்துமோ.

"நா உங்கிட்ட வேணும்னே பொய் சொல்லல அஸ்வின், நா அவங்கூட இருக்கறன்னு சொன்னா நீ கோவப்படுவன்னுதான் அம்மா கூட இருக்கறதா பொய் சொன்ன"

"ஹ்ம்ம்" வேணா அஸ்வின் அதப்பத்தி பேசாத, மறுபடியும் சண்டை வரும்.

"அப்பாக்கு நம்ம லவ் மேட்டர் தெரிஞ்சுடுச்சுடா?" அவள் சொன்னாள். நா எதக் கேக்கணும்னு நெனைச்சனோ அதயே மறந்துட்டேன். நல்ல வேளை இவளே சொல்லிட்டாள்.

"என்ன சொன்னாரு?"

"அவன் பணக்காரப் பையன் உன்ன எல்லா அவன் கல்யாணம் பண்ணிக்க மாட்டான். சும்மா டைம் பாஸ்க்கு பண்ணிட்டு இருக்கான்.... நீ ஏமாந்துடாதன்னு சொன்னாரு பேபி"

எனக்குச் சிரிப்புதான் வந்தது. இந்த ஆளு என்ன இந்த காலத்துலயும் அந்த காலத்துல வர வில்லன் மாதிரி பேசிட்டு இருக்காரு.

"நா உன்னை பைத்தியம் மாதிரி லவ் பண்றேன் அவருக்கு அது டைம் பாஸா தெரியுதா..... அது மட்டும்தான் சொன்னாரா இல்ல உன்னை அடிச்சாரா?"

தியா பதிலே சொல்லல. அப்டினா அவரு இவள அடிச்சுருக்காரு. நந்து மறுபடியும் ஒரு தடவ ஹாரன் அடிச்சான்.

"நா கிளம்பறன்டி, அப்றமா உனக்கு கால் பண்றேன்"

"குனிடா"

"ஏன்?"

"குனி அஸ்வின்"

நா கொஞ்சமா தலைய அவளோட உயரத்துக்கு ஏத்த மாதிரி குனிஞ்சேன், அவள் என் நெத்தியில முத்தம் கொடுத்தாள், குள்ளச்சி.

"பாய் பேபி" நா சிரிச்சுட்டே சொன்னேன். அவள் கண்டுக்காமப் போனாள். இப்போதான நார்மலாப் பேசுனாள். இப்போ என்ன ஆச்சு இவளுக்கு. எனக்கு வேற லேட் ஆச்சு. நா வேகமாப் பைக்கிட்ட போனேன். பைக்ல உக்காந்து அவளப் பாத்தேன். நந்து அவிங்க வீட்டு முன்னாடி பைக்க கொண்டுப்போய் நிறுத்துனான். அவள் வீட்டுக்குள்ளப் போறதுக்கு முன்னாடி என்னைத் திரும்பி பாத்தாள், லூசு அழுகுறாள்.

"ஏன் தியா?" நா சத்தம் வராம வாய அசைச்சேன்.

"பாய் அஸ்வினய்ரா" அவள் வாய் அசைச்சாள். அப்றம் உள்ள போனாள்.

"என்னடா பண்ண? எதுக்கு அழுகுறாள்?" நந்து கேட்டான்.

"தெரியல மச்சான்.... நீ கிளம்பு"

இப்போ எனக்கும் கண் கலங்குச்சு. அவள் என்னை அந்த அளவுக்கு மிஸ் பண்றாளா?.... நானும்தான். அவள விட்டு போகவேத் தோணல. நந்து பைக் ஸ்டார்ட் பண்ணான். ரொம்ப வேகமா ஓட்டிட்டு போய்ச் சரியான நேரத்துக்கு என்னை ஈரோடு பஸ் ஸ்டாண்ட்ல விட்டான். நானும் பைய மாட்டிட்டு பஸ்ல ஜன்னலோரத்துல உக்காந்தேன்.

"பாத்துப்போ மச்சான்"

12

இன்னையோட எங்கப் படிப்பு முடிஞ்சது அத கொண்டாடுறதுக்காக நாங்க கிளப்ல இருக்கோம். இன்னொரு காரணமும் இருக்கு, எங்களுக்கு வேலை கிடைச்சிடுச்சு. எனக்கு இங்கயே கிடைச்சிருக்கு. நந்துக்கு, விக்கிக்கும் சென்னைல கிடைச்சிருக்கு. அவனுங்க சென்னைக்கு போய்ட்டாங்கனா நா அவிங்கள ரொம்ப மிஸ் பண்ணுவேன். ஒரு ஆறு மாசம்தான் சென்னைல இருப்பானுங்க. அப்றம் திரும்பவும் இங்கயே வந்துருவானுங்க. நவ்யா, விக்கி, நந்து, மூணு பேரும் லூசுங்க மாதிரி டான்ஸ் ஆடிட்டு இருக்குங்க. நானும் அதுங்கக்கூட சேந்து ஆடிட்டு இருக்கேன். ஐரா எங்கப் போனான்னு தெரியல. என் கண்ணுல சிக்கவே இல்ல. தியா கால் பண்ணிட்டே இருக்காள். இதோட நெறைய தடவ கால் பண்ணிட்டாள். இதுக்கு மேலயும் நா கால் அட்டெண்ட் பண்ணலனா குள்ளச்சி கோவிச்சுக்குவாள். நா கொஞ்சம் ஓரமாப் போய் கால் அட்டெண்ட் பண்ணேன்.

"குள்ளச்சி, நா வீட்டுக்குப் போனதும் கூப்டுறேன்டி.... நா கிளப்ல இருக்கேன்டி"

"பேபி, தண்ணி அடிக்காத"

"ஹ்ம்ம்"

"எப்போ வீட்டுக்குப் போவ?"

"லேட் ஆகும் தியா.... நீ தூங்கு நா காலைல கால் பண்றேன் ஓகே" ஐரா என் கண்ணுலப் பட்டாள். அவள் ஒரு ஓரமா நின்னு குடிச்சுட்டு இருக்காள்.

"ஹ்ம்ம்.... லவ் யூ அஸ்வின்"

"ஹ்ம்ம் லவ் யூ டி"

நா ஐராவ பாத்துட்டே நின்னேன். ஐரா, நவ்யா ரெண்டு பேருக்குமே ஒயின் குடிக்குற பழக்கம் இருக்கு. ஆனால் இப்போ ஐரா குடிக்கறத பாத்தா ஏதோ அதுக்கு அடிமை ஆகி குடிக்கிற மாதிரி இருக்கு. நா அவக்கிட்ட பேசுறதுக்காக அவப்பக்கத்துல போய் நின்னேன்.

"ஹேய் அஸ்வினய்ரா" அவள் சிரிச்சுட்டே சொன்னாள். தியா என்னை இப்டி கூப்டறது என் பிரண்ட்ஸ் எல்லாருக்கும் தெரியும். அவிங்களும் என்னை அப்பப்போ என்னை அப்டி கூப்ட்டுக் கிண்டல் பண்ணுவாங்க.

"ட்ரிங்க் வேணுமா?" ஐரா கேட்டாள்.

"நோ"

அவளோட சிரிப்பே சொல்லுது அவள் சுய நினைவுல இல்லனு. நா அவள் கைல இருந்த க்ளாஸ வாங்க முயற்சிப் பண்ணேன். அவள் கொடுக்கல.

"ஓ... நீதான் இப்போக் குடிக்கறது இல்லல்ல, உன் கேர்ள் பிரண்ட் சொன்னதுல இருந்து" அவள் சிரிச்சாள், அதுல ஒரு வலி இருக்கு.

"நீ எதுக்கு இப்போல்லாம் குடிச்சுட்டே இருக்க?.... இட்ஸ் நாட் குட் பார் யுவர் ஹெல்த் ஐரா"

"ஐ வான்ன ஃபர்கெட் சம்ஒன் பட் ஐ கான்ட்" இதையும் சிரிச்சுட்டே சொன்னாள். எனக்குக் கஷ்டமா இருக்கு. என்னச் சொல்லி சமாதானப்படுத்துறது. அவளால நிக்ககூட முடியல. நா அவளப் புடிச்சேன். அவள ஸ்டூல்ல உக்கார வெச்சுட்டு, நானும் அவப்பக்கத்துல உக்காந்தேன்.

"நீ கான்ஷியஸ்லயே இல்ல, கிளம்பலாமா ஐரா?"

திடீர்னு அவள் சிணுங்கிட்டே என் தோள் மேல சாஞ்சு அழுதாள்.

"ஐரா, எழுந்திரு கிளம்பலாம்"

"அஸ்வின், ஏன்டா நீ என்னை லவ் பண்ணல?"

இவள் என் மேல சாஞ்சுருக்கறதப் பாத்துட்டு விக்கி வந்தான்.

" மச்சான் உன் மொபைல் கொடு"

நா எடுத்து கொடுத்தேன். அத வாங்கிட்டு போய்ட்டான். விக்கி எங்கிட்ட ஐராக்கு என்ன ஆச்சுன்னு ஒரு வார்த்தைக்கூட கேக்கல.

"ஐரா, கிளம்பலாம் எழுந்திரு"

"தியா உனக்கு ஏத்தப் பொண்ணு இல்ல அஸ்வின், அவள்"

"ஷட் அப் ஐரா. நீ எதுக்கு இப்டி தேவையில்லாம அவளப்பத்தி பேசுற"

ஐரா என்னைப் பாத்து அழுதுட்டே சொன்னாள்.

"அவள் உன்னை ஏமாத்திருக்கா அஸ்வின், எப்டி உன்னால அதெல்லாம் மறந்துட்டு அவள ஏத்துக்க முடிஞ்சது"

"பிகாஸ் ஐ லவ் ஹெர்"

"முட்டாள்"

"உனக்கு நல்லா மண்டைக்கு ஏறிடுச்சு. நா நவ்யாவ வரச் சொல்றேன் நீ இங்கயே இரு எங்கயும் போயிடாத"

ஐரா என் ஷர்ட்டப் புடிச்சுட்டுக் கேட்டாள்.
"அஸ்வின், என்னால நீ இல்லாம இருக்க முடியலடா.... நீ அவக்கூட பேசும் போதெல்லாம் நா அதப் பாக்க முடியாம கஷ்டப்படுறேன்டா.... உனக்கு அது தெரியலயா"

"மச்சான் கொஞ்சம் இங்கப் பாரு, தியா கால் பண்ணிருக்காள்" விக்கி கத்திட்டே அங்க வந்தான்.

"நா அப்றம் பேசுறன்னு சொல்லுடா". நா எழுந்திருக்கப் பாத்தேன். ஆனால் இவள் விடாம புடிச்சுட்டு இருக்காள்.

"நீயே சொல்லிரு மச்சான். வீடியோ கால் தான் பண்ணிருக்காள்"

விக்கி சிரிச்சுட்டே மொபைலத் திருப்பி எங்கிட்டக் காட்டுனான். இந்த நாய் கால் அட்டெண்ட் பண்ணிட்டான். தியா என்னைக் கோவமாப் பாத்தாள்.

“டேய் கட் பண்ணுடா” நா கத்துனேன். “பேபி, நீ நினைக்கற மாதிரி எதுவும் இல்லடி”

அவன் கட் பண்ணாம சிரிச்சுட்டே மொபைல எங்க முகத்துக்கு முன்னாடி கொண்டு வந்தான். தியா ஏதோ சொன்னாள் ஆனால் எனக்குப் புரியல. ஐரா வேற என் ஷர்ட்ட விடவே இல்ல. அவள் தியாவப் பாத்து சொன்னாள்.

"பிட்ச், எப்டி என் அஸ்வின நீ எடுத்துக்கலாம்"

தியாக்கு அது கேட்டுருச்சுன்னு நெனைக்குறேன், அவள் உடனே கால் கட் பண்ணிட்டாள். எனக்கு ஐரா மேல செம கோவம் வந்தது. விக்கிக்கு ஐரா ஏன் அப்படி சொன்னான்னு புரியல.

"எதுக்குடி அவளப் பாத்து அப்டி சொன்ன?" விக்கி கேட்டான்.

ஐரா என் நெஞ்சு மேல சாய்ஞ்சாள். நா அவள விலக்கிட்டு, அவளப் புடிச்சேன். அவள் கண் மூடி இருந்தது. மட்டை ஆகிட்டாள்.

"டேய் இவளப் புடி வா, மொபைல எங்கிட்ட கொடு"

அவன் மொபைல கொடுத்துட்டு, ஐரா பக்கத்துல உக்காந்தான். அவள அக்கறையோட புடிச்சான். நா தியாக்கு கால் பண்ணேன். ரிங் போய்ட்டே இருக்கு அவள் எடுக்கல. கோவிச்சுக்கிட்டாளா? இந்த ஐராவ என்னப் பண்றதுன்னே தெரியல. நாங்க எல்லாத்தையும் முடிச்சுட்டு வீட்டுக்குப் போனோம். ஐராவ விக்கிதான் ரொம்ப அக்கறையா கூட்டிட்டு வந்தான். நா தியாக்கு கால் பண்ணிட்டே இருக்கேன். எடுக்கவே மாட்டுக்குறாள், குள்ளச்சி. இவிங்க எல்லாரும் தூங்கிட்டாங்க. எனக்குத் தூக்கமே வரல. வாட்ஸப்ல மெசேஜ் பண்ணாலும் அதப் பாத்துட்டு ரிப்ளை பண்ணாம இருக்காள். நாளைக்கு நா ஊருக்குப்

போறேன். நா அவளப் பாத்து ஆறு மாசம் ஆகுது. நாளைக்கு அவளப் பாக்கப் போறேன். அத நெனைச்சு நா எவ்ளோ சந்தோசமா இருக்கேன். இவள் என்னன்னா இப்படி பண்றாலே.

நா ஃப்ளாட்க்கு வெளியில வந்து நின்னேன். எனக்கு இந்த நாள் ரொம்ப சந்தோஷமான நாள், கஷ்டமான நாளும்தான். ஏன்னா இது என் கல்லூரி வாழ்க்கையோட கடைசி நாள். நம்ம வாழ்க்கைல திரும்ப வாராதான்னு ஏங்குற நாட்கள்ள இதுவும் ஒன்னு. நா அப்டியே அந்த இருண்ட வானத்தை வேடிக்கைப் பாத்துட்டே நின்னுட்டு இருந்தேன். அப்றம் தியாவ சமாதானப்படுத்த எனக்கு ரொம்பப் புடிச்ச பாட்டு வரியை வாட்ஸப் ஸ்டேட்டஸ்லப் போட்டேன்.

நீயும் என்னை நீங்கி போனால்
நீல வானம் கண்ணீர் சிந்தும்,
பேசாமத்தான் போகாதடி
பாசாங்குத்தான் பண்ணாதடி,
சத்தியமா உன் நினைப்பில்
மூச்சு முட்டித் திக்குறேண்டி
கோபம் ஏத்திக் கொல்லாதடி
கொத்தி கொத்தித் தின்னாத....

தியா அந்த ஸ்டேட்டஸ் பாத்ததும் அவளே கால் பண்ணாள். வாட்ஸப் வீடியோ ஸ்டேட்டஸ் போடுறத எவன் கொண்டு வந்தானோ அவன் நல்லாருக்கணும் முருகா. ஒரே ஒரு ஸ்டேட்டஸ்ல எல்லாம் முடிஞ்சுடுது.

"ஹலோ"

"தூங்கலயா?"

"இல்ல.... ஏன் கால் அட்டெண்ட் பண்ணல குள்ளச்சி"

"பேபி, நீ ஐராக்கிட்ட நாம பிரேக் அப் பண்ணதுக்கான ரீசன் சொல்லிட்டியா?"

"ஹ்ம்ம்"

"ஹ்ம்ம்..... எதுக்குச் சொன்ன பேபி. அவள் என்னைப் பிட்ச்னு கூப்டுறாள்"

"குள்ளச்சி ஸாரிடி, அதப்பத்திப் பேச வேணாம்"

"ஹ்ம்ம் அப்றம்" கோவமாக் கேட்டாள்.

"அப்றம்" நா ஹஸ்கி குரல்ல கேட்டேன்.

"நாளைக்கு எப்போ வர? வந்ததும் வீட்டுக்கு வா உன்னைப் பாக்கணும்"

"நா வந்தா என் மாமனாருக்குப் புடிக்காதே"

"டேய் நீ வீட்டுக்கு வெளியில நில்லு நா வெளிய வரேன்.... அந்த சந்து ஞாபகம் இருக்குதா?"

"ஹ்ம்ம் அந்த இடத்தை மறக்க முடியுமா குள்ளச்சி.... நீ வந்து..... என்னப் பண்ணப் போற"

"இறுக்கி அணைச்சு ஒரு உம்மாத் தருவேன்"

"குள்ளச்சி சரியான கேடி நீ"

"ஹ்ம் உன் அளவுக்கு இல்ல. நீயும் ஐராவும் என்னைப் பண்ணிட்டு இருந்திங்க க்ளப்ல?"

"அவள் குடிச்சுட்டே இருந்தாள் அதான் ஒரு அக்கரையிலப் போய் பேசுனேன், நீ வீடியோ கால் பண்ணதும் விக்கி வேணும்னே அட்டெண்ட் பண்ணிட்டான்" இங்க காத்து நல்லா அடிக்குது.

"ஹ்ம் சரி பேபி, நா உங்கிட்ட நெறையப் பேசணும் நீ இங்க வந்ததும்"

"பேசுறது மட்டும்தானா செல்லம். வேற எதுவும் இல்லயா?" நா ரொமான்டிக்காப் பேசுனேன். அவள் அதுக்குப் பதில் சொல்லாம வேற ஒன்னு சொன்னாள்.

"அஸ்வின், எங்க வீட்டுல வந்துப் பேசுடா. இப்போதான் படிச்சு முடிச்சுட்டயேடா. வேலையும் இருக்கு அப்றம் என்ன?"

"லூசு, என்னடி?.... நா இன்னும் வேலைக்குப் போக ஸ்டார்ட் பண்ணக்கூட இல்ல. நீயும் படிச்சுட்டு இருக்க. அதுக்குள்ள என்ன அவசரம்?"

"ப்ளீஸ் வீட்டுல வந்துப் பேசுடா"

என்ன லூசு மாதிரிப் பேசுறாள். என் அப்பாவோட பணத்தைத் தவிர என் கைல எதுவுமே இல்ல. எனக்குன்னு ஒரு ஸ்டேட்டஸ் இருந்தாதான நா அவிங்க வீட்டுலப் பேச முடியும்.

"நா எதை வெச்சுடி வந்து பேசட்டும்.... லூசு இன்னும் கொஞ்ச வருஷம் ஆகட்டும்... நா கொஞ்சம் செட்டில் ஆகணும்"

"பேபி நீ செட்டில் ஆக வேண்டிய அவசியமே இல்லடா. எங்க வீட்டுல வந்துப் பேசு அஸ்வின்"

"முடியாதுடி லூசு மாதிரி பேசாத"

"அஸ்வின்"

"சொல்லுடி"

"எனக்கு உங்கூட இருக்கனும் அஸ்வின், இப்பவே"

"கொஞ்சம் வெய்ட் பண்ணு குள்ளச்சி"

"கல்யாணம் பண்ணிக்கலாம்"

"பண்ணிக்கலாம் ஆனால் இப்போ வேணாம் எனக்கு 25 உனக்கு 23 ஆகட்டும்"

அதுக்கு அப்றம் அவள் என்னை சம்மதிக்க வெக்க ரொம்ப நேரம் முயற்சி பண்ணாள். நா ஒத்துக்கல, நா அவசரப்பட்டு கல்யாணம் பண்ணிட்டு கஷ்டப்பட விரும்பல. என் அப்பா சம்பாதிச்சப் பணத்துல நானும் என் பொண்டாட்டியும் வாழ்ந்தா அதுல என் பங்குன்னு என்ன இருக்கப் போகுது. நா அப்டியே இப்போ அவளக் கல்யாணம் பண்ணாலும் கண்டிப்பா அமைதியா இருக்க மாட்டேன். ஒரு வருஷத்துல ஒரு குழந்தையப் பெத்துருவேன். அப்றம் எங்க நா செட்டில் ஆகறது. எதை செஞ்சாலும் யோசிச்சு செய்யணும்.

"தியா தூங்கு போ"

"போடா எங்கூடப் பேசாத"

"குள்ளச்சி புரிஞ்சுக்கோடி.... கோவப்படாத"

"பாய்"

குள்ளச்சி கால் கட் பண்ணிட்டாள்.

####

இன்னும் கொஞ்ச நேரத்துல ஈரோடு வரப்போகுது. மணி இப்போ நைட் 9.55. எப்டியும் 10.15க்கு போயிடுவேன். போனதும் தியாக்கிட்ட பேசனும். நா என்னென்னமோ கனவு கண்டுட்டே வேடிக்கைப் பாத்துட்டே வந்தேன். என்னோட ஸ்கூல் நண்பன் கார்த்திக்னு ஒருத்தன் கால் பண்ணான்.

"என்ன மச்சான் திடீர்னு இப்டி கால் பண்ணி பயப்படுத்துற"

"ஒண்ணுமில்ல மச்சான் சும்மாதான். எப்டி இருக்க?"

"நல்லாருக்கன்டா நீ எப்டி இருக்க?"

"ஹ்ம்ம்..... மச்சான்.... உங்கிட்ட ஒன்னுக் கேக்கணும்"

"கேளு மச்சான்" நா சீட்ல நல்லா சாஞ்சு உக்காந்தேன். ஜன்னலைச் சாத்துனேன்.

"நீயும் தியாவும் இன்னும் லவ் பண்றிங்களா மச்சான்?"

"ஹ்ம்ம், பரவாலயே மச்சான் இதெல்லாம் ஞாபகம் வெச்சுருக்க"

"டேய் அஸ்வினு, நா ரெண்டு ஃபோட்டோ அனுப்புறேன் பாரு"

"என்ன ஃபோட்டோ மச்சான்?"

"ஸாரி மச்சான், உன் மேல இருக்க அக்கறையிலதான் அனுப்புறேன்டா தப்பா எடுத்துக்காத"

"என்னடா சொல்ற? சரி நீ அனுப்பு நா பாக்குறேன்"

அவன் எனக்கு வாட்ஸப்ல ஃபோட்டோ அனுப்பி விட்டான். நானும் உள்ள போய்ப் பாத்தேன், கோவமே வரல. என் மேலயே எனக்கு வெறுப்பு வந்தது. நா ஏன் தியாவ நம்புனேன்? அந்த ஃபோட்டோல ரேவந்த் தியாவோட தோள் மேல கை போட்டு கன்னத்துல முத்தம் கொடுத்துட்டு இருந்தான். ரேவந்த்தோட வாட்ஸப் ஸ்டேட்டஸ் இது.... கார்த்தி அத ஸ்க்ரீன் ஷார்ட் எடுத்து எனக்கு அனுப்பியிருக்கான். அந்த ஃபோட்டோக்கு கீழ 'மை தியா ஈஸ் பெஸ்ட்'னு எழுதி இருக்கு. மை தியா ??? எனக்கு வரக் கோவத்துக்கு

அவனத் தூக்கிப் போட்டு மிதிக்கணும் போல இருக்கு. இந்த வாட்ஸப்ப கண்டுபுடிச்சவன் மட்டும் என் கைல கிடைச்சான், செத்தான். எனக்கு அந்த ஃபோட்டோவப் பாக்க பாக்க அழுகை வர மாதிரி இருக்கு. இவளுக்காக நா எதுக்கு அழுகணும்? தியா தயவு செஞ்சு என் கண்ணு முன்னாடி வந்துடாதா. நா மட்டும் உன்னைப் பாத்தா என்ன பண்ணுவன்னு தெரியாது. அந்த ஃபோட்டோவப் பாத்துக் கொஞ்ச நேரத்துல ஈரோடு பஸ் ஸ்டாண்ட்க்கு வந்தேன். அந்தக் கொஞ்ச நேரத்துல என் மனசு என் பேச்சக் கேக்காம ரேவந்த்தயும், தியாவயும் வெச்சு அசிங்க அசிங்கமா யோசிக்க ஆரம்பிச்சது. என்னால அதக் கட்டுப்படுத்த முடியல. அவிங்க ரெண்டுப் பேரும் ஸ்கூல்ல கிஸ் பண்ணது, இப்போ இந்தப் ஃபோட்டோ இதத் தவிர வேற எதையும் யோசிக்க முடியல. நா பஸ்ல இருந்து இறங்குனேன். வேற பஸ்ல ஏறுனேன். ரெண்டு பேருக்குள்ளேயும் ஏதோ ஒன்னு இருக்கு. ரேவந்த் அவள லவ் பண்றானா? தியாவும் பண்றாளா? ஆனால்..... அவளால எப்டி என்னைத் திரும்பத் திரும்ப ஏமாத்த முடியுது. முருகா முருகா முருகா, ஒன்னுமே புரியல. தயவுசெஞ்சு எனக்குப் புரிய வை. எனக்குப் பைத்தியம் புடிக்குற மாதிரி இருக்கு. நா சீட் இருந்தும் அதுல உக்காராம இதப்பத்தி யோசிச்சுட்டே அந்த சீட் முன்னாடி நின்னுட்டு இருந்தேன். அந்தச் சீட்ல இருந்த டீனேஜ் பையன் சொன்னான்.

"உக்காருங்க ப்ரோ..... ஏன் நின்னுட்டே இருக்கீங்க?"

அந்தப் பையன் என்னைப் பாத்து சிரிச்சான். நா பதிலுக்கு சிரிக்கல. நாந்தான் பேய் அறைஞ்ச மாதிரி இருக்கனே எனக்கு எப்டி சிரிப்பு வரும்? நா பிரம்மப் புடிச்ச மாதிரி உக்காந்தேன். அந்தப் பையன் என்னை ஒரு மாதிரிப் பாத்தான். அப்றம் ஜன்னல் பக்கம் திரும்பி வேடிக்கைப் பாத்தான். எப்போ நா வீட்டுக்குப் போவேன்? எனக்கு அழுகனும் போல இருக்கு. இங்க அழுக முடியாதே.... நா என் தலையில கை வெச்சு எதையோ பறி கொடுத்த மாதிரி உக்காந்தேன். ஊரு

வந்ததும் இறங்கி வீட்டுக்குப் போனேன். அம்மாவோட ஸ்கூட்டியக் காணம்னு அம்மாக்கிட்ட கேட்டேன். அம்மா ஸ்கூட்டில பிரச்சனை இருக்கு அதனால சரி செய்யறதுக்காக கொடுத்துருக்கேன்னு சொன்னாங்க. நா கார் எடுத்துட்டுக் கிளம்பனேன். அம்மா சத்தம் போட போட அத காதுலயே வாங்காம வந்தேன். நேரா தியா வீட்டுக்கு முன்னாடியே கொண்டுப் போய் நிறுத்தனேன். ஹாரன் அடிச்சேன், திரும்ப திரும்ப அடிச்சேன். தியா ஜன்னல் திறந்து எட்டிப் பாத்தாள். நா ஹாரன் அடிச்சுட்டே இருந்தேன். அவளோட அப்பா வெளியில வந்தாரு, நா கார்ல இருந்து இறங்குனேன். அவரு என் பக்கத்துல வந்தாரு.

"எதுக்கு தம்பி இந்நேரத்துல இங்க வந்து ஹாரன் அடிச்சுட்டு இருக்க?"

"தியா..... வெளிய வாடி" நா சத்தமா சொன்னேன்.

"சத்தம் போடாத தம்பி"

"ஏன் உங்க குடும்ப மானம் போய்டுமா?" பக்கத்து வீட்டுல இருந்து ஒரு ஆளு லுங்கி, பனியன் போட்டுக்கிட்டு வெளிய வந்தான். என்னையவே குரு குருன்னு பாத்தான். அப்றம் சொன்னான்.

"நீ கதிரவன் பையந்தான?"

"யோவ் உள்ள போயா" நா அந்த ஆளுக்கிட்டக் கத்துனேன். அவரு கோபப்பட்டுச் சொன்னாரு.

"பணக்காரப் பசங்கனா நீங்க மரியாதை இல்லாம பேசுனாலும் நாங்க கேட்டுக்கனுமா?"

இவன் ஒருத்தன் பைத்தியக்காரன் மாதிரிப் பேசிட்டு இருக்கான்.

"ஏன் உங்க வீட்டுப் பசங்க மட்டும் கோவம் வந்தாலும் மரியாதையா பேசுவாங்களா?" நான் கேட்டேன். அவரு என்னை அடிக்க வந்தாரு. இப்போ நா என்ன சொன்னேன்னு இவன் என்னை அடிக்க வரான். தியாவோட அப்பா அவரத் தடுத்தாரு.

"நீங்க உள்ளப் போங்க, நானே அவங்கிட்ட பேசிக்குறேன்" அவரு அந்த ஆளுக்கிட்ட பேசி அனுப்பி விட்டாரு. தியா மேல இருந்து என்னைப் போக சொன்னாள்.

"கீழ வாடி" நா கத்துனேன்.

"அஸ்வினு, என்னதான் வேணும் உனக்கு?"

"உங்க பொண்ணுக்கிட்டப் பேசணும்"

அவரு ரொம்ப நேரமா என்னைத் திரும்ப அனுப்ப முயற்சிப் பண்ணாரு. நா போகாம என் கார் மேல சாஞ்சு அங்கயே நின்னுட்டு இருந்தேன். அப்றம் அவரே தியாவ கீழ வரச் சொன்னாரு. அவள் அந்த ஃபோட்டோல போட்டு இருந்த அதே டீ-ஷர்ட்டும், பசங்கப் போடுற ஷார்ட்ஸும் போட்டு இருந்தாள். அவள் பயிந்துட்டே அவளோட அப்பா பக்கத்துல வந்து நின்னாள்.

"என் பக்கத்துல வா" நா சொன்னேன்.

அவரோட அப்பா என்னை கேவலமா ஒரு பார்வைப் பாத்துட்டு சொன்னாரு.

"இவன லவ் பண்ணாதன்னு சொன்னனே கேட்டியா? பாரு இப்போ என்ன பண்றான்னு" அவரு உள்ளப் போனாரு. நல்ல அப்பன், நல்ல பொண்ணு. நா தியாவ இழுத்து அவள் உதட்டுல முத்தம் கொடுத்தேன். அவள் என்னைத் தள்ளி விடப் பாத்தாள். என்னோட ஒரு கை அவளோட இடுப்ப சுத்திப் புடிச்சு அவள நகர விடாம

பண்ணுச்சு. இன்னொரு கையால அவளோட பின் கழுத்த இறுக்கமாப் புடிச்சேன். அவள் என் நெஞ்சுலயே குத்துனாள். அவளுக்குப் புடிக்காத மாதிரி நா கிஸ் பண்ணேன். இது அழகான முத்தம் இல்ல. நா வெறித்தனமா அவளக் கிஸ் பண்ணேன். நா இப்டி நடந்துக்குறன்னு என்னாலேயே நம்ப முடியல. தியா அழுக ஆரம்பிச்சாள். நா அப்பவும் அவள விடாம கிஸ் பண்ணேன். அவளால சுத்தமா மூச்சு விட முடியல. அவளோட இடுப்புல இருக்க என் கை அவளோட இடுப்பை ரொம்ப அழுத்தி பிடிச்சது. அவள் என் கைய எடுத்து விட முயற்சி பண்ணாள். இதுதான் கடைசி தடவயா இருக்கப் போகுது நா அவள இவ்ளோ நெருக்கமாப் புடிக்குறதும், தொடுறதும். என்னால உன்னை மறக்க முடியாது தியா அதே மாதிரி நீ பண்ற கேவலமான விஷயத்தையும் மறக்க முடியல தியா. இந்த அருவருப்பான முத்தம் ரொம்ப நேரம் நீடிச்சது. நா அவளோட உதட்ட விட்டுட்டு அவளோட நெத்தியயும் என் நெத்தியையும் சேத்து வெச்சு அவளப் பாத்து மெதுவா மூச்சு வாங்க கேட்டேன்.

"ஒரு வேளை நா இந்த மாதிரிப் பையனா இருந்துருந்தா உனக்கு என்னைப் புடிக்குமா தியா? அப்பயாவது எனக்கு உண்மையா இருந்துருப்பியா?"

அவளுக்கு நா ஏன் இந்த மாதிரி நடந்துக்குறேன்னு ஒரு ஐடியாவே இல்ல. அழுதுட்டே என் கன்னத்துல அடிச்சாள்.

"ஏன்டா இப்டி நடந்துக்குற? என்னாச்சு அஸ்வின்" நா அவள விட்டுட்டு கார்ல ஏறி உக்காந்தேன்.

"அஸ்வின் சொல்லுடா என்னாச்சு?"

"ப்ரேக் அப் தியா, தயவுசெஞ்சு எங்கூடப் பேசிறாத"

நா கார் ஸ்டார்ட் பண்ணேன். அவளும் கார்க்குள்ள வந்தாள் என் பக்கத்துல உக்காந்தாள்.

"இறங்கு தியா"

"என்னன்னு சொல்லுடா...... ஏன் இப்டி நடந்துக்குற? எதுக்கு ப்ரேக் அப் பண்ற?"

"இறங்குடி கீழ.... என்னை அழ வெய்க்காதடி"

அவள் என் கையப் புடிச்சு பொறுமையாக் கேட்டாள்.

"நிஜமா எனக்கு புரியலடா நீ ஏன் இப்டிப் பண்ற?.... சொல்லு பேபி"

நா மொபைல் எடுத்து ஃபோட்டோவக் காட்டுனேன். அவள் என்ன சொல்றதுன்னு தெரியாம முழிச்சாள்.

"இப்போப் புரியுதா? இறங்குடி"

"பேபி ப்ளீஸ் கோவப்படாத"

"இறங்குடி" நா ரொம்பச் சத்தமாக் கத்துனேன் அவள் பயந்துட்டாள். அவளோட அப்பா வெளியில வந்து அவளக் கூப்டாரு. அவளும் பயந்துட்டே இறங்குனாள். நா கார ஓட்டிட்டு வந்துட்டேன். வீட்டுக்கு வந்ததும் அம்மா எங்கிட்ட 'கார் எடுத்துட்டு இந்நேரத்துல எங்க போன'ன்னு கேட்டுக் கண்டபடி திட்டுனாங்க.

13

சில மாதங்களுக்குப் பிறகு

நா வேலைக்குப் போய்ட்டு ரொம்பச் சோர்வா ஃப்ளாட்க்கு வந்தேன். பசிக்குது ஆனால் சாப்ட புடிக்கல. நா போய்ப் படுத்துட்டேன். நந்துவும் விக்கியும் இல்லாம எனக்கு இங்க இருக்க வித்தியாசமா இருக்கு. தனிமையை தவிர வேற எதுவும் எனக்கு இங்க இல்ல. ஐராவும் எங்கூட சரியா பேசுறது இல்ல. நவ்யா மட்டும்தான் எப்பவும் போல நார்மலா எங்கூட பேசிட்டு இருக்காள். நவ்யா தட்டுல சாப்பாட்டோட உள்ள வந்தாள். என் பக்கத்துல உக்காந்தாள்.

"எழுந்திரு சீனியர் சாப்ட்டுத் தூங்கு"

"பசிக்கல நவ்யா, தூக்கம் வருது"

"ஏன்டா இப்டி இருக்க? இன்னும் ரெண்டு வாரத்துல அவுனுங்க இங்க வந்துருவானுங்க. அப்றம் என்ன பிரச்சனை உனக்கு?..... எழுந்திரு"

நவ்யா என்னை வலுக்கட்டாயமா எழுப்பி உக்கார வெச்சாள்.

"டேய் சோம்பேறி நீ கைக் கழுவ எழுந்து போக வேண்டிய அவசியம் இல்ல. இந்த ஸ்பூன்லயே சாப்டு"

நா சாப்ட்டு இருந்தப்போ எனக்கு நந்து கால் பண்ணான்.

"சொல்லுடா"

"மாமாக்கு உடம்பு சரில. ஹாஸ்பிட்டல சேத்திருக்கோம்..... நீ கிளம்பி வாடா"

"என்னாச்சு?"

"உடம்பு சரியில்லடா. நீ கிளம்பி வா"

அப்பா சென்னைல இருப்பாரு, உடம்பு சரி இல்லனா யாரு பாத்துப்பா? நந்து உடம்பு சரியில்லாததுக்கு எதுக்கு என்னை கூப்டுறான்? எதாவது சீரியஸா இருக்குமா?

"என்னடா யார்க்கூட பேசிட்டு இருக்க?" நவ்யா கேட்டாள்.

"டேய் ஃபீவர் வந்துருக்கா? இல்ல வேற எதாவது பிரச்சனையா? நீதான் கூட இருக்கியா?"

"ஹ்ம்ம் நானும், வைஷுவும், மாமாவும் இருக்கோம் அப்றம் விக்கியும் இருக்கான்"

"சீரியஸா எதுவும் இல்லல்ல? அம்மாக்கு சொன்னியாடா"

"கிளம்பி வர சொன்னா வாடா, சும்மா கேள்வி கேட்டுட்டே இருக்காத. சீக்ரம் கிளம்பி வா" வைஷு அக்காவோட குரல் கேட்டுச்சு. அவிங்கக் கோவமா

சொல்லிட்டுக் கட் பண்ணிட்டாங்க. அவள் எதுக்கு கோவப்பட்டாள்?

"என்னடா ஏன் இப்டி முழிக்குற?" நவ்யா கேட்டாள்.

"அப்பாக்கு உடம்பு சரியில்லனு சொல்றாங்க. நா சென்னைக்குக் கிளம்பணும்டி"

"அப்பாக்கு என்ன ஆச்சு?" நவ்யா பதட்டத்தோடக் கேட்டாள்.

"ஒன்னும் இல்ல, நா கிளம்பறேன் நீ பத்ரமா இருடி"

நா பஸ் புடிச்சு சென்னைக்குப் போனேன். ஹாஸ்பிட்டல் போற வரைக்கும் எனக்கு உயிரே இல்ல. அப்பா எப்டி இருக்காருன்னு தெரியல, வைஷு ஏன் அப்படி கோவப்பட்டானு தெரியல. அப்பாக்கு சீரியஸா எதுவும் இருக்கக் கூடாது, முருகா. நா அவிங்க வரச் சொன்ன ஹாஸ்பிட்டல்க்குப் போனேன். ஐ. சி. யூ எங்க இருக்குனு தேடிட்டே போனேன். நந்து, விக்கி, வைஷு அப்றம் அவளோட வீட்டுக்காரர் எல்லாரும் ஐ. சி. யூ'க்கு வெளியில நின்னுட்டு இருந்தாங்க. அப்றம் இன்னொரு லேடியும் நின்னுட்டு இருந்தாங்க. அவிங்க யாருன்னு எனக்குத் தெரியல.

“ஐ. சி. யூ' ல இருக்காறா?" நா நந்துக்கிட்ட கேட்டேன். நந்து எதுவும் சொல்லல. வைஷுவோட வீட்டுக்காரு சொன்னாரு.

"அப்பாக்கு ஹார்ட் அட்டாக்"

அதக்கேட்டதும் எனக்கு ஹார்ட் அட்டாக் வந்த மாதிரி இருக்கு. என் இதயம் ஏன் இப்டி வேகமா துடிக்குது. அப்பாக்கு எதுவும் ஆக கூடாது முருகா, முருகா, முருகா. நான் அழுதேன். விக்கி வந்து என்னக் கட்டிப்புடிச்சு என் முதுகுல தட்டி விட்டுச் சொன்னான்.

"ஒன்னும் இல்ல மச்சான், சரி ஆகிடும்"

நா அழுதுட்டே அங்க நின்னுட்டு இருந்தேன் அந்த லேடிய பாத்தேன். அவிங்க என்னை விட அதிகமா அழுதாங்க. இவிங்கள நா பாத்ததே இல்லையே.... யாரு இவிங்க. நா அவிங்களப் பாத்துட்டே இருந்தேன். விக்கி என்னை விட்டுத்தள்ளி நின்னான். நந்து எதையோ எங்கிட்டச் சொல்லணும்னு நினைக்கிறான் ஆனால் சொல்லாம நிக்குறான்.

"அழுகாதடா" வைஷு எங்கிட்டச் சொன்னாள்.

எதுக்கு இந்த லேடி இப்டி அழுகுறாங்க, யாரு இவிங்க? நா அவிங்களப் பாக்குறதப் பாத்துட்டு நந்து தயக்கத்தோடச் சொன்னான்.

"அவிங்க, மாமாவோட செகண்ட் ஒய்ப்"

இவன் என்னச் சொல்றான்? அப்பா அந்த மாதிரி எதுவும் பண்ணியிருக்க மாட்டாரு. அவன் சொன்ன வார்த்தையக் கேட்டு என் அழுகையே நின்னுருச்சு.

"கதிரவன் சார்க்கு சென்னைல இன்னொரு குடும்பம் இருக்கு.... உனக்கு ரெண்டுத் தங்கச்சியும், ஒரு தம்பியும் இருக்காங்க" வைஷுவோட வீட்டுக்காரர் சொன்னாரு. இவிங்க சொல்றது எதையுமே என்னால நம்ப முடியல. நா அமைதியா உக்காந்தேன், என்னோட வலதுப் பக்கம் விக்கியும் இடதுப் பக்கம் நந்துவும் உக்காந்தாங்க. நா அந்த லேடிப் பக்கமே திரும்பல. என்னால அவிங்களப் பாக்க முடியல. அப்பா கொஞ்சம் சீரியஸா இருக்கறதா டாக்டர் சொன்னாங்க. அம்மாக்கு சொன்னா அவிங்க இங்க வருவாங்க, அப்றம் என்ன ஆகும்?. முருகா ஏன் இப்டி சோதிக்குற? இது எதுவும் உண்மையா இருக்க கூடாது. என்னையும் மீறி என் மனசு அப்பா இறந்துப் போய்டுற மாதிரி, அந்த குடும்பத்துனால என் அம்மா கஷ்டப்படுற மாதிரி கற்பனைப் பண்ணிட்டே இருக்கு. நா தலையில கை வெச்சு உக்காந்தேன். வைஷு

அக்காவோட வீட்டுக்காரு என் முன்னாடி வந்தாரு. நா நிமிந்து பாத்தேன். அவரு அந்த லேடி இருக்கப் பக்கம் பாத்துட்டு இருந்தாரு.

"அந்தப் பொண்ணுதான் உன் தங்கச்சி" வைஷு வோட வீட்டுக்காரு சொன்னாரு.

நா, விக்கி, நந்து மூணு பேரும் ஒரே நேரத்துல திரும்பிப் பாத்தோம். மூணு பேரும் ஒரே நேரத்துல சொன்னோம்.

"நவ்யா"

நவ்யா ரொம்பப் பதட்டத்தோட அந்த லேடிப் பக்கத்துல வந்து நின்னு கேட்டாள்.

"ம்மா அப்பாக்கு என்ன ஆச்சு?"

அந்த லேடி நவ்யாவோட அம்மாவா? நவ்யா என் தங்கச்சியா? முருகா இங்க என்ன நடக்குது? என் கண்ணுக்கு அவிங்க ரெண்டு பேரத் தவிர வேற யாருமே தெரியல. இவ்ளோ நாளா நா நவ்யாவைப் பாத்த பார்வைக்கும் இப்போப் பாக்குறப் பார்வைக்கும் வித்யாசம் இருக்கு. இப்போ அவள் என்னோட தோழியா எனக்கு தெரியல. நவ்யா அவளோட அம்மாவைக் கட்டிப்புடிச்சு அழாதிங்கன்னு சொல்லிட்டு இருந்தாள். நவ்யாவோட அம்மா போலீஸ்னு எங்கக்கிட்ட சொல்லிருக்காள். அவிங்களப் பாத்தா எனக்குப் போலீஸ் மாதிரி தெரியல. ரொம்பப் பவ்யமா இருக்காங்க. நவ்யா என்னைப் பாத்தாள், என்னை மட்டுமே பாத்தாள் சுத்தி இருக்க யாரையும் கவனிக்கல. நா திரும்பிட்டேன். அவளயும், அவளோட அம்மாவையும் பாக்க எனக்குப் புடிக்கல.

ஏற்கனவே கல்யாணம் ஆகி ஒரு குடும்பம் இருக்க ஒருத்தர எப்டி அந்த லேடியால கல்யாணம் பண்ணிக்க முடிஞ்சது. வைஷுவோட வீட்டுக்காரு எனக்கு

ரெண்டுத் தங்கச்சி, ஒரு தம்பி இருக்காங்கன்னு சொன்னாரு. நவ்யா ஒரு தடவக் கூட எங்ககிட்ட அவளுக்கு கூடப்பொறந்த அண்ணனோ, அக்காவோ இல்ல தம்பி தங்கச்சியோ இருக்காங்கன்னு சொன்னது இல்ல. நா அவளத் திரும்பிப் பாத்தேன். நவ்யா அவளோட அம்மாவ உக்கார வெச்சுட்டு, தயங்கிட்டே என் முன்னாடி வந்து நின்னாள். விக்கியும், நந்துவும் என்னை விட அதிகமா அதிர்ச்சியில இருக்கானுங்க. அவுனுங்களும் அவள அண்ணாந்துப் பாத்தானுங்க.

"அஸ்வின்..... அப்பாக்கு எதுவும் ஆகாது, அழூகாத"

அப்பா....??? இவள் அவர இதுக்கு முன்னாடி அப்பான்னு கூப்டும் போது வித்யாசமா தெரியல ஆனால் இப்போ அதக் கேக்கும் போது கோவம் வருது. நா அழூகவே இல்லையே. எனக்கு அழூகை வரல, ஏன்னு தெரியல. நா அவளப் பாக்காமத் தலையக் குனிஞ்சு அமைதியா உக்காந்தேன். விக்கி எழூந்து வேற இடத்துல உக்காந்தான். நவ்யா என் பக்கத்துல உக்காந்தாள். என் தோள் மேல கை வெச்சாள். நா முகத்த நந்து பக்கம் திருப்பனேன். நவ்யாக்கு இவ்ளோ நாளா நா அவளோட அண்ணன்னு தெரிஞ்சும் அவள் எங்கிட்ட சொல்லாம இருந்துருக்காள். நா யாரதான் நம்புறது முருகா? ஏன் யாருமே உண்மையா இருக்க மாட்டுக்குறாங்க?

"நா அப்றமா உங்கிட்ட எல்லாத்தையும் எக்ஸ்ஃபிளைன் பண்றன்டா"

நா டக்குன்னு அவள் பக்கம் முகத்தைத் திருப்பிக் கேட்டேன்.

"ஒரு கேள்விக்கு மட்டும் பதில் சொல்லு" நா மெதுவா பொறுமையாக் கேட்டேன்.

"என்ன?" மெதுவா சொன்னாள்.

"நா உன்னோட ஹால்ப் பிரதர்னு உனக்கு எப்போ இருந்து தெரியும்"

"சரியா ஞாபகம் இல்ல பட் சின்னதுல இருந்தே தெரியும் அஸ்வின்"

நா நந்து பக்கம் திரும்பி அவங்கிட்ட சொன்னேன்.

"இவள இங்கருந்து போகச் சொல்லுடா" கண் கலங்கச் சொன்னேன். நந்து எதுவும் சொல்லாம முழிச்சான். அவனுக்கு பதிலா விக்கி சொன்னான்.

"நவ்யா, இப்போ அவங்கூடப் பேசாத, அப்றம் பேசிக்கோ"

"அப்பாவ தப்பா நினைக்காத அஸ்வின்" நவ்யா சொன்னாள்.

எனக்கு அதுக்கு எல்லாம் நேரம் இல்லை. இப்போ நடக்குறதையே என்னால புரிஞ்சுக்க முடியாம இருக்கேன். இதுல எங்க போய் நா அவரத் தப்பா நினைக்குறது. நவ்யா எழுந்துப் போய் அவளோட அம்மா பக்கத்துல உக்காந்தாள். நா என் அம்மாக்கு கால் பண்ணி அப்பாக்கு உடம்பு சரியில்லனு சொன்னேன். உடனே அம்மா ரொம்பப் பயிந்து பதட்டமா பேசுனாங்க. எனக்கு அப்போதான் அப்பா மேல கோவம் வந்தது. என் அம்மாவை எப்டி ஏமாத்த முடிஞ்சது? அவிங்க அவரு மேல எவ்ளோ பாசம் வெச்சுருக்காங்கன்னு அவருக்கேத் தெரியும். இருந்தும் ஏன் இப்டி ஒரு தப்பப் பண்ணாரு?. இதுல உத்தமன் மாதிரி எனக்கு உபதேசம் பண்றாரு. அம்மா இங்க வந்தா என்ன ஆகுமோன்னு யோசிச்சு யோசிச்சு எனக்குத் தலை வலியே வந்துடுச்சு. இந்த குடும்பத்துனாலதான் என் அப்பா சென்னைலயே இருந்தாறா? என் அம்மா அது தெரியாம இவரு ரொம்பக் கஷ்டப்படுறாருன்னு நெனைச்சுட்டு இருக்காங்க.

14

நாங்க யாருமே சாப்பிடாம அப்பாக்கு எப்போ சரியாகும்னு காத்துட்டு இருக்கோம். நா அந்த லேடியப் பாத்தேன். அவிங்க அழுகுறதப் பாத்தா என்னோட கோவமும், அப்பா மேல வெறுப்பும் அதிகமாகுது. இவிங்க என் அம்மாவ விட அழகா இருக்காங்க. ஒரு வேளை அம்மா அப்பா அளவுக்கு அழகா இல்லாததுனாலதான் அப்பா இந்த லேடியக் கல்யாணம் பண்ணிட்டாறா? என் தலை வலி இன்னும் அதிகமாகுது. நவ்யா அழுதுட்டு இருக்கறதுனால விக்கி அவக்கிட்ட ஏதோ சொல்லிட்டு இருக்கான். அம்மாவும், அத்தையும் வந்தாங்க. அத்தை நவ்யாவோட அம்மாவை ஒரு மாதிரி பாத்துட்டே வந்தாங்க.

"உடம்பு சரியில்லன்னு சொன்னிங்க ஐ. சி. யூல இருக்காரு," அம்மா பயிந்துட்டே கேட்டாங்க. அவிங்க முகத்தப் பாக்கும் போது எனக்கு உண்மைய சொல்லத் தோணல. நா எதுவும் சொல்லாம நின்னேன்.

"இவள் இங்க என்ன பண்றாள்?" கீதா அத்தை கேட்டாங்க.

"ம்மா உனக்கு அவிங்களத் தெரியுமா?" நந்து கேட்டான்.

"இவளாலதான் நானும் என் அண்ணனும் பேசுறது இல்ல.... எப்போ அவன் இவளக் கல்யாணம் பண்ணது தெரிஞ்சதோ அதுல இருந்துதான் நாங்க பேசுறது இல்ல" கீதா அத்தை அப்டி சொன்னதும் அம்மாக்கு அழுகை வந்தது. நா அவிங்கள உக்கார வெச்சேன். அத்தை அந்த லேடி பக்கத்துல போய் சத்தமா கத்திச் சண்டை போட்டாங்க. நவ்யா என்னப் பண்றதுன்னு தெரியாம அழுதாள்.

"நீ ரேவதியோட பொண்ணா?" அத்தை நவ்யாக்கிட்ட கேட்டாங்க.

ரேவ்'ன்ற வார்த்தைய கேட்டாலே தியா ஞாபகம் வருது. நவ்யா அழுதாள், அத்தை கோவத்துல சத்தம் அதிகமா போட்டாங்க. நவ்யா ரொம்ப அழுதாள்.

"நந்து அத்தைய அமைதியா இருக்கச் சொல்லுடா" நா சொன்னதும் நந்து போய்ட்டு அத்தையத் திட்டி இழுத்துட்டு வந்து உக்கார வெச்சான். அங்க இருக்க எல்லாரும் என்ன நடக்குதுன்னு தெரிஞ்சுக்க வேடிக்கை பாத்தாங்க. விக்கி நவ்யாப் பக்கத்துலயே நின்னுட்டு இருந்தான். நா போய் நவ்யா முன்னாடி நின்னேன். அவள் என்னைக் கட்டிப்புடிச்சு அழுதாள். நா அவளக் கட்டிப்புடிக்கல, சிரிக்கல, அழுகல. என் முகத்துல எந்த உணர்ச்சியும் இல்லாத மாதிரி நின்னேன்.

"நீ உன் அம்மாவக் கூப்ட்டுக் கிளம்பு"

"டேய் அவள் இருக்கட்டும் விடுடா" விக்கி சொன்னான்.

"இல்ல நா கிளம்பறேன்" நவ்யா சொன்னாள். நவ்யா என்னைக் கட்டிப்புடிச்சதும் என் அத்தைக்கு இன்னும் கோவம் அதிகமாகி கத்துனாங்க. நர்ஸ் வந்து திட்டிட்டு சத்தம் போடாதிங்கன்னு சொல்லிட்டு எங்கள ஐ.சி.யூக்கு வெளியில நிக்காதிங்கன்னு சொல்லிட்டுப் போனாங்க. நந்துவும் அத்தையத் திட்டுனான்.

"அப்பாவப் பாத்துக்கோ அஸ்வின்"

நா எந்தப் பதிலும் சொல்லல. அவள் அவளோட அம்மாவக் கூப்ட்டுக் கிளம்புனாள்.

●●●

அப்பாவ ஐ.சி.யூ ல இருந்து ஜெனரல் வார்டுக்கு மாத்துனாங்க. இப்போதான் அப்பா கொஞ்சம் நல்லா இருக்காரு. அப்பாக்கு இங்க நடந்த பிரச்சனை எதும் தெரியாது. நாங்க யாரும் அவர்க்கிட்ட சொல்லல. அம்மாவும், அத்தையும் குளிச்சுட்டு வரதுக்காக நந்து தங்கி இருக்க வீட்டுக்கு போயிருக்காங்க. நானும் விக்கியும் அப்பாவப் பாத்துக்குறோம். நவ்யாவும் அவளோட அம்மாவும் உள்ள வந்தாங்க. அப்பா தூங்கிட்டு இருக்காரு. நவ்யா போய் அப்பா கையத் தொட்டாள். இவளுக்கு எப்டி அம்மா, அத்தை இங்க இல்லனு தெரியும். நா விக்கியப் பாத்தேன், கண்டிப்பா இவந்தான் சொல்லிருப்பான்.

"பாவம்டா அவள்...... அழுதுட்டே இருந்தாள் அதான் சொன்னேன்" விக்கி மெதுவாச் சொன்னான்.

எனக்கு இங்க நடக்குற எதுவுமே புடிக்கல. எப்போதான் அப்பாக்கு சரி ஆகும். நா எப்போ பெங்களூரு போவேன். நா அங்கப் போனதுக்கு அப்றம்

நவ்யாக்கூட என்னால பழைய மாதிரிப் பேச முடியுமா? முடியாது. நவ்யா விக்கியப் பாத்து சொன்னாள்.

"விக்கி என்னோட தம்பி, பாப்பாவ ஸ்கூல்ல இருந்து கூப்ட்டுப் போய் வீட்டுல விட்டுருடா. அவிங்களுக்கு இன்னைக்குப் பஸ் வராது. நாங்கதான் கூப்ட்டு வரணும். ஆனால் இப்போ எங்களாலப் போக முடியாது. நாங்க வர வரைக்கும் அவிங்க கூடவே இருடா ப்ளீஸ்"

"ஹ்ம்ம் எந்த ஸ்கூல்? அப்றம் வீட்டு அட்ரஸ் கொடு"

நவ்யா அத ஏன் எங்கிட்ட சொல்லல. நா அதச் செய்ய மாட்டேன்னு அவளே முடிவு பண்ணிட்டாளா?. நவ்யா அவங்கிட்ட அட்ரஸ் கொடுத்தாள். இவன் கிளம்பி போய்ட்டா இங்க இவிங்கக்கூட நா என்னப் பண்ணுவேன்.

"மச்சான் நானும் வரேன்"

விக்கி, நவ்யா, ரேவதி மூணு பேரும் என்னைப் பாத்தாங்க.

"இவிங்கக்கூட நா என்னப் பண்ணப் போறேன்" நா சொன்னேன். நா போறதுக்கு இன்னொரு காரணமும் இருக்கு. நா நவ்யாவோட தம்பி, தங்கச்சியப் பாக்கணும்.

"நவ்யா அவிங்க ஃபோட்டோஸ் சென்ட் பண்ணு. எங்களுக்கு அடையாளம் தெரியாது" விக்கி கேட்டான்.

"நீ அங்க போய் நின்னாலே போதும் அஸ்வின் அவிங்களே உங்கிட்ட வருவாங்க. உன்னை அவிங்களுக்குத் தெரியும்" ரேவதி சொன்னாங்க. நா பைத்தியம் ஆகுறதுக்குள்ள என்னைக் காப்பாத்து முருகா. இந்த நாடகத்தை எல்லாம் சீக்ரம் முடிச்சுடு முருகா. நா கோவத்துல அவிங்களப் பாத்துச் சிரிச்சேன்.

"நீ கோவப்பட்றதுக்கு என்ன இருக்கு அஸ்வின்?" ரேவதி கேட்டாங்க. எனக்குக் கோவத்துல சிரிக்கறப் பழக்கம் இருக்குன்னு இவிங்களுக்குத் தெரிஞ்சுருக்கு. நா சிரிச்சுட்டேப் பல்லக் கடிச்சுட்டு வெளியில வந்தேன்.

நானும், விக்கியும் ஸ்கூல்க்கு வெளிய இருக்க பேக்கரில இருந்தோம். ஸ்கூல் விட்டதும் பசங்க பொண்ணுங்க எல்லாரும் வெளிய வந்தாங்க. நாங்கப் போய் ஸ்கூல் வாட்ச்மேன் பக்கத்துல நின்னோம். பெரிய பசங்க எல்லாருமே போய்ட்டாங்க. யாருமே எங்கப் பக்கத்துல வரலயே. இப்போ சின்னப் பசங்கதான் வராங்க.

"டேய் அவக்கிட்ட போட்டோ சென்ட் பண்ண சொல்லு" நா விக்கிப் பக்கம் திரும்பி நின்னு சொன்னேன். அப்போ யாரோ என் பின்னாடி இருந்து என் கால கிள்ளுனாங்க. நா திரும்பி கீழப் பாத்தேன் ஒரு குட்டிப் பையனும், அவன விட கொஞ்சம் உயரமான பொண்ணும் நின்னுட்டு இருந்தாங்க.

"அஸ்ஸா அண்ணா" அந்த குட்டிப் பையன் வெகுளியா சிரிச்சுட்டே சொன்னான். அஸ்ஸானு கூப்ட்டதும் எனக்கு அந்த ராங் நம்பர் ஞாபகம் வந்தது. இந்தப் பையந்தான் எனக்கு கால் பண்ணி அப்பான்னு கூப்பிட்டானா. முருகா என்ன சோதனை இது? இவிங்களா நவ்யாவோட தம்பி, தங்கச்சி?. இருக்காது, இருந்தாலும் சந்தேகமா இருக்கு. அந்தக் குட்டிப் பொண்ணு என் கையப் புடிச்சாள்.

"உன் பேரு என்ன? உனக்கு என்ன வயசு ஆகுது?" நா அந்தப் பொண்ணுக்கிட்டக் கேட்டேன்.

"தாரா, ஐ யம் எய்ட் இயர்ஸ் ஓல்ட்"

"உன் பேரு, வயச சொல்லு" அந்த குட்டிப் பையங்கிட்ட கேட்டேன்.

"தருண்" அவனுக்கு வயச சொல்லத் தெரியல.

"அவனுக்கு ஃபைவ் ஆகுது" தாரா சொன்னாள்.

அப்பா இதெல்லாம் அநியாயம். எனக்கு இப்போதான் உங்க மேல வெறுப்பே வருது. எப்டிப்பா நீங்க இப்டி இருக்கீங்க. நா உங்க மேல வெச்சுருந்த மரியாதை எல்லாம் போய்டுச்சுப்பா. தம்பி தங்கச்சி இருக்குன்னு சொன்னதும் நான்கூட அவிங்க டென்த், லெவென்த் இல்லனா ட்வெல்த் படிப்பாங்கன்னு நினைச்சேன். இவ்ளோ குட்டிப் பசங்களா இருப்பாங்கன்னு எதிர் பாக்கல. விக்கி தருண தூக்குனான். தாரா என் கைய விடாம புடிச்சுட்டே இருந்தாள். எனக்கு கைய உதறி விடவும் மனசு வரல. அப்பா பண்ணத் தப்புக்கு இவிங்க என்னப் பண்ணுவாங்க? இவிங்க மேல கோவப்பட்டு என்ன ஆகப் போகுது? அவிங்க ரெண்டு பேருமே என்னைப் பாத்து வெகுளியா சிரிச்சுட்டே இருந்தாங்க. எனக்கு கொஞ்சம் கூட சிரிப்பு வரல. நா முகத்த உம்முன்னு வெச்சுருந்தேன்.

"தருண் நீதான எனக்கு ஒரு தடவ கால் பண்ணி அப்பான்னு கூப்டது, எதுக்கு அப்டி கூப்ட?"

அவனுக்கு நா கேக்குறது புரியல, ஏன்னா அவனுக்கு அப்போ மூணு இல்லனா மூன்றரை வயசுதான் இருந்துருக்கும்.

"நா அவங்கிட்ட அண்ணானுதான் சொல்லச் சொன்னேன் ஆனால் அவன் அப்பான்னு சொல்லிட்டான்" தாரா சொன்னாள். அப்டினா இது அவளோட வேலையா? எனக்கு அவள் மண்டைல கொட்டுனும் போல இருக்கு. நான் தாராவ கார்ல உக்கார வெச்சேன். விக்கி தருண கார்ல உக்கார

வெச்சான். நாங்க நேரா அவிங்க வீட்டுக்குப் போனோம். பெரிய வீடுதான், பரவால அப்பாவப் பாராட்டியே ஆகணும். ரெண்டுக் குடும்பத்தையும் நல்லாவே பாத்துருக்காரு. நா அவிங்கள இறக்கி விட்டேன்.

"உள்ள வரலயா அஸ்ஸா" தருண் சொன்னான். விக்கி இறங்கி அவிங்கக்கூட நின்னான். நா வரலன்னு தலைய ஆட்டுனேன். ரேவதி வீட்டுக்குள்ள இருந்து வெளியில வந்தாங்க, இவிங்க அதுக்குள்ள ஹாஸ்பிட்டல்ல இருந்து வந்துட்டாங்களா?. அவிங்க வந்ததால விக்கி எங்கூடவே வந்துட்டான். நாங்க கார்ல போகும் போது,

"மச்சான் ஒன்னு சொன்னா கோவப்படமாட்டியே?"

"என்ன?"

"தருண் உன்னை மாதிரியே இருக்கான் மச்சான்.... வளந்தா உன்னோட ஜெராக்ஸ் மாதிரி இருப்பான்"

நா அவனப் பாத்து மொரச்சேன் அவன் சிரிச்சான். அவன் சொல்றது சரிதான். அவன் பாக்க அப்டியே என்னை மாதிரியே இருக்கான். இல்ல, என் அப்பா மாதிரி இருக்கான்.

நாங்க ஹாஸ்பிட்டல் என்ட்ரன்ஸ்க்கு வரும் போது நவ்யா அங்க வந்தாள். அழுதுட்டே வந்தா எங்களப் பாத்ததும் கண்ணத் தொடச்சாள்.

"நவ்யா, கிளம்பிட்டியா?"

"ஹ்ம்ம்" தலைய குனிஞ்சிட்டு சொன்னாள். அவள் அழுதுருக்கானு நல்லாவே தெரியுது. நவ்யா எதுக்காகவும் அழுது நா பாத்தது இல்ல. எந்த விஷயத்தையும் ஈஸியா எடுத்துப்பாள்.

"ஹேய் என்ன?" அவள் அழுகுறத பாத்துட்டு விக்கி கேட்டான். அவள் பதில் சொல்லாமப் போய்ட்டாள். நாங்க ஜெனரல் வார்டுக்கு போகும் போது நந்து அத்தையத் திட்டிட்டு இருந்தான்.

"என்னாச்சு?"

"அம்மா அவள அடிச்சுட்டாங்கடா"

அத்தைக்கு பைத்தியமா புடிச்சுருக்கு அவள எதுக்கு அடிச்சாங்க.

"எதுக்கு இப்டி இண்டீசண்ட்டா நடந்துக்குறிங்க அத்தை. தப்பெல்லாம் உங்க அண்ணா மேல இருக்கும் போது அவள எதுக்கு திட்டுறீங்க?.... நீங்க எதுக்கு அவள அடிச்சிங்க?.... அவள அடிக்குறதுக்கு உங்களுக்கு என்ன ரைட்ஸ் இருக்கு?" நா கோவமாக் கேட்டேன்.

"பார்ரா, உன் அப்பாவ மாதிரியே அந்தக் குடும்பத்துக்கு நீயும் சப்போர்ட்க்கு வர"

"நா ஒன்னும் சப்போர்ட் பண்ணல, நீங்க அந்த பொம்பளைய என்ன வேணா திட்டிக்கோங்க ஆனால் தயவுசெஞ்சு நவ்யாவ எதுவும் சொல்லாதீங்க"

நா கடுப்பாகி நந்து வீட்டுக்குக் கிளம்பிப் போய்ட்டேன். நா போய் அவனோட ரூம்ல படுத்துட்டேன். இங்க எனக்கு சொந்தமான ஹோட்டல்ஸ் இருந்தும் இப்போ அங்கப் போக இஷ்டமில்லை. லைட் ஆஃப் பண்ணிட்டு யோசிச்சுட்டே இருந்தேன். என்னதான் நடக்குது எதுக்கு இதெல்லாம் நடக்குது. எதுவுமே புரியாம பிரம்ம புடிச்ச மாதிரி இருக்கேன். அப்பாவ நினைச்சாலே அழுகைக்கூட வரல. அழுகனும்னு தோணுது ஆனால் அழுகை வரவே மாட்டுக்குது. எப்போ நாம அழுகக்கூடாதுனு நெனைப்பமோ அப்போ நமக்கு நல்லா அழுகை வரும். எப்போ

அழுகனும்னு நெனைக்கிறமோ அப்போ சுத்தமா அழுகையே வராது. அழுதுரு அஸ்வின், அழுதுரு..... எப்படியாவது அழுதுரு. என் போன் ரிங் ஆச்சு, தியா கால் பண்றாள். தியா எனக்கு தினமும் கால் பண்ணுவாள் நா எடுக்க மாட்டேன். இப்போ எனக்கு அவக்கூட ப் பேசணும் போல இருக்கு. நா அட்டெண்ட் பண்ணிப் பேசாம அமைதியா இருந்தேன்.

"ஹலோ அஸ்வின்......... அப்பாக்கு உடம்பு சரியில்லனு சொன்னாங்க. எனக்கு இப்போதான்டா தெரியும்........ எப்டி இருக்காரு?"

அவள் குரல கேட்ட அடுத்த நொடி எனக்கு அழுகை வந்தது. ஏன் எல்லாரும் என்னை ஏமாத்துறாங்க? நா யாரதான் நம்பட்டும். முதல்ல தியா அப்றம் அப்பாவும், நவ்யாவும். எனக்கு யாரு மேல நம்பிக்கை வெக்கறதுன்னே தெரியல.

"பேபி அழுகுறயா? ப்ளீஸ் அழுகாதடா.... அப்பாக்கு சரி ஆகிடும்.... நீ கவலைப்படாத"

நா பேசாம அழுதேன்..... சத்தம் வெளியில வராத மாதிரி அழுதேன் அப்பவும் அது அவளுக்கு கேட்டுருச்சு.

"பேபி அழுகாதடா சரி ஆகிடும்"

நா கால் கட் பண்ணிட்டேன்.

அப்பாக்கு உடம்பு சரியான பிறகு வீட்டுல பெரிய பிரச்சனை ஆச்சு. நா அம்மாக்கும் அப்பாக்கும் சண்டை நடக்கும் போது எதையும் கண்டுக்காத மாதிரி இருந்துட்டேன். இது அவிங்களோட பிரச்சனை அவிங்களே பேசித் தீத்துக்கட்டும். நா அப்பாக்கூடப் பேசுறது இல்ல, அதேமாதிரி நவ்யாக்கூடவும் பேசுறது இல்ல. தருண், தாரா எனக்கு அடிக்கடி கால் பண்ணுவாங்க. நா எடுக்கவே

மாட்டேன். நா எதுக்கு அவிங்கக்கூடப் பேசணும். ஐராக்கூடயும் பேசுறது இல்ல. ஐராக்கு நா நவ்யாவோட அண்ணான்னு தெரிஞ்சும் எங்கிட்ட சொல்லாம மறைச்சிருக்காள். நா அவக்கிட்ட ஏன் எங்கிட்ட சொல்லலன்னு கேட்டதுக்கு 'நவ்யா சொல்ல வேண்டான்னு சொன்னாள்'னு சொன்னாள். அதுல இருந்து அவக்கூட சுத்தமாப் பேசுறது இல்ல. நா பெங்களூர் வந்த பிறகுதான் கொஞ்சம் நிம்மதியா இருக்கேன். விக்கியும், நந்துவும் இங்கயே வந்துட்டாங்க. இவிங்களேப் போதும். நவ்யாவும் வேணாம், ஐராவும் வேணாம்.

நா சோகமாவே இருந்தேன். அது அவுனுங்களுக்குப் புடிக்கல. நா பெட்ல உக்காந்து மொபைல் நோண்டிட்டு, முகத்த உம்முன்னு வெச்சுருந்தேன். அவுனுங்க என் பக்கத்துல உக்காந்து வேணும்னே என்னை குருகுருன்னு பாத்தானுங்க. நா அவுனுங்களை ஓரக்கண்ணாலப் பாத்தேன்.

"மச்சான் டிக் டாக் பண்லாமா?" விக்கி நந்துக்கிட்டக் கேட்டான்.

"ஹ்ம்ம் பண்லாமே" நந்து சொன்னான்.

ரெண்டு பேரும் திரும்பி உக்காந்து ஹெட் செட் போட்டுக்கிட்டு பாட்டு செலக்ட் பண்ணிட்டு இருந்தானுங்க. அப்டி என்ன பாட்டு செலக்ட் பண்றானுங்க? என்னால அவுனுங்க முதுகத்தான் பாக்க முடிஞ்சது. நா லேசா எட்டிப்பாக்க முயற்சி பண்ணேன், நந்து திரும்பிப் பாத்துட்டான். நா உடனே மொபைல் பாக்குற மாதிரி நடிச்சேன். அவுனுங்க டக்குன்னு திரும்பி என்னைப் பாத்த மாதிரி உக்காந்தானுங்க. வில்லத்தனமா ஒரு சிரிப்பு சிரிச்சானுங்க. விக்கி அவனோட டீ-ஷர்ட்ட கழட்டுனான். நந்து ஹெட் செட் கழட்டிட்டு அந்த பாட்டைப் போட்டான்.

'ஓ.... இது என்ன ஒடம்பா.... வெடக்கோழி குழம்பா....... தெரியாம நா பாக்குறேன்'

ரெண்டு பேருமே என் பக்கத்துல மெதுவா வந்தானுங்க. நா என்னனு புரியாம அவுனுங்களைப் பாத்து முழிச்சேன். விக்கி என் ரெண்டு கையயும் இறுக்கமா புடிச்சான். என் கையில இருந்து மொபைல் தரையில விழுந்தது, நா அத எட்டிப் பாத்துட்டு சொன்னேன்.

"என் கைய விட்டதும் நீ செத்துருவ மச்சான்"

விக்கி என்னை பெட் மேல படுக்க வெச்சான், என்ன ப்ளான்ல இருக்கானுங்க? நந்து என்னோட டீ-ஷர்ட்ட கழட்டுனான். அப்போ மட்டும் விக்கி என் கைய விட்டான்.

"விடுங்கடா என்னப் பண்றிங்க?"

விக்கி மறுபடியும் என் கைய இறுக்கமா புடிச்சான். அவன் என்மேல ஏறி உக்காந்தான். எங்க உக்கார கூடாதோ அங்க உக்காந்தான்.

"டேய்....." நா மெதுவா கத்துனேன்.

"ஸாரி மச்சான் ஸாரி மச்சான்" விக்கி சிரிச்சுட்டே என் வயித்து மேல உக்காந்தான். என்னை கற்பழிக்குற மாதிரி என் கைய பெட்ல சேத்து வெச்சான். என்னோட கழுத்துல முத்தம் கொடுத்தான்.

"சாகடிச்சுருவேன்டா போடா அந்தப்பக்கம்" நா கத்துனேன்.

நந்து இதெல்லாத்தயும் மொபைல்ல டிக் டாக் வீடியோ எடுக்க ஆரம்பிச்சான். நா நந்துவ ஒதைச்சேன், அப்பவும் அடங்காம அவன் வீடியோ எடுத்தான். விக்கி

என் ஒரு கைய விட்டுட்டு என்னோட சிக்ஸ் பேக்ல கை வெச்சு தடவிட்டே பாடுனான்.

"ஓ இது என்ன ஓடம்பா..... வெடக்கோழி குழம்பா..... தெரியாம நா பாக்குறேன்"

நா சிரிச்சுட்டே அவனோடக் கைய தட்டி விட்டேன். அவன் என் மேல இருந்து இறங்கி பக்கத்துல உக்காந்தான். நா எழுந்து உக்காந்தேன் அவன் என்னைக் கட்டிப்புடிச்சுக் கன்னத்துல முத்தம் கொடுத்துட்டே இருந்தான். நந்து எல்லாத்தையும் விடாம ரெக்கார்ட பண்ணிட்டு இருந்தான்.

"லவ் யூ மச்சான்" விக்கி சொன்னான். நா அவனத் தள்ளி விட்டேன். நா அவனோட கையப் புடிச்சு அவன் மேல உக்காந்தேன்.

"இருடி ஓவரா ஆடுன இல்ல, இப்போ நா உன்னை ரேப் பண்ற பாரு" நா விக்கிக்கிட்ட சொன்னேன்.

நாங்க இப்டியே மாறி மாறி விளையாண்டோம். நா வாய் விட்டு சிரிச்சேன். அவிங்களும் நல்லா சிரிச்சானுங்க. நல்ல நண்பர்கள் இருந்தால் போதும் வாழ்க்கைல கஷ்டம் வந்தாலும் அத ஈஸியா கடந்துப் போயிடலாம். காலிங் பெல் சத்தம் கேட்டது.

"நந்து, விக்கி டோர் ஓப்பன் பண்ணு"

ஐராவோட குரல் கேட்டது. அவள் என் பேர மட்டும் கூப்டல. விக்கி எழுந்துப் போனான். இங்க இருந்து என்னால வெளிய என்ன நடக்குதுன்னு பாக்க முடியல. அவிங்க பேசுறச் சத்தம் எதுவும் கேக்கல. ஐரா உள்ள வந்தாள், என்னை மேலயும் கீழயும் பாத்துட்டு விக்கிக்கிட்டக் கேட்டாள்.

"என்னடா பண்ணிட்டு இருக்கீங்க, ஷர்ட் எல்லாம் கழட்டிட்டு?"

ஐரா என்னோட வயித்த பாத்தாள். நா உடனே என் டீ-ஷர்ட் எடுத்துப் போட்டேன்.

"உன் சிஸ்டர் வெளியப் போனாள் இன்னும் வரல" ஐரா என்னைப் பாத்து சொன்னாள். நா கண்டுக்காம எழுந்து ஹாலுக்குப் போனேன். ஐரா என் பின்னாடியே வந்து என் முதுகுலயே அடிச்சாள். நா திரும்பி அவள மொறச்சேன்.

"உன்கிட்டதான்டா பேசிட்டு இருக்கேன். அவளுக்கு கால் பண்ணாலும் எடுக்க மாட்டுக்குறாள்.... நீ கால் பண்ணு அவள் எடுப்பாள்"

நா போய் டீவி ஸ்விட்ச் ஆன் பண்ணேன். ஐரா வந்து ஆஃப் பண்ணாள். நா மறுபடியும் ஆன் பண்ணேன் அவள் மறுபடியும் ஆஃப் பண்ணாள்.

"உனக்கு என்ன வேணும்?"

"அவள் கோவமா போனாடா இன்னும் வரல. எனக்குப் பயமா இருக்கு. நீ கால் பண்ணு."

நா ரூம்க்குப் போய்த் தரையில கடந்த என் மொபைல எடுத்து நந்துக்கிட்ட கொடுத்து கால் பண்ணச் சொன்னேன். அவனும் பண்ணான்.

"நவ்யா, எங்க இருக்க?" நந்து கேட்டான்.

மணி 11.30 ஆகுது, இந்த நேரத்துல தனியா எங்கப் போனாள் இவள். அப்டி என்ன கோவம் அவளுக்கு?.

"கால் கட் பண்ணிட்டாள் மச்சான்" நந்து சொன்னான்.

"அதுக்கு நா ஒன்னும் பண்ண முடியாதுடா" என் மொபைல் வாங்கிட்டு நா சொன்னேன்.

"உன் அப்பாக்கூட ரொம்ப நேரமா போன்ல சண்டப் போட்டுட்டு இருந்தாள், அப்றம் வெளியப் போய்ட்டாள். எனக்குப் பயமா இருக்கு அஸ்வின்" ஐரா கவலையோடச் சொன்னாள்.

"ஐரா, நானும் விக்கியும் அவளத் தேடி பாக்குறோம். நீ பயப்படாத" நந்து சொன்னான். அவுனுங்க ரெண்டு பேரும் அவளத் தேடி வெளியிலப் போனாங்க. ஐரா என்னை கேவலமா ஒரு பார்வை பாத்தாள் 'நீயெல்லாம் என்னடா அண்ணன்'னு கேக்குற மாதிரியே பாத்தாள். அப்றம் வெளியிலப் போனாள். நா பண்றது சரியா தப்பான்னு தெரியல. எனக்கு நவ்யா மேல இருக்க கோவம் போகவே இல்ல. நா கொஞ்ச நேரம் பெட்ல படுத்துட்டே யோசிச்சேன். தனியா எங்கப் போனாள்? சரியான திமிரு அவளுக்கு. நந்துக்கு கால் பண்ணி கேக்கலாமா அவளக் கண்டுபுடிச்சாங்களா இல்லையான்னு. வேணாம் கேக்க வேணாம். நம்மலே போய்த் தேடுலாமா வேணாமா? போலாமா? வேணாமா? போலாமா? வேணாமா?. ரொம்ப நேரம் யோசிச்சுட்டே இருந்தேன். மணி வேற பன்னெண்டு ஆகுது. ஏன் இன்னும் யாரும் வரல? எங்கப் போய்த் தொலைஞ்சாள் இவள். பொறுக்க முடியாம நா விக்கிக்கு கால் பண்ணேன் அவன் எடுக்கல. அப்றம் நானே பைக் எடுத்துட்டு கிளம்புனேன். நாங்க போன கிளப், ஹோட்டல், இப்டி எல்லா இடமும் தேடுனேன் அவளக் காணம். நா அவளுக்குக் கால் பண்ணேன். அவள் எடுத்தாள்.

"எங்க இருக்க?" நா கோவமா கேட்டேன்.

"நா எங்க இருந்தா உனக்கு என்னடா?" அவள் கால் கட் பண்ணிட்டாள். இவள என்னப் பண்றது?. நா என்னப் பண்றதுன்னு தெரியாம ஹைவே ரோட்டுல போய்ட்டு இருந்தேன். ரெண்டுப் பசங்க கொஞ்சம் இடைவெளி விட்டு ஒரு பொண்ணு பின்னாடியேப் போய்ட்டு இருந்தாங்க. அது நவ்யா, நா பைக்க அவள் பக்கத்துலக் கொண்டுப் போய் நிறுத்துனேன். நவ்யா என்னைப்

பாத்தாள். நா திரும்பி பின்னாடி இருக்க அந்த பசங்களப் பாத்தேன்.

"என்னடா வேணும் உங்களுக்கு?"

நா பேசுறது அவுனுங்களுக்கு புரியல. அவிங்க இந்த ஊரு பசங்க இல்லன்னு நெனைக்குறேன். பாக்குறதுக்கு வட இந்தியப் பசங்க மாதிரி இருக்காங்க. அவனுங்க என்னைப் பாத்தும் பாக்காத மாதிரி கடந்து போனாங்க.

"பைக்ல ஏறு" நவ்யாக்கிட்ட சொன்னேன்.

அவள் கையக்கட்டி வெறுப்பா நின்னாள். கோவமா என்னை பாத்தாள். இந்த இடத்துல நாந்தா கோவப்படனும் இவள் எதுக்கு கோவப்படுறாள்? ஃப்ளாட்க்குப் போனதும் இவளுக்கு இருக்கு.

"ஏய் உக்காருன்னு சொல்றள்ள"

"முடியாது"

"நவ்யா அடிச்சிடுவேன் ஒழுங்கா ஏறு"

"என்னை அடிக்க நீ யாருடா?"

'உன்னோட அண்ணன்னு' படத்துல வர மாதிரி டைலாக் அடிக்க நா விரும்பல. நா அவளோட தலையில லேசா ஒரு தட்டு தட்டுனேன். அவள் தலையைத் தேச்சிட்டேக் கத்துனாள்.

"ஏன்டா"

"பைக்ல ஏறு"

அவள் இந்தத் தடவ எதுவும் சொல்லாம அமைதியா உக்காந்தாள். நாங்க ஃப்ளாட்க்குப் போனதும் நா அவக்கிட்ட பேசுனேன்..

"நவ்யா, இனி நைட்ல தனியா வெளிலப் போகாத"

"நீ ஏன் கவலைப்படுற? நா எப்டியோ போய்ட்டுப் போறேன்.... நீ போய்த் தூங்கு போ"

"நவ்யா...... அப்பாக்கூட என்ன சண்டை?"

அவள் எதும் சொல்லாம அமைதியா நின்னாள். நந்துவும், விக்கியும் உள்ள வந்தாங்க. அவுனுங்க நவ்யாவை திட்டுனாங்க. அவிங்க திட்டும் போது அவள் அமைதியா கேட்டுக்கிட்டாள். ஐரா வந்தாள், அவளும் நவ்யாவத் திட்டுனாள். அதையும் நவ்யா அமைதியா கேட்டுட்டு நின்னாள்.

"நவ்யா உனக்கு எவ்ளோ கோவம் இருந்தாலும் இந்த அப்பார்ட்மெண்ட்குள்ளயே சுத்திக்கோ வெளிலப் போகாத" நா சொன்னேன்.

"நீ சொல்றத நா ஏன் கேக்குனும்? என் இஷ்டப்படி நா எப்போ வேணா வெளிலப் போவேன்... என்னோட ஃப்ரீடமப் பறிக்க ட்ரை பண்ணாத"

எனக்குக் கோவம் வந்தது. நா கோவத்துல சிரிச்சுட்டே கிண்டலா சொன்னேன்.

"அய்யயோ..... உங்கள நா எதுவும் கேக்கல மேடம். போங்க உங்க இஷ்டப்படி எங்க வேணாப் போய் சுத்துங்க" நா ரூம்க்குள்ள போலாம்னு திரும்பனேன். என் பின் தலைல படார்னு ஒரு அடி விழுந்தது. நா பல்லக் கடிச்சுட்டே திரும்பிப் பாத்தேன். என்னையும் நவ்யாவையும் தவிர எல்லாரும் சிரிச்சுட்டு இருந்தாங்க. யாரு அடிச்சது?

"இப்போ யாரு அடிச்சிங்க?"

நவ்யா என் கைல அடிச்சாள்.

"ஏய்" நா சொன்னதும் அவள் மறுபடியும் என் தலையிலயே அடிச்சாள்.

"உனக்கு என்னடா அப்டி ஒரு கோவம்? பெரிய இவனா நீ" நவ்யா மறுபடியும் என் கைல அடிச்சாள். அப்றம் கண் கலங்க சொன்னாள்.

"நா உனக்காகத்தான் இங்கப் படிக்க வந்தேன் அஸ்வின். சின்னதுல இருந்தே உன்னை பாக்கணும் உங்கூடப் பழகணும்னு எவ்ளோ ஆசை தெரியுமா எனக்கு.... உனக்கும் எனக்கும் ஒரு பாண்ட் வரணும்னுதான் அப்பா என்னை இங்க படிக்க விட்டாரு..... ஆனால் நீ இப்போ எங்கூட பேசக்கூட மாட்டுக்குற"

அவளுக்கு அழுகை வருது அதக் கட்டுப்படுத்திட்டு நின்னுட்டு இருக்காள்.

"நீ ஏன் அஸ்வின் எதனால அப்பா இப்டி பண்ணாருனு கேக்கல. எதையுமே தெரிஞ்சுக்காம அவருக்கூடப் பேசாம இருக்க"

"தப்புப் பண்ணிட்டு அதுக்கு விளக்க உரை தரதுனால எல்லாம் சரி ஆகிடாது நவ்யா"

"முதல்ல அந்த விஷயத்துக்குப் பின்னாடி இருக்கக் காரணத்தை தெரிஞ்சுக்கோ அஸ்வின். அதுக்கு அப்றம் அது தப்பா இல்லையான்னு முடிவுக்கு வா"

"நா தெரிஞ்சுக்க விரும்பல"

"அண்ணா" அவள் முகத்தை உம்முனு வெச்சுட்டுச் சொன்னாள். இவள் இப்டி கூப்ட்டா எனக்கு என்னப் பண்றதுனே தெரியல. எப்டி ரியாக்ட் பண்றதுன்னே தெரியல.

"அப்டி கூப்டாத" நா சொன்னேன்.

"டேய் அண்ணா...... அண்ணா...... டேய் அண்ணா" அவள் சிரிச்சுட்டே கூப்டாள். என்னைத் தவிர எல்லாரும் சிரிக்குறாங்க எனக்குதான் சிரிப்பு வரல.

"நவ்யா..... அப்டி மட்டும் கூப்டாத"

"டேய் அண்ணா"

முருகா..... எனக்கு இது வித்தியாசமா இருக்கு. எனக்கும் தங்கச்சி இருக்காள். நா இப்போ என்ன பண்றது? அவள எப்டி கூப்டுறது? நா யோசிக்கும் போதே நவ்யா என்னைக் கட்டிப்புடிச்சாள்.

"ஸாரிடா அண்ணா, இவ்ளோ நாளா உங்கிட்டச் சொல்லாம இருந்ததுக்கு"

இவள் என் தங்கச்சின்னு தெரிஞ்சப்போ கூட எனக்கு மயக்கம் வரல. ஆனால் இவள் என்னை அண்ணான்னு கூப்டும் போது எனக்கு தலை சுத்துது மயக்கம் வர மாதிரியே இருக்கே. முருகா, இன்னொரு தடவ இவள் என்னை அண்ணான்னு கூப்பிட்டா நா மயங்கிடுவேன்.

"பாச மலரே, பாச மலரே" விக்கி கிண்டலாப் பாட்டுப் பாடுனான்.

"போடா அந்தப் பக்கம்" நவ்யா அவனப் பாத்து சொன்னாள். திடீர்னு எப்டி இவள ஒரு தங்கச்சி மாதிரி நடத்துறது.

"ஸாரிடா அண்ணா"

அவ்ளோதான் எனக்கு மயக்கம் வருது. நா கீழ விழுகப் போனேன்.

"டேய் டேய்" நந்து கத்திட்டே என்னைப் புடிச்சான். நா கண்ண மூடிட்டேன்.

நா கண்ண திறந்து பாக்கும் போது பெட்ல இருந்தேன். நாலு பேரும் என்னை சுத்தி உக்காந்துருந்தாங்க. நெஜமாவே நா மயங்கிட்டனா? நா ஏன் மயங்குனேன்னு மட்டும் இவிங்களுக்கு தெரிஞ்சது அவ்ளோதான். நா சாகர வரைக்கும் என்னை இத வெச்சு ஓட்டுவாங்க. இல்ல எனக்குக் கொஞ்ச நாளா ரொம்ப டென்ஷன் அதனால மயங்கிருக்கலாம்.

"ஆர் யூ ஆல்ரைட்?" ஈரா கேட்டாள்

"ஹ்ம்ம்"

15

நாளைக்கு வீட்டுல ஏதோ கடா விருந்துன்னு சொல்லி அம்மா என்னை வரச் சொன்னாங்க. நா வரலன்னு சொன்னேன். அம்மா நா வந்தே ஆகணும்னு அடம் புடிச்சாங்க. இப்போ எல்லாம் அம்மா என்ன சொன்னாலும் நா செய்றேன். அவிங்கள நா கஷ்டபப்படுத்த விரும்பல. அம்மாவும் அப்பாவும் விவாகரத்து பண்ணறதா முடிவு பண்ணிருக்காங்க. அம்மா எங்கிட்ட இத சொன்னப்போ நா 'உங்களோட இஷ்டம்னு' சொல்லிட்டேன். இப்பவும் அம்மாக்காகத்தான் நா லீவ் கேட்டுட்டு இங்க வந்திருக்கேன். நந்துவும் வந்துருக்கான். நாங்க பஸ்ல இருந்து இறங்குனதும் மாமா கார்ல எங்களுக்காகக் காத்துட்டு இருந்தாரு. நாங்களும் கார்ல உக்காந்தோம் அவரு எங்கக்கிட்ட எப்டி இருக்கிங்கன்னுகூட ஒரு வார்த்தைக் கேக்கல. நாங்க எங்க ஊருக்கு போகும் போது ஆத்துக்காடு வழியாப் போனோம். நாங்க விளையாடுற மைதானத்துல ஸ்கூல் பசங்க கிரிக்கெட்

விளையாண்டுட்டு இருந்தாங்க. எனக்கு அதப் பாக்கும் போது மறுபடியும் அந்த பருவத்துக்கு போகணும் போல இருக்கு. எதப்பத்தியும் கவலை இல்லாம ஜாலியா இந்த மாதிரி விளையாடனும் போல இருக்கு.

"மச்சான் விளையாடலாமா?" நந்து கேட்டான். நானும் சரின்னு சந்தோசமா தலைய ஆட்டுனேன். நாங்க மாமாவக் கார நிறுத்தச் சொன்னோம்.

"மாமா நீங்க போங்க, நாங்க அப்றம் வரோம்"னு சொன்னோம். அவரு அதுக்கும் எந்த பதிலும் சொல்லாம கிளம்பிப் போயிட்டாரு. நாங்க போய் அந்தப் பசங்கக்கூட சேந்து கிரிக்கெட் விளையாண்டோம். நவ்யா போன் பண்ணாள். நா இப்போ எல்லாம் நவ்யாக்கூட நார்மலா பேசுறேன். அவள் என்னை ஓவரா அடிக்குறாள். அதே மாதிரி எங்கிட்டயும் நெறைய அடி வாங்குறாள். தங்கச்சினாவே இப்டிதான் இருப்பாங்களா? நா ஓரமா வந்து கால் அட்டெண்ட் பண்ணேன்.

"சொல்லு என்ன?"

"டேய் அண்ணா, வீட்டுக்குப் போய்ட்டியா?"

"இல்ல இன்னும் கொஞ்ச நேரத்துலப் போயிருவேன்டி"

"முண்டம், உனக்கு நாளைக்கு என்கேஜ்மெண்ட்னு இப்போதான் அப்பா கால் பண்ணி சொன்னாரு"

"என்கேஜ்மெண்ட்டா? என்னடி சொல்ற?"

"ம்ம்.... பொண்ணு யாருன்னு தெரியுமா?"

தியாவா? இருக்காதே. அம்மா ஏன் எங்கிட்ட பொய் சொல்லி வர வெச்சாங்க.

"உனக்கு தெரியுமாப் பொண்ணு யாருனு?"

"டேய் தண்டம், ஐராடா. அவள் எங்கிட்டகூட எதுவும் சொல்லவே இல்லடா"

நவ்யா வேற எதாவது பேர் சொல்லி இருந்தா பரவால. எனக்கு ஐராவக் கல்யாணம் பண்ண இஷ்டமே இல்ல. நவ்யா படபடன்னு பேசிட்டே இருந்தாள், நா கவனிக்கல. நா அவள் கால் கட் பண்ற வரைக்கும் அமைதியா நின்னுட்டு இருந்தேன். தியா எங்கடி இருக்க? எனக்கு உன்னைப் பாக்கணும் போல இருக்குடி. ஒரு சின்னப் பையன் என் பக்கத்துல வந்துக் கேட்டான்.

"அண்ணா உங்களுக்குதான நாளைக்கு நிச்சயதார்த்தம்"

நா அங்கருந்து நந்துவ இழுத்துட்டு வேகமா வீட்டுக்குப் போனேன். வீடே நல்லா சீரியல் செட் போட்டு அலங்காரம் பண்ணி கலகலன்னு இருக்கு. நா வீட்டுக்குள்ளப் போகும் போது நெறைய பேர் இருந்தாங்க. எல்லாரும் நல்லா ஈன்னு பல்லக் காட்டி சிரிச்சாங்க. எனக்குக் கோவம்தான் வருது. நந்து அத்தையப் பாத்ததும் அவிங்கக்கிட்ட போனான். நா அம்மாவத் தேடுனேன். அம்மா ஹால்ல சொந்தக்காரங்கக்கூட உக்காந்துப் பேசிட்டு இருந்தாங்க.

"ம்மா என்னமா பண்றிங்க நீங்க?"

"வாடா, சாப்டியா?"

"ம்மா..... " நா கோவமா சொன்னேன். அம்மா என்னைத் தனியா கிச்சன்க்குக் கூப்ட்டு போய் பேசுனாங்க.

"எதுக்குமா பொய் சொல்லி என்னை வரச் சொன்னிங்க?"

நா கோவத்துல என்னென்னமோ கத்துனேன். அம்மா நா கத்துற வரைக்கும் கத்தட்டும்னு விட்டுட்டாங்க. நா கத்தி முடிச்சதும் சொன்னாங்க.

"ஐராவோட அப்பா எங்கிட்ட வந்து பேசுனாரு, எனக்கு ஐராவப் புடிச்சுருக்கு. உனக்கு என்னப் பிரச்சனை? அவளக் கட்டிக்கோ. உடனே கல்யாணம் பண்ண சொல்லல. அவளோட படிப்பு முடிஞ்சப் பிறகு பண்ணிக்கோங்க"

"ம்மா எனக்கும் அவளப் புடிக்கும் ஆனால் கல்யாணம் எல்லாம் பண்ணிக்க முடியாது....எனக்கு என்னமா வயசு ஆகுது? இப்போவே கல்யாணமா? நா வேற ஒரு பொண்ண லவ் பண்றேன்"

நா ஏன் இப்போ இப்டி சொன்னேன். நா தியாவயா சொன்னேன். நா ஏன் ஒளறிட்டு இருக்கேன். அம்மா 'எனக்கு எல்லாமே தெரியும்டா'ன்னு ஒரு பார்வை பாத்தாங்க.

"உன் அப்பாதான் என்னை ஏமாத்திட்டாரு, நீயும் என் பேச்சக் கேக்க மாட்டியா?" அம்மா கண் கலங்கக் கேட்டாங்க.

"ம்மா வேணாமா அவரயும் என்னையும் கம்பேர் பண்ணாதீங்க"

"நீ எனக்காக அவளக் கல்யாணம் பண்ணிக்கோ அஸ்வின்"

"யாருக்காகவும் நா அவளக் கல்யாணம் பண்ணிக்க மாட்டேன்"

அம்மா ஒரு பத்து செகண்ட் அமைதியா இருந்தாங்க. எதோ ரெடி பண்ணிட்டாங்க.

"நீ தியாவதான லவ் பண்ற?"

அம்மாக்கு எப்டி தெரியும். நா பதில் சொல்லாம அமைதியா நின்னேன். ஆமான்னு சொல்லலாமா? இல்லன்னு சொல்லலாமா?.

"நீ அவள லவ் பண்ற சரி, அவள் உன்னை லவ் பண்றாளா?"

நாங்க பேசுறதே இல்லன்னு அவிங்கக்கிட்ட சொல்லலாமா. சொன்னா மட்டும் என்ன ஆகப் போகுது.

"உனக்கு நாளைக்கு என்கேஜ்மெண்ட் ஆக போகுதுன்னு தியாவுக்கு எப்டியும் தெரிஞ்சுருக்கும். ஆனால் அவள் உங்கிட்ட எதுவுமே கேக்கலயா?"

அம்மா சொல்றது சரிதான். அவள் பக்கத்துத் தெருதான. எப்டியும் அவளுக்குத் தெரிஞ்சுருக்கும். ஏன் அவள் எங்கிட்ட எதுவும் கேக்கல. தினமும் கால் பண்றவ இந்த ரெண்டு நாளா கால் பண்ணல. அப்டினா அவளுக்கு எனக்குக் கல்யாணம் ஆனாலும் கவலை இல்லயா? அதான் கண்டுக்காம இருக்காளா?..... நா யோசிச்சுட்டே நின்னேன்.

"உனக்கு கிடைக்கற நல்ல வாழ்க்கைய இழந்துடாத அஸ்வின்"

அம்மா சொல்லிட்டு போய்ட்டாங்க. நானும் என் ரூம்க்குப் போயிட்டேன். நா பாத்ரூம்க்குள்ளப் போனேன். கதவச் சாத்திட்டு வெஸ்டர்ன் டாய்லெட் மேல உக்காந்தேன். மொபைல் எடுத்து அவள் நம்பருக்கு கால் பண்ணேன். ரிங் போய்ட்டே இருக்கு அவள் அட்டெண்ட் பண்ணல. நா எதுக்கு இப்போத்

தேவையில்லாம அவளுக்கு கால் பண்ணிட்டு இருக்கேன்? அவளுக்கே கவலை இல்ல. நா ஏன் கவலைப் படனும். நீ என்னை மறந்துட்டியா தியா? எனக்கு கல்யாணம் ஆகிடுச்சுனா நீ வருத்தப்படமாட்டியா? ஏன்டி கால் அட்டெண்ட் பண்ண மாட்டுக்குற? நெஜமாவே என்னை மறந்துட்டியா தியா? ஏன் என்னால மட்டும் உன்னை மறக்க முடியல? தியா நீ மட்டும் அந்த மாதிரி பண்ணாம இருந்தா நா உங்கூட பிரேக் அப் பண்ணிருக்க மாட்டேன்டி. உன்னை எனக்கு எவ்ளோப் புடிக்கும் தெரியுமா? இன்னும் உன்னை எனக்கு புடிக்கும்டி. ஆனால் நீ எனக்கு கல்யாணம் ஆனாலும் பரவாலன்னு கண்டுக்காம இருக்கள்ள. நா மறுபடியும் கால் பண்ணேன். அவள் எடுக்கல. நா மறுபடியும் அம்மாக்கிட்ட எனக்கு இஷ்டம் இல்ல இந்த நிச்சயம் வேணாம்னு சொன்னேன். அம்மா அழுக ஆரம்பிச்சுட்டாங்க பாக்கவே கஷ்டமா இருக்கு.

"உனக்கும் எங்கூட இருக்க புடிக்கலயா அஸ்வின்"ன்னு சொல்லி ரொம்பவே அழுக ஆரம்பிச்சுட்டாங்க. அம்மாவால இன்னும் அப்பாப் பண்ணத மறக்க முடியல.

"ம்மா உங்களுக்கு இஷ்டம்னா எனக்கும் ஓகே"ன்னு சொல்லி அவிங்களச் சமாதானப்படுத்துனேன். நா ஏன் அப்டி சொன்னேன்னு நெனச்சு எனக்கு நைட் எல்லாம் தூக்கம் வரல.

காலைல அம்மா என்ன எழுப்பி விட வந்தப்போ நா முழிச்சுட்டேதான் இருந்தேன். அம்மா என்னைக் குளிச்சுட்டு ரெடி ஆகச் சொன்னாங்க. நானும் போய் குளிச்சுட்டு வந்து அவிங்க எனக்கு வாங்கி வெச்சுருக்க துணியப் போட்டுட்டு ட்ரெஸ்ஸர் முன்னாடி உக்காந்தேன். நா தியாவப் பாக்கணும், அவக்கிட்ட பேசணும். நா தியாவுக்கு கால் பண்ணேன் இப்பவும் அவள் என் கால் அட்டெண்ட் பண்ணல. அவளுக்கு கொஞ்சம் கூட கவலை இல்லயா? சரி எனக்கும் கவலை

இல்ல. நா ட்ரெஸ்ஸர் மேல இருந்த பொருள் எல்லாத்தையும் கீழத் தள்ளி விட்டேன். தலையிலயே ஒரு அடி அடிச்சுக்கிட்டேன். ஏன் தியா இப்டி பண்ற?.... ஒரு தடவ உன்னை பாத்துப் பேசணும்டி. ஒரு தடவ கால் அட்டெண்ட் பண்ண மாட்டியா?. நந்து வந்து என்னை கீழ வரச் சொன்னான். நானும் அவங்கூட போனேன்.

"உனக்கு இதுல இஷ்டமா மச்சான்? தியாக்கிட்ட பேசுனயா?."

"அவள் கால் அட்டெண்ட் பண்ண மாட்டுக்குறாடா" நா சொன்னதுலயே நந்து புரிஞ்சுக்கிட்டான் நா குழப்பத்துல இருக்கேன்னு.

"விடு மச்சான், பாத்துக்கலாம்"

"என்கேஜ்மெண்ட் முடிஞ்சா ஒன்னுமே பண்ண முடியாது" நா சொன்னேன்.

ரெண்டு கும்பல் எதிர் எதிர்ல உக்காந்துருக்காங்க நடுவுல நெறைய தாம்புலத் தட்டு வெச்சுருந்தாங்க. எல்லாரும் பரபரப்பா இருக்காங்க. நா மட்டும் சிரிப்பே இல்லாம சொங்கி மாதிரி உக்காந்துட்டு இருக்கேன். இவிங்கப் பேசுறது எதுவுமே என் காதுல விழுகல. தியா தியா தியா..... அவளோட நெனப்பு மட்டும்தான் எனக்கு. அவள விட்டுட்டு என்னால இன்னொருத்திக்கூட வாழ முடியுமா? எனக்கு முடியும்னு தோணல. தியா இதுக்கு அப்றம் என்னால உனக்கு சொந்தமாக முடியாது. ஐயர் வேற கடுப்பேத்தற மாதிரி எதாவது சொல்லிட்டே இருக்காரு. ஐரா பட்டுப் புடவைல மெதுவா நடந்து வந்தாள். எனக்கு அவளப் பாக்கவே புடிக்கல, நா தலையக் குனிஞ்சேன். இவளாலதான் எல்லாமே. எல்லாம் முடிஞ்சு எங்கள மோதிரம் மாத்திக்க சொன்னாங்க. நா அவள் கையில மோதிரம் போடுறதுக்கு முன்னாடி என் அம்மாவத் திரும்பிப் பாத்தேன். அவிங்க அழுகுற மாதிரி முகத்தை

வெச்சாங்க. இதுதான் எமோஸ்னல் ப்ளாக்மைலா?. நா அவளோட கைல மோதிரம் போட்டேன். எனக்கு அப்பவும் தியா ஞாபகம்தான். அவள் என் கையில மோதிரம் போட்டாள். எல்லாம் முடிஞ்சது முருகா. என்னை வெச்சு நல்லா விளையாடுற முருகா நீ. அதுக்கு அப்றம் நா என் ரூம்க்கு போய்ட்டு வெளியவே வரல. ஐரா கால் பண்ணிட்டே இருந்தாள். நா மொபைல ஸ்விட்ச் ஆஃப் பண்ணிட்டேன். என்ன நடக்குதுன்னு புரியாம யோசிச்சு யோசிச்சு தூங்கிட்டேன். சாய்ந்திரம் எழுந்து மொபைல ஆன் பண்ணேன். தியாவோட நம்பர்ல இருந்து இருபது மிஸ்டு கால்ஸ் வந்துருக்குன்னு மெசேஜ் வந்தது. நா உடனே அவளுக்கு கால் பண்ணேன்.

"தியா..... ஏன் கால்.. " நா சொல்றதுக்கு முன்னாடி அவள் பேசுனாள்.

"நா உங்கிட்ட பேசணும், நேர்ல பாத்துப் பேசணும்"

"நா உங்க வீட்டுக்கிட்ட வரட்டுமா, அந்தச் சந்துக்கிட்ட" நான் கேட்டேன்.

அந்தச் சந்துன்னு சொன்னதும் எனக்கு அங்க எங்களுக்குள்ள நடந்த அழகான விஷயம் ஞாபகத்துக்கு வந்துச்சு.

"அப்பா இருக்காரு அவரு கண்டுபுடிச்சுருவாரு.... நீ ஆத்துக்கிட்ட வா ஏழு மணிக்கு"

"ஹ்ம்ம்"

நா ஸ்கூட்டி எடுத்துட்டுப் போனேன். சரியா ஆறே முக்கால்க்கு ஆத்துக்கிட்ட நின்னுட்டு இருந்தேன். பசங்க விளையாண்டு முடிச்சுட்டு கிளம்ப ஆரம்பிச்சாங்க. இருட்டும் வர ஆரம்பிச்சது. நா மட்டும் இங்க தனியா இருக்கேன். தியா என்ன பேசுறதுக்காக என்னை வரச் சொன்னாள். ஆத்துத் தண்ணியோட

சலசலப்பு சத்தம், இயற்கையான காற்று, நிலவு வெளிச்சம். இதெல்லாம் என்னை எல்லாத்தையும் மறக்க வெச்சது. இந்த இடத்துக்கு ஈடு எதுவும் இல்லை. நா என்னையே மறந்து இந்த தண்ணியோட சலசலப்பு சத்தத்தையும், நிலாவயும் ரசிச்சுட்டு இருந்தேன். காத்து நல்லா வேகமா வீசுச்சு. நல்லா சிலுசிலுன்னு இருக்கு. இந்த நிலமைலயும் என்னால எப்டி இதெல்லாம் ரசிக்க முடியுது? ஏன்னா தியா வரப் போறாலே. மணி ஏழு ஆச்சே. ஏன் அவள் இன்னும் வரலன்னு யோசிக்கும் போது தியா வந்தாள். காட்டன் சுடி போட்டுருந்தாள். துப்பட்டாவ தலைமேல போட்ருந்தாள். நேரா என் முன்னாடி வந்து நின்னாள்.

"தியா"

"உனக்கு வயசு என்ன இப்போ?"

எதுக்கு இப்போ இத கேக்குறாள். அவளுக்கே என் வயசு தெரியுமே. இவளுக்கு எனக்கு நிச்சயம் ஆகிடுச்சுன்னு தெரியுமா தெரியாதா?

"சொல்லு" அவள் கேட்டாள்.

"22"

"25 வயசுலதான் கல்யாணம் பண்ணிப்பண்ணு சொன்ன?"

தியாவுக்கு எனக்கு நிச்சயம் ஆனது தெரிஞ்சுருக்கு அதான் இப்டிக் கேக்குறாள்.

"நா நேத்துல இருந்து உனக்கு கால் பண்ணேன் நீ ஏன் எடுக்கல?"

"உன் என்கேஜ்மெண்ட் முடியற வரைக்கும் மொபைல் எடுக்கக் கூடாதுன்னு அப்பா வாங்கி வெச்சுட்டாரு"

இப்போ நா அவக்கிட்ட என்ன பேசுறது. நா அவளப் பாத்தேன், அவளும் என்னைப் பாத்தாள். காத்து வேகமா வீசவும், அவளோட தலையில இருந்த துப்பட்டா ஒதுங்குச்சு. ரெண்டு பேரும் எதிர் எதிர்ல நின்னும் பேசிக்க முடியல. காரணம் என் கைல இருக்க இந்த மோதிரம். ஒரு மோதிரத்தால எல்லாத்தையும் மாத்த முடியுமா?

"உனக்கு ஒரு தடவக் கூட தோணலயா அஸ்வின்"

"என்ன?"

"என்...... என் மேல எந்தத் தப்பும் இருக்காதுன்னு"

இல்லையே, என் கண்ணாலப் பாத்த பிறகு எப்டி என்னால நம்பாம இருக்க முடியும்.

"சொல்லு தோணலயா"

நா இல்லன்னு தலைய ஆட்டுனேன். அவள் கண் கலங்குது.

"என் மேல எந்தத் தப்பும்" அவளோட ஒரு கண்ணுல இருந்து கண்ணீர் வழிஞ்சு வந்தது, இன்னொரு கண்ணுல அவளோட கன்னம் வரைக்கும் கண்ணீர் வந்தது. “எந்தத் தப்பும் இல்ல அஸ்வின், நா..... உன்னை...... ஏமாத்துலடா" தியா அழுதாள். நா அவள் பக்கத்துல போய் அவளோட ஒரு கன்னத்துல கை வெச்சு அப்டியே அவளோடக் கண்ணீரைத் தொடச்சேன். அவள் என் கையத் தட்டி விட்டாள். இவள் மேல தப்பு இல்லயா? இவள் என்ன சொல்றாள்? எனக்கு எதுவுமே புரியல.

"எனக்கு சத்யமா புரியலடி. நீ என்ன சொல்ற?" நா மெதுவாக் கேட்டேன்.

"எனிவே கங்ராட்ஸ் அஸ்வின் . உனக்கும் ஐராவுக்கும் ஜோடி பொருத்தம் நல்லாவே இருக்கும்" அவள் திரும்பனாள். நா அவள் முன்னாடி போய் நின்னேன்.

"தெளிவா சொல்லுடி எனக்கு புரியல"

"ஐ ஹேட் யூ" அவள் என்னை கடந்துப் போனாள். நா அவள் சொன்னது புரியாம நின்னேன். அவள் மேல தப்பு இல்லயா? அப்ப அந்தக் கிஸ் அப்றம் ஃபோட்டோஸ்க்கு என்ன அர்த்தம்.

தியா நா கூப்ட கூப்ட நிக்காமப் போனாள்.

"ஏன்டி இப்டி சாகடிக்குற? நில்லுடி."

அவள் கண்டுக்காமப் போய்ட்டே இருந்தாள். நா திரும்பி ஆத்துத் தண்ணிய பாத்தேன். என் கைல இருக்க மோதிரத்தை பாத்தேன். எனக்கு இப்பவே இதத் தூக்கி எறியனும் போல இருக்கு. தியா ஏன் அப்டி சொன்னாள்? நா திரும்பி அவக்கிட்டப் பேசுலாம்னு பாக்கும் போது அவள் அங்க இல்ல. அதுக்குள்ளப் போயிட்டாளா? நானும் ஸ்கூட்டிய எடுத்துட்டு வீட்டுக்குப் போனேன். தியாக்கு கால் பண்ணிட்டே இருந்தேன். அவள் எடுக்கவே இல்ல. எனக்கு இங்க இருக்கவே புடிக்கல. நா உடனே பைய எடுத்துட்டு கிளம்புனேன். அம்மா சொல்லியும் கேக்காமக் கிளம்புனேன். நந்து வீட்டுக்குப் போய் அவனையும் இழுத்துட்டுக் கிளம்புனேன். நாங்க பஸ்ல இருக்கும் போது நந்து எங்கிட்டக் கேட்டுட்டே இருந்தான் "என்னாச்சு"ன்னு நா அவன எங்கிட்ட எதுவும் கேக்காதன்னு சொல்லிட்டேன். இதுக்கு மேலயும் நா இங்க இருந்தால் எனக்கு பைத்தியமே புடிச்சுரும்.

16

மூன்று நாட்களுக்குப் பிறகு

நா வேலையில இருந்து ஃப்ளாட்க்கு வந்தாலே என் உடம்புல சக்தியே இல்லாத மாதிரி இருக்கு. நா குளிக்கப் பாத்ரூம்க்கு போனேன். என் ரூம்க்குள்ள யாரோ வரச் சத்தம் கேட்டது.

"யாரு?" நா கேட்டேன்

"உன் பொண்டாட்டி" ஐராவோட குரல் கேட்டது.

"செருப்பு" நா சொன்னேன்.

"அஸ்வின், சீக்ரம் குளிச்சுட்டு சாப்ட வா"

"எனக்கு வேணா, நீ கிளம்பு" நா சத்தமாச் சொன்னேன். அப்றம் அவளோட சத்தமே வரல. நா குளிச்சுட்டு வெளியில வந்தப்போ என் பெட்ல அவள்

உக்காந்துட்டு இருந்தாள். இவள் இப்டி நடந்துக்கும் போது எனக்கு இவள சுத்தமாப் புடிக்கல.

"வெளியப் போ"

"மாட்டேன்"

விக்கியும் நந்துவும் வேகமா பதட்டமா உள்ள வந்தாங்க.

"மச்சான்" விக்கி சொன்னான்.

"சொல்லுடா"

"தியா, ஸுசைட் அட்டெண்ட் பண்ணிட்டானு சொல்றாங்க மச்சான்"

எனக்கு உயிரே இல்ல இதக் கேட்டதும். அவளுக்கு என்னதான் பிரச்சனை.

"யாருடா சொன்னா?"

"நம்ம கார்த்தி சொன்னான்டா... உனக்கு என்கேஜ்மெண்ட் முடிஞ்ச நைட் அவள் ஸுசைட் அட்டெண்ட் பண்ணிருக்காள்" நந்து சொன்னான்.

நா கார்த்திக்கு கால் பண்ணிக் கேட்டேன். அவன் தியா தற்கொலை முயற்சி பண்ணிட்டாள் ஆனால் காப்பாத்திட்டாங்கன்னு சொன்னான். எனக்கு அப்போதான் நிம்மதியா இருந்தது. நா உடனே துணிய மாத்திட்டுக் கிளம்புனேன். நா போகும் போது ஐரா என்னைப் போக விடாம என் முன்னாடி நின்னு தடுத்தாள்.

"எங்கப் போற இப்போ?"

"நகரு, டென்ஷன் பண்ணாத"

"அவளப் பாக்கப் போறியா?"

"ஐரா, உங்கூட சண்டப் போட எனக்கு டைம் இல்ல"

நா அவளக் கடந்துப் போனேன். அவள் என் முன்னாடி வந்து நின்னுத் தடுத்தாள். விக்கி அவள இழுத்தான்.

"ஐரா, எனக்கு நீ பண்றது எதுவும் சுத்தமாப் புடிக்கல. அவனுக்கு உன் மேல லவ் இல்ல. அது உனக்கே தெரியும் அப்றம் ஏன் இப்டி பண்ற?.... அவனக் கேக்காம நீ எதுக்கு அவிங்க அம்மாக்கிட்ட போய்ப் பேசுன. அவன் என்னதான் தியாக்கூட பிரேக் அப் பண்ணிட்டேன்னு சொல்லிட்டு இருந்தாலும் அவன் தியாவதான் இன்னும் லவ் பண்றான். அது நம்ம எல்லாருக்குமே தெரியும். தெரிஞ்சும் நீ ஏன் இப்டி அடம் புடிக்கற. அவன் போகட்டும் விடு" விக்கி கோவமாப் பேசுனான். அவன் இப்டி பேசி நானேப் பாத்தது இல்ல.

"உனக்கு என்னடா தெரியும் அவளப்பத்தி? ஷி இஸ் நாட் எ பர்ஃபெக்ட் மேட்ச் ஃபார் ஹிம்"

"அவள் இல்ல ஐரா, நீதான் இவனுக்கு மேட்ச் கிடையாது..... லெட் ஹிம் கோ" விக்கி சொன்னான்.

அப்போதான் நவ்யா உள்ள வந்தாள்.

"என்னாச்சு எதுக்கு இப்டிக் கத்திட்டு இருக்கீங்க?"

நந்து அவக்கிட்ட எல்லாத்தையும் சொன்னான். அவள் யாருப் பக்கம் சப்போர்ட் பண்றதுன்னு தெரியாம அமைதியா நின்னாள்.

"அவள் ட்ராமா பண்ணிட்டு இருக்காள் அஸ்வின். நீயும் புரிஞ்சுக்காம மறுபடியும் மறுபடியும் ஏமாந்துட்டே இருக்க" ஐரா சொன்னாள்.

எனக்கு எதுவும் பேசத் தோணல. நா அவளப் பாக்கணும்..... ஏன் இப்டி பண்ணானு கேக்கணும். என்னாலதான் இப்டி பண்ணாலானு தெரிஞ்சுக்கனும். அது மட்டும்தான் என் மனசுல ஓடிட்டு இருக்கு.

"அவள் உனக்கு உண்மையா இல்ல அஸ்வின், போகாத" ஐரா கண் கலங்கச் சொன்னாள். அவள் சொன்ன இந்த வார்த்தை இவிங்களப் பேச விடாம அமைதியாக்குச்சு. நா ஐராக்கிட்ட அதச் சொல்லிருக்க கூடாது. பொண்ணுங்கக்கிட்ட எந்த ரகசியத்தையும் சொல்லக்கூடாதுன்னு காலங்காலமா சொல்றாங்க. அத நா ஃபாலோவ் பண்ணிருக்கணும்.

"ஷட் அப் ஐரா" நா சொல்லிட்டு வெளில வந்தேன். ஐரா இப்டிலாம் நடந்துப்பான்னு நா நெனைக்கவே இல்ல. அவள ரொம்பப் புடிக்கும் எனக்கு, அவள் எனக்கு தோழியா இருக்கும் போது. இப்போ அவள் என் தோழி மாதிரி நடந்துக்க மாட்டுக்குறாள். அதனால எனக்கு அவளப் புடிக்குல. நா லிஃப்ட்க்குள்ள போகும் போது நவ்யா வந்தாள். என்னைப் பாசமா அணைச்சுச் சொன்னாள்.

"உனக்கு சரின்னு படுறத மட்டும் செய்டா."

நானும் அவள அணைச்சுச் சொன்னேன்.

"ஹ்ம்ம், எனக்கு குழப்பமா இருக்கு அண்ட் ஐ யம் ஓரிட் அபவ்ட் தியா."

"டோன்ட் வொரி.... பாத்துப் போய்ட்டு வா."

நா பஸ்ல ஏறுனதும் ஒரு தடவ தியாவுக்கு கால் பண்ணேன், ஸ்விட்ச் ஆஃப்னு வந்தது. கண்டிப்பா என்னாலதான் ஸூஸைட் அட்டெண்ட் பண்ணிருப்பாள். நா அவளப்பத்தி யோசிச்சுட்டே வந்ததுல நேரம் போனதேத் தெரியல. மூன்ற மணி

நேரப் பயணம் சீக்ரம் போய்டுச்சு. நா வீட்டுக்குப் போனதும், அம்மா நா ஏன் இப்போ வந்தேன்னு கேட்டாங்க. நா அதுக்குப் பதில் சொல்லாம அம்மாக்கிட்ட ஸ்கூட்டி இல்லனா கார் சாவி கேட்டேன். அவிங்கத் தரல. நா கோவப்பட்டுட்டு அத்தை வீட்டுக்குப் போனேன் மாமா பைக்ல சாவி இருந்தது. நா அத எடுத்துட்டு போனேன். நானும், தியாவும் போன முதல் பைக் ரைடு இதுலதான். நா தியா வீட்டுக்கு போனதும் எனக்கு இவள் இங்கதான் இருக்காளா இல்ல இன்னும் ஹாஸ்பிட்டல்ல இருக்காளான்னு சந்தேகம் வந்தது. நா கார்த்திக்கு கால் பண்ணி கேட்டேன். அவன் தியா வீட்டுலதான் இருக்கான்னு சொன்னான். நா அவிங்க வீட்டுக்கு வெளியிலயே நின்னுட்டு யோசிச்சுட்டே இருந்தேன். உள்ளப் போக தைரியமே வரல. இந்த நேரத்துல நா கதவத் தட்டி அவளப் பாக்கணும்னு சொன்னால் அவளோட அப்பா என்ன சொல்லுவாரு? கண்டிப்பா உள்ள விட மாட்டாரு. காலையில வரைக்கும் என்னால காத்திருக்க முடியாது. நா உள்ளப் போக முடியாம நின்னுட்டே இருந்தேன். போலாமா? உள்ள விடுவாரா?. நா தியாவோட ரூம் பாத்தேன், லைட் ஆஃப் ஆகி இருந்தது. தியா தூங்கிட்டான்னு நெனைக்கிறேன். அவளப் பாத்தே ஆகனும். ஆனால் எப்டிப் பாக்குறது?. மொபைல் ஸ்விட்ச் ஆஃப்னு வருது. அவளுக்கு கால் பண்ணியும் பேச முடியாது. கீழ ஹால் லைட் ஆன் ஆனது ஜன்னல்ல தெரிஞ்சது. நா முழிச்சுட்டே நின்னேன். கதவு திறந்தது, தியாவோட அப்பா என்னைப் பாத்தாரு.

"உள்ள வா" அவரு அப்டி சொன்னதை என்னால நம்பவே முடியல. நா மெதுவா தயக்கத்தோட அடி மேல அடி எடுத்து வெச்சு போனேன். அவரு முன்னாடி நின்னேன். அவரு நா எதாவது சொல்லுவேன்னு எதிர் பாத்தாரு. நா எதுவும் சொல்லல. அவரு உள்ள போய் சோபால உக்காந்தாரு. நானும் அவரு பின்னாடியேப் போனேன்.

"உக்காரு அஸ்வின்."

நிஜமாவே இது தியாவோட அப்பாதானா?. நா உக்காந்தேன். தியாவப் பாக்கணும்னு கேக்கலாமா? கேக்கலாம்ணு நா வாய திறந்தப்போ அவருச் சொன்னாரு.

"எனக்கு ஒரு உதவி செய்வியா?"

"நானா? .... சொல்லுங்க."

"தியா எதனால இப்டி பண்ணானு அவக்கிட்டக் கேட்டுச் சொல்றியா?" அவரு கண்கலங்க எங்கிட்டக் கேட்டாரு. இவருதான் இப்டி பேசுறாரா?

"ஹ்ம்ம்" நா தலைய ஆட்டுனேன்.

"அவளுக்கு என்ன நடந்துதுன்னு அவள் சொல்ல மாட்டுக்குறாள். எங்களால அவள இப்டிப் பாக்க முடியல" பொறுமையா அழுகற மாதிரி சொன்னாரு.

"நா கேக்கறேன் நீங்க ஃபீல் பண்ணாதீங்க"

அவள் இப்டிப் பண்ணது என்னாலதான்னு அவருக்குத் தோணலயா? நா அப்றம் என்னப் பேசுறதுன்னு தெரியாம அமைதியா இருந்தேன்.

"அவள் ரூம்ல தூங்கிட்டு இருக்காள். நீ அவளப் பாக்கணுமா?"

"ஹ்ம்ம்" நா யோசிக்காம தலைய ஆட்டுனேன். அவரு என்னைய மேல அவளோட ரூம்க்கு கூப்ட்டுப் போனாரு. கதவத் திறந்து லைட் ஆன் பண்ணாரு. தியா இழுத்து போத்தி முகம் தெரியாம தூங்கிட்டு இருந்தாள். அவக்கூட அவளோட அம்மாவும் தூங்கிட்டு இருந்தாங்க. லைட் போட்டதும் அவிங்க எழுந்தாங்க.

"அஸ்வின்.... இந்த நேரத்துல" அவளோட அம்மா சொன்னாங்க.

"தியாவப் பாக்க வந்தேன்" நா சொன்னேன்.

அவரோட அப்பா மெதுவா அவிங்கக்கிட்ட எதோ சொன்னாரு. அப்றம் அவிங்க வெளியப் போனாங்க. அவரு கிளம்பும் போது அவர்க்கிட்ட ஒன்னு கேக்கணும்னு தோணுச்சு. நா அவர்க்கிட்ட அத கேட்டேன்.

"நீங்க எதுக்காக அடிக்கடி தியாவ அடிக்கிறீங்க?"

"நானா? நா எதுக்கு அவள அடிக்கப் போறேன்?"

"நானே பாத்துருக்கனே சின்னதுல நீங்க அவள அடிப்பிங்க"

"சின்னதுல அவள் கொஞ்ச நஞ்சமா குறும்புப் பண்ணாள்? அவள அடக்கவே முடியாது. அதான் அடிப்பேன். ஆனால் அவள் வளந்த பிறகு நா அவள அடிக்குறத நிறுத்திட்டேன்"

இவரு என்ன சொல்றாரு. தியா ஒரு நாள் நைட் என் வீட்டுக்கு வந்தப்போ எங்கிட்ட இவரு அடிச்சதா சொன்னாலே. எனக்கு நல்லா ஞாபகம் இருக்கு. இவரு என்னன்னா இப்டி சொல்றாரு. அவரு வெளியப் போனாரு ஆனால் கதவத் திறந்து விட்டுட்டே போனாரு. நா அவள் பக்கத்துல உக்காந்தேன். தியாவ எழுப்பாம நா மெதுவா அவள் முகத்த மறச்சு இருக்கப் பெட்சீட்டை ஒதுக்குனேன். அவளோட தலை முடி அவள் முகத்தை மறைச்சுருந்தது. நா அந்த முடியையும் ஒதுக்குனேன். அவளோட உதட்டு ஓரத்துல காயம், அவள் நெத்தியில காயம். எப்டி இவ்ளோ காயம் ஆச்சு இவளுக்கு? தியா கண் முழிச்சாள், என்னைப் பாத்ததும் எழுந்து மெதுவா உக்காந்தாள்.

"இங்க என்ன பண்ற? அப்பா திட்டுவாரு அஸ்வின்" அவள் தூக்க கலக்கத்துலயே கேட்டாள். நா அவளோட பெட்சீட்டை இழுத்தேன்.

"என்ன?"

அவளோட கையில, கழுத்துல எல்லாம் காயம் இருந்தது. நகக்கீரல் மாதிரி இருந்தது. என்னால இவள இப்டிப் பாக்கவே முடியல.

"எப்டி இவ்ளோ காயம் ஆச்சு உனக்கு?"

"இங்க இருந்து போ அஸ்வின்" அவள் பேசும் போது அவள் உதட்டுல இருந்த காயம்தான் எனக்குத் தெரிஞ்சது. நா அவளோட அப்பாதான் என்னை உங்கூடப் பேச அனுமதிச்சாருன்னு சொன்னேன். நா அவளோட கன்னத்துல கை வெச்சேன்.

"என்னாச்சு தியா? எதுக்கு ஸுஸைட் அட்டெண்ட் பண்ண? எப்டி இவ்ளோ காயம் ஆச்சு உனக்கு"

அவள் என் கையத் தட்டி விட்டாள்.

"ஏன்டி எதுவும் சொல்ல மாட்டுக்குற? அன்னைக்கு என்னன்னா உன்மேல எந்த தப்பும் இல்லன்னு சொன்ன, இப்போ என்னன்னா ஸுஸைட் அட்டெண்ட் பண்ணிருக்க. அப்றம் உன் மேல இவ்ளோ காயம்.... என்னால"

நா சொல்லி முடிக்குறதுக்கு முன்னாடி அவள் சொன்னாள்.

"நீ எங்கிட்ட கேக்கவே இல்லையே அஸ்வின் நா ஏன் அப்டிப் பண்ணன்னு? நீயா நா தப்புப் பண்ணேன்னு நெனைச்சுட்டு பிரேக் அப் பண்ணிட்டு போயிட்ட. அதுக்கு அப்றம் நாம மறுபடியும் பேச

ஆரம்பிச்சப்போக் கூட நீ எங்கிட்டக் கேக்கல, அதப்பத்தி பேசவே இல்ல"

"தியா நா அப்போ அதப்பத்தி பேச"

"நீ எதுவும் பேசாத அஸ்வின்.... நா சொல்றத மட்டும் கேளு"

நானும் வாய மூடிட்டு தலைய ஆட்டுனேன்.

"நீயா ஒரு முடிவுக்கு வந்துட்ட நா தப்புப் பண்ணிட்டேன்னு. மறுபடியும் அந்த ஃபோட்டோஸ பாத்துட்டு வந்து ப்ரேக் அப் பண்ணிட்டுப் போய்ட்ட"

நா அவள் சொன்ன மாதிரியே வாய மூடிட்டு இருந்தேன். அவள் என் முகத்தைப் பாத்தாள்.

"தள்ளி உக்காரு அஸ்வின்"

"ஹேய்"

"தள்ளி உக்காருடா"

நா பெட்ல அவளுக்கு முன்னாடி, அவளப் பாத்த மாதிரி உக்காந்தேன். அவள் என்னை பாக்காம முகத்தைத் திருப்பி வெச்சுட்டே சொன்னாள்.

"லவ்ல கொஞ்சமாவது நம்பிக்கை இருக்கணும் அஸ்வின்"

"ஹேய் நீ என்னை அந்த சிச்சிவேஷன்ல பாத்துருந்தா என்னடி பண்ணிருப்ப? நீயும் என்னைத் தப்பாதான நெனச்சுருப்ப"

"மாட்டேன், நா கோவப்பட்டுருப்பேன், உன்னை அடிச்சுருப்பேன் ஆனால் அத நம்பியிருக்க மாட்டேன் அஸ்வின். ஏன்னா எனக்குத் தெரியும் உன்னப்பத்தி"

"தியா, நா உன்னை அடிக்குறதுக்கு முன்னாடி கடுப்பேத்தாம என்ன நடந்ததுன்னு சொல்லு"

அவள் கண்கலங்க ஆரம்பிச்சது, மெதுவா அது அழுகையா மாறுச்சு. அவள் கண்ணத் தொடச்சுட்டு அழுகாம இருக்க முயற்சி பண்ணாள். நா அவள் முகத்தைப் புடிச்சேன் அவள் தட்டி விட்டாள். என்னைத் தொடவே விட மாட்டுக்குறாள்.

"ரேவந்த் என்னை செக்ஸுவல் ஹராஸ்மெண்ட் பண்ணான் அஸ்வின்.... அவன் ஒரு சைக்கோ" அவள் தலைய குனிஞ்சுட்டே சொன்னாள். என்னால எதுவும் பேச முடியல, அவள் இதச் சொல்லுவான்னு நா எதிர் பாக்கல.

"என்னடி சொல்ற? அப்றம் எதுக்கு அவன் உன்னை கிஸ் பண்ணப்போ நீ அவன் ஷர்ட் காலரப் புடிச்சுருந்த? நா அவன அடிச்சதுக்கு நீ என்னை அடிச்ச"

அவள் என் கன்னத்துலக் குட்டியா ஒரு அடி அடிச்சாள்.

"இப்பவும் சந்தேகம்தான் உனக்கு" தியா சொன்னாள்.

"இல்லடி, எனக்குப் புரியல"

"ஹி ஹேஸ் மை நேக்கிட் பிக்சர்ஸ்"

"என்ன சொன்ன இப்போ?"

"அவன் எப்டி எடுத்தான்னு தெரியல பேபி, நா குளிக்கும் போது எடுத்துருக்கான்" அவள் தலைய குனிஞ்சுட்டே அழுதாள். டேய் மவனே எங்கிட்ட வாங்கப் போறடா நல்லா.

"ஒரு நாள் அந்தப் ஃபோட்டோஸ் கொண்டு வந்து எங்கிட்டக் காட்டி என்னைப் ப்ளாக்மைல் பண்ணான்.

நா அவன் சொல்ற மாதிரி நடந்துக்கணும்னு..... நா அவனத் திட்டுனேன் அந்தப் ஃபோட்டோஸ் எங்கிட்டக் கொடுக்கச் சொன்னேன். அவன் கொடுக்கல, திடீர்னு என்னை அடிக்க ஆரம்பிச்சுட்டான் பேபி. நா இத யார்கிட்டயும் சொல்ல கூடாதுன்னு மெரட்டுனான், நானும் யார்ட்டையும் சொல்லல"

"எங்கிட்ட அப்பவே சொல்ல வேண்டியதுதானடி"

"அவன் என்னை ரொம்பவே அடிச்சான் பேபி. அப்போ எனக்கு என்னப் பண்றதுன்னு தெரியல அஸ்வின்.... நா பயிந்துட்டேன்"

தியா அழுகறதப் பாக்க முடியல. நா அவள் முகத்தைப் புடிச்சேன் அவள் மறுபடியும் தட்டி விட்டாள்.

"போடா"

"தியா"

"அவன் என்னை லவ் பண்றேன்னு சொல்லி டார்ச்சர் பண்ணான் அஸ்வின். என்னை ஹக் பண்ணவும், கிஸ் பண்ணவும் ட்ரை பண்ணான் அஸ்வின்.... நா அவங்கிட்ட இருந்து தப்பிச்சுட்டே இருந்தேன். ஆனால் அந்த ஃபோட்டோஸ் வெச்சு என்னை மெரட்டுனான்..... பட் ஐ வான்ட் டூ பீ யுவர்ஸ் அஸ்வின். அதனாலதான் நா உங்கிட்ட என்னை கிஸ் பண்ண சொன்னென், பட் நீ பண்ணல. அதனாலதான் மேக் லவ்னு கேட்டேன்"

நா அவள் அழுகையக் கட்டுப்படுத்தறதுக்காக அவள் பக்கத்துலப் போனேன், அவள் தள்ளி விட்டாள். தேம்பி அழுதுட்டே சொன்னாள்.

"என்னோட பர்ஸ்ட் கிஸ் நீயா இருக்கணும்னு ஆசைப்பட்டேன் ஆனால் அது நடக்கல..... ஸ்கூல் ஃபேர்வெல் டேய் அன்னைக்கு"

17

தீயா

நா ரெஸ்ட்ரூம்க்குள்ள போய் லைட் ஆன் பண்ணிட்டு போனேன். திடீர்னு லைட் ஆஃப் ஆகிடுச்சு. நா வெளிய வந்தப்போ யாரோ என்னை இழுத்துக் கட்டிப்புடிச்சாங்க, என்னால முகத்தப் பாக்க முடியல. கண்டிப்பா இது என் அஸ்வின் இல்ல. நா அவனத் தள்ளி விட்டேன்.

"ஐ வான்ன ஃபக் யூ நவ்" ரேவந்த் குரல், அவன் என் காதுலச் சொன்னான். நா அவனத் தள்ளி விட்டுட்டு வெளிய வரப் பாத்தப்போ அவன் என்னை இறுக்கமாப் பின்னாடி நின்னு கட்டிப்புடிச்சான். நா சத்தமா அஸ்வின்னு கத்தனும்னு நெனச்சேன்.

"அஸ்வின்......" நா சத்தமா கத்துனேன் ஆனால் பாட்டு சத்தத்தையும் மீறி அது அவனுக்கு கேக்குமா என்ன?

அவன் என் வாயை அடைச்சுட்டான். எனக்கு என்ன பண்றதுன்னே தெரியல. நா அழுதேன், அவன் என்னை விடல. அவன் என் ஷர்ட்க்குள்ள கை விட்டான். என்னால கத்தவும் முடியல, தடுக்கவும் முடியல. அவன் என் வாயில இருந்து கை எடுத்ததும்.

"விடு" நா அழுதுட்டே சொன்னேன்.

அஸ்வின் இங்க வா அஸ்வின்னு எனக்குள்ள சொல்லிட்டே இருந்தேன். அவன் என் ஷர்ட்ல இருந்து கை எடுத்தப்போ நா இன்னும் அதிகமா அழுதேன். எனக்கு அருவருப்பா இருக்கு. அவன் என்னை விட்டப்போ என்னால எதுவும் பண்ண முடியல. அவன் பண்ணத என்னால ஏத்துக்கவும் முடியல. ரேவந்த் மொபைல் எடுத்து என்னோட நிர்வாண ஃபோட்டோஸ் காட்டிச் சொன்னான்.

"இப்போ மட்டும் நீ என்னைக் கிஸ் பண்ண விடலன்னா நா இத பேஸ்புக்ல போட்ருவேன்"

அவன் என் பக்கத்துல வந்தான் நா அழுதுட்டே பின்னாடிப் போனேன்.

"நா அஸ்வின்க்கிட்ட சொல்லிடுவேன் நீ இப்டிலாம் பண்றேன்னு"

"சொல்லிப்பாரு... நா எத்தனத் தடவ சொல்லட்டும் நீ அவங்கிட்ட சொன்னா நா இதக் கண்டிப்பா பேஸ்புக் இன்ஸ்டாகிராம்னு எல்லாத்துலயும் போட்ருவேன்னு..... பரவாலயா?"

"நீ இப்டிலா பண்ணுவன்னு நா நெனைக்குல ரேவ். நா உன்ன என் பிரண்டாதானடா பாத்தேன்.... ஏன்டா இப்டிப் பண்ற?"

"ஐ லவ் யூ தியா...... ஆனால் நீ அவன லவ் பண்ற. என்ன வேற என்னப் பண்ணச் சொல்ற?. நீ என்ன விட்டுப் போகக் கூடாது"

"அந்த ஃபோட்டோஸ் டெலிட் பண்ணு ப்ளீஸ்" நா அழுதுட்டே கேட்டேன்.

"நீ அழுகாத தியா" அவன் என் முகத்தைப் புடிச்சு கிஸ் பண்ண வந்தான், நா அவன் ஷர்ட் காலரப் புடிச்சுக் கேட்டேன்.

"நீ என் பிரண்டுடா..... இப்டிலாம் பண்ணாதடா ப்ளீஸ், என்னை விட்ரு.... நா அஸ்வின மட்டும்தான் லவ் பண்றேன்" அவன் என்னை அடிச்சான். அப்றம் என்னை கிஸ் பண்ணான். இதுதான் என்னோட முதல் முத்தமா? என்னால எதுவும் பண்ண முடியல. அஸ்வின் என்னடா பண்ற? இங்க வா அஸ்வின். அஸ்வின் இங்க வா அஸ்வின். நா அழுதேன்.

"நீ மட்டும் அஸ்வின்க்கிட்ட சொல்லி அவன் என்னை அடிச்சான்னா அதுக்கு அப்றம் இந்த ஃபோட்டோஸ எல்லாரும் பாக்குற மாதிரி பண்ணிடுவேன்..... நீ இப்போ அழுகைய நிறுத்துலனாலும் நா அதச் செய்வேன்"

நா என் கண்ண நல்லா தொடச்சேன். அவன் என்னை மறுபடியும் கிஸ் பண்ணான். நா அவனோடக் காலரப் புடிச்சு தள்ளப் பாத்தேன் என்னால முடியல. அவன் என்னை நகர முடியாத மாதிரி இறுக்கமா புடிச்சான். அஸ்வின் வந்துரு அஸ்வின் ப்ளீஸ், என்னடா பண்ற?. பாட்டு சத்தம் நின்னது. ரேவந்த் மொபைல் கீழ விழுந்தது. லைட் ஆன் ஆச்சு, அஸ்வின் வந்துட்டான்.... அஸ்வின பாத்ததும்தான் எனக்கு பயம் போய்டுச்சு. இல்ல எனக்குப் பயமா இருக்கு . அஸ்வின் இவன அடிச்சா இவன் ஃபோட்டோஸ பேஸ்புக்ல விட்ருவானோன்னு. நா பயந்து நின்னதப் பாத்து அஸ்வினுக்குக் கண் கலங்குச்சு, கோவமும் வந்தது.

வேணா அஸ்வின் அவன அடிச்சுடாத, கோவப்படாத. நா நெனச்ச மாதிரியே அஸ்வின் கோவப்பட்டு அவன அடிச்சான். எதுக்குடா அவன அடிச்ச?. எனக்கு மறுபடியும் கண் கலங்க ஆரம்பிச்சது. நா அஸ்வின இழுத்தேன் அவன் என் கண கலங்கி இருக்கறதப் பாத்து கோவப்பட்டு மறுபடியும் ரேவந்த்த அடிச்சான். நா அஸ்வின் கையப் புடிச்சு மறுபடியும் இழுத்தேன்.

"அவன அடிக்காத அஸ்வின்"

அஸ்வின் அவன மறுபடியும் அடிச்சான். ஏன்டா புரிஞ்சுக்காம நடந்துக்குற. நா அஸ்வின அடிச்சேன்.

"அவன அடிக்காதன்னு சொல்றள்ள"

18

தற்பொழுது

"நீ பாட்டுக்கு ப்ரேக் அப் பண்ணிட்டு போய்ட்ட. அவன் அப்டி பண்ணத விட, நீ பேசுனதுதான் பேபி எனக்குக் கஷ்டமா இருந்தது. நீ போனதுக்கு அப்றம் அவன் அவனோட மொபைல் எடுக்க அங்க வந்தான், என்னை எவ்ளோ டார்ச்சர் பண்ணான் தெரியுமா. அம்மா மட்டும் அங்க அப்போ வரலன்னா அவன் போயிருக்கவே மாட்டான்"

அவள் சொன்னதக் கேட்டு நா அழுதுட்டேன். நா அப்பவே அவக்கிட்ட கேட்டுருக்கனும் ஏன் அவள் அப்டி பண்ணானு? ரேவந்த் நீ சாகப் போறடா. தியா அழுதுட்டே இருக்காள். நா அவள அணைச்சேன். அவள் என்னைத் தள்ளி விட்டாள்.

"ஏன்டி"

"ஐ ஹேட் யூ" அவள் என் நெஞ்சுலயே அடிச்சாள்.

தியா பொய் சொல்றாள். அவள் எனக்கு நிச்சயதார்த்தம் ஆனதுனால அவளத் தொட விட மாட்டுக்குறாள்.

"என்னால கண்ணால பாத்தத நம்பாம இருக்க முடியலடி. நா என்னப் பண்ணுவேன்"

"கண்ணால பாக்குறது எல்லாம் உண்மை கிடையாது அஸ்வின்"

அவள் தலை குனிஞ்சு அழுதுட்டே இருக்காள். என்னையும் பக்கத்துல விட மாட்டுக்குறாள்.

"தியா இன்னும் என்னென்ன சொல்லனுமோ எல்லாத்தையும் இப்போவே சொல்லிடுடி" அவளும் குழந்தை மாதிரி தலைய ஆட்டிட்டு "ஹ்ம்ம்" சொன்னாள்.

"நா நைட் டைம்ல உன்ன வீட்டுக்கு வரச் சொன்னது, நா உன் வீட்டுக்கு வந்தது எல்லாமே ரேவ்க்கு பயிந்துட்டுதான் அஸ்வின். அவன் இங்க வந்து என்னை டார்ச்சர் பண்ணுவான். நா உங்கிட்ட மேக் லவ்னு சொன்னது கூட அவன் என்னை எதாவது பண்ணிடுவானோன்னு பயத்துலதான் பேபி. ஐ வான்ட் டு பி யுவர்ஸ் பேபி..... ஒன்லி யுவர்ஸ்"

நீ எனக்கு மட்டும்தான்டி நா உன்னை மிஸ் பண்ண மாட்டேன். நானும் உனக்கு மட்டும்தான்.

"தியா, ஒரு தடவ நீ நைட் டைம்ல என் வீட்டுக்கு வந்தப்போ உன் அப்பா அடிச்சாருன்னு சொன்னயே நிஜமாவே அவருதான் அடிச்சாரா?"

"அப்பா என்னை அடிக்க மாட்டாரு அஸ்வின், ரேவந்த்தான் அடிச்சான். என்னால உங்கிட்ட உண்மைய சொல்ல முடியல அஸ்வின். அதான் அப்டிச் சொன்னேன்"

இது தெரியாம நா அவர தப்பா நெனச்சுட்டேன். இனி நா கண்ணாலப் பாக்குறதையும் நம்ப மாட்டேன், காதாலக் கேக்குறதையும் நம்ப மாட்டேன்.

"நீ ஒரு தடவ அம்மா, அப்பா வீட்டுல இல்லாதப்ப இங்க வந்தயே, நாம சண்டப் போட்டமே ஞாபகம் இருக்கா? நா உன்னைப் போக சொன்னதும் நீயும் உடனே போயிட்ட. அதுக்கப்பறம் ரேவந்த் சாப்பாடு வாங்கிட்டு வந்தான் அஸ்வின். அப்போ அவன் என்னை எவ்ளோ டார்ச்சர் பண்ணான் தெரியுமா? பக்கத்து வீட்டு அக்கா பால் பாக்கெட் கொடுக்க வந்தாங்க அப்போதான் அவன் போனான். அப்றம் நைட் எனக்குத் தனியா இருக்க பயமா இருந்தது அதனாலதான் நா உன்னை வரச் சொன்னேன்."

எனக்கு இது எல்லாமே ஞாபகம் இருக்கு. ரேவந்த் சாப்பாடு வாங்கிட்டு வந்தது மட்டுமில்லாம தியாதான் வாங்கிட்டு வரச் சொன்னான்னு பொய் சொல்லிருக்கான். தியா நைட் கால் பண்ணி அழுதுட்டேப் பேசுனது எல்லாமே ஞாபகம் இருக்கு. ஆனால் அப்போ அவள் ஏன் அப்டி வித்தியாசமா நடந்துக்கிட்டான்னு இப்போதான் புரியுது.

"சரி இப்போ எதுக்கு ஸூஸைட் அட்டெண்ட் பண்ண? இந்தக் காயம் எல்லாம் எப்டி வந்தது?"

கண்டிப்பா இதுவும் அந்த ரேவந்த் வேலையாத்தான் இருக்கும்.

"நா அன்னைக்கு....... உ.....உன்னை ஆத்துலப் பாத்துப் பேசிட்டு வ.....வரும் போது அவன் என் வாயை

அடைச்சுட்டு........அந்தப்பக்கம் தூ.....தூக்கிட்டுப் போ.....ய்ட்டான்.... நீயும்.......கிளம்பிப் போய்ட்ட"

எல்லாத் தப்பும் என் மேலதான். தியா தேம்பி அழுகுறாள். திக்கி திக்கிப் பேசுறாள். நா அவளோட முகத்தைப் புடிச்சு சொன்னேன்.

"சொல்லு என்னாச்சு"

"அவன்....... என்னை ரேப்..... பண்ண ட்....ரை பண்ணான் அ.....அஸ்வின், என்னை அடிச்சான், என் வாயை அடைச்சுதுனால என்னால..... க.... க..... கத்த.... முடியல"

அவளோட கண்ணுல இருந்து வர கண்ணீர் எல்லாம் அவள் முகத்தைப் புடிச்சுருந்த என் கை மேலப் பட்டது. அவன சத்யமா நா சும்மா விட மாட்டேன். எனக்கும் அழுகை வந்தது. தியா மேல கோவமும் வந்தது. அவள் மட்டும் இவன் இந்த மாதிரி டார்ச்சர் பண்றத உடனே எங்கிட்ட சொல்லியிருந்தால் இவ்ளோ பிரச்சனை வந்துருக்காது.

"என்னை அவன் ரொ....ரொம்ப அ.....அடிச்சான் பேபி, அந்த வழியில பசங்க வந்தாங்க அப்போதான் அவன் என்னை விட்டான். அவன் அந்தப் பசங்க போ....போய்ட்டாங்களான்னு பாக்கத் தி.... திரும்பனான். அப்போ.... தா நா அவனத் தள்ளி விட்டுட்டு ஓடி வ....வந்துட்டேன்"

"அப்றம்தான் ஸூஸைட் அட்டெண்ட் பண்ணியா?"

"ஹ்ம்ம்" அவள் தலைய ஆட்டுனாள்.

நா அவள அறைஞ்சேன். அவள் அழுகை இன்னும் அதிகமாச்சு.

"சாகடிச்சுருவேன்டி உன்னை, எதாவது ஆயிருந்தால்?"

"நா செ....செத்துறதே பெட்டர் அஸ்வின்.... நீ ஐராவக் கல்யாணம் பண்ணிக்கப் போறயே. எ....எனக்கு ப்ரா.... மிஸ் ப....பண்ணியேடா. என்ன ஆனாலும் எ....என்னைதான் கல்யாணம் ப.....பண்ணிப்பேன்னு. இப்போ ஏன் இப்டி பண்ண?"

"என் இஷ்டப்படி எதுவும் நடக்கலடி, அம்மாக்காகத்தான் என்கேஜ்மெண்ட் பண்ணிக்கிட்டேன்"

தியா பதிலுக்கு எதுவும் பேசல,.... நிச்சயதார்த்தத்தப் பத்தி பேசி எந்தப் ப்ரயோஜனமும் இல்ல.

"நீ பயந்ததுனாலதான் அவன் இந்த அளவுக்கு டார்ச்சர் பண்ணிருக்கான். அப்பவே எங்கிட்ட சொல்லிருக்க வேண்டியதுதான.... அவன் மெரட்டுனா நீ பயிந்துடுவியா? "

"அப்போ நா சி.....சின்னப் பொண்ணு, பதினஞ்சு வயசுல எனக்கு யோசிக்க தெ.....தெரியல"

"எனக்கு உன்மேலதான் தியா கோவமே, நீ எங்கிட்ட அதச் சொல்லியிருக்கணும்"

நா எழுந்து நின்னேன். போகலாம்னு திரும்பனப்போ எனக்கு ஒரு சந்தேகம் வந்தது.

"அவங்கிட்ட ஃபோட்டோஸ் மட்டும்தான் இருக்கா இல்ல வீடியோஸ் இருக்கா?"

"தெரியல.... அவன் எ....எங்கிட்ட ஃபோட்டோஸ் மட்......டும்தான் காட்டுனான்"

நா போய் அவளோட முகத்தப் புடிச்சு சொன்னேன்.

"அழுகாதடி, பயப்படாத. நா பாத்துக்குறேன் அவன"

"பயமா இருக்கு அஸ்வின், நீ அவன எதுவும் பண்ணாத. அ....அவன் ஃபோட்டோஸ் எ....எதாவது பண்ணிருவான்"

"நீ பயப்படாத தியா" நா கோவமாச் சொன்னேன்.

நா ரூம்ல இருந்து வெளிய வந்தப்போ. அவரோட அப்பா எங்கிட்ட இருந்து அவரு கேள்விக்கான பதில் கிடைக்கும்னு எதிர் பாத்தாரு.

"நா கிளம்பறேன்.... நீங்க கவலைப்படாதீங்க அவ எதுவும் பண்ணிக்க மாட்டாள்"

"இல்ல, அவ ஏன் இப்டி பண்ணான்னு சொன்னாளா?"

"இல்ல" நா அவருக்கிட்டப் பொய் சொல்லிட்டு கிளம்புனேன். நேரா ரேவந்த் வீட்டுக்கு முன்னாடிப் போய் பைக்க நிறுத்தனேன்.

19

நா உடனே அவனோட வீட்டுக்குள்ளப் போகல. யோசிக்காம கோவத்துல அவசரப்பட்டு எதாவது செஞ்சால் பிரச்சனை ஆகிடும். நா யோசிச்சுட்டே நின்னேன். எப்டியும் அவன் அந்த ஃபோட்டோஸ் நெறைய காபி பண்ணி வெச்சுருப்பான். எல்லா ஃபோட்டோஸயும் அவங்கிட்ட இருந்து வாங்க முடியாது. அவன் முட்டாள் இல்ல எல்லாத்தையும் தர்றதுக்கு. பதினஞ்சு வயசுலயே அவ்ளோ கிரிமினலா இருந்தவன் இப்போ இருபது வயசுல எப்டி இருப்பான்?. எதாவது பண்ணி அவன மெரட்டனும். என்னென்னமோ யோசிச்சேன் ஒரே குழப்பமா இருந்தது. முருகா எதாவது ஒரு வழியக்காட்டு. எனக்கு ஒரு ஐடியா வந்தது, நா போய் அவன் வீட்டுக் கதவ தட்டுனேன், அவனோட அம்மா கதவத் திறந்தாங்க. எனக்கு அவன இப்பவே அடிச்சு கொல்லனும் போல இருக்கு. அவனோட அம்மா என்னைக் குழப்பத்தோடப் பாத்தாங்க.

"ரேவந்த் இருக்கானா?"

"தூங்கிட்டு இருக்கான்.... அஸ்வினு நீ இந்த நேரத்துல"

தூங்குறானா?. இருடா ஒரே அடியா தூங்க வெக்குறேன் உன்னை. நா உள்ளப் போனேன். அவனோட அம்மா என் பின்னாடியேச் சத்தம் போட்டுட்டே வந்தாங்க. வீட்டுல அவனோட அப்பா இல்லன்னு நெனைக்குறேன். நா போய் அந்த வீட்டுல இருக்க ஒவ்வொரு ரூம் கதவையும் திறந்தேன். ஒரு ரூம்ல அவனோட தங்கச்சித் தூங்கிட்டு இருந்தாள். அவிங்க அம்மா உள்ள வர்றதுக்கு முன்னாடி கதவச் சாத்துனேன்.

"கதவத் திறடா, டேய் திறடா.... கதவத்திற" அந்த அம்மா கதவச் சத்தமா தட்டி அழுகுற மாதிரி கத்துனாங்க. சத்தம் கேட்டு தூங்கிட்டு இருந்த அகிலா வேகமா எழுந்து லைட் ஆன் பண்ணி பயத்தோட என்னைப் பாத்தாள். ரேவந்த்தோட தங்கச்சி சின்னப் பொண்ணு. எப்டியும் லெவென்த் இல்லனா டுவெல்த் படிக்கும்னு அவளோட ரிப்பன் வெச்ச ஒத்தை ஜடையப் பாத்தாலே தெரியுது.

"அஸ்வின் அண்ணா" அகிலா பயிந்துட்டேச் சொன்னாள். அகிலா நா அவக்கிட்ட தப்பா நடந்துப்பனோன்னு பயிந்துட்டே எழுந்து கதவத் திறக்க ஓடுனாள். நா அவளப் புடிச்சேன்.

"ம்மா..... ம்மா" அவள் கத்திட்டே அழுதாள்.

"அகிலா, பயப்படாத.....பயப்படாத, உஷ்...."

நா அவள விட்டேன் ஆனால் அவளப் போக விடாம கதவு முன்னாடி நின்னேன். அந்தப் பொண்ணு அழுதுட்டே இருக்கு. என்னைப் பாத்தா கெட்டப் பையன் மாதிரியா இருக்கு? அவிங்க அம்மா விட்டால் கதவ ஒடச்சுடுவாங்க போல, சும்மா தட்டிட்டே இருக்காங்க.

"கதவத் திறடா நாயே, கதவத் திறடா" அந்த அம்மா கெட்ட வார்த்தையிலயே என்னைத் திட்டுனாங்க.

"அழுகாதமா, பயப்படாத..... நீ நெனைக்குற மாதிரி இல்ல" நா அகிலாக்கிட்ட சொன்னேன்.

"அண்ணா எதுக்குனா கதவ சாத்திருக்கீங்க?"

"எனக்கு உன் ஹெல்ப் வேணுமா. செய்வியா ப்ளீஸ்?"

அந்தப் பெண்ணுக்கு இப்போதான் அழுகை நின்னது. எனக்கு டைம் இல்ல நா சீக்ரம் நா நெனச்சதச் செய்யனும்.

"நா சொல்றதக் கேளு, உன் அண்ணா தியாவ நியூடா ஃபோட்டோ எடுத்து அத வெச்"

நா சொல்லி முடிக்குறதுக்கு முன்னாடி அகிலா சொன்னாள் "எனக்கு தெரியும் அண்ணா". இவளுக்கு தெரியுமா? இருக்கற குழப்பத்துல இது வேற புதுக் குழப்பமா? அவளுக்கு எப்டி தெரியும்னு கேக்குறதுக்கு எல்லாம் எனக்கு நேரம் இல்லை. இப்போதான் எனக்கு ரேவந்த் குரல் கேட்டது.

"என்னமா எதுக்குக் கத்திட்டு இருக்க?"

அந்த அம்மா என்னைக் கெட்ட வார்த்தையில திட்டி நா உள்ள இருக்கேன்னு சொன்னாங்க. இப்போ அவனும் கதவத் தட்டுனான்.

"கதவத் திறடா" ரேவந்த் கத்துனான். அவன் என்னை எப்பவுமே அண்ணானுதான் கூப்டுவான். ஆனால் இப்போதான் அவனோட சுயரூபம் வெளிய வருது. அவன் குரல கேக்கும் போதே அவனக் கொல்லணும் போல இருக்கு. உன் தங்கச்சிக்கு ஒண்ணுன்னா உனக்கு இவ்ளோ கோவம் வருதே.....

மத்த பொண்ணுங்கனா மட்டும் உனக்கு கேவலமாப் போய்ட்டாங்களா? நா அகிலாக்கிட்ட வேகமா அவள் என்ன பண்ணனும்னு சொன்னேன். அவளும் சரின்னு தலைய ஆட்டுனாள்.

"தேங்க்ஸ் அகிலா"

"அவன சும்மா விடாதீங்க அண்ணா, நா அவங்கிட்ட நீ பண்றது எல்லாம் தப்பு நா அப்பாக்கிட்ட சொல்லப் போறேன்னு சொன்னதுக்கு அவன் என்னையக் கத்தியை வெச்சுக் கொன்றுவேன்னு மெரட்டுனான். நானும் பயத்துல யார்கிட்டயும் சொல்லல. அவன் தியா அக்கா மேல பைத்தியமா இருக்கான் அண்ணா. அவங்க பாவம், இவங்கிட்ட இருந்து தப்பிக்க முடியாம கஷ்டப்படுறாங்க"

அந்த நாயிக்கிட்ட இப்டி ஒரு பக்கம் இருக்கும்னு நா நெனச்சதே இல்ல. நா அவன ஒரு பழம்னு நெனச்சுட்டு இருந்தேன். ஆனால் அவன் பிஞ்சுலயே முத்திட்டான். காதலுக்கும், காமத்துக்கும் வித்யாசம் தெரியாம இருக்கான். எதையோ வெச்சுக் கதவ இடிக்குறான். நா அகிலாவோட கையப் புடிச்சேன் அவளும் அழுகற மாதிரி முகத்த வெச்சு நின்னாள். கதவு திறந்தது, ரேவந்த் முகத்துல என்னை கொல்லணும்னு வெறியே இருக்கு. அவன் என்னை அடிக்க வந்தான் நா அவன் கையைத் தடுத்தேன், நா அவனோடக் கைய முறுக்குனேன்.

"உன் தங்கச்சி ரூம்ல ஒருத்தன் புகுந்ததுக்கு உனக்கு இப்டி கோவம் வருது. அப்போ நீ பண்ணதுக்கு எனக்கு எவ்ளோ கோவம் வரணும்"

நா அவனோட கைய கோவத்துல செமயா முறுக்குனேன். இந்த கைதான என் தியாவத் தொட்டது, அடிச்சது. அவன் கத்துனான்.

"ஆ........ அவள் கைய விடு" ரேவந்த் சொன்னான். நானும் அகிலாவோட கைய விட்டேன். அகிலா

அவளோட அம்மாக்கிட்ட போய் நின்னாள். அழுகுற மாதிரி நடிச்சாள்.

"விடுடா என் பையன," அந்த அம்மா வந்து என் முதுகுலயே அடிச்சது. நா திரும்பி அவிங்களை மொறச்சேன்.

"குந்தாணி, முதல்ல உன் பைய என்ன வேலைப் பண்ணிட்டு இருக்கான்னு தெரிஞ்சுக்கோ" நா அந்த அம்மாக்கிட்டக் கத்துனேன். அப்றம் ரேவந்த் காதுல மெதுவா சொன்னேன்.

"உன் தங்கச்சியோட நியூட் ஃபோட்டோ இப்போ என் மொபைல்ல இருக்கு.... ஒழுங்கா தியாவோட ஃபோட்டோஸ் எல்லாம் இப்பவே டெலிட் பண்ணு"

ரேவந்த் அகிலாவை பாத்தான். அவளும் அழுதுட்டே தலைய ஆட்டுனாள். ரேவந்த் அவனோட இன்னொரு கையாள என் பேண்ட் பாக்கெட்டத் தொட்டான். நா அவனோட அந்தக் கையையும் முறுக்குனேன்.

"அவ்ளோ விவரமா நீ" எனக்கு இவன் முகத்தப் பாக்கும் போது வெறி ஆகுது. உயிரோடவே விடக் கூடாதுன்னு தோணுது. ஆனால் நா அவன அடிக்க மாட்டேன்.

"இப்போவே என் முன்னாடியே அந்த ஃபோட்டோஸ் டெலிட் பண்ணு இல்லன்னா"

"என்னடா ஃபோட்டோ" அந்த அம்மாக் கத்துச்சு.

"இவன் ரூம் எது?" நா அகிலாக்கிட்ட கேட்டேன். அவள் பக்கத்து ரூமக் காட்டுனாள். நா அவன இழுத்துட்டு உள்ள போய் கதவச் சாத்துனேன். அந்த அம்மா கதவத் தட்டிட்டே இருந்துச்சு. அவன் என்னை அடிக்க கை ஓங்குனான், நா அவன் கையப் புடிச்சேன்.

நா அடி வாங்க மாட்டேன். அவனோட ரூம்ல ஸ்டடி டேபுள் இருந்தது. அது மேல லேப்டாப் இருக்கு. நா அவன் பின் கழுத்தை புடிச்சு அவன நாற்காலியில உக்கார வெச்சேன். நா அவன் கழுத்தை விடாமப் புடிச்சுட்டே சொன்னேன்.

"அத ஆன் பண்ணு,"

அவனும் ஆன் பண்ணான். வால்பேப்பர் ஃபோட்டோவே தியாவுதுதான். வேணா அஸ்வின் கொஞ்ச நேரம் கோவத்தை அடக்கு. நா அந்த சிஸ்டம்ல இருக்க ஒவ்வொரு ஃபோல்டர்ஸ்லயும் தேடுனேன். கடைசியா என் கண்ணுல பட்டது. 'தியா செல்லம்'னு ஒரு போல்டர். நா அத ஓப்பன் பண்ண உடனே என் கண் கலங்குச்சு. எல்லாமே நியூட் ஃபோட்டோஸ். இத வெச்சுதான அவள இவ்ளோ நாள் டார்ச்சர் பண்ணிருக்கான். நா ஒரு நொடி கூட யோசிக்காம அத டெலிட் பண்ணேன். அவனோட கழுத்தை இன்னும் நெறுக்கனேன். அவனோட சிஸ்டம்ல இருக்க எல்லாத்தையும் நா டெலிட் பண்ணேன்.

"உன்னோட மெயில் ஓப்பன் பண்ணுடா"

அவன் பண்ணல. அமைதியா உக்காந்துருந்தான். நா அவன் கழுத்தை நல்லா நெறுக்கிச்சொன்னேன்.

"ஓப்பன் பண்றியா இல்ல உன் தங்கச்சிப் ஃபோட்டோவ பேஸ்புக்ல விடட்டுமா"

இதே மாதிரிதானடா நீ தியாவ மெரட்டுன. அவன் என்னை நம்பாம சந்தேகமாப் பாத்தான்.

"வேணுனா உன் தங்கச்சி ஃபோட்டோஸ நீ பாக்குறியா?"

நா என் மொபைல் எடுத்து சும்மா ஆன் பண்ணி அவங்கிட்ட காட்டப் போனேன். அவன் முகத்தைத்

திருப்பிட்டான். நல்ல வேலை பாக்கல. முருகா ரொம்ப நன்றி. நா மொபைல பாக்கெட்ல போட்டேன்.

"ஏன் தியாவ பாத்து ரசிக்குற மாதிரி உன் தங்கச்சியையும் பாக்க வேண்டியதுதான"

அவனுக்கு கோவம் வந்தது இருந்தாலும் அவன் அமைதியா அவனோட மெயில் ஐடி ஓப்பன் பண்ணான். அதுலயும் அந்த ஃபோட்டோஸ் வெச்சு இருந்தான். அதையும் நா டெலிட் பண்ணிட்டேன். அப்றம் அவனோட மொபைல் வாங்கி அதுல இருக்க ஃபோட்டோஸயும் டெலிட் பண்ணேன். எல்லாத்தையும் டெலிட் பண்ணிட்டு அவங்கிட்ட கேட்டேன்.

"வேற எங்கயாவது இந்த ஃபோட்டோஸ வெச்சுருக்கியா?"

"இல்ல"

இத நம்பறதுக்கு நா ஒன்னும் இழிச்சவாயன் இல்ல. நா அவனோட டேபுள் ட்ராயர்ல தேடுனேன். அங்க இருந்த பெண்ட்ரைவ் எடுத்துப் போட்டு பாத்தேன் அதுலயும் வெச்சுருந்தான். டெக்னாலஜிய எதுக்காக கொண்டுவந்தா இவனுங்க எதுக்காக உபயோகப்படுத்திட்டு இருக்கானுங்க. நா அவன் ரூம் முழுக்க தேடி கிடைச்ச பெண்ட்ரைவ், மெமரி கார்ட்ல இருந்த ஃபோட்டோஸ் எல்லாத்தையும் டெலிட் பண்ணேன். அஞ்சு பெண்ட்ரைவ், ரெண்டு மெமரி கார்டு வெச்சுருந்தான். கடைசில நா அவனோட லேப்டாப்ப கைல எடுத்துட்டு நின்னேன். அவன் முழிச்சான். நா அவனப் பாத்து சிரிச்சுட்டே அத ஓங்கி அவன் மேல அடிச்சேன். இந்த அம்மா கதவத் தட்டிக்கிட்டே இருக்கு. அப்றம் அவன் லேப்டாப்ப தூக்கிச் செவுத்துல எறிஞ்சேன். கீழ விழுந்த லேப்டாப்ப மறுபடியும் தூக்கி எறிஞ்சேன். அவனோட பெண்ட்ரைவ், மெமரி கார்ட், மொபைல்

எல்லாத்தையும் தூள் தூளா உடச்சேன். இப்போ நா கோவத்தை அடக்க வேண்டிய அவசியம் இல்ல. நா அவன் காது மேலயே ஓங்கி பலார்னு ஒன்னு விட்டேன். அவன் காது மேல கை வெச்சு நின்னான்.

"அவள எதுக்குடா அடிச்ச?" நா அவன் வயித்துல குத்துனேன். அவனோட தலை முடியைப் புடிச்சுச் செவுத்துல இடிச்சேன். அவன் அழுதான். மறுபடியும் இடிச்சேன். நா அவன் கையப் புடிச்சுட்டு சொன்னேன்.

"அவளோட ஷர்ட்க்குள்ள கை விட்றயா நீ? அவள தொடுவியா இனி?" நா கோவத்துலக் கத்துனேன்.

அவன் கைய ஸ்டடி டேபுள் மேல வெச்சேன். அவனுக்கு செவுத்துல இடிச்சதுலயே கண்ணு எல்லாம் சொருகிடுச்சு. என்னை எதிர்க்க முடியல அவனால. அமைதியா இருந்தான். நா அங்க இருந்த இரும்பு ஸ்டூல் எடுத்து அவனோட கை விரல் மேலயே போட்டேன், திரும்பத் திரும்ப அந்த ஸ்டூல்ல வெச்சு அவனோட கை விரல், கை ரெண்டயுமே அடிச்சேன். அவன் கை உடைஞ்சது அவன் வலி தாங்க முடியாமக் கத்துனான். இப்டிதானடா அவளுக்கும் வலிச்சுருக்கும். தியா சொன்னதெல்லாம் ஞாபகம் வர வர எனக்குக் கோவம் இன்னும் அதிகமாச்சு. நா அந்த ஸ்டூல்லயே அவன் மண்டைல அடிச்சேன். தலைல இருந்து இரத்தமே வர ஆரம்பிச்சது. இந்த அம்மா எதையோ வெச்சு இந்தக் கதவையும் திறக்க முயற்சி பண்ணிட்டு இருக்கு. கைலயும் அவனுக்கு ரத்தம் வந்தது. தியா அழுதத நெனச்சேன் மறுபடியும் அவன் தலை முடியைப் புடிச்சு இழுத்து செவுத்துல ஓங்கி இடிச்சேன். சத்தம் படார்னு கேட்டது. அவன் நிக்க முடியாம கீழ விழுந்தான். நா அவன ஒதைச்சேன். அவன் முகம், கை முழுக்க இரத்தமா இருக்கு. எனக்கு தியா உடம்புல இருந்த காயம் ஞாபகத்துக்கு வந்தது. அழுகையும் வந்தது. இவ்ளோ நாள் இந்த நாயால அவள் எவ்ளோ கஷ்டப்பட்டுருக்காள். யார்க்கிட்டயும் சொல்லவும் முடியாம, என்ன பண்றதுன்னும் தெரியாம எவ்ளோக்

கஷ்டப்பட்டு இருப்பாள்?. நா அந்த ஸ்டடி டேபிள்ல எடுத்து அவன் மேல போட்டேன். இவன் செத்தாலும் எனக்குக் கவலை இல்ல. இப்போ அவனுக்கு கத்தக்கூட சக்தி இல்ல. கண்ணு எல்லாம் மூடிருச்சு. நா அந்த டேபுள்ல ஒதச்சு தள்ளி விட்டு. கீழக் குனிஞ்சு அவன் முன் தலை முடியை இழுத்துப் புடிச்சு, பல்லக் கடிச்சுட்டேச் சொன்னேன்.

"பொட்டை, என்னைத் திருப்பி ஒரு அடி அடிக்க முடியல.... அவள அப்டி அடிச்சிருக்க"

அவன் லேசா கண் திறந்து பாத்தான்.

"இனி நீ அவளத் தொல்லை பண்ணாலோ, அந்தப் ஃபோட்டோவ லீக் பண்ணாலோ. நா உன் தங்கச்சியோட ஃபோட்டோவ லீக் பண்ணிடுவேன்..... இனி நீ அவளத் தொட ட்ரை பண்ணா நா உன் தங்கச்சியத் தொடுவேன்"

நா போலான்னு திரும்பனேன் ஆனாலும் எனக்கு இன்னும் கோவம் போகல. இவனாலதான நா என் தியாவ தப்பா நெனச்சுட்டேன். இவனாலதான இவ்ளோ நாள் நா அவளப் பிரிஞ்சு இருந்தேன். நா திரும்பி அவனப் பாத்தேன். இவன அடிச்சு எனக்கு மூச்சு வாங்குது.

"அவள ரேப் பண்ணவா ட்ரை பண்ண? பாஸ்டர்ட்"

நா அவனோட ஆணுறுப்ப ஒரு ஒதை ஒதச்சேன். மறுபடியும் இன்னொரு ஒதை ஒதச்சேன். நா கதவத் திறந்ததும் அவனோட அம்மா என்னை அறைஞ்சாங்க.

"என் பையன என்னடா பண்ணி வெச்சுருக்க" அழுதுட்டே உள்ளப் போனாங்க. அகிலாவும் அழுதுட்டே நின்னாள். நான் அகிலாவப் பாத்தேன்.

"நீங்க பயப்படாதிங்க அண்ணா, நா அவங்கிட்ட உண்மையச் சொல்ல மாட்டேன்" எனக்கு மட்டும் கேக்குற மாதிரி மெதுவாச் சொன்னாள்.

நா என் வீட்டுக்கு வந்தப்போ வீட்டுல மாமா, அத்தை, அம்மா எல்லாரும் எனக்காக வெளியவே கோவத்தோடக் காத்துட்டு இருந்தாங்க. நா பைக்ல இருந்து இறங்குனதும் மாமா என்னை அடிச்சாரு.

"ஏன்டா எங்கடாப் போயிருந்த இவ்ளோ நேரமா?"

என் கைல இருக்க ரத்தத்தை பாத்துட்டு அத்தைக் கேட்டாங்க.

"என்ன கண்ணு கைல ரத்தம்"

அம்மா வந்து என் கையத் தொட்டுப் பாத்தாங்க.

"அஸ்வினு என்ன பண்ண சொல்லு?"

எனக்கு தியாவப் பாக்கனும். அவக்கிட்ட ஸாரி கேட்டு அழுகனும். நா அவக்கூட இருந்துருந்தால் அவள் இவ்ளோ கஷ்டப்பட்டு இருக்க மாட்டாள். என்னாலதான இதெல்லாம். நா அவளப் பிரிஞ்சுருக்க கூடாது. மாமா என்னை மறுபடியும் அறைஞ்சாரு.

"கேக்குறதுக்குப் பதில் சொல்லாம என்னடா யோசிச்சுட்டு இருக்க?..... இது சரிப்பட்டு வராது. கீதா நீ நந்துக்குப் போன் போடு"

அவிங்க நந்துக்குப் போன் போட்டாங்க. அவனுக்கு எப்டி தெரியும் நா ஏன் இப்டி நடந்துக்குறனு.

"உனக்குத் தெரியாம இருக்காது உண்மையச் சொல்லு நந்து..... உங்கள அங்கப் படிக்க அனுப்பனோம் பாரு அதுதான் நாங்கப் பண்ணப் பெரியத் தப்பு" மாமா போன்ல சொல்லிட்டு இருந்தாரு.

நா போய் வாசல் படிக்கட்டுல உக்காந்தேன். என் மொபைல் எடுத்துத் தியாவுக்கு மெசேஜ் பண்ணேன். மொபைல் ஸ்விட்ச் ஆன் பண்ணிருப்பாளா?

அஸ்வின் : Sorryyyyyyyy chlm 😥

தியாக்கிட்ட இருந்து ரிப்ளை வந்தது.

தியா: hate u bae

அஸ்வின்: luv u d kullachi ❤ ❤ ❤

நா அனுப்புன மூணு இதயத்தையும் அவள் ஒடச்சு அனுப்புனாள்.

தியா: 💔 💔 💔 *u r engaged now. u r not mine. don't text me.*

அஸ்வின்: luv u

தியா: don't text me

அஸ்வின்: luv u d kullachiiiiiii, i'm sryyyyyyy.

தியா: u r engaged Ashwin, plzzzzz don't text me.

அஸ்வின்: luv uuuuuuuuuuu d kullachiiiiiiiiiii

தியா ரிப்ளைப் பண்ணல. தியா எங்கிட்ட கல்யாணத்தை நிறுத்துன்னு சொல்ல முடியாம இப்படி சொல்லிட்டு இருக்காள். நா மெசேஜ் பண்ணிட்டு இருந்ததால இவிங்க என்னப் பேசுறாங்கனு நா கவனிக்கல.

"இங்க கத்திட்டு இருக்கறது எதுவும் உன் காதுல விழுகலதான?" அம்மா த்திட்டுனாங்க. நா அவிங்களப் பாத்து தயங்காமப் பயப்படமா சொன்னேன்.

"எனக்கு இந்தக் கல்யாணம் வேணாம்மா, நா இந்தக் கல்யாணத்தைப் பண்ணிக்க மாட்டேன்"

எனக்கு என் தியாதான் வேணும். அம்மா எவ்ளோ ட்ராமா போட்டாலும் பரவால. நா இந்த கல்யாணத்தைப் பண்ணிக்க மாட்டேன். தியா இல்லாம என்னால இருக்க முடியாது. அவளாலயும் நா இல்லாம இருக்க முடியாது.

"உன் போக்கே சரி இல்ல கண்ணு" அத்தைச் சொன்னாங்க.

"உன் அப்பா உனக்கு நிச்சயதார்த்தம் பண்றதுக்கு முன்னாடி நாள் கால் பண்ணி சொன்னாரு. அஸ்வினுக்கு தியாவதான் புடிச்சுருக்கு இப்டி அவசரப்பட்டு பண்ணாதிங்கன்னு.... அது சரிதான்" அம்மா சொன்னாங்க. அத்தையும் மாமாவும் என்னைப் பாத்து மொறச்சாங்க.

"இது என்னோட லைஃப்மா. எனக்குப் புடிச்சப் பொண்ணதான என்னாலக் கல்யாணம் பண்ணிக்க முடியும்"

"அப்போ உனக்கு அந்தப் பொண்ணதான் புடிச்சுருக்கு?" அத்தை கேட்டாங்க.

"ஹ்ம்ம்"

"நெனச்சேன், ரெண்டு பேரும் வைஷு கல்யாணத்தப்போ மண்டபத்துல கை கோர்த்து உக்காந்துட்டு இருக்கும் போதே நெனச்சேன்"னு அத்தை சொன்னாங்க.

பரவால அத்தைக்கு ஞாபக சக்தி அதிகமாவே இருக்கு.

"ரெண்டு பேருக்கும் எந்த விதத்துல ஒத்து போகும்? அவிங்க மிடில் க்ளாஸ் அஸ்வினு" மாமா சொன்னாரு.

"நா அவளதான் லவ் பண்றேன். அவள் மிடில் க்ளாஸா இருந்தாலும் சரி, லோக்ளாஸா இருந்தாலும் சரி"

போலீஸ் ஜீப் வந்து வீட்டுக்கு வெளிய நின்னது. எனக்குத் தெரியும் ஏன் போலிஸ் வராங்கனு. இவிங்களுக்கு தெரியாதே. இவிங்க என்ன நடக்குதுன்னு புரியாம பயத்துல நின்னாங்க. ஜீப் சைரன் சத்தம் கேட்டு அக்கம் பக்கம் இருக்க வீட்டுல எல்லாம் லைட் ஆன் ஆச்சு. எல்லாரும் வெளிய வந்தாங்க. கான்ஸ்டபிள் ரெண்டு பேரு என் முன்னாடி வந்து நின்னாங்க. எனக்குக் கொஞ்சம் பயம் வந்தது. அப்போ தியாக்கிட்ட இருந்து மெசேஜ் வந்தது.

தியா: *baby i want to be yours, can't you be mine?*

இங்க என்ன நடக்குதுன்னு தெரியாம மெசேஜ் பன்றியேடி குள்ளச்சி. போலிஸ் முன்னாடி இருக்கும் போது எப்டி மெசேஜ் பண்றது?. மாமா போலிஸ்க்கிட்ட பேசிட்டு இருந்தாரு. நா அதுக்குள்ள வேகமா மெசேஜ் டைப் பண்ணி அனுப்புனேன்.

அஸ்வின்: *I'm always yours d kullachi.*

மாமா என்னைக் கொல வெறியோடப் பாத்தாரு. நா எழுந்து மொபைல ஸ்விட்ச் ஆஃப் பண்ணி அம்மாகிட்டக் கொடுத்தேன். எப்படியும் போலிஸ் ஸ்டேஷன்ல மொபைல் வாங்கிடுவாங்க அதுக்கு நானே இங்கக் கொடுத்துட்டு போய்டலாம். நா மாமா பக்கத்துலப் போய் நின்னேன்.

"நம்ம தம்பிதானப் பாத்துப் பண்ணிக்கலாம் கவலைப் படாதீங்க" ஸப்-இன்ஸ்பெக்டர் சொன்னாரு.

பணம் இருந்தா போதும் நாம பயப்படாம என்னத் தப்பு வேணாலும் பண்ணலாம். ஆனால் நா இப்போ பண்ணிருக்கறதுத் தப்புக் கிடையாது.

"தம்பி, நீங்க ஜீப்ல ஏறுங்க.... பயப்படாதிங்க"

ஸப்-இன்ஸ்பெக்டர் சொன்னதும் நானும் போய் ஜீப்ல உக்காந்தேன். பணம் இருந்தா தப்புப் பண்ணாலும் மரியாதை கிடைக்கும். அவிங்க மரியாதையா கூப்டும் போதே போறது பெட்டர். இப்போ எனக்கு பயமே இல்ல ஏன்னா எனக்குத் தெரியும் என் அப்பா என்னை வெளியில எடுத்துருவாரு. அம்மா, அத்தை, மாமா எல்லாருமே என்னை என்னப் பண்றதுன்னு தெரியாம முழிச்சாங்க. ஜீப் கிளம்பும் போது. மாமா என் பக்கத்துல வந்துக் கேட்டாரு.

"எதுக்குடா அந்தப் பையன அடிச்ச?"

நா பதில் சொல்லாம வானத்தைப் பாத்தேன் இன்னும் கொஞ்ச நேரத்துல விடிஞ்சுடும். என் வாழ்க்கைல இந்த மாதிரி ஒரு நைட் வந்ததே இல்ல. இந்த நாள நா மறக்கவே மாட்டேன். மறக்கவும் முடியாது, முதல் தடவப் போலிஸ் ஸ்டேஷன் போகப் போறேன் அதுவும் என் தியாவுக்காக.

போலிஸ் ஸ்டேஷன்ல பெஞ்ச்ல குற்றவாளிங்க கூட என்னை உக்கார வெச்சுருந்தாங்க. அங்க இருக்க போலிஸ் யாருமே என்னை எந்த கேள்வியும் கேக்கல. நா காலைல எட்டு மணி வரைக்கும் அதே இடத்துலயே உக்காந்துருந்தேன். மாமா வந்தாரு கூடவே ஒரு வக்கீலும் வந்தாரு. அவிங்க போலிஸ்க்கிட்ட பேசிட்டு இருந்தாங்க. எப்டியும் என்னை வெளிய விட்டுருவாங்க, நா நேரா தியாவதான் பாக்கப்

போவேன். அவிங்கப் பேசி முடிச்சதும் என்னை விட்டாங்க. மாமா வீடு போற வரைக்கும் எங்கிட்ட கேட்டுட்டே வந்தாரு நா எதுக்காக ரேவந்த்த அடிச்சேன்னு. நா வாயவே திறக்காம வேடிக்கைப் பாத்துட்டே வந்தேன். தியா வீட்டு வழியாப் போகும் போது நா அவள் ரூம் ஜன்னலைப் பாத்தேன். ஜன்னல் சாத்தி இருந்தது. நா எங்க வீட்டுக்குள்ளப் போகும் போது அம்மா அத்தைக்கிட்ட ஏதோ பொலம்பி அழுதுட்டு இருந்தாங்க. நா ஸ்கூட்டி சாவி கேட்டேன்.

"எதுக்கு? இப்போ எங்கப் போக போற? யாரை அடிக்கனும் நீ?" மாமா கேட்டாரு. நா பதில் பேசல. அவிங்க சாவித் தரல. நா நடந்தே போகலாம்னு வெளியில வந்தேன், மாமா என் பின்னாடியே வந்து என்னை அறைஞ்சுட்டாரு. எனக்குக் கஷ்டமா இருக்கு. என் அப்பாக்கூட என்னை அடிக்க மாட்டாரு இவரு யாரு என்னை இப்டி அடிக்க?. நந்து பாவம் எப்டிதான் இந்த அடியெல்லாம் வாங்கிட்டு உயிரோட இருக்கானோ. அப்பா நீங்க மட்டும் இப்போ எங்கூட இருந்தால் இவரு என்னை அடிச்சுருப்பாரா?.

"போய் குளிச்சுட்டுக் கிளம்பு பெங்களூருக்கு. நாங்களா கூப்டுற வரைக்கும் இங்க வரக்கூடாது அஸ்வினு, நந்துக்கும் இதேதான்"

"நா நாளைக்குக் கிளம்பறேன்"

“ஏன் அவளப் பாக்கணுமா?" அத்தை கேட்டாங்க.

"ம்மா கார் சாவி இல்லனா ஸ்கூட்டி சாவிக் கொடுங்க ப்ளீஸ்"

அவிங்க தரவே இல்ல. பேசாம நா பெங்களூர்ல இருந்தே பைக்ல வந்துருதுக்கணும். என் பைக் இருந்தால் நா இவிங்கக்கிட்ட இப்டி கெஞ்ச வேண்டிய அவசியம் இல்லை.

"நீ இப்போ சொல்லப் போறியா இல்லயா எதுக்கு அந்தப் பையன அடிச்சேன்னு.... நா போய் அந்தப் பையனப் பாத்துட்டு வந்தேன். அந்த பையன் பொணம் மாதிரி கிடக்குறான். என்ன பிரச்சனை உங்களுக்குள்ள?" மாமா கேட்டாரு.

"உன் அப்பா மட்டும் கால் பண்ணிச் சொல்லலனா அப்டியே போலிஸ் ஸ்டேஷன்லயே கிடன்னு விட்டுருப்பேன்" அத்தை சொன்னாங்க.

நா அமைதியா ரூம்க்குப் போய்க் குளிச்சேன். அப்றம் வந்து படுத்துத் தூங்கிட்டேன். அம்மா போன் கொண்டு வந்துக் கொடுத்து என்னை எழுப்புனாங்க. நா ஸ்விட்ச் ஆஃப் பண்ணிதான கொடுத்தேன். அம்மா எதுக்கு ஆன் பண்ணாங்க. நானும் எழுந்து பேசுனேன்.

"ஹலோ"

"அஸ்வின் நா அப்பா பேசுறேன்"

நா பதில் பேசவே இல்லை. அவரு என்ன சொல்லணுமோ சொல்லட்டும்.

"நீ கிளம்பி பெங்களூர் போ, அங்க இருக்காத. அவிங்க எதாவது சொல்லிட்டே இருப்பாங்க..... நா உன் கல்யாணத்தை நிறுத்த முயற்சிப் பண்றேன்"

அப்பா நீங்க நல்லவரா இல்ல கெட்டவரா? எனக்குத் தெரியல. அவர் போன் கட் பண்ணதும். நா மொபைல் பாத்தேன் தியாக்கிட்ட இருந்து வாட்ஸப் மெஸேஜ் வந்துருந்தது. எல்லா மெஸேஜும் யாரோ ஏற்கனவே படிச்சு இருந்தாங்க. மாமாதான் படிச்சு இருப்பாரு.

baby, v2ku va nalaikku

reply pannu da

ennada unna police arrest pannittanganu solraanga ennachu?

தியா என்னாச்சுன்னு கேட்டு நெறைய மெஸேஜ் பண்ணிருந்தாள். நா ரிப்ளை பண்ணேன்.

அஸ்வின்: *Onnum illa kullachi. na ipo v2ladhan irukka. na bangalore kilambara innaiku.*

தியா: *poradhuku munnadi enna paathutu poda.*

அஸ்வின்: *hm. miss u chlm* 😢 😢 😢

அம்மா பாத்தும் பாக்காத மாதிரிப் போனாங்க. நா துணிய மாத்திட்டுக் கிளம்பனேன். நா கிளம்பும் போது மாமாவே என்னை பஸ் ஸ்டாண்ட்ல விடுறன்னு சொல்லி கூடவே வந்தாரு. அவருக் கிளம்பன பிறகு நா போய் தியாவப் பாக்குலாம்னு நெனச்சேன். ஆனால் அவரு பஸ் ஏத்தி விட்டுட்டு பஸ் கிளம்பற வரைக்கும் இருந்தாரு.

"எனக்கு இங்கதான் வேலை இருக்கு. நா நைட் வரைக்கும் இங்கதான் இருப்பேன். நா கிளம்புனப் பிறகு திரும்பி வரலாம்னு நினைக்காத அஸ்வினு.... ஒழுங்கா வேலைக்கு போ" மாமா சொன்னாரு.

பஸ் கிளம்புச்சு, நா தியாவப் பாக்காமலே கிளம்பறேன். ஏன் முருகா என்னை இப்படி சோதிக்குற? நா அவளுக்கு கால் பண்ணேன்.

"ஹலோ"

"தியா ஸாரி நா அடுத்த தடவ உன்னைப் பாக்க வரன்டி"

"இப்போ எங்க இருக்க?"

"பஸ்ல"

தியா கால் கட் பண்ணிட்டாள். அதுக்கு அப்றம் அவள் என்னோட கால் அட்டெண்ட் பண்ணவே இல்ல.

20

ஒரு ரெண்டு வாரமா நா பைத்தியம் புடிச்ச மாதிரியே இருந்தேன். சரியா சாப்பிடாம தூங்காம இருந்தேன். காலைல வேலைக்குப் போறதும் நைட் வந்து தூங்குறதுமா என் நாள் ஓடுச்சு. தியா எங்கூடப் பேசவே இல்லை. அவளுக்கு நா அவளப் பாக்காம வந்ததுனாலயும், இன்னும் கல்யாணத்தை நிறுத்தாம இருக்குறதாலயும் என்மேல கோவம். என் நண்பர்கள் யாருக்குமே நா அங்க நடந்தத சொல்லல. நவ்யா மட்டும் என்னை விடாமக் கேட்டுட்டுத் தொல்லைப் பண்ணிட்டு இருந்தாள். அதனால நா அவக்கிட்ட மட்டும் சொன்னேன். நா பெட்ல படுத்துட்டுத் தியாவுக்கு மெஸேஜ் பண்ணிட்டு இருக்கேன் எந்த ரிப்ளையும் வரல. நவ்யா உள்ள வந்தாள்.... என் பக்கத்துல உக்காந்தாள்.

"தூங்கலயா?"

"இல்ல. உன் போன் கொடு"

"மாட்டேன்"

"கொடுடி"

"அண்ணா, அப்பா வந்துருக்காரு. உங்கிட்டப் பேசணும்னு சொல்றாரு"

"அண்ணான்னு கூப்டாத, நா பேச விரும்பல"

"ப்ளீஸ் பேசுடா, உன் கல்யாணத்தைப் பத்திதான் பேசணும்னு சொல்றாரு"

எனக்கு நவ்யா மேல சந்தேகம் வந்தது. இவள் அப்பாக்கிட்ட நா எதுக்காக ரேவந்த்த அடிச்சுட்டேன்னு சொல்லிட்டாளா. நா எழுந்து உக்காந்தேன்.

"அப்பாக்கிட்ட நீ எதையாவது சொன்னியா?"

அவள் இல்லன்னு தலைய ஆட்டுனாள். அவள் தலையை ஆட்டுறதுலயே தெரிஞ்சுடுச்சு அவள் சொல்லிட்டானு. நா அவளக் குனிய வெச்சு முதுகுலயே அடிச்சேன்.

"நா சொல்லலடா, அடிக்காத"

"நாந்தா உங்கிட்ட யார்க்கிட்டயும் சொல்ல வேண்டான்னு சொன்னல்லடி"

நா அவள அடிச்சேன். அவளும் திரும்பி என்னைக் குத்துனாள். நாங்க மாறி மாறி அடிச்சுட்டு சண்டைப் போடும் போது அப்பா உள்ள வந்தாரு. நா அவள அடிக்குறத நிறுத்தனேன். அவள் தலை முடி கலைஞ்சு இருந்தது. அவள் அப்பா வந்ததக் கவனிக்காம என்னைக் குத்துனாள்.

"நவ்யா" அப்பா சொன்னதும் அவள் அப்பாவத் திரும்பிப் பாத்தாள். அப்றம் எழுந்து நின்னாள். என்னைத் திரும்பிப் பாத்து மொறச்சுட்டே சொன்னாள்.

"இருடா அப்றமா வந்து கொல்லுறன்டா உன்னை".

நா தலைகாணிய எடுத்து அவள் மூஞ்சுலயே எறிஞ்சேன். அவள் திரும்ப அடிக்க வந்தாள். அப்பா அவளப் புடிச்சு இழுத்தாரு. அப்பவும் அடங்காம அவள் கால நீட்டி என்னை ஓதைச்சாள். நா அவள் காலப் புடிச்சுட்டு சொன்னேன்.

"கால ஒடச்சுறுவேன் போடி"

"அஸ்வின் அவள் கால விடு" அப்பா சொன்னாரு.

நானும் விட்டேன், அவள் மறுபடியும் ஓதச்சாள் எனக்குக் கோவம் வந்தது. நா எழுந்தேன் அவள் ஓடப் பாத்தாள். நா அவளோடத் தலை முடியைப் புடிச்சு இழுத்தேன்.

"ஆ......... வலிக்குது விடுடா பன்னி"

நா விடல. அப்பாக்கு இதப் பாக்கும் போது எப்படி இருந்ததோ தெரியல அவருச் சிரிச்சாரு. அவரு சந்தோஷப்பட்டு சிரிக்கறதா இருந்தா அத நா நடக்க விட மாட்டேன். நா நவ்யாவை விட்டேன். நா கோவத்துல அவரப் பாத்து சிரிச்சேன். நவ்யா வெளிய ஓடிட்டாள். நா பெட்ல உக்காந்தேன். என் பக்கத்துலக் கொஞ்சம் இடைவெளி விட்டு அவரு உக்காந்தாரு. இங்க இருக்க இடைவெளி கம்மிதான். எனக்கும் அவருக்கும் மனசலவுல இருக்க இடைவெளிதான் அதிகம்.

"நீ எதுக்காக ரேவந்த் அடிச்சன்னு நவ்யா எங்கிட்ட சொல்லல. ஆனால் நீ அவன அடிச்சதுக்கு காரணம்

தியான்னு மட்டும் எங்கிட்ட சொன்னாள். நீ ஏன் அவன அடிச்சேன்னு நா கேக்கப் போறது இல்ல" அப்பா சொன்னாரு.

"நா உங்கக்கிட்ட பேச விரும்பல"

"நீ பேச வேணாம், நா சொல்றதக் கவனி அஸ்வின்"

நா அமைதியா கீழ இருக்க டைல்ஸ் தரையைப் பாத்துட்டு இருந்தேன்.

"நானும் ரேவதியும் ஸ்கூல் படிக்கும் போது இருந்தே லவ் பண்ணோம். அப்றம் ஒரு சின்ன சண்டைல பிரிஞ்சுட்டோம். அந்த நேரத்துலதான் என் அம்மா என்னை சரண்யாவைக் கல்யாணம் பண்ணிக்கச் சொன்னாங்க, நா பண்ண மாட்டேன்னு சொல்லியும் அவங்க அடம் புடிச்சாங்க. தூக்கு மாட்டிக்கப் போனாங்க. அம்மாக்கு எதாவது ஆகிடுமோன்னு பயந்து நானும் ஒத்துக்கிட்டு உன் அம்மாவைக் கல்யாணம் பண்ணிக்கிட்டேன்"

நீங்க என்னக் காரணம் வேணா சொல்லிக்கோங்கப்பா. என்னால உங்கள மன்னிக்க முடியாது.

"ரேவதி ஸுஸைட் அட்டெண்ட் பண்ணிட்டாள்"

அப்பா இதச் சொன்னதும் எனக்கு தியா ஞாபகம் வந்தது.
"என்னால ரேவதிய மறக்க முடியல, அவள் மறுபடியும் மறுபடியும் ஸுஸைட் அட்டெண்ட் பண்ணிட்டே இருந்தாள். நா அவக்கிட்டப் போய்ப் பேசுனேன். அவள் என்னைக் கல்யாணம் பண்ணிக்கச் சொன்னாள். நா முடியாதுன்னு சொன்னேன். அவள் அடமா இருந்தாள். அவள் எங்கிட்ட, 'நா அவிங்கள கை விட்டுட்டு வர சொல்லல. என்னையும் கல்யாணம்

பண்ணிக்கோங்கன்னுதான் கேக்குறேன்'னு சொன்னாள்."

"நீங்களும் பண்ணிக்கிட்டிங்க, அவிங்கள உங்களால மறக்க முடியலன்னா எப்டிப்பா நா பொறந்தேன்?" நா கோவமாச் சொன்னேன். அப்பா முகம் வாடிடுச்சு.

"நா சொல்றத முழுசாக் கேளு"

நா மறுபடியும் தரையைப் பாத்தேன். அவரப் பாக்கக்கூடப் புடிக்கல.

"நா ரேவதிய மறக்க முயற்சி பண்ணுனேன். நா உன் அம்மா மேல பாசம் வைக்க ஆரம்பிச்சேன். ஆனால் உன் அம்மாக்கு என்மேல சந்தேகம்தான். கீதா சொல்றதக் கேட்டுட்டு என்னைச் சந்தேகப்பட்டுட்டே இருந்து சண்டைப் போட்டுட்டே இருந்தாள். அப்போதான் நீ உன் அம்மா வயித்துல இருந்த, ஆனால் அந்த விஷயம் எனக்குத் தெரியாது அஸ்வின். அவள் விவாகரத்து பண்ண முடிவு பண்ணாள். நீ பொறக்கறதுக்கு முன்னாடியே எங்களுக்கு விவாகரத்தும் ஆகிடுச்சு."

விவாகரத்து ஆகிடுச்சா? ஆனால் ஏன் இவிங்க இத எங்கிட்ட சொல்லவே இல்லை. நா அவரப் பாத்தேன். என் வாழ்க்கைல எனக்குத் தெரியாமலே நெறைய நடந்துருக்குப் போல. ஏற்கனவே விவாகரத்து ஆனவிங்க மறுபடியும் இப்போ எப்டி விவாகரத்துப் பண்ண முடியும்.

"நா என் அம்மா, கீதா யாருக்கிட்டயும் பேசாம மெட்ராஸ்க்குப் போயிட்டேன். சில மாசம் அவிங்க யாரோ நா யாரோன்னு வாழ்ந்துட்டு இருந்தோம். அப்போதான் ரேவதி மறுபடியும் என் வாழ்க்கைல வந்தாள். நானும் சரண்யாக்கும் எனக்கும் இருக்க உறவு முடிஞ்சதுன்னு நெனச்சேன். நானும் ரேவதியும் கல்யாணம் பண்ணிக்கிட்டோம். அது எங்களத் தவிர

வேற யாருக்கும் தெரியாது. ஆனால் நீ பொறந்தப் பிறகு உன் அம்மா திரும்ப என்னைத் தேடி வந்தாள். அவள் மாசமா இருக்கான்னு எனக்கு தெரிஞ்சு இருந்தா நா கண்டிப்பா அவள விவாகரத்துப் பண்ணிருக்க மாட்டேன். எனக்கு உன்னை விட்டுக் கொடுக்க மனசு வரல. நா என்னப் பண்றதுன்னு தெரியாம குழம்பிப் போய் இருந்தேன். ரேவதிதான் உன் அம்மாவை மறுபடியும் என்னைக் கல்யாணம் பண்ணிக்கச் சொன்னாள். அவளுக்கு அதச் சொல்ல எப்டி மனசு வந்ததுன்னு கூட எனக்குத் தெரியல. உனக்காக நா சரண்யாவைக் கல்யாணம் பண்ணேன்"

முருகா சத்யமா முடியல. தலை சுத்துது இந்தக் கதையைக் கேட்டு. ஏன் இப்படி பண்ற முருகா?

"நா இதெல்லாம் நீ என்னைப் புரிஞ்சுக்கணும்னு சொல்லல. நான் பண்ண அதே தப்ப நீ திரும்பப் பண்ணிடாதன்னு சொல்றதுக்காகதான் சொல்லிட்டு இருக்கேன்"

எனக்கும் என் அப்பாக்கும் வாழ்க்கை கிட்டத்தட்ட ஒரே மாதிரிதான் இருக்கு. நானும் இப்போ அம்மா, ஐரா இவிங்க ரெண்டு பேருக்கிட்டயும் மாட்டிக்கிட்டு முழிக்குறேன்.

"எனக்கு தெரியும் உனக்கு தியாவதான் புடிக்கும், அவள் நல்லப் பொண்ணு. ஆனால் உன் அம்மா ஸ்டேட்டஸ் பாத்துதான் உனக்குப் பொண்ணு செலக்ட் பண்ணுவாள். கண்டிப்பா நீ தியாவக் கல்யாணம் பண்ண ஒத்துக்க மாட்டாள்"

இது உண்மைதான், அம்மா ஸ்டேட்டஸ் பாப்பாங்க. அப்பா அப்படி கிடையாது.

"உன் அம்மா ஏன் உனக்கு ஐராக்கூட நிச்சயம் பண்ணான்னு தெரியுமா ? நா அவக்கிட்ட ஒரு தடவ சொன்னேன். அஸ்வினுக்கும் தியாவுக்கும் பொருத்தம்

நல்லாருக்கு, ஒரு ரெண்டு வருஷம் கழிச்சு அவிங்களுக்குக் கல்யாணம் பண்ணி வெக்கலாம்னு.... அவளுக்கு ஈகோ, நா சொன்னப் பொண்ண உனக்கு கல்யாணம் பண்ணி வெக்கக்கூடாதுன்னு.... உன் நிச்சயதார்த்ததுக்கு முன்னாடி நாள் கூட நா கால் பண்ணி அவக்கிட்ட இப்டி பண்ணாதன்னு சொன்னேன் ஆனால் அவள் கேக்கல. இது உன் வாழ்க்கை அஸ்வின் உனக்குத் தியா வேணும்னா நீதான் உன் அம்மாவ எதிர்த்து நிக்கனும்"

அப்பா சொல்றதும் சரிதான். எனக்கு தியா வேணும்னா நாந்தா எதாவது செய்யணும். அப்பா எழுந்துப் போனாரு. நானும் யோசிச்சு ஒரு முடிவுக்கு வந்தேன். அம்மாக்கு கால் பண்ணி நா கல்யாணம் பண்ணிக்க மாட்டேன்னு சொன்னேன். அவிங்க அழுது ஒரு நாடகமே போட்டாங்க.

"ம்மா உங்களுக்கும் அப்பாக்கும் இருக்க பிரச்சனையில என் தலைய உருட்டாதீங்க.... நா ஐராவக் கல்யாணம் பண்ணிக்க மாட்டேன். தியாவதான் பண்ணிப்பேன்"

நா உறுதியா சொல்லிட்டு கால் கட் பண்ணிட்டேன். நா ஐராக்கிட்ட பேசப் போனேன். அவள் அவளோட ரூம்ல பெட்க்கு முன்னாடி தரையில உக்காந்து குடிச்சுட்டு இருந்தாள். ஏந்தா இப்படி பண்றாளோ?. நா போய் அவப்பக்கத்துல உக்காந்தேன். அவள் என்னைப் பாக்கக் கூடாதுன்னு உறுதியா இருக்காள். அவள் போதையில இருக்கான்னு பாத்தாலே தெரியுது. ஒரு பாட்டிலை அப்டியே முழுசா வெச்சுக் குடிச்சுட்டு இருக்காள். நா அந்தப் பாட்டிலை வாங்குனேன் அவளும் கொடுத்தாள்.

"ஐரா, உங்கிட்ட கொஞ்சம் பேசணும்"

"என்ன.... அஸ்வின்? உனக்கு என்ன மேரேஜ் பண்ண இஷ்டம் இல்ல அதுதான"

அவள் தலை நிக்காம கீழப் பாத்து சரிஞ்சு இருக்கு. அவளோட தலை முடி முகத்தை மறைச்சுருக்கு.

"ஐ லவ் தியா"

"பட் ஐ லவ் யூ அஸ்வின்" அவள் என் தோள் மேல சாஞ்சாள்.

எனக்கு தியாக்கு என்ன நடந்ததுன்னு இவக்கிட்ட சொல்ல இஷ்டம் இல்ல. இருந்தாலும் இவள் தியா நல்ல பொண்ணுன்னு புரிஞ்சுக்கிட்டா மட்டும்தான் என் கல்யாணம் நிக்கும்.

"தியா நல்ல பொண்ணுடி நாந்தா தப்பா புரிஞ்சுக்கிட்டேன்."

நா அவக்கிட்ட எல்லாமே சொன்னேன். அவளும் என் தோள்ல சாஞ்சபடியே நா சொல்றதெல்லாத்தயும் கவனிச்சாள். அவளோட கைல இருந்த மோதிரத்தைப் பாத்துட்டே இருந்தாள். நா சொல்லி முடிச்சதும். அவள் நேரா உக்காந்து என்னைப் பாத்துச் சொன்னாள்.

"அவள் பாவம் அஸ்வின், நாமதான் அவளத் தப்பா நெனச்சுட்டோம் இல்ல.... ஐ யம் ஸாரி அஸ்வின். நா வேற அவளப் பிட்ச்னு சொல்லிட்டேன்"

ஐரா புரிஞ்சுக்கிட்டாளா? அப்பாடா பிரச்சனை முடிஞ்சது.

"நா உன்னை லவ் பண்றேன் அஸ்வின், என்னால நீ இல்லாம இருக்க முடியாது"

அவள் திடீர்னு என்னைக் கட்டிப்புடிச்சு அழுதாள். சிணுங்கி சிணுங்கி அழுதாள். பிரச்சனை இன்னும் முடியல.

"எனக்குத் தெரியும் நீ அவளதான் லவ் பண்ற ஆனால்" அவள் அதுக்கு அப்றம் பேசல அழுதுட்டே இருந்தாள். நா அவளோடத் தலை முடியை தடவி விட்டுச் சொன்னேன்.

"ஸாரிடி, என்னாலதான நீ கஷ்டப்படுற அழுகாத" நா சொன்னேன்.

"எனக்கு உங்கூடவே இருக்கணும் அஸ்வின் கடைசி வரைக்கும்"

"ஐரா, ஸாரி.... நா இந்த என்கேஜ்மெண்ட்ட பண்ணிருக்கக் கூடாது"

"லவ் யூ அஸ்வின்"

அழுதுட்டே இருந்தாள். அப்றம் என்னை விட்டாள், கண்ணத் தொடச்சாள். அவளோட கைல இருக்க மோதிரத்தைக் கழட்டித் தூக்கி எறிஞ்சாள். அது செவுத்துலப் பட்டுக் கீழ விழுந்தது.

"ஐரா" நா கொஞ்சம் அதிர்ச்சியா சொன்னேன்.

அவள் என் கையப் புடிச்சு என் கை விரல்ல இருந்த மோதிரத்தையும் மெதுவாக் கழட்டினாள். மோதிரத்தைக் கழட்டும் போது ரொம்ப அழுதாள். அதையும் தூக்கி எறிஞ்சாள்.

"போ அஸ்வின், நீ எனக்கு வேணாம். போய் அவளயேக் கல்யாணம் பண்ணிக்கோ."

நா அவள் கண்ணீரைத் தொடச்சு சந்தோசமாச் சொன்னேன்.

"தேங்க்ஸ் ஐரா, நா எப்பவும் உங்கூட இருப்பேன்..... உன்னோட பிரண்டா".

அவள் தூங்குற வரைக்கும் நா அவள் பக்கத்துல இருந்தேன். முருகா ஐரா என்னை சீக்ரமே மறந்துடனும். நா அவளப் பெட்லப் படுக்க வெச்சுட்டு வெளிய வந்தப்போ அப்பாவும், நவ்யாவும் உக்காந்துப் பேசிட்டு இருந்தாங்க. என்னமோ தெரியல அப்பாவயும் நவ்யாவயும் ஒன்னாப் பாக்கும் போது எனக்கு கஷ்டமா இருக்கு. அத பொறாமைன்னு கூட சொல்லலாம். நா கண்டுக்காத மாதிரிப் போனேன். அப்போ அப்பாச் சொன்னாரு.

"யாரையும் உன்னை அடிக்க விடாத அஸ்வின்" மாமா என்னை அடிச்சதையும் நவ்யா அப்பாக்கிட்ட சொல்லிட்டாளா? சரியான ஓட்ட வாய் அவளுக்கு. நா என் ரூம்க்கு வந்ததும் கொஞ்ச நேரம் யோசிச்சேன். இப்பவே தியாவப் பாக்கணும் அவக்கூட பேசணும். நா கிளம்புனேன், நந்துவும் விக்கியும் வந்தாங்க. நா அவிங்கக்கிட்டச் சொல்லிட்டு கிளம்புனேன்.

21

நா வீட்டுக்குப் போனதுமே எனக்கு எந்த அளவுக்குப் பூஜை போடனுமோ அந்த அளவுக்கு பூஜை போட்டாங்க. நானும் எல்லாத்தையும் காதுல வாங்கிட்டே அமைதியா இருந்தேன். சாய்ந்திரம் வரைக்கும் வீட்டுக்குள்ள அடைக்கோழி மாதிரி இருந்தேன். சாய்ந்திரம் எல்லாரும் எங்களோட சொந்தக்காரங்கக் கல்யாணத்துக்கு கிளம்பிப் போனாங்க. போறதுக்கு முன்னாடி மாமா சொன்னாரு,

"இனிமே நா உன்னை எதுவுமே சொல்ல மாட்டேன் அஸ்வினு. உன் அப்பா இங்க வந்து எங்கிட்ட சண்டப் போட்டாரு"

இது எப்போ நடந்தது? அப்பா இப்டி எல்லாம் பண்ணாதிங்க, அப்றம் நா உங்கள மன்னிச்சிருவேன்.

"என் பையன அடிக்க நீ யாருன்னு கேட்டுச் சண்டைக்கு வராரு. நீ என்ன வேணாலும் பண்ணிக்கோ நா எதுவும் கேக்க மாட்டேன்"

சந்தோசம், கிளம்புங்க முதல்ல. எல்லாரும் மாமாவோட கார்ல கிளம்பிப் போனாங்க. நா ஸ்கூட்டி எடுத்தேன் அப்போதான் எனக்குத் தோணுச்சு. கார் எடுத்துட்டுப் போனால் கொஞ்சம் ரொமான்ஸ் பண்லாம்னு. நா கார் எடுத்துட்டுப் போனேன். போகப் போக தியாக்கு மெஸேஜ் பண்ணேன். எப்படியும் அவள் என் கால் அட்டெண்ட் பண்ண மாட்டாள்.

அஸ்வின்: *na un clg'ku velila wait panra.*

தியா: *No tanx, clg'la function nadandhuttu irukku. nyt aagidum mudiya.*

அஸ்வின்: *na wait panra kullachi* 😘 😘 😘. *waiting chargeku padhila un lips'a 10 kiss adichukkara ok.*

தியா: 😷 😷 😷

எனக்கு அவளோட மெஸேஜ் பாக்கும் போது சிரிப்பு வந்தது. நானும் தன்னப்பால சிரிச்சுட்டே கார ஓட்டுனேன். நா அவளுக்காகக் காத்துட்டே இருந்தேன், நேரம் சீக்கிரமாப் போகவே இல்ல. நா பேக்கரிக்குப் போய் ஜூஸ் குடிச்சுட்டு நேரத்தக் கழிச்சுட்டு இருந்தேன். அப்றம் கார்ல உக்காந்து மொபைல் நோண்டிட்டு இருந்தேன். இருட்டாக ஆரம்பிச்சது. என்னாலக் காத்திருக்க முடியல. ஒரு வழியா காலேஜ் பஸ் எல்லாம் வெளிய வந்தது. பாதி ஸ்டூடெண்ட்ஸ் வெளிய வந்து பஸ்க்காக நின்னுட்டு இருந்தாங்க. தியாவக் காணமே..... நா அவளுக்கு கால் பண்ணேன். அதிசயமா அவள் அட்டெண்ட் பண்ணாள். நா கார்க்கு வெளிய நின்னுப் பேசுனேன்.

"என்னடா வேணும் உனக்கு?"

"குள்ளச்சி என்னடிப் பண்ற? சீக்ரம் வா"

"முடியாது,"

நா தியாவப் பாத்துட்டேன், அவள் போன் பேசிட்டே எல்லாரும் பஸ்க்கு நின்னுட்டு இருந்த இடத்துலப் போய் நின்னாள். வைஷு கல்யாணத்தப்போ போட்டுருந்த அதே ஸ்கை ப்ளூ ஷர்ட் போட்டு இருந்தாள். இந்தத் தடவ முக்கா பேண்ட்க்குப் பதிலா முழு பேண்ட் போட்டு இருந்தாள். என்னப் பாத்து மொறச்சுட்டே நின்னுட்டு இருக்காள்.

"அழகி, ஏன்டி அப்படிப் பாக்குற?"

அவள் பதில் பேசாம மொறச்சுட்டே நின்னாள். பஸ் வந்ததும் அதுல ஏறப் போனாள். நா அவளத் தடுக்கலாம்னு போறதுக்குள்ள அவள் பஸ்ல ஏறிட்டாள். பஸ்க்கு நடுவுல இருக்க சீட்டுல ஜன்னல் ஓரமா உக்காந்தாள். நா போன்ல சொன்னேன்.

"ஒழுங்கா இறங்குடி குள்ளச்சி"

"மாட்டேன் போடா"

பஸ் கிளம்பனதும் நானும் கார் எடுத்துட்டுப் பின்னாடியே போனேன். பஸ்க்கு சைட்ல கார ஓட்டுனேன். அவளப் பாத்துட்டே போன்ல சொன்னேன்.

"ஓவரா பண்ணாதடி குள்ளச்சி. அடுத்த ஸ்டாப்ல இறங்கு"

"மாட்டேன்"

"நீ மட்டும் அடுத்த ஸ்டாப்ல இறங்காம இரு, நா உன் வீட்டுக்கு வந்து உன் அப்பா முன்னாடியே உன்னைக் கிஸ் அடிச்சுடுவேன்"

அவள் என்னைப் பாத்துட்டே சொன்னாள்.

"முடிஞ்சா பண்ணுடா"

அவள் கால் கட் பண்ணிட்டாள். நா அடுத்த ஸ்டாப்க்கு வேகமா போய் கார நிறுத்திட்டு இறங்கி நின்னேன். இது ஒரு கிராமம், காத்தாடியூர். இங்க அதிகமா வீடு, கடை எதுவும் இல்லை. தூரத்துல சில வீடு இருக்கு. ரோட்டுக்கிட்ட எந்த வீடும் இல்ல, யாருமே இல்ல. புளியமரம்தான் நெறைய இருக்கு. இங்க எந்த சத்தமும் இல்லாம அமைதியா இருக்கு. பரவால வசதியா போய்டுச்சு. பஸ் வந்து நின்னது, தியாவும் இறங்குனாள். பஸ் போனதும், தியாவும் நானும் ஒருதருக்கொருத்தர் பாத்துட்டே நின்னோம். அவள் ரோட்டுக்கு அந்தப்பக்கம், நா இந்தப்பக்கம். இங்க வேற யாருமே இல்லை. படத்துல வர மாதிரி தியா ரோட்டை கடந்து ஓடி வந்து கட்டிப்புடிச்சா எப்படி இருக்கும். நினைக்கும் போதே எனக்கு ஒரு மாதிரி இருக்கு. நா அவளப் பாத்து சிரிச்சேன். அவள் மொறச்சுட்டே நடந்துப் போனாள். என் கனவு எதுவுமே நடக்காதா?.

"குள்ளச்சி எங்கடிப் போற, நில்லுடி"

நா ரோட்டைக் கடந்துப் போய் அவள் பின்னாடியே நடந்துப் போனேன்.

"பின்னாடி வராத பேபி"

"நா வருவேன் பேபி" நா லேசா சிரிச்சுட்டேச் சொன்னேன்.

அவள் வேகமா நடந்தாள், நானும் நடந்தேன். எப்பவுமே பசங்கதான் பொண்ணுங்கள சமாதானப்படுத்துணுமா? நா சாகறதுக்குள்ள ஒரு தடவயாவது பொண்ணு பையன் பின்னாடி போய் கெஞ்சுறதப் பாக்கணும். நா வேகமா வரதப் பாத்துட்டு

அவள் ரோட்டு ஓரத்துல இருக்க ஒரு சின்னக் கல்லைத் தூக்கி எறிஞ்சாள். நா அதுல இருந்து தப்பிச்சுட்டேன்.

"ஹேய் ஏன்டி ஏன் இந்தக் கொல வெறி"

"பின்னாடி வராதடா"

"நில்லுடி"

அவள் போய்ட்டே இருந்தாள். நா ஓடிப்போய் அவளப் பின்னாடி இருந்து கட்டிப்புடிச்சேன்.

"குள்ளச்சி, இப்போ ஓடு பாக்கலாம்"

அவள் துள்ளுனாள். நா அவள் இடுப்புக்கிட்டக் கை வெச்சுப் புடிச்சேன்.

"விடுடா"

"மாட்டேன்"

"என்னைப் பாக்காமப் போனவந்தான நீ? அப்றம் நீ இன்னும் கல்யாணத்தையும் நிறுத்துல" தியா சிணுங்கிட்டேச் சொன்னாள். நா என்னோட ஒரு கையை அவள் முகத்துக்கு முன்னாடி நீட்டுனேன். அவள் என் கையப் புடிச்சாள்.

"பேபி, உன் கைல இருந்த ரிங் எங்க?"

நா எதுவும் சொல்லல அவளேப் புரிஞ்சுக்கிட்டாள். நா அப்டியே அவளக் கட்டிப்புடிச்சுட்டே நின்னேன். அவள் என் பக்கமா திரும்பாம அப்டியே நின்னாள். அவளோடக் கழுத்தப் பாக்கும் போதே முத்தம் கொடுக்கணும்னு தோணுது. நா அவளோடக் கழுத்துக்கிட்ட இருக்க தலை முடியை ஒதுக்குனேன். மறுபடியும் துள்ளுனாள். நா மெதுவா குனிஞ்சு அவளோடக் கழுத்துல முத்தம் கொடுத்தேன்.

என்னோட உதட்டை எடுக்காம அங்கயே வெச்சு இருந்தேன். தியா துள்ளல் அப்டியே நின்னது. என் உதடு அவளோடக் கழுத்துலயே கொஞ்ச நேரம் விளையாண்டது. அப்போ தியா அழுகற மாதிரி கேட்டாள்.

"அவன் கிட்டத்தட்ட என்னோட உடம்புல எல்லா பார்ட்ஸையும் தொட்டுட்டான். இஸ் தட் ஓகே டூ யூ?"

நா அப்போதான் என் உதட்டை அவளோடக் கழுத்துல இருந்து எடுத்தேன். தியாக்குள்ள எவ்ளோக் கஷ்டம் இருந்தால் அவள் எங்கிட்ட இந்த கேள்வியைக் கேட்டுருப்பாள். நா அவளோடக் காதுக்கிட்ட என் உதட்டைக் கொண்டு போனேன். மெதுவாச் சொன்னேன்.

"ஐ லவ் யூ தியா..... நாட் யுவர் பாடி"

டக்குன்னு தியா திரும்பி என்னைக் கட்டிப்புடிச்சு அழுதாள். அவள் முகத்தை என் நெஞ்சுல அழுத்தி சாச்சு அழுதாள்.

"தியா, லூசு....... ஹேய் அழு மூஞ்சி"

அவள் அழுதுட்டே இருந்தாள். இனி நா அவள அழ விட மாட்டேன். யாரையும் அவளக் கஷ்டப்படுத்த விட மாட்டேன். குள்ளச்சி என்னை இறுக்கமாக் கட்டிப்புடிச்சாள்.

"நீ ஏன்டா இப்டி இருக்க?"

"தெரிலயே குள்ளச்சி"

தியா நிமிர்ந்து என்னைப் பாத்தாள். என் பின் கழுத்துல கை வெச்சு என்னை இழுத்தாள். நானும் குனிஞ்சேன். தியா என் கன்னத்துல முத்தம் கொடுத்தாள். அப்டியே

நின்னாள். நானும் அவள் இடுப்பைப் புடிச்சுட்டே நின்னேன்.

"லவ் யூ பேபி"

"லவ் யூ டூ குள்ளச்சி, கோவம் போய்டுச்சா?"

அவள் உடனே என்னை விட்டுத் தள்ளி நின்னாள் ஆனால் நா அவள் இடுப்புல இருந்து கை எடுக்கல. அப்டியே அவள இழுத்தேன், அவள் என் மேல இடிச்சாள்.

"என்னடி?" நா ஹஸ்கி குரல்ல கேட்டேன்.

"எனக்குக் கோவம் போகல பேபி"

"குள்ளச்சிக்கு கோவம் போகணும்னா நா இப்போ என்னப் பண்ணனும்"

அவள் லேசா குறும்புத்தனத்தோட சிரிச்சாள். அவள் கன்னத்துலக் குழி விழுந்தது. நா அவள் கன்னக்குழிக்கு முத்தம் கொடுத்தேன். அவள் சிரிச்சாள்.

"என்னை உப்பு மூட்டைத் தூக்கிட்டு உன் கார் வரைக்கும் போ பேபி" அவள் அழகா கேட்டாள். நா லேசா வெட்கத்தோட சிரிச்சுட்டேத் திரும்பிப் பாத்தேன். கார் கொஞ்சம் தூரமா இருக்கு. இவளத் தொரத்திட்டே இவ்ளோ தூரம் வந்துட்டனா?. நா ஒரு கால மடக்கிக் கீழ உக்காந்தேன். அவள் என் முதுகுல ஒரு அடி அடிச்சாள்.

"ஹேய்"

அப்றம் மெதுவா நா அவள உப்பு மூட்டை ஏத்துனேன். நா எழுந்து நின்னேன். அவள் என் கழுத்தை சுத்திப் புடிச்சாள். என்னால சிரிப்பக் கட்டுப்படுத்த முடியல. இவள் ஏன் இப்டி இருக்காள்?

"லூசு, நீ ஏன்டி இப்டி இருக்க?"

"தெரிலயே பேபி"

நா வேணும்னே மெதுவா நடந்தேன். அவள் என் கன்னத்துல முத்தம் கொடுத்துட்டே வந்தாள். காத்து வேகமா வீசுனதுனால புளிய மரத்தோட இலை எல்லாம் நல்லா அசைஞ்சது. தியாவோட முடியும் பறந்து என் முகத்துலப் பட்டது. அந்த வழியா ஒரு பைக் வந்தது. அதுல இருந்த ஆளு எங்கள ஒரு மாதிரி பாத்துட்டுப் போனான். நானும், தியாவும் சிரிச்சோம். மறுபடியும் ஒரு பஸ் வந்தது, பஸ்ல இருக்க எல்லாரும் எங்களப் பாத்தாங்க. நா முகத்தைத் திருப்பனேன்.

"குள்ளச்சி, இறங்குடி பஸ் போனதும் தூக்கிக்குறேன்"

"மாட்டேன்" அவள் என் கன்னத்துல மறுபடியும் முத்தம் கொடுத்தாள். நாங்க ஒருத்தர் முகத்த ஒருத்தர் பாத்துச் சிரிச்சோம். பஸ் எங்களக் கடந்துப் போனது. அதுல இருந்து இறங்குன ஒரு அம்மாவும், பாட்டியும் எங்களக் கேவலமா ஒரு பார்வை பாத்துட்டேப் போனாங்க. நா கார்க்கிட்டப் போனதும் அவள இறக்கி விட்டேன். அவள் என் கார் டயரை ஒதைச்சுட்டேச் சொன்னாள்.

"டப்பா.... டப்பா.... டப்பா"

"தியா"

"இதுல இருந்துதான அன்னைக்கு என்னை இறங்கச் சொல்லிக் கத்துன"

நா அவளக் கார் மேல சாச்சு நிக்க வெச்சேன். அவள் பக்கத்துலப் போனேன். அவள் என் வயித்துலக் குத்துனாள்.

"ஏன்டி குள்ளச்சி"

"நீ போலிஸ் ஸ்டேஷன் போனது என்னாலதானடா. எங்கிட்ட நீ சொல்லவே இல்ல, கேஸ் போட்ருந்தா என்னப் பண்ணிருப்ப பேபி?.... இப்டிலா பண்ணாத பேபி"

"ஹ்ம்ம்"

நாங்க கார்லப் போகும் போது அவள் என் தோள் மேல சாஞ்சு உக்காந்து இருந்தாள். பத்து கிஸ் அடிக்குறன்னு சொல்லிட்டு இப்போ நா ஒரு கிஸ் கூட அடிக்காம இருக்கனே. நா வண்டிய ஸ்லோவ் பண்ணிட்டு அவளக் கிஸ் பண்லாம்னு திரும்பனேன். அவள் எதையோ யோசிச்சுட்டு இருந்தாள்.

"குள்ளச்சி, அந்தப் ஃபோட்டோஸ் எல்லாம் டெலிட் பண்ணியாச்சு பயப்படாத"

"தெரியும் பேபி, நீ அவன அடிச்சுட்டேன்னு என் அம்மா சொன்னதுமே நீ டெலிட் பண்ணிருப்பன்னு எனக்குத் தெரியும்"

"தியா, நமக்குள்ள ஒரு கோட் வேர்ட் வேணும்"

"எதுக்கு பேபி?"

"உனக்கு மறுபடியும் எப்பயாவது ரேவந்த்தாலப் பிரச்சனை வந்தால் நீ அந்த வார்த்தையை எனக்கு டெக்ஸ்ட் பண்ணனும்"

"ஹ்ம்ம்" அவள் முகத்துல லேசா பயம் வந்தது.

"நீ பயப்படாம இரு தியா. முக்கியமா அந்த சொங்கியப் பாத்துப் பயப்படாத"

"ஹ்ம்ம்" அவள் நேரா உக்காந்து என்னைப் பாத்துச் சிரிச்சாள்.

"என்ன தியா?"

"அஸ்வினய்ரா"

"அப்டி கூப்டாதடி"

"பேபி, கோட் வேர்ட் அஸ்வினய்ரா"

"வேணா வேற எதாவது சொல்லு"

"ப்ளீஸ் பேபி எனக்கு அது ரொம்பப் புடிச்சுருக்கு..... *A s h w i n a i r a a*, இதுதா நம்ம கோட் வேர்ட் ஓகே"

"நோ நோ"

"பேபி இதுதான் யாருக்கும் புரியாது"

ஹ்ம் இது யாருக்கும் புரியாதுதான்.

"இனி ரேவந்த் என்னைத் தொல்லை பண்ணால் நா உனக்கு இந்த கோட் வேர்ட் டெக்ஸ்ட் பண்றேன் ஓகே"

"ஹ்ம்ம்"

ஒரு கிஸ் கூடப் பண்லயே அவள. நம்ம ரெண்டுப் பேருமே பக்கத்துலயே இருந்தால் எந்தப் பிரச்சனையும் இல்லை தியா. நீ இங்க இருக்க, நா அங்க இருப்பேன். நா உங்கூடவே இருந்து உன்னைப் பாதுகாக்கணும்னு நெனைக்குறேன். அதுக்கு ஒரே வழிதான் இருக்கு. ஒன்னு நா இங்க வரணும் இல்லனா நீ அங்க வரணும். நா அவள வீட்டுல இறக்கி விட்டேன். அவள் எங்கிட்ட எதோ சொல்ல வந்தாள் ஆனால் சொல்லாமலே உள்ளப் போனாள்.

22

ஜரா அவளோட வீட்டுலப் பேசி எல்லாரயும் சமாளிச்சுட்டாள். அதனால எந்தப் பிரச்சனையும் இல்லாம கல்யாணம் நின்னுடுச்சு. தியாவும் படிச்சு முடிச்சுட்டாள். இன்னும் மேலப் படிக்குறன்னு சொன்னாள். படிக்கட்டும் படிக்கட்டும், அப்போதான் எனக்கும் கொஞ்சம் டைம் கிடைக்கும் வீட்டுலப் பேசி சம்மதம் வாங்க. தியா கொஞ்ச நாளா வீட்டுலயே இருக்கறதால அடிக்கடி எனக்கு கால் பண்ணி பேசுவாள். இதுல கொடுமை என்னென்னா அவள் பகல்ல பேசுறத விட நைட்ல பேசுறதுதான் அதிகம். ஏன்னா பகல்ல நா வேலைக்கு போயிருவேன். என்னை நைட்ல தூங்கவே விட மாட்டாள். இப்போக் கூட அததான் பன்றாள். வீடியோ கால் போட்டுட்டு என்னைத் தூங்க விடாமக் கொல்லுறாள். என் ரூம்ல நா லைட் போடவே மாட்டேன் ஆனால் இவக்கூட வீடியோ கால் பேசுறதால விடிய, விடிய லைட் ஆன்லயே இருக்கு.

"குள்ளச்சி உனக்குத் தூக்கம் வருமா வராதா?"

நா பெட்ல ஒருபக்கமா சாய்ஞ்சு படுத்துட்டே எனக்கு முன்னாடி ஒரு தலகாணிய வெச்சு அதுல என்னோட டேப்லெட் போன் சாய்ச்சு வெச்சுப் பேசிட்டு இருக்கேன். அவளும் அதேதான் பண்றாள். நா பனியனோட இருக்கேன். அவள் லைட் பச்சை டீ-ஷர்ட் போட்டு இருக்காள், அவளும் பெட்ல கமுந்து படுத்துப் பேசிட்டு இருக்காள்.

"சொல்லுடி தூக்கம் வரலயா?"

அவள் பதில் பேசாம லேசாச் சிரிச்சாள்.

"எனக்குத் தூக்கம் வருதுடி, காலைல வேலைக்குப் போணும்"

"லீவ் போடு"

"குள்ளச்சி ஏன் நா ஒழுங்கா வேலைக்குப் போறது உனக்குப் புடிக்கலயா"

அவள் மொபைல்க்குக் கிஸ் கொடுத்தாள். அவளோட உதடு பாக்க அழகா இருக்கு. நானும் கொடுத்தேன்.

"பேபி கோவில் பண்டிகைக்கு வா பேபி ப்ளீஸ்"

"எத்தனைத் தடவ சொல்லட்டும், லீவ் போட முடியாதுன்னு"

அவள் என்னை வரச் சொல்லி தொல்லைப் பண்ணிட்டே இருந்தாள். நா முடியாதுன்னு சொன்னேன். எங்கூட சண்டப் போட்டாள்.

"உனக்கு என்னைப் பாக்கணும்னு தோணாதா பேபி........ ப்ரேக் அப் பண்ணிக்கலாம்"

நா சிரிச்சேன், இப்போல்லாம் அவள் ப்ரேக் அப்னு சொன்னாலே எனக்குச் சிரிப்புதா வருது. அவள் சிணுங்கிட்டேச் சொன்னாள்.

"பாரு, நா ப்ரேக் அப்னு சொல்லிட்டு இருக்கேன்.... நீ சிரிக்குற..... நா சீரியஸா சொல்ற பேபி ப்ரேக் அப் நா இனி பேச மாட்டேன்"

நா லேசா சிரிச்சுட்டே டேப்லெட் ஸ்க்ரீன்ல அவளோடக் கன்னத்துல முத்தம் கொடுத்தேன். இதுலக் கொடுக்கும் போது கூட நேருல கொடுக்குற மாதிரியே ஃபீல் ஆகுது. அவள் கன்னத்துல கை வெச்சுட்டேச் சொன்னாள்.

"ப்ரேக் அப்"

"சரி, போய்த் தூங்கு.... நா தூங்கப் போற"

நா கால் கட் பண்ணப் போனப்போ அவள் கமுந்து படுத்துப் பெட்சீட்டை இழுத்து கழுத்து வரைக்கும் போத்திப் படுத்தாள்.

"இப்போ மட்டும் நீ கால் கட் பண்ணா நெஜமாவே ப்ரேக் அப் பண்ணிருவேன் அஸ்வின்"

"மணி அஞ்சு ஆகுதுடி..... ஒரு மணி நேரம் தூங்க விடுடி குள்ளச்சி"

"மாட்டேன்"

மனசாட்சியே இல்லயாடி உனக்கு? கொஞ்ச நேரமாவது தூங்க விடேன்டி.

"சரி, கோவில் பண்டிகைக்குப் புடவைக் கட்டு"

"நீதான் வர மாட்டல்ல, அப்றம் நா என்ன ட்ரெஸ் போட்டா உனக்கென்னடா"

"போட்டோ அனுப்புடி நா பாத்துக்குறேன்"

"அனுப்ப மாட்டேன்"

எனக்குத் தூக்கம் சொக்குது. கண்ணு வலிக்குது. இதுக்கு மேலயும் தூங்காம இருந்தால் அவ்ளோதான்.

"நா தூங்கப் போறேன் பாய்"

"தூங்கு பட் கால் கட் பண்ணாத.... நானும் பண்ண மாட்டேன்டா"

"குள்ளச்சி லவ் யூ, குட் நைட்"

"ப்ரேக் அப் ஆகிடுச்சு நா அதெல்லாம் சொல்ல மாட்டேன்"

சரியான லூசு இவள். நா டாடா சொல்லிட்டு கால் கட் பண்ணாம அப்டியே தூங்கிட்டேன். நா எழுந்து பாக்கும் போது அவள் தூங்கிட்டு இருந்தாள். லேசா வாய்த் திறந்து, தலை முடி முழுக்க கலைஞ்சு முகத்த மறைச்சு இருக்கு, பாக்க அழகா இருக்காள். நா ஸ்க்ரீன்ல அவளோடத் தலை முடியைத் தொட்டேன். அவள நேர்லப் பாக்கணும் போல இருக்கு.

"தியா..... எழுந்திருடி" நா கத்துனேன் அவள் எழுந்திரிக்கல. நா மறுபடியும் கத்துனேன். அவள் காதை அடைச்சாள் ஆனால் கண்ணத் திறக்கல. திடீர்னு அவளோட மொபைல் மேல போச்சு. யாரு தூக்குறாங்க?, அவளோட ரூம்ல இருக்க பொருள் எல்லாம் எனக்கு தெரிஞ்சது. திடீர்னு அவளோட அப்பா முகம் க்ளோஸப்ல தெரிஞ்சது. நா முழிச்சேன். அவரு என்னைப் பாத்துட்டாரு நா உடனே கால் கட் பண்ணிட்டேன். வேகமா எழுந்து உக்காந்தேன். போச்சு மாட்டிக்கிட்டோம், என்னப் பண்றது? நா அவரு கால்

பண்ணுவாருன்னு பயிந்துட்டே இருந்தேன். ஆனால் அவருப் பண்ணல.

●●●

நா பஸ்ல ஊருக்குப் போய்ட்டு இருக்கேன் கோவில் பண்டிகைக்காக. தியாவோட அப்பா நாங்க வீடியோ கால் பேசுனதப் பாத்தும் தியாக்கிட்ட எதுவும் கேக்கல. அவருக்கு என் மேல இப்போ எந்தக் கோவமும் இல்லேன்னு நெனைக்குறேன். எனக்கு நவ்யாக்கிட்ட இருந்து மெஸேஜ் வந்தது. அவள் ஒரு கருப்பு கலர் கார் மேல சாஞ்சு நின்னுட்டு இருந்த ஃபோட்டோ அனுப்பியிருந்தாள். கீழ 'அப்பா வாங்கி கொடுத்தாருடா'னு இன்னொரு மெஸேஜ் அனுப்பி இருந்தாள். எனக்கு வயிறெல்லாம் எரிய ஆரம்பிச்சது.

அப்பாக்கு என்னை விட அவிங்க மேலதான் பாசம் அதிகம்னு நெனைக்குறேன். அதனாலதான் சின்னதுல இருந்தே எங்கக்கூட அதிக நேரம் இல்லாம அவிங்கக் கூட இருந்துருக்காரு. நா நவ்யாக்கு எந்த ரிப்ளையும் அனுப்பல. அவள் எதாவது நெனச்சுப்பாளா? அவள் என் தங்கச்சிதான, நா ஏன் இப்டி யோசிக்குறேன். நா அவளுக்கு ரிப்ளை பண்ணேன்.

'No words 😷 I'm jealous 😌 😪 '

அவள் கால் பண்ணி திட்டிட்டே வந்தாள். இவளுக்கு எங்கூட சண்டப் போடுறதே ஒரு வேலையாப் போச்சு. அவள் கத்துறதக் கேட்டுட்டே வந்ததுல ஊர் வந்ததேத் தெரியல.

"காதே வலிக்குது கட் பண்ணுடி"

நா கட் பண்ணேன். நா வீட்டுக்குப் போகும் போது வெளிய ஒரு புது கார், ராயல் என்பீல்ட் பைக் நின்னுட்டு இருந்தது. அம்மா கோவிலுக்குப் போக ரெடி ஆகி இருந்தாங்க, என்னையும் கூப்டாங்க நா

அப்றம் வரேன்னு சொல்லிட்டேன். அம்மா அந்தக் கார் பத்தி எங்கிட்ட எதுவுமே சொல்லாம எங்கிட்ட ரெண்டு சாவி கொடுத்தாங்க. ஒரு வேளை அப்பா எனக்கு வாங்கி அனுப்பி இருப்பாரா?

"என்னம்மா?"

"உன் அப்பா அனுப்பி விட்ருக்காரு உனக்காக"

அதக் கேட்டதும் எனக்குள்ள அப்டி ஒரு சந்தோசம். இனி நா யாருக்கிட்டயும் கெஞ்ச வேண்டிய அவசியம் இல்லை. எனக்கு இந்தக் கார விட பைக்தான் ரொம்பப் புடிச்சுருக்கு. நா அதுல உக்காந்து செல்பி எடுத்து நவ்யாவ வெறுப்பேத்தரத்துக்காக அனுப்புனேன். நவ்யா ரிப்ளை அனுப்புனாள்.

😭 😭 😭 😭 *unaku mattum bike. poda dai poda* 😌 😌 😌

அப்பா என்னால உங்கள முழுக்க முழுக்க வெறுக்க முடியல. அதுவும் இப்டி பைக், கார் எல்லாம் வாங்கி கொடுத்தப் பிறகு எப்டி முழுசா வெறுக்க முடியும். நா உங்கள 25% மன்னிச்சுட்டேன். நா குளிச்சுட்டு நல்லா ஸ்டைலா ட்ரெஸ் பண்ணிட்டு கோவிலுக்குக் கிளம்புனேன், மணி ஏழு ஆகுது. ஷர்ட் பட்டன் மூணு போடாம அப்டியே ஸ்டைலா விட்டேன். நா கார் எடுத்துட்டுக் கிளம்புனேன். நா கோவிலுக்குப் போனதும் காரக் கோவில்ல இருந்து கொஞ்ச தூரத்துல யாரும் இல்லாத இடமா பாத்து நிறுத்திட்டு நடந்து போனேன். கோவில் வீதி முழுக்க சின்னச் சின்ன கடை போட்டு இருந்தாங்க. அங்கங்கப் பசங்க கூட்டம் கூட்டமா வெள்ளை வேஷ்டி கட்டிட்டு சுத்திட்டு இருக்காங்க. நானும் வெள்ளை வேஷ்டி கட்டிட்டு வந்துருக்கலாமோ?. இங்க இருக்க எல்லாரும் எதோ என்னை ஒரு ரவுடியப் பாக்குற மாதிரி பாத்தாங்க. அதுக்கான காரணம் நா போலிஸ் ஸ்டேஷன் போய்ட்டு வந்தது. நான் கோவில் பக்கத்துலப் போனேன்.

இப்போதான் எல்லாரும் கரகம் எடுத்துட்டு வந்துருப்பாங்கப் போல. அலகு குத்துனவிங்களுக்கு அலகு உருவிட்டு இருக்காங்க. என் கண்ணுல அம்மா, அத்தை, மாமா எல்லாருமே பட்டாங்க ஆனால் இந்த குள்ளச்சி மட்டும் படல. நா கூட்டத்துல நடந்துட்டே அவளத் தேடுனேன். அவளப் பாத்துட்டேன். கேரள புடவைக் கட்டிட்டு செம அழகா நின்னுட்டு இருக்காள். முதல் தடவை அவளப் புடவைல பாக்குறேன். கண்ணுக்கு மை போட்டு, நெத்தில ஒரு குட்டி கருப்பு பொட்டு வெச்சு, அதுக்கு மேல சின்னதா திருநீறு வெச்சு, காதுல ஜிமிக்கி கம்மல் போட்டு நல்லா நாட்டுக்கட்டை மாதிரி இருக்காள். அலகு உருவரத வேடிக்கைப் பாத்துட்டு இருக்காள். ஏந்தான் இவ்ளோ அழகா இருக்காளோ தெரியல..... அழகாலயே கொல்றியேடி குள்ளச்சி. நா போய் அவளோட தோள் மேல ஒரு தட்டு தட்டுனேன். அவள் திரும்பிப் பாத்தாள், பக்கத்துல இருந்த அவளோட அம்மாவும் திரும்பிப் பாத்தாங்க. இவள சைட் அடிச்சுட்டு இருந்ததுல இவளோட அம்மாவக் கவனிக்கலயே. அவிங்க என்னை பாத்துச் சிரிச்சாங்க, நானும் சிரிச்சேன். அப்றம் எங்கிட்ட நலம் விசாரிச்சாங்க. நானும் அவிங்ககிட்ட பேசிட்டு இருந்தேன். தியா லேசா சிரிச்சுட்டே என்னை சைட் அடிச்சுட்டு இருக்காள். நானும் அவள ஓரக்கண்ணாலப் பாத்தேன். அவளோட அம்மா சாமி கும்பிடச் சொன்னாங்க. நாங்க ரெண்டு பேரும் கோவில்க்குள்ள இருக்க மாரியம்மன் சிலையைப் பாத்துக் கும்பிட்டோம். நா அவள சிக்னல் காட்டிக் கூப்பிட்டேன்.

"ம்மா, அஸ்வின் எனக்கு ஐஸ் க்ரீம் வாங்கித் தரேன்னு சொல்றான், நா போய்ட்டு வரட்டுமா"

அவளோட அம்மா அவளப் பார்வையாலயே எச்சரிச்சு அனுப்புனாங்க. நாங்க கடை வீதிக்கு வந்தோம். தியா என் கையோட அவள் கைக் கோர்த்து நடந்து வந்தாள்.

"எனக்குத் தெரியும் பேபி, நீ வருவன்னு" தியா சந்தோசமா சிரிச்சுட்டே சொன்னாள்.

"குள்ளச்சி"

"ஹ்ம்ம் சொல்லுடா"

"தனியாப் பேசலாமா"

"ஹ்ம்.... ஐஸ் க்ரீம் வாங்கிக் கொடு....அப்றம் பேசலாம்"

நானும் அவளுக்கு கோன் ஐஸ் க்ரீம் வாங்கி கொடுத்தேன். அவளும் சாப்ட்டுட்டே எங்கூட வந்தாள். நாங்க வரும் போது அம்மா எங்களப் பாத்தாங்க ஆனால் திட்டுல. நாங்க தப்பிச்சா போதும்னு அங்க இருந்து வேகமா என் கார் இருக்க இடத்துக்கு வந்தோம். இங்க யாரும் இல்ல.

"டான்ஸ் ஆடுனயாடி குள்ளச்சி"

"இல்ல, அம்மா விடல"

தியா என்னைக் கட்டிப்புடிச்சாள்.

"யாரோ ரெண்டு நாளுக்கு முன்னாடிதான் எங்கூட ப்ரேக் அப் பண்ணாங்க"

"அதான் நீ வந்துட்டல்ல அதனால ப்ரேக் அப் வாபஸ்"

"குள்ளச்சி, நீ செம அழகா இருக்கடி இன்னைக்கு" நானும் அவளக் கட்டிப்புடிச்சேன்.

"டேய் நீயும் செமயா இருக்க"

ஹ்ம்ம் ஆனால் தியா அளவுக்கு இல்ல. செம அழகு என் குள்ளச்சி. இவ்ளோ அழகா இருக்கும் போது கிஸ் பண்ணாம இருந்தால் எப்டி?.

"குள்ளச்சி கார்க்குள்ள வரயா?" நா கொஞ்சலாக் கேட்டேன்.

"எதுக்கு பேபி?"

"சும்மா பேச"

"இங்கயே பேசலாமே"

"குள்ளச்சி, ப்ளீஸ்" நா மெதுவா கெஞ்சலாக் கேட்டேன்.

அவள் என்னை விட்டுத் தள்ளி நின்னாள். லேசா சிரிச்சாள். அச்சச்சோ கன்னத்துலக் குழி விழுகுதே.... இப்பவே கிஸ் பண்ணனும் அவள.

"ப்ளீஸ் ப்ளீஸ் ப்ளீஸ்.... ஒரு டைம் உள்ள போலாமே"

"பேபி, யூ ஹேவ் சேன்ஞ்டு எ லாட் பட் ஐ லைக் இட்"

நா காரோடப் பின் கதவத் திறந்து உக்காந்தேன் . அவளும் வந்தாள். அவள் சீட்ல உக்காரம என் மடியில உக்காந்தாள். அவளோடக் கைய என் தோள் மேல வெச்சாள். இங்க ரொம்ப அமைதியா இருக்கு, எனக்கு கொஞ்சம் பதட்டமா இருக்கு.

"பேபி, நீ திருநீறு வெச்சுக்கலயா?"
நா இல்லன்னு தலைய ஆட்டுனேன். அவள் என் பின் தலைல கை வெச்சு என் நெத்தில அவள் நெத்தியச் சேத்து வெச்சாள்.

"நா வெச்சுட்டேன் பேபி உனக்கு" ஹஸ்கி குரல்ல சொன்னாள். என்னால என் நெத்தியப் பாக்க

முடியலயே. இவள் வேற இப்டி ஹஸ்கி குரல்ல பேசி மூட ஏத்துறாள். என்னோட மூக்கும் அவளோட மூக்கும் இடிச்சது. இதுக்கு மேல முடியாது. நா அவள் முகத்தப்புடிச்சேன்.

"என்ன பேபி?" அவள் ஹஸ்கி குரல்ல கேட்டாள்.

"குள்ளச்சி செம அழகா இருக்கடி இன்னைக்கு, முடியல மூடு ஏறுது உன்னைப் பாத்தாலே" நானும் ஹஸ்கி குரல்ல சொன்னேன். அவள் கண்ண மூடுனாள். நா லேசா அவள் உதட்டை என் உதட்டாலத் தொட்டேன். அப்றம் டீப்பா கிஸ் பண்ணத் தொடங்குனேன். அவள் ஐஸ் க்ரீம் சாப்டதுனால அவளோட உதடு கொஞ்சம் சில்லுனு, இனிப்பா இருக்கு. தியா அவளோடக் கையாள என் பின் கழுத்தை இறுக்கமாப் புடிச்சாள். அவளும் நல்லாவே கிஸ் பண்றாள். நா கிஸ் பண்ணும் போது திடீர்னு என் கழுத்துல ஏதோ கிழிச்சது.

"ஹா....."

"ஸாரி ஸாரி" லேசா சிரிச்சுட்டே சொன்னாள்.

எங்க கிஸ் முடிஞ்சது.

"குள்ளச்சி என்னடிப் பண்ண?"

அவள் கையக் காட்டுனாள். பத்து விரல்லயும் நீளமா நகம் வளத்தி வெச்சுருக்காள்.

"கட் பண்ணுடி இந்த நகத்தை எல்லாம்"

அவள் மாட்டேன்னு தலைய ஆட்டுனாள். அப்றம் என்னைக் கட்டிப்புடிச்சு அமைதியா உக்காந்தாள். அவள் நகத்துல கீறுன இடத்துல எரிச்சலா இருக்கு.

"பேபி, ஐ ஹேவ் ய குட் நியூஸ்"

"என்ன?"

"நா M.sc (CDF) பெங்களூர்ல ஜாய்ன் பண்ணிருக்கேன்"

"தியா என்னடி சொல்ற?"

"ஹ்ம், நெக்ஸ்ட் வீக் அங்க வந்துருவேன் பேபி"

முருகா ரொம்ப நன்றி. இனி நா அவள் பக்கத்துலயே இருப்பேன். அவள மிஸ் பண்ண மாட்டேன்.

"சரி எங்க ஸ்டேய் பண்ணப் போற? ஹாஸ்டலா"

அவள் என் முகத்தைப் பாத்தாள், என் கண்ணப் பாத்துச் சொன்னாள்.

"உங்கூட அஸ்வின், நா உங்கூடதான் இருக்கப் போறேன்"

"யூ மீண் லிவ்விங் டுகெதர்?"

"ஹ்ம்" அவள் தலைய ஆட்டுனாள். எனக்கு இது பிரச்சனை இல்லை. ஆனால் எங்கூட விக்கி, நந்து இருக்காங்க. நவ்யா ஒருத்தி போதும் இத அப்பாக்கிட்டப் போட்டுக் கொடுக்க.

"தியா ப்ராப்ளம் வருன்டி"

அவள் என்னை மெதுவா கட்டிப்புடிச்சாள். பயத்தோடக் கட்டிப்புடிச்சாள்.

"எனக்கு இங்க இருக்க பயமா இருக்கு பேபி, நா உங்கூட இருக்கணும்னு ஆசை ப்படுறேன் அஸ்வின்"

"அதெல்லாம் ஓகே தியா, உங்க வீட்டுலத் தெரிஞ்சா என்னச் சொல்லுவாங்க"

"எங்க வீட்டுல இருந்து யாரும் அங்க என்னைப் பாக்க வர மாட்டாங்க, அதனால நோ ப்ராப்ளம்"

நாங்க ரெண்டுப் பேரும் கார்ல இருந்து இறங்குனோம். எனக்கு என்னப் பண்றதுன்னே தெரியல. எனக்கும் அவக்கூடவே இருக்கணும்னு ஆசைதான் ஆனால் ஒரே வீட்டுல எப்படி?

"ரேவந்த் தொல்லைப் பண்றானா?"

"இல்ல அஸ்வின், உங்கூட இருக்கணும் அவ்ளோதான்"

"எங்கூடப் பசங்க இருக்காங்கடி.... எப்டி தியா உன்னால அங்க இருக்க முடியும்?"

"நீ இருக்கல்ல, நா இருந்துப்பேன் பேபி"

"தியா, நீ வேணுனா தனியா பக்கத்துலயே ஒரு ப்ளாட்ல இரு, நா பணம் கட்டிக்குறேன்"

"நீ எங்கூட இருப்பியா?"

"லிவ்விங் டுகெதர் எல்லாம் ரிஸ்க்டி குள்ளச்சி"

"நா உன்னை ரொம்ப மிஸ் பண்ற அஸ்வின்"

அவள் என்னைக் கட்டிப்புடிச்சாள். முருகா நா இப்போ என்ன பண்ணட்டும்? எனக்கு இதுல எந்த பிரச்சனையும் இல்லை ஆனால் தியாவுக்கு எதாவது பிரச்சனை வந்துச்சுனா? நா யோசிச்சுட்டே முகத்தத் திருப்பனேன். அவளோட அப்பா காருக்கு முன்னாடி, எங்களப் பாத்துட்டே நின்னுட்டு இருந்தாரு. நா பேயப் பாத்துருந்தா கூட இப்டி பயந்து இருக்க மாட்டேன். இவருப் பாத்ததும் விழுக்குன்னு விழுந்தேன்.

"குள்ளச்சி, உன் அப்பா"

தியா உடனே என்னை விட்டாள். என் பின்னாடிப் போய் நின்னுக்கிட்டாள். குள்ளச்சி நீ என் பின்னாடி ஒளிஞ்சுக்கிட்ட, நா எங்கடிப் போகட்டும். இவரு நாங்க பேசுனத எல்லாம் கேட்டுட்டாரா? எவ்ளோ நேரமா இங்க நிக்குறாருன்னு தெரியலயே. அவரு எங்கப் பக்கத்துல வந்தாரு. தியா பதட்டத்துல என் பின்னாடி நின்னு அந்தப் பேய் நகத்தால என் முதுகக் கிள்ளுனா.

"குள்ளச்சி, அமைதியா இருடி"

அவரு என் முன்னாடி நின்னாரு. என்னப் பண்றது முருகா. என்னை அடிச்சுருவாரோ? இல்ல திட்டுவாரோ? ஆனால் அவரு முகத்தப் பாத்தா கோவமா இருக்க மாதிரி தெரியலயே.

"தியா, நீ அம்மாக்கிட்டப் போ" அவருச் சொன்னாரு.

தியா மெதுவா என் பின்னாடி இருந்து வந்தாள். அவளோட அப்பா முகத்தப் பாக்காமலே வேகமா போனாள். குள்ளச்சி இப்டி அத்து விட்டுட்டு போறியேடி, துரோகி. இருடி உனக்கு இருக்கு. தியா போனதும் அவரு என்னைப் பாத்துச் சிரிச்சாரு. இங்க என்ன நடக்குது முருகா?

"நீ ரேவந்த்த அடிச்சது தியாக்காகதான?"

இவருக்கு உண்மை தெரியுமா? ஆமான்னு சொல்லலாமா இல்லனு சொல்லலாமா? வேணா எதுவும் சொல்ல வேணாம்.

"நீ தியா ஸூஸைட் அட்டெண்ட் பண்ணதுக்கான காரணத்த எங்கிட்ட சொல்லுலனாலும், நீ ரேவந்த்த அடிச்சப்பிறகு என்னால புரிஞ்சுக்க முடிஞ்சது என்ன

நடந்துருக்கும்னு. அதுக்காக போலீஸ் ஸ்டேஷன் போனல்ல நீ"

நா அமைதியாவே நின்னேன். அவரு கண் கலங்கக் கேட்டாரு.

"என் பொண்ண உனக்கு அந்த அளவுக்குப் புடிக்குமா?"

"ஹ்ம்ம்" நா தயங்காமத் தலைய ஆட்டுனேன்.

"உங்க வீட்டுல இருந்து வந்து எங்கிட்டப் பேசச் சொல்லு"

"நீங்க என்னச் சொன்னிங்க?"

"உன்னோட அப்பா, அம்மாவ எங்கிட்ட வந்து பேசச் சொல்லுன்னு சொன்னேன்"

நா இப்போ சந்தோசப்படுறதா இல்ல வருத்தப்படுறதா? எங்க வீட்டுல இருந்து வந்து யாரும் பேச மாட்டாங்க. அப்பா பேசுவாரு ஆனால் நா அவருக்கிட்ட பேசறது இல்ல. எப்டி அவருக்கிட்ட கேக்குறது.

"ஹ்ம்ம்" நா சொன்னேன்.

"தியா பெங்களூருக்குதான் படிக்க வர்றாள், அவளப் பாத்துக்கோ" நீங்க சொல்லவேத் தேவையில்லை அவளப் பாத்துப்பேன்.

"ஹ்ம்ம்"

23

தியா இன்னைக்கு இங்க வர்றாள், அவளுக்காகத்தான் நா இப்போ பஸ் ஸ்டாண்ட்ல நின்னுட்டு இருக்கேன். நா அவள் மேல செமக் கோவத்துல இருக்கேன். இன்னைக்கு காலைல “அஸ்வினய்ரா” னு மெஸேஜ் அனுப்பி இருந்தாள். நா பயந்துப் போய் அவளுக்கு கால் பண்ணா அவள் ஒண்ணும் இல்லன்னு சொல்லுறாள். அதுல இருந்தே செம கோவம் அவள் மேல. அவள் வந்ததும் இருக்கு அவளுக்கு. தியா ரொம்ப ஸ்டைலா ஒரு பைய மாட்டிக்கிட்டு பஸ்ல இருந்து இறங்குனாள். லைட் மஞ்சள் கலர் லூஸ் ஹால்ப் சோல்டர் டீ-ஷர்ட், ஜீன்ஸ் பேண்ட் போட்ருக்காள். அழகோ அழகு, அவளப் பாத்ததும் என் கோவம் எங்கப் போச்சுன்னேத் தெரியல. அவள் என்னைத் தேடுனாள். நா கைய ஆட்டுனேன். அவள் என்னைப் பாத்துட்டே நல்லா ஈன்னு சிரிச்சுட்டே என் முன்னாடி வந்து நின்னாள். சாய்ந்திர வெயில் அவளோட முகத்துலப் பட்டது, அவளோட செம்பட்டை முடி அந்த வெயில்ல மின்னுது. அவள் என்னைக் கட்டிப்புடிச்சாள். நானும் கட்டிப்புடிச்சேன்.

"பேபி, நாம லிவ்விங் டுகெதர் இருக்கப் போறோமே" தியா சொன்னாள்.

"ஹ்ம்ம், குள்ளச்சி இனி நீ எங்கிட்ட இருந்து தப்பிக்க முடியாது"

நா லிவ்விங் டுகெதர் வேணாம்னு எவ்ளவோ சொன்னேன். அவள் அடம் புடிச்சு என்னைச் சம்மதிக்க வெச்சாள். எனக்கு இது ரொம்பப் புடிச்சுருக்கு ஆனால் கொஞ்சம் பயமா இருக்கு. பையன் நாந்தான் பயப்படுறேன். தியாவுக்கு கொஞ்சம் கூடப் பயம் இல்ல. நாங்க பைக்லப் போகும் போது அவள் லூசு மாதிரி கத்திட்டே வந்தாள்.

"பேபி பாஸ்ட் பாஸ்ட் பாஸ்ட்"

நானும் வேகமா ஓட்டுனேன். அடிக்குறக் காத்துலக் கண்ணக்கூட முழிக்க முடியல. அவள் மறுபடியும் லூசு மாதிரி கத்துனாள். இவள் கிராமத்துல இருந்து வரான்னு சொன்னால் யாராவது நம்புவாங்களா? கண்டிப்பா நம்ப மாட்டாங்க. தியாக்கிட்ட எனக்கு ரொம்பப் புடிச்ச விஷயம் அவக்கிட்ட பணம் இருக்கோ இல்லையோ அதெல்லாம் அவள் வெளிய காட்டாம எப்பவுமே ஜாலியா இருப்பாள். அவள் ட்ரெஸ் பண்ற விதமும் அப்டிதான் இருக்கும். அவள் மிடில் க்ளாஸ்னு தெரியாத அளவுக்கு ட்ரெஸ் பண்ணுவாள். அவள் திடீர்னு என் காதுல சத்தமா கத்துனாள்.

"குள்ளச்சி அமைதியா வாடி"

அவள் என்னைக் கட்டிப்புடிச்சு உக்காந்துக் கத்துனாள். இவள அடக்க முடியாதுப் போலயே. பேசாம நா ஹெல்மெட் எடுத்துட்டு வந்துருக்கலாம். அத வெச்சு என் முகத்தையாவது மறைச்சிருக்கலாம். எங்கூட பக்கத்துலயே ஒரு பைக் வந்தது. அந்த பைக்ல இருக்க மூணு பசங்களும் தியாவப் பாத்துட்டே வராங்க. தியா வேணும்னே என் கன்னத்துல முத்தம் கொடுத்தாள். உடனே அந்த பைக் முன்னாடி போச்சு. அதுலக் கடைசியா உக்காந்து இருந்தப் பையன் எங்களத்

திரும்பிப் பாத்து விசில் அடிச்சு ஜோடி சூப்பர்னு கைல சைகைக் காட்டுனான். தியா சிரிச்சுட்டே மறுபடியும் என் கன்னத்துல முத்தம் கொடுத்தாள். அந்தப் பசங்க தியாவப் பாத்து கத்திட்டேப் போனாங்க இவளும் பதிலுக்குக் கத்துனாள். நா சிரிச்சுட்டே அவள அமைதியா வரச் சொன்னேன் அவள் அமைதியாகல. பைக் ஒரு மணி நேரம் ட்ராஃபிக்ல நின்னது அவள் அமைதியானாள், டென்ஷனும் ஆனாள்.

"பேபி, எப்படா ட்ராஃபிக் க்ளியர் ஆகும்"

"யாருக்குத் தெரியும்"

பெங்களூருல எனக்குப் புடிக்காத ஒன்னுனா அது இந்த ட்ராஃபிக் ஜாம். தியா டையார்ட் ஆகி என்னைக் கட்டிப்புடிச்சுட்டே தூங்கிட்டாள். நா எத்தனையோ தடவ பைக்ல போயிருக்கேன் அப்போல்லாம் இல்லாத ஒரு உணர்வு இப்போ இருக்கு. எப்பவுமே ட்ராஃபிக்ல நின்னால் டென்ஷன் ஆகுற நா இப்போ கொஞ்சம் கூட டென்ஷன் இல்லாம இருக்கேன். தியா எங்கூட இருக்கறதால எனக்குக் கோவம் வரல, சந்தோசமா இருக்கு. ட்ராஃபிக் க்ளியர் ஆகுறதுக்குள்ள இருட்டே ஆகிடுச்சு. நா மெதுவா அவள் தூக்கம் கலையாத மாதிரி ஓட்டுனேன்.

ஃப்ளாட்க்குப் போனதும், அவள எழுப்பி விட்டேன். அவள் தூக்க கலக்கத்துலயே என் கையப் புடிச்சுட்டே நடந்து வந்தாள். நா என் ப்ளாட்க்குள்ளப் போகும் போது விக்கி, நவ்யா, நந்து, ஐரா எல்லாரும் படம் பாத்துட்டு இருந்தாங்க. எல்லாரும் தியாவ வெல்கம் பண்ணாங்க. தியா ஐராவ ஹக் பண்ணி 'தேங்க்ஸ்' சொன்னாள். ஐரா சிரிச்சாள். நாங்க லிவ்விங் டுகெதர் இருக்கப் போறத நவ்யா அப்பாக்கிட்ட சொல்ல மாட்டேன்னு எங்கிட்ட சத்யம் பண்ணிருக்காள். தியா எல்லார்ட்டையும் ஜாலியாப் பேசுனாள். நா அவள என் ரூம்க்குக் கூப்ட்டு போனப்போ விக்கி கிண்டலாச் சொன்னான்.

"டோர் லாக் பண்ணிக்கோ மச்சான்"

"நீ க்ளோஸ் பண்ணுடா" நா டபுள் மீனிங்ல சொன்னேன்.

"நா லாக் பண்ணிக்குறேன் அண்ணா" தியா கிண்டலாச் சொல்லிட்டே கதவச் சாத்துனாள். என் ரூம்ல இப்போ விக்கி சம்மந்தப்பட்ட எதுவுமே இல்ல. அவன் எல்லாத்தையும் எடுத்துட்டு நந்து ரூம்க்குப் போயிட்டான். இப்ப இந்த ரூம் எனக்கும் தியாவுக்கும் மட்டும்தான். தியா ரூம நல்லாப் பாத்தாள்.

"அஸ்வின், எனக்கு இந்த ரூம் புடிச்சுருக்கு"
நா அவள் பின்னாடி நின்னு அவளக் கட்டிப்புடிச்சேன். அவள் திரும்பி என்னைக் கட்டிப்புடிச்சாள்.

"குள்ளச்சி"

"ஹ்ம்"

"தப்புப் பண்ணலாமா?"

"ஹ்ம்"

"சீரியஸா கேக்குறேன் குள்ளச்சி"

"ஹ்ம்ம்"

நா அவளோட இடுப்புல கை வெச்சேன். அவள என் பக்கம் திருப்பி முத்தம் கொடுத்தேன், அவள் திடீர்னு அழுதாள். ஏன் அழுகுறான்னு கூட தெரியல. நா இன்னும் அவள எதுவுமே பண்ணலயே. நா அவளத் தொடாமா கொஞ்சம் தள்ளி நின்னேன்.

"ஓகே ஓகேய் குள்ளச்சி நா எதுவும் பண்ணல. நா சும்மாதான் தப்பு பண்ணலாமான்னு சொன்னேன் எனக்கு அந்த ஐடியாவே இல்ல..... அழுகாத ஓகே"

அவள் சிணுங்கிட்டே வந்து என்னைக் கட்டிப்புடிச்சாள். எனக்கு அவள் எதுக்கு அழுகுறான்னே புரியல.

"என்னாச்சு அழுமூஞ்சி"

"இன்னைக்கு நா பெங்களூர் போறதத் தெரிஞ்சுக்கிட்டு ரேவந்த் வீட்டுக்கு வந்து என் கையப் புடிச்சு செமயா அழுதான் பேபி. என் கைய விடவே இல்ல"

அவனுக்கு அடி பத்தலப் போல. அடுத்த தடவ நா உன்னைப் பாக்கும் போது இருக்குடா உனக்கு. அவளத் தொடக்கூடாதுன்னு சொல்லியும் நீ தொடுறயா?. இதனாலதான் தியா அஸ்வினய்ரானு மெஸேஜ் அனுப்புனாளா?.

"என்னவாம் அவனுக்கு? என்னச் சொன்னான்?"

"நா இனி உன்னை அந்த மாதிரி தொல்லைப் பண்ண மாட்டேன், உன்னை அடிக்க மாட்ட, இங்கயே இரு எங்கயும் போகாதன்னு அழுதான் பேபி, எனக்கு அவன அப்டிப் பாக்கும் போது பயமா இருந்தது"
நா இப்போ அவளக் கட்டிப்புடிச்சேன்.

"குள்ளச்சி அவன் சரியான பொட்டைடி, அவனப் பாத்துப் பயப்படாத" அவள் கட்டிப்புடிச்சுட்டு நின்ன மாதிரியே என்னை அண்ணாந்து பாத்தாள், என் கன்னத்துலக் குட்டியா ஒரு அடி அடிச்சாள்.

"ஏன்டி குள்ளச்சி?"

"பயப்படாத பயப்படான்னு சொல்றது ஈஸி பேபி, இந்த மாதிரி சிச்சுவேஸன்ல எல்லா பொண்ணுங்களும் பயப்படத்தான் செய்வாங்க,"

"சரி, சரி நீ இனி பயப்படாதடி, நா உங்கூட இருக்கேன்தான"

"ஹ்ம்ம்.... அப்பா அவன வெளியப் போக சொல்லிக் கத்துனாரு. அவன் அப்பாவ அடிச்சுட்டான் பேபி, அப்பா அவன் மேல கம்ப்லைன்ட் கொடுத்துட்டாரு"

"இப்போ கம்ப்லைன்ட் கொடுத்தா மட்டும் அவன் அமைதி ஆகிடுவானா?"

அவள் எதுவும் சொல்லாமப் போய் பெட்ல உக்காந்தாள். நானும் போய் பக்கத்துல உக்காந்தேன். இவளப் புரிஞ்சுக்கவே முடியல. கொஞ்ச நேரத்துக்கு முன்னாடி அவ்ளோ ஜாலியா இருந்தாள். இப்போ திடீர்னு சோகமாகிட்டாள்.

"தியா எப்டி உன்னால இப்டிப் பைத்தியம் மாதிரி இருக்க முடியுது? நல்லா இருக்க அப்றம் திடீர்னு அழுக ஆரம்பிச்சுட்ற"

"அப்போ நீ என்னைப் பைத்தியம்னு சொல்றியா?" அவள் என்னை அடிச்சாள்.

"ஹேய்"

நாங்க நைட் சமைக்கல கடையில இருந்து சிக்கன் நூடில்ஸ் வாங்கிட்டு வந்தோம். தியா பசிக்கலன்னு சாப்டாமப் படுத்துட்டு மொபைல் நோண்டிட்டு இருந்தாள். நா அவள இழுத்து உக்கார வெச்சு அவள் பக்கத்துல உக்காந்து ஊட்டி விட்டேன் அவளும் மொபைல் நோண்டிட்டே சாப்பிட்டாள். அப்டியே என் தோள் மேலச் சாஞ்சாள். சிக்கன் வேணான்னு சொன்னாள்.

"குள்ளச்சி, ஒழுங்கா சாப்டுடி"

அவளுக்கு அதையும் நா ஊட்டி விட்டேன். நாந்தா இப்டி நடந்துக்குறனான்னு எனக்கே சந்தேகமா இருக்கு. நா யார்க்கிட்டயும் இவ்ளோ அக்கறையோட இருந்தது இல்லை. தியாக்கிட்ட மட்டும்தான் இப்டி இருக்கேன். எனக்கு இது புடிச்சுருக்கு. நவ்யா கதவத் தட்டுனாள்.

"உள்ள வரலாமா"

"கம் இன்" தியா சொன்னாள்.

நவ்யா வந்து எங்க முன்னாடி உக்காந்தாள். அப்பவும் தியா என் தோள் மேலசச் சாஞ்ச மாதிரியே உக்காந்து இருந்தாள். நா தியாவுக்கு ஊட்டி விடுறதப் பாத்துட்டு நவ்யா என் தொடை மேலயே ஒரு அடி அடிச்சாள்.

"டேய் அண்ணா என்னைக்காவது ஒரு தடவ எனக்கு ஊட்டி விட்டு இருக்கியா, இதெல்லாம் அநியாயன்டா"

தியா சிரிச்சுட்டே என் கைல இருந்த ஸ்பூன வாங்கி அவள் நவ்யாக்கு ஊட்டி விட்டாள். நவ்யாக்கு இப்போ தியாவப் புடிச்சுருச்சு.

“ஸோ ஸ்வீட் தியா நீ..... இவனப் போய் எப்டி இத்தன வருஷமா லவ் பண்ணிட்டு இருக்கியோ தெரில" நவ்யா சாப்டுட்டேச் சொன்னாள். நா நவ்யாவோட வாயில ஒரு பெரிய சிக்கன் பீஸத் துருத்துனேன்.

"தின்னு தின்னு, போதுமா"

நவ்யா என்னை அடிச்சுட்டே சொன்னாள். "இதுக்கு நீ ஊட்டி விடாமயே இருக்கலான்டா"

தியா நாங்க சண்டப் போடுறதப் பாத்துச் சிரிச்சாள். அப்றம் நவ்யா தியாக்கூடப் பேசிட்டே இருந்தாள். ரெண்டு பேரும் நல்லாவே ஓப்பனா பேசிட்டு இருந்தாங்க. எனக்கு தூக்கம் வந்தது நா தூங்கிட்டேன்.

•••

நா நாளைக்கு காலைலக்குள்ள இந்த ஃபைல ரெடிப் பண்ணிக் கொடுக்கணும். அதனால தூக்கத்தக் கெடுத்துட்டு பெட்ல உக்காந்து மடியிலத் தியாவுக்குப் பதிலா இந்த லேப்டாப் வெச்சுட்டு நோண்டிட்டு இருக்கேன். அவள் பக்கத்துல உக்காந்து மொபைல் நோண்டிட்டு இருக்காள்.

"பேபி தூங்கலாம் பேபி"

"நீ லைட் ஆப் பண்ணிட்டுத் தூங்குடி, எனக்கு வேலை இருக்கு"

அவள் என் மடில இருந்த லேப்டாப் எடுத்துக் கீழ வெச்சுட்டு என் மடியிலத் தலை வெச்சுப் படுத்தாள். அப்டியே கண்ண மூடித் தூங்குனாள். நா வசமே வராம லேப்டாப் கீழ வெச்சு வேலைப் பாத்துட்டு இருந்தேன். தியா தூங்குனப் பிறகு அவளப் பெட்ல சரியாப் படுக்க வெச்சுட்டு, லைட் ஆஃப் பண்ணிட்டு. பெட்க்கு முன்னாடி போய்க் கீழ உக்காந்து, பெட்ல சாஞ்சு வேலையப் பாத்துட்டு இருந்தேன். கொஞ்ச நேரத்துல தியா எழுந்தாள். எழுந்து வந்து லேப்டாப்ப எடுத்து, என் பக்கத்துல இருந்த ஒரு தலகாணி மேல வெச்சுட்டு. என் மடியிலத் தலை வெச்சுப் படுத்தாள்.

"குள்ளச்சி, பெட்லப் படு போ"

"நீயும் வா பேபி"

"வேலை இருக்குடி,"

அவள் எழாம அப்டியே தூங்குனாள். நானும் அப்டியே வேலையப் பாத்தேன். நாங்க லிவ்விங் டுகெதர் இருக்கத் தொடங்கி ஒரு வாரம் ஆகிடுச்சு. ஆனால் எங்களுக்குள்ள இன்னும் எதுவும் நடக்கல.

எனக்குக் கொஞ்சம் பயமா இருக்கு, நா அவக்கிட்ட அந்த மாதிரி நடக்க முயற்சி பண்ணும் போது அவள் ரேவந்த் பண்ணதை எல்லாம் நெனச்சு பயப்படுவாளோன்னு. நா அவளோடத் தலை முடியைத் தடவிட்டே இருந்தேன். அவள் என் பக்கம் முகத்தைத் திருப்பி வெச்சுப் படுத்தாள். முருகா.... முருகா..... முருகா. அவளோட மூக்கு என்னோட மெய்ன் பார்ட்ல பட்டது. எனக்கு மூச்சே வரல. எனக்கு வேலை செய்ற மூட் போய் வேற மூட் வந்துரும் போலயே. குள்ளச்சி, ஏன்டி இப்டிப் பண்ற? நா அவளப் பாத்தேன் நல்லாத் தூங்கிட்டு இருக்காள். அவள் மூக்கு அங்க பட்டதுல இருந்தே எனக்கு ஒரு மாதிரி இருக்கே. நா மெதுவா அவள் தலையைக் கொஞ்சம் தள்ளிப் படுக்க வெச்சேன். அப்போ அவள் தூக்கம் கலைஞ்சு எழுந்து உக்காந்தாள்.

"இன்னுமா முடியல" தியா கேட்டாள்.

"சத்யமா முடியலடி குள்ளச்சி" நா வேற அர்த்தத்துல சொன்னேன்.

"அதுக்கு ஏன்டா சத்யம் பண்ற?"

அவள் எழுந்து என் மடியில என்னைப் பாத்த மாதிரி உக்காந்தாள். சாதாரணமா உக்காரல, அவளோட ரெண்டு காலயும் என் இடுப்ப சுத்தி வளைச்சுப் புடிச்சாள். அவளோட முகத்த என் தோள் மேல சாச்சு, அவளோட மூக்கு என் கழுத்துல மோதுற மாதிரி வெச்சு, கண்ண மூடுனாள்.

"இப்டியே தூங்கப் போறயா?"

"ஹ்ம்" அவள் கண்ண திறக்காமலே சொன்னாள். நா இனி வேலைப் பாத்த மாதிரிதான். நா என்ன ஆனாலும் இந்த வேலைய முடிச்சு ஆகணுமே. நா லேப்டாப்ப கீழ வெச்சுட்டு வேலையப் பாத்தேன். என்ன வேலைப் பாக்க விடாம அவளோட மூச்சு காத்து என் கழுத்துலப்

பட்டு தொல்லைப் பண்ணிட்டே இருக்கு. முருகா முருகா முதல்ல வேலைய முடிக்கணும். அவள் தூக்க கலக்கத்துல அவளோட முகத்த லேசா ஆட்டுனாள். அவளோட மூக்கும், ஈரப்பதத்தோட இருக்க உதடும் என் கழுத்துல மோதிட்டே இருந்தது. முடியல முருகா.... இப்போ என்னப் பண்றது? அந்த வேலையப் பாக்கலாமா இல்ல இந்த வேலையப் பாக்கலாமா? அந்த வேலையா இல்ல இந்த வேலையா?. நா லேப்டாப்ப ஷட் டவ்ன் பண்ணுனேன். அவளோட நெத்தியில முத்தம் கொடுத்தேன். என்னை வேலை செய்ய விடாம பண்ணிட்டு இவள் நல்லா நிம்மதியா தூங்கிட்டு இருக்காள். இப்போ என்னால ரெண்டு வேலையுமே செய்ய முடியாது போலயே.

"குள்ளச்சி, எழுந்துருடி" நா மெதுவா சொன்னேன். அவள் எழுந்திருக்கல. நா அப்டியே அவளக் கட்டிப்புடிச்சேன். இவள இப்டியே தூக்கிட்டு எப்டி எழறது. நா மெதுவா எழுந்தேன். அவளப் பெட்ல படுக்க வெச்சேன் அவள் என்னை விடாம புடிச்சுட்டே இருந்தாள். அவளோட கால் இன்னும் என் இடுப்ப வளைச்சுப் புடிச்சுட்டு இருக்கு. அவள் கை என் கழுத்த சுத்திப் புடிச்சுட்டு இருக்கு.

"குள்ளச்சி, ப்ளீஸ் எழுந்திருடி.... தூங்காதடி"
நா அவள் கழுத்த என் மூக்கால தடவுனேன். அவள் கண்ண திறக்காமலே லேசாச் சிரிச்சாள். இவள் தூங்கலயா?

"குள்ளச்சி நீ தூங்கலயா?"

அவள் கண்ணத் திறந்துச் சொன்னாள். "குட் நைட் அஸ்வினய்ரா"

"தேவையில்லாம அந்த வேர்ட் யூஸ் பண்ணாதன்னு சொல்லிருக்கேன் இல்லடி உங்கிட்ட"

நா அவள் உதட்டுல பட்டும் படாம ஒரு முத்தம் கொடுத்தேன்.

"அஸ்வினய்ரா" அவள் மறுபடியும் சொன்னாள். நா மறுபடியும் பட்டும் படாம ஒரு முத்தம் கொடுத்தேன்.

"அஸ்வினய்ரா"

"ஹேய் குள்ளச்சி, நீ வேணும்னேதான சொல்ற"

அவள் லேசா சிரிச்சுட்டே மறுபடியும் அஸ்வினய்ரானு சொன்னாள். சரியான கேடி என் குள்ளச்சி. இந்த தடவ நா அவள டீப்பா கிஸ் பண்ணேன், அவள் அழுதாள். என் மூக்கும் அவள் மூக்கும் ஒட்டி இருந்த மாதிரியே நா அவக்கிட்ட மெதுவா கேட்டேன்.

“வாட் ஹேப்பன்? உனக்கு புடிக்கலயா? வேணாமா?"

"ஐ லவ் இட் அஸ்வின். ஐ ஜஸ்ட் கான்ட் பிலீவ் இட்..... இந்தத் தடவ நீ என்னைத் தொட்டுட்டு இருக்க"

வேணா தியா அதப்பத்தி நினைக்காத. நா அவளப் பேச விடாம கிஸ் பண்ணேன். அவள் என் பின் தலை முடியை அவளோட கை விரலால இறுக்கமாப் புடிச்சாள். நா அவளோடக் காதுல முத்தம் கொடுத்துட்டு, அப்டியே கழுத்துல முத்தம் கொடுத்தேன். என் உதடு அவளோடத் தோள்க்கு போச்சு.

"ஐ வான்ட் டு ஃபர்கெட் தோஸ் பிட்டர் மெமரிஸ் பேபி”

"பேசாதடி குள்ளச்சி" நா ஹஸ்கி குரல்ல சொன்னேன்.

"உன்னோட டச் மட்டும்தான் எனக்கு ஞாபகம் இருக்கணும்" அழுதுட்டே சொன்னாள். தியா, காதலோடத் தொடுறது மட்டும்தான் நமக்கு எப்பவும்

ஞாபகம் இருக்கும். நீ இனி அதெல்லாம் மறந்துடுவ. நா அத மறக்க வெய்ப்பேன் குள்ளச்சி. இவள் அழுகைய முதல்ல நிறுத்தனும். நா அவள் நெத்தில முத்தம் கொடுத்துட்டுச் சொன்னேன்.

"தியா, எனக்கு இத பத்தி எதுவுமே தெரியாதே.... ஐயம் இன்னசென்ட்"

“நோ ப்ராப்ஸ் பேபி, ஐ கேன் ஹேண்டில் இட்" அவள் சிரிச்சுட்டே அவள் என் இடுப்ப சுத்திப் புடிச்சுட்டு இருந்த கால எடுத்துட்டு என்னைத் தள்ளி விட்டாள். அவள் என் மேல உக்காந்தாள். அவள் லேசா சிரிச்சுட்டே என்னைக் கிஸ் பண்ணாள். அவள் சிரிச்சாலும் அவள் கண்ணுல இருந்து கண்ணீர் வந்துட்டே இருக்கு. எங்களுக்குள்ள சின்ன இடைவெளி கூட இல்லாத அளவுக்கு நாங்க ஒன்னா சேந்தோம். நா அவளுக்கும், அவள் எனக்கும் சொந்தமாகிட்டோம்.

●●●

நா காலைல எழுந்து வேக வேகமாக் குளிச்சுட்டுக் கிளம்புனேன். குளிக்கும் போதுதான் கவனிச்சேன் என் உடம்புல ஒரு அஞ்சு இடத்துல நகக்கீறல் இருக்கு. அவக்கிட்ட சொன்னாலும் அவள் நகத்தைக் கட் பண்ண மாட்டாள். ஒரு வேலை வெற்றிகரமா முடிஞ்சது ஆனால் இன்னொரு வேலை முடியலையே. இன்னைக்கு நா நல்லா வாங்கிக் கட்டிக்கப் போறேன். நா என்னோட பையை மாட்டிக்கிட்டுக் கிளம்புனேன். நா கதவத் திறக்கப் போகும் போது,

"பேபி" தியா கூப்டாள்.

நா திரும்பி அவளப் பாத்தேன். அவள் முழிச்சுட்டாள். பெட்சீட்ட நல்லா இழுத்து போத்திப் படுத்துட்டு இருக்காள்.

"குள்ளச்சி, லீவ் போடாம ஒழுங்கா காலேஜ்க்குப் போ"

"ஹ்ம்ம்" முகத்த உம்முன்னு வெச்சுட்டுச் சொன்னாள். நா பெட்க்குப் பக்கத்துலப் போய் குனிஞ்சு அவள் கன்னத்துல முத்தம் கொடுத்தேன். இப்போ அவள் சிரிச்சாள்.

"டோர் லாக் பண்ணிட்டுத் தூங்கு இல்லன்னா ட்ரெஸ் போட்டுட்டு தூங்குடி குள்ளச்சி"

"ஹ்ம்" வெக்கப்பட்டுட்டே சொன்னாள்.

நா கிளம்புனேன். நா கதவுப் பக்கத்துலப் போகும் போது அவள் சொன்னாள்.

"பேபி நீயா இன்னசென்ட்? லாஸ்ட் நைட் யூ ட்ரைடு டூ கிள் மீ"

நா அவளத் திரும்பிப் பாத்துக் கண் அடிச்சேன். அப்போதான் எனக்கு அவள் வலது தோள்க்கு பின்னாடி முதுகுல அஸ்வின்னு ஸ்டைலா பச்சைக் குத்தி இருக்குறது ஞாபகம் வந்தது. தியா எங்கிட்ட இத சொல்லவே இல்லை. நேத்து நைட்தான் நானே அதப் பாத்தேன். அப்போ பிஸியா இருந்ததால என்னாலக் கேக்க முடியில.

"தியா, அந்த டாட்டூ எப்போப் போட்ட?"

"காலேஜ் பர்ஸ்ட் இயர்ல. சென்னைக்கு ஐவி போனோம் அப்போதான் போட்டேன். நல்லா இருக்கா அஸ்வின்?"

"குள்ளச்சி எனக்கு லேட் ஆகுது, இருடி வந்துக் கொல்லுறேன் உன்னை. யாரக் கேட்டுப் பச்சைக் குத்துன நீ" அவள் பதில் பேசாம சிரிச்சாள். நா வேலைக்குப் போயிட்டேன்.

24

நா வேலையில இருந்து வந்ததும், தியாக்கிட்ட அவள் எதுக்குப் பச்சை குத்துனான்னு கேட்டேன்.

"உன் பேரக் கேட்டாலே ரேவந்த் டென்ஷன் ஆகிடுவான், உன் நேம் டாட்டூப் போட்டதுனாலதான் என்னால அவங்கிட்ட இருந்து இத்தனை வருஷமாத் தப்பிக்க முடிஞ்சது அஸ்வின்" தியா சொன்னாள்.

அதுமட்டுமில்ல என்னையும் கட்டாயப்படுத்தி அவளோடப் பேர நெஞ்சுல பச்சைக் குத்த வெச்சாள். நா அவக்கிட்ட கெஞ்சுனேன் 'எனக்கு பச்சைக் குத்தப் புடிக்காது, வேணாம்ன்னு'. அவள் கேக்கவே இல்ல. என்னைப் பொறுத்தளவுக்கு காதலன், காதலி பேரப் பச்சைக் குத்துறது முட்டாள் தனம். ஆனால் இவளால நா அதையும் பண்ணேன். அதுக்கு அப்றம் எனக்குப் புடிச்சுருச்சு. அவளோடப் பேர இங்கிலிஷ்ல ஸ்டைலா என் நெஞ்சுல பாக்கும் போதெல்லாம் ஒரு மாதிரி சந்தோசமா இருக்கும்.

•••

"ம்மா ஏம்மா அடம் புடிக்குறிங்க? எனக்காகப் பேசுங்கம்மா ப்ளீஸ்" நா பெட்ல சாஞ்சு உக்காந்து அம்மாக்கிட்ட போன் பேசிட்டு இருக்கேன். தியாவோட அப்பா எப்டியும் ரொம்ப நாள் காத்திருக்க மாட்டாரு.

அவரு அவளுக்கு மாப்பிள்ளைப் பாக்க ஆரம்பிக்குறதுக்கு முன்னாடி நா எங்க வீட்டுல இருந்து போய்ப் பேசச் சொல்லணும். நானும் அதுக்காகதான் என் அம்மாக்கிட்ட கெஞ்சிட்டு இருக்கேன். அவிங்கப் பேச மாட்டேன்னு அடம் புடிக்குறாங்க. தியா தூங்கிட்டு இருக்காள். என்னால அம்மாக்கிட்ட இப்போதான் பேச முடியும்.

"எனக்கு அந்தக் குடும்பத்துல உன்னைக் கொடுக்கப் புடிக்கல" அம்மா சொன்னாங்க.

"ம்மா நீங்க ஒன்னும் என்னைக் கொடுக்க வேணாம்.... தயவுசெஞ்சு போய் அவிங்கக்கிட்டப் பேசுங்கம்மா" நா சத்தமாக் கோவமாச் சொன்னேன். தியா நெண்டுனாள், முழிச்சுட்டாள். எழுந்து என் தோள்ல சாஞ்சு உக்காந்தாள்.

"பேபி, யார்க்" தியா பேசும் போது நா அவள் வாயை அடைச்சேன். அவளே நா அம்மாக்கிட்டப் பேசுறன்னு புரிஞ்சுக்கிட்டு அமைதியா உக்காந்து என்னைப் பாத்தாள்.

"ம்மா நா அப்றம் பேசுற"

"ஹ்ம், நீ என்னதான் சொன்னாலும் நா நீ தியாவக் கல்யாணம் பண்ண ஒத்துக்க மாட்டேன்"

நா கோவத்துல கால் கட் பண்ணேன். இவிங்களுக்கு என்னதான் பிரச்சனையோத் தெரியல. தியா என்னைக் குருகுருன்னு பாத்துட்டே உக்காந்துட்டு இருந்தாள். நா பக்கத்துல இருந்த லேப்டாப் எடுத்து நோண்ட

ஆரம்பிச்சேன். தியா போய் என் கால்க்கிட்ட உக்காந்து, என் கால் நகத்தைக் கடிச்சுட்டு இருந்தாள்.

"குள்ளச்சி, என்னடிப் பண்ற?"

"பேபி உனக்கு நகம் அதிகமா வளந்துருக்கு அதான் கடிச்சு விட்றேன்"

"நா இப்போதான் ரெஸ்ட்ரூம் போய்ட்டு வந்தேன்டி"

"ச்சீ...."

தியா உடனே என்னோட லோயர் பேண்ட்ல அவளோட உதட்டைத் தேச்சாள். நா சிரிச்சேன். அவள் வந்து என் பக்கத்துல உக்காந்து என் இடது கை விரல் நகத்தைப் புடிச்சுக் கடிச்சாள். அவளோட உதடும், நாக்கும் என் விரல்லப் படப்பட எனக்குக் கூச்சமா இருந்தது.

"முதல்ல உன் கைல இருக்க நகத்தைக் கட் பண்ணுடி"

அவள் என்னைப் பாக்காமலே மாட்டேன்னு தலைய ஆட்டுனாள். நா லேப்டாப் ஆப் பண்ணி பக்கத்துல வெச்சேன். அவள் நகத்தைக் கடிச்சுட்டே சொன்னாள்.

"ஷி ஹேட்ஸ் மீ"

"அப்டிலா இல்ல குள்ளச்சி"

"அவிங்க நம்ம மேரேஜ்க்கு ஓகே சொல்ல மாட்டாங்க, பேபி" அவள் என் கண்ணப் பாத்தாள். என் கைய விட்டாள்.

"சொல்லுவாங்க கொஞ்சம் வெய்ட் பண்ணு"

"நா வேணுனா ஒரு ஐடியா சொல்லட்டுமா பேபி" அவள் வெகுளியா சிரிச்சுட்டே சொன்னாள். எப்டியும்

என்னைக் கடுப்பேத்துற மாதிரிதா எதாவது சொல்லப் போறாள்.

"என்ன?"

அவள் என் கன்னத்துல முத்தம் கொடுத்துட்டுச் சொன்னாள்.

"நாம ஓடிப் போய்க் கல்யாணம் பண்ணிக்கலாம் பேபி"

நா அவளோடத் தலைல ஒரு தட்டு தட்டிச் சொன்னேன்

"போடி லூசு"

மறுபடியும் வெகுளியாச் சிரிச்சாள் அவளோடக் கன்னத்துலக் குழி விழுந்தது. நா அதுக்கு முத்தம் கொடுத்தேன். அவள் என்னோட தோள் மேல கைப் போட்டாள்.

"நா வேணும்னா இன்னொரு ஐடியா சொல்லட்டுமா?" அவள் கேட்டாள்

"சொல்லு" நா கடுப்போடக் கேட்டேன்.

"நாம..... நாம.... நாம" அவள் என் காதுல மெதுவா சொன்னாள்.

"சொல்லுடி குள்ளச்சி"

"நாம குழந்தைப் பெத்துக்கலாம், அப்றம் அவிங்க ஓகே சொல்லுவாங்க" நா அவள் என்னோட தோள் மேல வெச்சுருந்தக் கையை எடுத்தேன். அவள விட்டுத் தள்ளி உக்காந்தேன்.

"ஏன் பேபி" அவள் கேட்டாள்.

நா தலைகாணிய எடுத்து அவள அடிச்சேன், அவள் சிரிச்சாள்.

"எத்தனைத் தடவச் சொல்லிருக்கேன், என்னைக் கடுப்பேத்துற மாதிரி பேசாதன்னு. போடி தூங்குடி...... போடி"

அவள் சிரிச்சுட்டே அந்த அடியெல்லாம் வாங்குனாள். கொஞ்ச நேரத்துல நாங்க ரெண்டு பேரும் தூங்கனோம். நா காலைல நேரமா எழுந்தேன். அவள் தூங்கிட்டு இருந்தாள். அவளோட கை என் மேல இருந்தது. நா அவளோட நீளமான நகத்தைப் பாத்தேன். எனக்கு இப்பவே அத வெட்டி விடனும் போல இருக்கு. நா மெதுவா அவளோட கை விரல் நகத்தைக் கடிச்சு விட்டேன். அவள் தூக்கம் கலையாத மாதிரி பத்து விரல்லயும் நகத்தைக் கடிச்சு விட்டேன். அவள் தூக்கம் தெளிஞ்சதும் எழுந்து உக்காந்து, சோம்பல் முறிச்சாள். நா எதுவும் தெரியாத மாதிரி கமுந்துப் படுத்து, அவளுக்கு தெரியாமச் சிரிச்சுட்டே இருந்தேன்.

"ஓ மை காட், மை நெய்ல்ஸ்!"

நா அப்பாவி மாதிரி முகத்த வெச்சுட்டு அவளப் பாத்துக் கேட்டேன்.

"என்னாச்சு செல்லக்குட்டி" அவள் என்னை சந்தேகமாப் பாத்தாள். நா சிரிப்பக் கஷ்டப்பட்டு அடக்குனேன். அவளுக்குக் கோவம் வந்தது.

"நீதான கட் பண்ண?"

"இல்லடி குள்ளச்சி" அவள் திடீர்னு அழுக ஆரம்பிச்சுட்டாள். இதுக்கு மேலயும் என்னால சிரிப்பக் கட்டுப்படுத்த முடியாது. நா சிரிச்சேன். அவள் என்னை அடிச்சாள்.

"ஐ லவ் மை நெய்ல்ஸ் பட்..... யூ" அவள் என் முதுகுலயே குத்துனாள்.

"குள்ளச்சி இதுக்கு எதுக்குடி அழுகுற?"

"ப்ரேக் அப்"

"ஹேய் குள்ளச்சி இதுக்கெல்லாம் ப்ரேக் அப் பன்றியேடி, ரொம்ப ஓவர்டி" அவள் எழுந்து என் முதுகு மேல ஏறி நின்னு, மிதிச்சாள்.

"ராட்சஸி"

ஜங்கு ஜங்குன்னு குதிச்சுட்டே, குழந்தை மாதிரி அழுதுட்டே "ப்ரேக் அப் ப்ரேக் அப்"ன்னு கத்துனாள். அப்றம் வெளியிலப் போனாள். போன வேகத்துலயே உள்ள வந்து திரும்ப என் டிக்கில ஒரு உதை உதைச்சாள். நா சிரிச்சுட்டே இருந்தேன். இதுக்கல்லாம் யாராவது அழுவாங்களா?.....லூசு இவள்.

●●●

அந்த நகத்துக்காக தியா எங்கூட ரெண்டு நாளாப் பேசவே இல்ல. நா அவளக் கிண்டல் பண்ணிட்டே இருந்தேன் அதையும் அவள் கண்டுக்கல. இன்னைக்கு நைட் சாப்பாட்டுக்காக நந்துவும் விக்கியும் சமைச்சுட்டு இருக்காங்க. தியா கிச்சன் கவுண்ட்டர்ல உக்காந்து காய் வெட்டி கொடுத்துட்டு இருக்காள். நா போய் அவளுக்குப் பக்கத்து ஸ்டூல்ல உக்காந்தேன். நந்து எனக்கு காபி கொடுத்தான். தியா என்னைத் திரும்பிக் கூடப் பாக்கல. நா காபி குடிச்சுட்டே என்னோட காலால அவளோட கால உதச்சேன். அவள் என்னை கோவமாப் பாத்தாள். நந்துவும், விக்கியும் திரும்பி நின்னு வேலைப் பாத்துட்டு இருந்தாங்க. நா மெதுவா அவள் பக்கத்துல போய் அவள் கன்னத்துல முத்தம் கொடுத்தேன்.

“நமக்கு பிரேக் அப் ஆகிடுச்சு" தியா கோவமாச் சொன்னதும் நந்துவும், விக்கியும் திரும்பிப் பாத்தாங்க. நா எதுவும் தெரியாத மாதிரி காபி குடிச்சேன். அவுனுங்களுக்குள்ள சிரிச்சுட்டே ஏதோ சொல்லிக்கிட்டானுங்க. எனக்கு அது காதுல விழுகல. அவுனுங்க திரும்பனதும், நா ஒரு கையாலேயே அவளோடக் கழுத்தப் புடிச்சு டக்குன்னு இழுத்து லிப் லாக் பண்ணேன். அவள விட்டதும், அவள் என்னை விளையாட்டுத்தனமா அடிச்சாள். மறுபடியும் நந்துவும், விக்கியும் திரும்பிப் பாத்தாங்க.

"என்னடா சண்டை உங்களுக்குள்ள" நந்து கேட்டான்.

"ஒண்ணுமில்ல மச்சான்"

"அஸ்ஸா அண்ணா" தருணோட குரல் கேட்டது. நானும், தியாவும் திரும்பிப் பாத்தோம். தருண், தாரா ரெண்டு பேரும் நவ்யாவோடக் கையப் புடிச்சுட்டு நின்னுட்டு இருந்தாங்க. தருண் என்னைப் பாத்துச் சிரிச்சுட்டே என் பக்கத்துல வந்தான். என் கையப் புடிச்சான். நா நவ்யாவப் பாத்தேன்.

"ரெண்டு பேருக்கும் ஸ்கூல் டென் டேய்ஸ் லீவ், அம்மாக்கு வேலை இருக்கு. அதான் இங்க கூப்ட்டு வந்தேன்" நவ்யா சொன்னாள்.

●●●

நா தருண், தாராக்கிட்ட இருந்து எப்டி விலகி இருக்குறதுன்னு யோசிச்சுட்டே இருந்தேன். என்னை யோசிக்கக் கூட விடாம, ரெண்டு பேரும் இந்த ஃப்ளாட்க்கும் அந்த ஃப்ளாட்க்கும் மாத்தி மாத்தி ஓடி விளையாண்டுட்டு இருந்தாங்க. அப்டியே அவிங்கக் கூடக் கொஞ்சம் பழகிட்டேன். நா, நந்து, விக்கி மூணு பேரும் வேலைக்கு போய்ட்டு உள்ளவரும் போது ரெண்டு பேரும் எங்கிட்ட ஓடி வந்தாங்க. தியா, ஐரா, நவ்யா மூணு பேரும் காதுல ஹெட் போன்

மாட்டிக்கிட்டு பப்ஜி விளையாண்டுட்டு இருக்காங்க. ஐராவும் தியாவும் இவ்ளோ நெருக்கமாவாங்கன்னு நா எதிர் பாக்கல. தருண் என்னைப் பாத்து அவனோட கைய நீட்டுனான்.

"என்ன?" நா மெதுவா கேட்டேன்.

"தூக்கு" அவன் சொன்னான்.

இவனப் பாத்தா எனக்குத் தம்பி மாதிரி உணர்வு வரல. குழந்தை மாதிரி இருக்கான். நானும் அவனத் தூக்குனேன். உடனே தாராவும் அவளத் தூக்கச் சொன்னாள். விக்கி அவளத் தூக்கிக்கிட்டு கிச்சன்க்குப் போனான். நந்து போய் நவ்யாப் பக்கத்துல உக்காந்து அவள விளையாட விடாமத் தொல்லைப் பண்ணிட்டு இருந்தான். தருண் என் தோள் மேலத் தலை சாய்ச்சுப் படுத்துக்கிட்டான்.

"தூக்கம் வருதா தருண்?"

"ஹ்ம்.... அக்கா சாப்ட எதுவுமே கொடுக்கல"
நா போய் நவ்யா தலைல ஒரு தட்டு தட்டுனேன். அவள் என்னை அண்ணாந்துப் பாத்தாள்.

"என்னடா" சிடு சிடுன்னு கேட்டாள்.

"சாப்ட எதுவும் கொடுக்கலயா இவனுக்கு"

"நீ சும்மாதான இருக்க நீ போய்க் கொடு" அவள் கண்டுக்காம கேம் விளையாண்டாள். விக்கி கிச்சன்ல இருந்து வெளியில வந்தான், தாரா அவன் பின்னாடியே வந்தாள்.

"இவளுங்க எதுவுமே சமைக்கலடா .....பாரு எப்டி உக்காந்து விளையாண்டுட்டு இருக்காங்கன்னு"

"ஹலோ இன்னைக்கு நீங்கதான் சமைக்கணும்" ஐரா விளையாண்டுட்டே எங்களப் பாக்காமச் சொன்னாள்.

"வெளியிலப் போய் எதாவது வாங்கிட்டு வரலாம் மச்சான்" விக்கி சொன்னான். நாங்க ரெண்டு பேரும் போய்க் குளிச்சுட்டு துணி மாத்திட்டு வந்தோம். நந்து வரலன்னு சொல்லிட்டான். நாங்க போகும் போது தருண், தாரா ரெண்டு பேரும் வரேன்னு அடம் புடிச்சாங்க. தருண் என் பைக்ல வந்தான், தாரா விக்கிக்கூட வந்தாள். நாங்க எல்லாருக்கும் சாப்பாடு வாங்கிட்டு வர வழியில தருண் ஐஸ் க்ரீம் கடையப் பாத்துட்டு ஐஸ் க்ரீம் வேணும்னு கேட்டான். தம்பிக்கும், பாப்பாக்கும் என்னென்ன வேணுமோ எல்லாம் வாங்கிக் கொடுத்துக் கூப்ட்டு வந்தோம். வர வழியில தியா கால் பண்ணாள். நா பைக்கை ஒரு துணிக் கடைக்கு முன்னாடி நிறுத்திப் போன் பேசுனேன்.

"சொல்லுடி, நமக்குதான் ப்ரேக் அப் ஆகிடுச்சுல்ல எதுக்கு கால் பண்ற?" எனக்கு அவள் மேல செமக் கோவம். அந்த நகத்துக்காகக் கோவிச்சுட்டு பேசாம இருக்காள்.

"அஸ்வின், ஸ்டேய் பிரீ வாங்கிட்டு வாடா"

"என்னது?"

விக்கி பைக் என்னைக் கடந்துப் போச்சு. அவன் திரும்பிப் பாத்தான். நா வரன்னு அவங்கிட்ட சிக்னல் காட்டுனேன். அவனும் நிக்காமப் போனான்.

"ஸ்டேய் பிரீ" தியா சொன்னாள். எங்கயோக் கேட்ட மாதிரி இருக்கே. எனக்கு டக்குனு ஞாபகம் வரல.

"தியா"

"நா டேட் ஆகிட்டேன் பேபி, வாங்கிட்டு வாடா" நா பதில் பேசல, இப்போதான் அவள் சொன்னது புரிஞ்சது.

"போலா அஸ்ஸா" தருண் சொன்னான். நா அவன் தலைல கை வெச்சு ''ஒரு நிமிஷம் இருடா''ன்னு சொன்னேன்.

"பேபி இருக்கியா?"

"ஹ்ம்ம், ஹேய் நா எங்கப் போய் அத வாங்கறது, குள்ளச்சி அங்கயேப் பக்கத்துல வாங்கிக்கோடி"

"அப்போ நீ வாங்கிட்டு வர மாட்ட"

"குள்ளச்சி நா எப்டி டி அதக் கேட்டு வாங்கட்டும்"

"எனக்குத் தெரியாது நீ வாங்கிட்டு வர.... சீக்ரம் வாடா"

"ப்ளீஸ் ப்ளீஸ் ப்ளீஸ் குள்ளச்சி, எனக்கு அதக் கேக்க ஒரு மாதிரி இருக்கு"

"என்னடா? அதக் கேக்கறதுல உனக்கு என்ன ப்ராப்ளம்? சீக்ரமா வாங்கிட்டு வா பேபி"

"தியா"

அவள் கட் பண்ணிட்டாள். தருண் பைக் ஹாரன் அடிச்சு விளையாண்டான். நா நேரா மெடிக்கலுக்குப் போனேன். அந்த மெடிக்கல்ல ஒரு பொண்ணுதான் இருந்தது. அந்தப் பொண்ணு "நிமக்கு ஏன் பேக்கு சார்?'(உங்களுக்கு என்ன வேணும் சார்?)'னு கேட்டது. எனக்கு இந்தப் பொண்ணுக்கிட்ட கேக்கத் தயக்கமா இருக்கு. யாராவது பசங்க வந்தால் பரவாலயே. அந்தப்பொண்ணு என்னைக் குழப்பமாப் பாத்தது. அஸ்வின் தயங்காம கேளுடா.... கேளு. நா பின்னாடி செல்ப்ல இருக்க நாப்கின்ஸ பாத்தேன்.

“ஐ வான்ட் தட் ஒன்” நா கை நீட்டி காட்டுனேன். அந்தப் பொண்ணு திரும்பிப் பாத்தது, லேசா சிரிச்சுட்டே போய் ஒரு நாப்கின் எடுத்துட்டு வந்து ஒரு கருப்புக் கவர்ல போட்டுக் கொடுத்தது. நா பணம் கொடுக்கும் போது அந்தப்பொண்ணு சொன்னது.

“நின் மகா நோடக்கே நின் தரானே இதாரே” (உங்கப் பையன் பாக்குறதுக்கு உங்கள மாதிரியே இருக்காங்க)

பெருத்த அவமானம். நா பதிலுக்கு சிரிச்சுட்டே வந்துட்டேன். நா பைக் ஸ்டார்ட் பண்ணும் போது தருணோட தலை மேல முத்தம் கொடுத்தேன். அப்பா இந்த மாதிரி யாராவது சொல்லும் போதுதான் எனக்கு உங்க மேல கோவம் வருது. நாங்க சாப்பாட்டோட ஃபிளாட்க்குள்ளப் போனதும் இந்தப் பொண்ணுங்க எல்லாம் எழுந்து சாப்ட ரெடி ஆனாங்க. நவ்யா என் கைல இருக்க கருப்புக் கவரப் பாத்தாள். நா உடனே ரூம்க்குள்ளப் போனேன், தருணும் என் பின்னாடியே வந்தான். அப்றம் தியா வந்தாள். என் கைல இருக்க கவர வாங்கிட்டு சொன்னாள்.

" தேங்க்ஸ்"

தருண் எங்களக் குருகுருன்னு பாத்தான். அதனால என்னால எதுவும் பேச முடியல. நாங்க சாப்ட்டப் பிறகு கிரிக்கெட் பாத்துட்டு இருந்தோம். விக்கியும், நவ்யாவும் மட்டும் சோபால உக்காந்துருக்காங்க, நாங்க எல்லாரும் தரையில உக்காந்துருந்தோம் . ஏன்னு தெரியல தருண் என்னை விட்டு தள்ளிப் போக மாட்டுக்குறான். இப்போக்கூட என் மடியிலதான் உக்காந்துட்டு இருக்கான். தியா என் பக்கத்துல உக்காந்துட்டு இருக்காள். நா அவள் தோள் மேல கையப் போட்டேன். அவள் கைய எடுத்து விட்டாள்.

"அஸ்ஸா, இவிங்கதான் உன்னோட லவ்வரா?" தருண் தியாவ கை காட்டிக் கேட்டான்.

"ச்ச ச்ச.... அதோ அந்த அக்காதான் என்னோட ஆளு" நா மெதுவா சொல்லி தியாக்குப் பக்கத்துல இருந்த ஐராவக் கை காட்டுனேன். தியா என் தொடையக் கிள்ளுனாள்.

"ஐரா அக்கா இல்ல. இந்த அக்காதான் உன் கேர்ள் பிரண்ட் எனக்குத் தெரியும்" தருண் சொன்னான். அவன் சொன்னதும் கரண்ட் போய்டுச்சு. நாங்க பேட்டரி லைட் ஆன் பண்ணி வெச்சோம். கொஞ்ச நேரம் ஜாலியாப் பேசிட்டு இருந்தோம்.

"டேய் தம்பி இங்க இருக்க அக்காவுல எந்த அக்கா அழகா இருக்காங்க?" விக்கி தருண்க்கிட்டக் கேட்டான்.

தருண் வெக்கப்பட்டுட்டே கை நீட்டி தியாவக் காட்டுனான். தியா அவனோட கன்னத்தக் கிள்ளுனாள். தருண் எழுந்துப் போய் தியா முன்னாடி நின்னு தியாவ வெக்கப் பட்டுட்டேக் கட்டிப்புடிச்சான்.

"டேய் தம்பி, அது உன் அண்ணிடா" விக்கி சொன்னான்.

"எனக்கு ஒரு கிஸ் கொடு குட்டி" தியா அவளோட கன்னத்தக் காட்டுனாள். தருண் மறுபடியும் வெக்கப்பட்டான். எங்க இருந்துதான் இவனுக்கு இப்டி வெக்கம் வருதோ தெரியல. அவன் தியாவோட உதட்டுல முத்தம் கொடுத்தான். எல்லாரும் சிரிச்சாங்க. எனக்கு மட்டும் புடிக்கல. தியா என்னைப் பாத்தாள், நா வேணான்னு தலைய ஆட்டுனேன். அவள் வேணும்னே என்னை வெறுப்பேத்த தருணோட உதட்டுல அழகா ஒரு முத்தம் கொடுத்தாள்.

"என்னடா நடக்குது இங்க? தியா நீ யார மேரேஜ் பண்ணிக்கப் போற? அஸ்வினா இல்ல தருணா?" ஐராக் கேட்டாள்.

"தருண், கல்யாணம் பண்ணிக்கலாமா?" தியா தருண்க்கிட்டக் கேட்டாள், அவனும் வெக்கப்பட்டுட்டே தலைய ஆட்டுனான். டேய் தம்பி நல்லா வருவடா நீ. தருண் போய் நவ்யா மடியில உக்காந்தான். நா எழுந்து தூக்கம் வருதுன்னு சொல்லிட்டு ரூம்க்குப் போனேன். எனக்கு தூக்கமே வராம நா பெட்ல படுத்து உருண்டுட்டே இருந்தேன். அவிங்க எல்லாம் வெளில ஜாலியா பேசிட்டு சிரிக்குறசச் சத்தம் எனக்கு கேட்டுட்டே இருக்கு. இந்த கரண்ட்டு இன்னும் வந்து தொலையல. எல்லாரும் குட் நைட் சொல்ற சத்தம் கேட்டது. தியா ரூம்க்குள்ள வந்தாள். நா மொபைல் டார்ச் அடிச்சேன். அவள் தருணத் தூக்கிட்டு வந்தாள், பெட்ல என் பக்கத்துலப் படுக்க வெச்சாள். அவன் நல்லா தூங்கிட்டு இருக்கான்.

"இவன எதுக்கு இங்கத் தூங்கிட்டு வந்த, நாம ஒன்னாத் தூங்குறதப் பாத்துட்டுப் போய் அப்பாக்கிட்ட சொல்லவா"

தியா பெரிய ஜன்னலத் திறந்து விட்டாள், நல்லா ஜில்லுன்னு காத்து வந்தது. நிலவொளியால இருட்டான ரூம் கொஞ்சம் வெளிச்சாமகிடுச்சு. தியா தருண்க்கு பக்கத்துலப் படுத்தாள். எங்கூடப் பேசல, நா மொபைல் டார்ச் ஆப் பண்ணிட்டு, எழுந்து போய் சோபாலப் படுத்து மொபைல் நோண்டுனேன். தியா எழுந்து என் பக்கத்துல வந்து நின்னாள். நா கண்டுக்கவே இல்ல. அவள் சோபால உக்காந்தாள், நா எழுந்து நின்னேன். நா வெளியப் போலாம்னு கதவுக்கிட்டப் போனேன். தியா பின்னாடியே வந்து என் கையப் புடிச்சு இழுத்தாள்.

"என்னடி?" நா மெதுவா கேட்டேன். சத்தம் கேட்டு தருண் எழுந்தால் நாங்க மாட்டிப்போமே. அவள் எதுவும் பேசாம என்னைக் கட்டிப்புடிச்சாள். ஆமா ஆவுன்னா இதப் பண்றாள். இவள் பேசாம இருந்தா நாங்களும் பேசக் கூடாது, இவள் பேசுன உடனே நாங்களும் பேசணும். நா பேச மாட்டேன்டி.

"தள்ளிப் போ தியா"

அவள் தள்ளி நின்னாள். என்னடி சொன்னவுடனே தள்ளிப்போயிட்ட, குள்ளச்சி. அவள் என்னைச் செவுத்துல தள்ளி விட்டாள். அப்றம் மறுபடியும் பக்கத்துல வந்தாள். என் மேல சாஞ்சு நின்னாள்.

"நா சொன்னல்லடி அவனக் கிஸ் பண்ணாதன்னு, எதுக்குப் பண்ண?" அவள் என்னை அண்ணாந்து பாத்து லேசாச் சிரிச்சாள். நா மொறச்சேன்.

"பேபி ஆர் யூ ஜெலஸ்?"

"நோ.... " நா சொன்னேன். அவள் சிரிச்சுட்டே என்னை இறுக்கமாக் கட்டிப்புடிச்சாள்.

"பேபி ஹி இஸ் எ கிட்" நா அவளோட முகத்தைப் புடிச்சேன். என்னோட கை கட்டை விரலால அவளோடக் கீழ் உதடை தடவிட்டேச் சொன்னேன்.

"இட்ஸ் மைன் டோன்ட் லெட் எனியொன் கி" நா சொல்லும் போதே தியா என் கழுத்துல கை வெச்சு அவளோட உயரத்துக்கு ஏத்த மாதிரி என்னை இழுத்தாள். அவளோட முகத்தோட என் முகத்தை ஒட்டி வெச்சாள்.

"குள்ளச்சி" நா மெதுவா சொன்னேன்.

"கிஸ் மீ அஸ்வின்"

நாங்க கிஸ் பண்ணோம். ரெண்டு பேருமே நிறுத்தல, அவளோட உதட்டை எனக்கு ரொம்பப் புடிக்கும். நா அத எத்தனை தடவ வேணா கிஸ் பண்ணுவேன். திடீர்னு தியா தயங்குனாள்.

"என்னாச்சு" நா ஹஸ்கி குரல்ல கேட்டேன்.

"நா லீவ்க்கு ஊருக்குப் போறேன் அஸ்வின்"

"வேணாம்" நா அவள் கன்னத்துல முத்தம் கொடுத்தேன்.

"அப்பாக்கு என்னைப் பாக்கணுமாம்"

"குள்ளச்சி, எத்தனை நாள் அங்க இருப்ப?"

"ஒன் வீக்"

"வேணான்டி ப்ளீஸ்" அப்றம் அவப் போறேன்னு அடம் புடிச்சாள். நானும் போகச் சொன்னேன்.

●●●

நா வேலையில இருந்து இன்னைக்கு நேரமா வந்துட்டேன். ஃப்ளாட்க்கு வரும் போது கதவுத் திறந்து இருந்தது. தியா இன்னும் காலேஜ்ல இருந்து வந்துருக்க மாட்டாள். யாரு உள்ள இருக்கா?. நா மெதுவாக் கதவத் திறந்தேன், ஒரே இருட்டா இருக்கு, டீவி மட்டும் ஓடிட்டு இருக்கு. நா லைட் ஆன் பண்ணப்போ தாரா அழுதுட்டே சோபால உக்காந்துட்டு இருந்தாள். அவள் தலை முடியெல்லாம் கலைஞ்சு இருந்தது. கன்னம் செவந்து இருந்தது. ரொம்பப் பயந்து போய் உக்காந்து இருந்தாள். நா வேகமா அவப் பக்கத்துலப் போனேன். தேம்பி தேம்பி அழுதுட்டு இருந்தாள்.

"பாப்பா, ஏன் அழுகுற? இங்கத் தனியா என்ன பண்ற?"

"அண்ணா..... நா.... நா" எதுக்கு இப்டி அழுகுறாள். நா பாப்பாப் பக்கத்துல உக்காந்து கலைஞ்சு இருந்த தலை முடியை சரி செஞ்சேன்.

"சொல்லுடா, நவ்யா அக்கா எங்க?"

பாப்பா என்னைக் கட்டிப்புடிச்சு அழுதாள்.

"குட்டி அழுகாத.... சொல்லு என்னாச்சு"

தாரா அழுகைய நிறுத்திட்டு பயந்துட்டேச் சொன்னாள்.

"நா டீவி பாக்க வந்தேன், திடீர்னு ஒரு அண்ணா உள்ள வந்தாங்க, தியா அக்கா எங்கன்னு கேட்டாங்க நா தெரியலன்னு சொன்னேன். அந்த அண்ணா என்னை அடிச்சுட்டாரு.... எல்லா ரூம்லயும் போய்த் தேடுனாரு..... அப்றம் வெளிலப் போயிட்டாரு"

ரேவந்த்தாதான் இருக்கும், அவன் இங்கயா இருக்கான்? நா தாராவத் தூக்கிட்டுப் பக்கத்து ஃப்ளாட்க்கு போனேன். ஐரா கிச்சன்ல இருந்தாள்.

"என்னாச்சு அஸ்வின் ஏன் தாரா அழுகுறாள்?"

ஐரா வந்து தாராவக் கூப்ட்டு சோபால உக்கார வெச்சுட்டுப் பேசுனாள். நா நவ்யா ரூம்க்குப் போனேன், நவ்யா தருண்கூட தூங்கிட்டு இருந்தாள்.

"நவ்யா" நா கத்துனேன்.

அவள் எழுந்தாள், ஒன்னும் புரியாம முழிச்சாள்.

"எதுக்குடாக் கத்துற"

நா அவள அறைஞ்சேன், தருண் முழிச்சான். நா அதனால சண்டப் போடாம அமைதியாச் சொன்னேன்.

"இவிங்கள இங்க கூப்ட்டு வந்தா மட்டும் போதாது, பத்ரமா பாத்துக்கவும் தெரியணும்"

நவ்யா அழுகல இருந்தாலும் அவளுக்குக் கண் கலங்குச்சு. எனக்கு அப்போ மெஸேஜ் வந்தது. நா தருண் இருக்கறதால அவளத் திட்டாம வெளியில வந்தேன். மொபைல் எடுத்துப் பாத்தப்போ தியா 'அஸ்வினய்ரா' னு மெஸேஜ் பண்ணியிருந்தாள். நா அவளுக்குக் கால் பண்ணேன் கால் போகல. என்னப் பண்றது, எங்கப் போறதுன்னு தெரியாமலே நா பைக் எடுத்துட்டுக் கிளம்புனேன். அவளோட காலேஜ்க்குப் போனேன். அங்க சுத்தியிருக்க இடத்துல எல்லாம் தேடுனேன். மறுபடியும் அவளுக்குக் கால் பண்ணேன். இப்போ ரிங் ஆகுது..... எடு தியா..... ப்ளீஸ் கால் எடு..... எங்க இருக்க?..... தியா கால் எடுடி.

"ஹலோ அஸ்வின்"

"எங்கடி இருக்க?"

"காலேஜ்க்குப் பக்கத்துல இருக்க ஷாப்பிங் மால்"

"நா வரேன் அங்கயே இருடி, எங்கயும் போகாத"

நா அந்த ஷாப்பிங் மால்க்குப் போனேன். நாலு ஃபிளோர் இருக்குறப் பெரிய ஷாப்பிங் மால் இது. நா கிரௌண்ட் ப்ளோர்ல நடுவுல கூட்டத்துல நின்னு தியாவத் தேடுனேன். யாரோ என் பின்னாடி நிக்குற மாதிரியே ஃபீல் ஆகுது. நா திரும்புனேன் தியா அழுதுட்டே நின்னுட்டு இருந்தாள். நா அவள அணைச்சேன்.

"நா பயிந்துட்டேன்" நா சொன்னேன்.

"ரேவந்த் இங்கதான் இருக்கான்.... நா அவனப் பாத்த அஸ்வின்"

"ஹ்ம்ம் தெரியும்"

"பயமா இருக்கு அஸ்வின்..... அவன் என் பின்னாடியே நடந்து வந்தான். நா பயந்துதான் இங்க வந்தேன்"

நாங்கக் கட்டிப்புடிச்சு நின்னுட்டு இருக்கறதால. அங்கப் போறவிங்க, வரவிங்க எல்லாரும் எங்களப் பாத்தாங்க. நா அந்தக் கூட்டத்துல ரேவந்த்தப் பாத்தேன். கொஞ்ச தூரத்துல சரியா எனக்கு நேரா நின்னு அவன் என்னைப் பாத்து மொறச்சான். நா தியாக்கிட்டச் சொல்லல, சொன்னா அவள் இன்னும் பயப்படுவாள். எனக்கு தாரா அழுதது ஞாபகம் வந்தது. அவன் மூக்குலயே குத்தணும் போல இருக்கு.

"தியா நீ இங்கயே இரு நா வரேன்"

"வேணா பேபி என்னைத் தனியா விட்டுட்டுப் போகாத"

நா திரும்பிப் பாக்குறதுக்குள்ள ரேவந்த் போயிட்டான். டேய் நீ மட்டும் மறுபடியும் என் முன்னாடி வந்த சாகடிச்சுருவேன். நா தியாவக் கூப்ட்டு ஃப்ளாட்க்கு வந்தேன். தியா சரியாப் பேசவே இல்ல. பயந்த மாதிரியே பெட்ல உக்காந்து இருந்தாள். நா அவளுக்குப் பக்கத்துல உக்காந்தேன். அவள விட்டுப் போகவே இல்ல.

"நாளைக்கு நா ஊருக்குப் போறேன் அஸ்வின்"

"ஹ்ம்ம் தெரியும்"

நைட் ஆனதும் தியாக் கண்ணமூடி தூங்க முயற்சிப் பண்ணாள். நா பக்கத்துலயே இருந்தேன். அவளோடப் ஃபோன் ரிங் ஆச்சு. தியா எடுக்கல, மறுபடியும் மறுபடியும் ரிங் ஆச்சு. நா மொபைல் எடுத்துப் பாத்தேன், அவளோட அப்பாதான் பண்ணாரு. நா அட்டெண்ட் பண்ணி, ஸ்பீக்கர் ஆன் பண்ணி அவள் பக்கத்துல வெச்சேன்.

"தியா என்ன பண்ற? சாப்டியா"

அவள் கண் திறந்து என்னைப் பாத்தாள்.

"ஹா..... தூங்கப் போறேன்ப்பா. நீங்க சாப்டிங்லா?"

"ஹ்ம் இப்போதான்"

"ஹ்ம்"

ரெண்டு பேரும் கொஞ்ச நேரம் பேசுனாங்க நா அதெல்லாம் காதுல வாங்கல. தியா எழுந்து உக்காந்தாள்.

"நிச்சயதார்த்தம் ஞாபகம் இருக்கா?"

நா தியாவப் பாத்தேன், அவள் முழிச்சாள்.

"ப்பா நா அப்றம் பேசுறேன்"

"ஹ்ம் நாளைக்கு வந்துடு அப்போதான் நிச்சயத்துக்கு எல்லாம் ரெடிப் பண்ண முடியும்"

"ஹ்ம்ம்"

அவள் கால் கட் பண்ணாள். என்ன நிச்சயதார்த்தம்? நா புரியாம அவளப் பாத்தேன். அவள் எதுவும் சொல்லல, நானும் எதுவும் கேக்கல. கொஞ்ச நேரம் எதுவுமேப் பேசாம உக்காந்து இருந்தோம். எனக்கு அவள் அமைதியா இருந்ததுல இருந்து ஒன்னு மட்டும் தெளிவா தெரிஞ்சது, அவருப் பேசனது இவளோட நிச்சயத்தப் பத்தின்னு. எனக்கு அவக்கிட்ட என்னனு கேக்குறதுன்னு கூட தெரியல. இவள் ஏன் எங்கிட்ட இருந்து இத மறைச்சாள். நா எழுந்து லிவ்விங் ரூம்க்குப் போனேன். ஹால்லயே ரொம்ப நேரமா உக்காந்து டீவிப் பாத்துட்டு இருந்தேன். நந்து, விக்கி எங்கள சாப்டச் சொன்னாங்க. நாங்க வேணானு

சொல்லிட்டோம். தியா வெளியில வந்து என் பக்கத்துல உக்காந்தாள்.

"அஸ்வின்"

"ஹ்ம்ம்" நா அவளப் பாக்காம டீவியப் பாத்துட்டேச் சொன்னேன்.

"நா சொல்றத அமைதியா கேளு"

எனக்குக் கோவமா வருது. எங்கிட்ட சொல்லாம மறைச்சுட்டல்ல, தியா. அவள் சொன்ன மாதிரியே நா அமைதியா இருந்தேன்.

"அப்பா எனக்கு மாப்பிள்ளைப் பாத்துட்டாரு"
நா கோவத்துல சிரிச்சுட்டே, அவளத் திரும்பிப் பாத்துக் கேட்டேன்.

"அந்த நிச்சயதார்த்தம் உனக்குத்தான? ஏன் எங்கிட்ட சொல்லல"

நந்து எதையோ எடுக்கறதுக்காக ஹாலுக்கு வந்தான்.

"அஸ்வின் உள்ளப் போய் பேசலாமா?" தியா சொல்லிட்டு எழுந்து உள்ளப் போனாள். நானும் பின்னாடியேப் போனேன். அவள் கதவச் சாத்துனாள். ரெண்டு பேரும் எதிர் எதிர்ல நின்னு ஒருத்தர ஒருத்தர் பார்த்தோம். எனக்கு செமயாக் கோவம் வந்தது.

"போய்க் கல்யாணம் பண்ணிக்கோ தியா" நா லேசா சிரிச்சுட்டே சொன்னேன். அவள் என் கையப்புடிச்சாள்.

"பேபி"

நா என் கைய உருவுனேன். தியாவுக்குக் கோவம் வந்தது.

"பேபி லிஸன்"

"எதுக்குடி எங்கிட்ட இருந்து மறைச்ச"

"நா மறைக்கணும்னு நினைக்கல அஸ்வின்"

"அப்றம் ஏன் சொல்லல"

தியா வழக்கம் போல அமைதியா இருந்தாள்.

"உன்னால கொஞ்ச நாள் எனக்காக வெய்ட் பண்ண முடியல இல்ல"

"பேபி.... அப்பாதான்" அவளப் பேச விடாம நா பேசுனேன்

"உன் அப்பா நம்ம லவ்க்கு ஓகே சொல்ற மாதிரி சொல்லிட்டு, இப்போ உனக்கு வேற மாப்பிள்ளைப் பாத்துட்டாரு"

"அவரும் இவ்ளோ நாள் உனக்காக வெய்ட் பண்ணாரு அஸ்வின்.... ஆனால் உங்க வீட்டுல இருந்து யாரும் வந்து பேசல.... அவரு என்னப் பண்ணுவாரு?"

"நீ சொல்லிப் புரிய வெச்சுருக்கணும் தியா"

"பேபி, எவ்ளோ நாள் நா சொல்லட்டும்"

"போடி..... உனக்கு இப்போ உடனே கல்யாணம் பண்ணிக்கணும்னா உன் அப்பா பாத்துருக்க மாப்பிள்ளையைக் கல்யாணம் பண்ணிக்கோ போ" நா கத்துனேன். தியா என் கையப் புடிச்சு சமாதானப்படுத்தப் பாத்தாள்.

"கொஞ்சம் பொறுமையா இரு அஸ்வின் ப்ளீஸ்"

"போடி..... போ இப்பயேக் கிளம்பு.... போ அவனக் கல்யாணம் பண்ணிக்கோ" நா கத்துனேன்.

"பேபி ப்ளீஸ் கத்தாத" அவள் மெதுவா சொன்னாள்.

"நானும் எங்க வீட்டுல பேசிட்டுதானடி இருக்கேன்...... இன்னும் கொஞ்ச நாள் வெய்ட் பண்ணா என்னடி?"

"நா எவ்ளோ நாள் வேணா உனக்காக வெய்ட் பண்ணுவேன் பேபி.... ஆனால் என் அப்பா வெய்ட் பண்ண மாட்டாரு"

அவள் மொபைல் எடுத்து யாருக்கோ கால் பண்ணாள். நா பெட்சைடு டேபிள ஒதச்சேன். அது மேல இருந்த பெட் லேம்ப் கீழ விழுந்து உடைஞ்சது. அவள் கால் கட் பண்ணிட்டு, என் பக்கத்துல வந்தாள்.

"என்னடாப் பண்ற?"

"ஏன் நாளைக்கு ஊருக்குக் கிளம்பணும்? நீ இப்பவே கிளம்பிப் போலாமே தியா"

"அஸ்வின்" அவள் கண் கலங்குச்சு.

"கிளம்பு தியா, ப்ளீஸ் போய்டு"

நா சொல்லிட்டுத் திரும்பிக் கதவுக்கிட்டப் போனேன். கதவத் திறக்கலாம்னு கையக் கதவுக்கிட்டக் கொண்டு போனப்போ தியா மொபைலத் தூக்கிக் கதவு மேல எறிஞ்சா. மொபைல் படார்னு பட்டுச் சிதறி விழுந்தது. நானே ஒரு நொடி பயிந்துட்டேன்.

"என்னடாச் சத்தம் போட்டுட்டு இருக்கீங்க" நந்து குரல் கேட்டது. நா பதில் சொல்லாமத் திரும்பிப் பாத்தேன். தியா அழுதுட்டே கோவமா நின்னாள்.

"தியா, எதுக்கு இப்போ மொபைல ஒடைச்ச?"

அவள் என் பக்கத்துல வந்து நின்னு அழுதுட்டேச் சொன்னாள்.

"ப்ரேக் அப் அஸ்வின்"

"ஏன் உன் அப்பா பாத்த மாப்பிள்ளையக் கல்யாணம் பண்ணிக்கப் போறயா?"

"ஹேட் யூ பேபி" அவள் அழுதுட்டே சொல்லும் போது அதப்பாக்கக் கஷ்டமா இருக்கு. அவள் மேல கோவப்படக் கூடாதுன்னு நெனச்சாலும் இப்போக் கோவப்படாம இருக்க முடியல. அவள் கண்ணத் தொடச்சுட்டே தரையைப் பாத்துச் சொன்னாள்.

"நா கிளம்பறேன், என்னைக் கொண்டு போய் பஸ் ஸ்டான்ட்ல விடு. நா வீட்டுக்குப் போறேன்"

"சந்தோசம் போய்க் கிளம்பு" அவள் அழுதுட்டே பாத்ரூம்க்குள்ளப் போனாள். நா கீழக் குனிஞ்சு அவளோட மொபைல் பார்ட்ஸப் பொறுக்குனேன். அவளோட சிம் மட்டும் எடுத்து வெச்சுட்டு மத்ததை எல்லாம் டஸ்ட் பின்ல போட்டேன். நா ரூம்க்கு வெளிய வந்தப்போ நந்துவும், விக்கியும் சோபால உக்காந்துட்டு இருந்தாங்க.

"எதுக்குடா அவக்கிட்டக் கத்திட்டு இருக்க?" விக்கி கேட்டான். நா கண்டுக்காம அப்பார்ட்மெண்ட்க்கு வெளிய வந்து பைக் ரெடியா வெச்சுட்டு அவளுக்காகக் காத்துட்டு இருந்தேன். கொஞ்ச நேரத்துல அவள் பையை எடுத்துட்டுக் கீழ வந்தாள். வெள்ளைக் கலர் சுடி போட்டுருந்தாள். அமைதியா வந்து பைக்ல உக்காந்தாள். ரெண்டுப் பேருமே எதுவும் பேசல. அவள் அழுகுறான்னு என்னால உணர முடிஞ்சது. அவள் என் தோள் மேல கை வெக்கல. நா வேகமா ஓட்டுனேன், ட்ராஃபிக்ல நின்னது. இதே மாதிரி நாங்க ஒரு தடவ ட்ராஃபிக்ல நின்னது, அப்போ எனக்குக் கோவம் வரல

ஆனால் இப்போ செம காண்டாகுது. ட்ராஃபிக் க்ளியர் ஆனதும் நா அளவுக்கு அதிகமான வேகத்துல ஓட்டிட்டு போய் பஸ் ஸ்டான்ட்ல நிறுத்துனேன். அவள் உடனே இறங்கி பஸ் எங்க இருக்குன்னு தேடுனாள். சேலம் பஸ் ஒன்னு இருந்தது அதப் பாத்ததும் அவள் போனாள். நா பின்னாடியேப் போய் அவள் கையப் புடிச்சேன். இந்த நைட் டைம்ல கூட எல்லாரும் எங்களப் பாத்தாங்க.

"விடு அஸ்வின்"

நா அவள இழுத்துட்டு ஒரு மொபைல் கடைக்குப் போனேன். அவள் நா கைய விட்டால் போதும் ஓடுலாம்னு இருந்தாள். அதனால நா அவள் கைய விடாம புடிச்சுட்டே இருந்தேன். அந்த கடைல வேலை பாக்கிறவிங்க தியாவப் பாத்தாங்க. ஏன்னா அவதான அழுகற மாதிரி நின்னுட்டு இருக்காள். நா ஒரு மொபைல் வாங்கி அதுல அவளோட சிம் கார்ட் போட்டு அவக்கிட்டக் கொடுத்தேன். அவள் வாங்கல. கடைல இருக்க எல்லாருமே என்னை ஏதோ ஒரு கொலைகாரனப் பாக்குற மாதிரிப் பாத்தாங்க. என்னால அங்க நிக்க முடியல. நா அவளக் கூப்ட்டு பஸ் நிக்கற இடத்துக்கு வந்தேன். அவக்கிட்ட மொபைல் கொடுத்தேன் அவள் வாங்கவே இல்ல.

"மொபைல் இல்லாம அவ்ளோ தூரம் எப்டி நீ போவ?" நா கோவமா சொல்லிட்டு மொபைல அவளோடப் பைலப் போட்டேன். அவள் அழுதாள், என்னைக் கட்டிப்புடிச்சாள். நானும் கட்டிப்புடிச்சேன்.

"ஹேட் யூ பேபி" தியா சொன்னாள்.

"லவ் யூ தியா" நா அவளோட தலை முடியைத் தடவி விட்டேன். அவள் என்னை விட்டுத் தள்ளி நின்னாள், என்னை அழுதுட்டேப் பாத்தாள். அப்றம் போய் பஸ்ல உக்காந்தாள். நா பஸ் கிளம்பற வரைக்கும் அங்கயே இருந்தேன். அவள் ஜன்னல் ஓரத்துல உக்காந்து அழுதுட்டே இருந்தாள். நா அந்த ஜன்னலுக்குப்

பக்கத்துல நின்னேன். பஸ் கிளம்பும் போது என்னைப் பாத்தாள். அவள் கண்ணுல கோவம், காதல், வலி எல்லாமே தெரிஞ்சது. பஸ் போனதும் என் கண் கலங்குச்சு. நா பைக் எடுத்துட்டுக் கிளம்புனேன், எனக்கு அழுகை வந்தது. வர வழியில அவள் அழுததுதான் என் கண்ணுல நின்னது. யாரையும் அவளக் கஷ்டப்படுத்த விடமாட்டேன்னு சொல்லிட்டு இப்போ நானே அவள அழ வெச்சுட்டேன். எனக்கு தெரியும் இந்த விஷயத்துல அவள் மேல எந்த தப்பும் இல்லன்னு. ஆனால் அவள் எங்கிட்ட சொல்லாம இருந்ததால என்னால கோவத்தைக் கட்டுப்படுத்த முடியல. அவள் முதல்ல இங்க வரும் போது எவ்ளோ சந்தோசமா வந்தாள், பைக்ல அவ்ளோ சத்தம் போட்டுக் கத்திட்டு ஜாலியா வந்தாள். இப்போ சத்தமே இல்லாம அழுதுட்டே வந்தாள், கிளம்பியும் போயிட்டாள். ஸாரி குள்ளச்சி, நா உன்னை ரொம்பக் கஷ்டப்படுத்திட்டேன்.

25

தியா ஊருக்குப் போய் நாலு நாள் ஆகுது. இதுவரைக்கும் ஒரு மெஸேஜ், கால் எதுவும் பண்ணல. அவளேப் பண்ணல நா மட்டும் ஏன் பண்ணனும்? அவதான ப்ரேக் அப் பண்ணாள், நா பண்ணலயே. அவளே வந்துப் பேசட்டும். நானா போய் அவக்கிட்டப் பேச மாட்டேன்.

"எவ்ளோ நேரமா குளிப்ப, வந்து சாப்டுடா" நவ்யா சொன்னாள்.

"வேணான்னு சொல்றல்ல போடி வெளிய" நா பாத்ரூம்க்குள்ள இருந்து சத்தம் போட்டேன்.

"ஓகே நா போறேன் நீ இப்டியே விடியற வரைக்கும் குளிச்சுட்டே இரு"நவ்யா கத்துனாள்.

நா பாத்ரூம்க்குள்ள வந்து எவ்ளோ நேரம் ஆகுதுன்னு தெரியலயே. நா ஷவர் ஆப் பண்ணிட்டு துண்டக்

கட்டிட்டு வெளியப் போனேன். நவ்யா இல்ல, போயிட்டானு நெனைக்குறேன். நா ரூம் கதவச் சாத்துனேன். துணிய மாத்திட்டு, லைட் ஆப் பண்ணிட்டு பெட்ல படுத்தேன். என்னென்னமோ யோசனை எனக்குள்ள ஓடுச்சு. எல்லாமே தியாவப் பத்தின யோசனைதான். நா அவக்கிட்ட ப்ரபோஸ் பண்ணப்போ அவள் பேசுனது எல்லாம் ஞாபகத்துக்கு வந்தது. அப்போ இருந்த தியா குட்டி ப்பொண்ணு, இப்போ வளந்துட்டாள். ஆனால் அந்த வயசுல இருந்தே ஒரே மாதிரிதான் நடந்துக்குறாள். கொஞ்சம் கூட அறிவும் இல்ல, பக்குவமும் இல்ல. இந்நேரம் அவளுக்கு நிச்சயம் ஆகிருக்குமா? வேற ஒருத்தன் அவள் கைல மோதிரம் போட்டுருப்பான். தியா எப்ப வருவ நீ. எனக்கு உன்னைப் பளார்னு ஒரு அறை விடணும் போல இருக்கு. நா உங்கிட்ட ப்ரப்போஸ் பண்ணப்போ நீ ஓகே சொல்லாம இருந்தால் இப்போ நா இவ்ளோ கஷ்டப்பட்டு இருக்க மாட்டேன். குள்ளச்சி நீ வாடி உனக்கு இருக்கு. நா கமுந்துப் படுத்துட்டு அழுதேன். என்னாலத் தூங்கவும் முடியல. நா எழுந்து கிச்சன்க்குப் போனேன். பிரிட்ஜ்ல இருந்து ஒரு பியர் பாட்டில் எடுத்துட்டு ரூம்க்கு வந்தேன். மொபைல்ல இருக்க தியாவோட போட்டோஸ் பாத்துட்டே குடிச்சேன். முக்கால் பாட்டில் குடிச்சேன். நா தியா சொன்னதுக்கு அப்றம் குடிக்கவே இல்ல. இப்போ நா இப்டி குடிச்சா மட்டும்தான் என்னாலத் தூங்க முடியும். எனக்கு நிச்சயம் ஆகும் போது தியாவும் இப்டிதான் கஷ்டப்பட்டுருப்பா இல்ல. எனக்காவது ஆறுதலுக்கு சரக்கு இருக்கு. ஆனால் அவள் என்னப் பண்ணிருப்பா? அழுதுட்டே இருந்துருப்பாள். நாம ஒருத்தர கஷ்டப்படுத்துறோம்னு நமக்கு அப்போதத் தெரியாது. நமக்கு அதே சூழ்நிலை வந்து நாம கஷ்டப்படும் போதுதான் தெரியும் நாம அவிங்கள எவ்ளோக் கஷ்டப்படுத்திருக்கோம்னு. நா அழுதேன், தியா கால் பண்ணாள். நா உடனே எடுத்தேன் ஆனால் பேசாம அமைதியா இருந்தேன்.

"அஸ்வின் சாப்டியா?" தியா ரொம்ப மெல்லமாப் பேசுனாள்.

எனக்கு அவள் குரலக் கேக்கும் போது அழுகை இன்னும் அதிகமா வந்தது. நா உதட்டைக் கடிச்சுட்டே "ஹ்ம்ம்" னு சொன்னேன்.

"நவ்யா இப்போதான் கால் பண்ணிச் சொன்னாள் நீ சரியா சாப்ட மாட்டுக்குறன்னு, பொய் சொல்லாத"

என்னாலப் பதில் கூடச் சொல்ல முடியல அவ்ளோ அழுகை வருது. நா பியரக் குடிச்சேன், முழுசா குடிச்சேன்.

"பேபி அழுகறயா?"

"இல்லடி, குள்ளக் கத்திரிக்கா" நா அழுதுட்டே கோவமாச் சொன்னேன்.

"நீதாண்டா லைட் ஹவுஸ்"

அவள் கால் கட் பண்ணாள். எனக்கு இன்னும் கோவம் வந்தது. பாட்டிலத் தூக்கி எறியப் போகும்போது தியா வீடியோ கால் பண்ணாள். நா வேகமா பியர் பாட்டிலை பெட்க்கு கீழ ஒளிச்சு வெச்சேன். கண்ணத் தொடச்சுட்டு, பெட் லாம்ப் ஆன் பண்ணிட்டு கால் அட்டெண்ட் பண்ணேன். தியா முகம் எல்லாம் வீங்கன மாதிரி இருக்கு. கண்ணெல்லாம் செவந்து இருக்கு. பாக்கறதுக்கு ரொம்ப டல்லா இருக்காள்.

"நீ அழுதியா?" நா கேட்டேன். அவள் இல்லன்னு தலைய ஆட்டுனாள், அப்பவே அவள் கண்ணுல இருந்து கண்ணீர் வந்தது. நானும் அழுதேன். ரெண்டு பேரும் பேசிக்காம அமைதியா ஒருத்தர ஒருத்தர பாத்து அழுதோம்.

"அழாதடா" அவள் சொன்னாள். நானும் கண்ணத் தொடச்சேன்.

"நீ சாப்டியா?" நா கேட்டேன்.

"ஹ்ம்ம்"

"இப்போ நீ சாப்டப் போறியா இல்லயா?" அவளோட அப்பாவோட அதட்டலான குரல் கேட்டது. தியா திரும்பனாள். அவளோட அப்பா வந்துட்டாருன்னு நெனைக்குறேன். அவள் கால் கட் பண்ணிட்டாள்.

●●●

என்னால தியா இல்லாம இருக்க முடியல. இன்னைக்கு சன்டே லீவ். நா அதனால வீட்டுக்கு வந்துட்டேன். வந்ததுல இருந்து அம்மா எங்கூடப் பேசவே இல்ல. இவிங்க தியா வீட்டுலப் பேசுவாங்கன்னு எனக்குக் கொஞ்சம் கூட நம்பிக்கையே இல்ல. நா சாய்ந்திரம் ஆனதும் என் ரூம்லயே உக்காந்துக் குடிச்சேன். அதிகமாக் குடிக்காம கொஞ்சமாக் குடிச்சேன். தியாவப் பாக்கலாம்னு பைக் எடுத்தேன் அப்போ அம்மா வெளிய வந்துச் சொன்னாங்க.

"எங்கடா வந்து இவ்ளோ நேரம் ஆகுதே இன்னும் கிளம்பலயேன்னு பாத்தேன்.... தோ இப்போ கிளம்பிட்டல்ல அவளப் பாக்க"

அம்மா சொல்றதக் காதுல வாங்காம நா பைக் ஸ்டார்ட் பண்ணேன்.

"உங்க ரெண்டு பேருக்குமே பெத்தவிங்களப் பத்தியும், அவிங்க மரியாதையப் பத்தியும் கவலை இல்லைதான.... அதான் இப்படிப் பண்ணிட்டு இருக்கீங்க"

எங்களுக்கு உங்க மரியாதை மேல கவலை இல்லாம இருந்தா எப்பவோ கல்யாணம் பண்ணிருப்போம். இப்டி உங்கக்கிட்டக் கெஞ்சிட்டு இருக்க மாட்டோம். நா பைக் ஆஃப் பண்ணேன்.

"என்னதாம்மா உங்களுக்குப் பிரச்சனை?" நா சிடு சிடுன்னு கேட்டேன்.

"அஸ்வினு, நீங்க ரெண்டு பேரு பண்றதுமே எனக்குப் புடிக்கல" நா அவிங்கள மொறச்சுப் பாத்தேன்.

"அவளால இப்ப எல்லாரும் எங்கிட்ட கேள்விக் கேக்குறாங்க?"அம்மாக்கிட்ட என்ன கேக்குறாங்க? ஒன்னும் விளங்கலயே. நா என்னன்னு கேக்குறதுக்கு முன்னாடி அம்மாவேச் சொன்னாங்க.

"அவள் நிச்சயதார்த்தத்துக்கு ரெடி ஆகமா அடம் புடிச்சுட்டே உக்காந்துட்டு இருந்துருக்காள். கடைசில எல்லார் முன்னாடியும் அரை டவுசரோட வந்து நின்னு அவள் போன் எடுத்து உன்னோட ஃபோட்டோவக் காட்டி 'இந்த பையனதான் நா லவ் பண்றேன். இவனதான் கல்யாணமும் பண்ணிப்பேன் உங்களுக்கு நா பொய் சொல்றனு தோணுச்சுனா இவன் வீடு பக்கத்துத் தெருவுலதான் இருக்கு, இவன் பேரு அஸ்வின் போய் விசாரிச்சுக்கோங்க'னு சொல்லிருக்காள்.... கொஞ்சம் கூட பெத்தவிங்களப் பத்தி யோசிக்காம இப்படிப் பண்ணிட்டாள், திமிரு புடிச்சவ"

இதக் கேட்டதும் நா தன்னப்பால சிரிச்சேன். எனக்கு சந்தோசமா இருந்தது. என் குள்ளச்சிக்கு எப்டி இவ்ளோ தைரியம் வந்தது. நா ரொம்ப லக்கி, ஏன்னா தியா என்னை இந்த அளவுக்கு லவ் பண்றாலே. நாம லவ் பண்ற பொண்ணு நமக்காக எல்லாத்தையும் எதிர்த்து நிக்குறான்னா அத விட சந்தோசம் எதுவுமே இல்லை. என்னை நம்பியும், எனக்காகவும் ஒருத்தி எல்லாரையும் எதிர்த்துப் பேசிருக்காள்.

"பெரியவிங்க முன்னாடி டவுசர் போட்டுட்டு வந்து நின்னுருக்காள், அவளுக்கு அறிவே இல்லை. இவளதான் கல்யாணம் பண்ணிப்பேன்னு அடம் புடிக்குறயா நீ? இப்போ இவள் பண்ணதுனால அவளப் பெத்தவிங்க மட்டும் அசிங்கப்படாம நானும் அசிங்கப் பட்டுட்டு இருக்கேன்.... அவக்கிட்ட சொல்லி வை இன்னொரு தடவ இந்த மாதிரி எதாவது பண்ணா மரியாதைக் கெட்டுடும்"

நா லேசா சிரிச்சுட்டே இருந்தேன். அம்மா கோவத்தோட என்னை மொறச்சுப் பாத்தாங்க. என் அம்மாக்கு ஏன் அவளப் புடிக்கல?. எல்லாருக்குமே அவளப் புடிச்சுருக்கு.

"இப்பவும் நா சொல்றேன் நானும் அவளத் தவிர வேற யாரையும் கல்யாணம் பண்ணிக்க மாட்டம்மா" நா சொன்னேன்.

நா அதுக்கு அப்றம் அம்மா சொல்றதக் கேக்கல. பைக்க நேரா தியா வீட்டுக்கு முன்னாடி நிறுத்துனேன், ஹாரன் அடிச்சேன். பக்கத்து வீட்டுக்கு வெளிய இருந்த அக்கா, இந்தத் தெருவுல நடந்துட்டு இருக்கவிங்க எல்லாருமே என்னை வித்தியாசமாப் பாத்தாங்க. தியா ஜன்னல்ல எட்டிப் பாத்தாள். நா கீழ வரச் சொன்னேன், அவள் மாட்டேன்னு தலைய ஆட்டுனாள். நா பைக் எடுத்துட்டுக் கிளம்புனேன். ஏன்னா இங்க இருக்கவிங்க எல்லாரும் நா என்ன பண்றன்னு உத்து உத்துப் பாக்குறாங்க. நா அந்தத் தெருவுலயே நைட் ஆகுற வரைக்கும் ரவுண்ட் அடிச்சேன். இருட்டானா யாரும் அவ்ளோவா வெளிய இருக்க மாட்டாங்க, அப்பதான் தியாக்கூட பேச முடியும். ஏழு மணி ஆனதும் நா அவளுக்குக் கால் பண்ணேன்.

"இங்கருந்து போ அஸ்வின்"

"சரி, பட் பைவ் மினிட்ஸ் உங்கூடப் பேசனும் தியா வெளிய வா"

"இப்போ முடியாது பேபி.... பர்ஸ்ட் கிளம்பு நீ"

"சரி எப்போப் பேச முடியும்"

"எல்லாரும் தூங்குனதுக்கு அப்றம் வா அஸ்வின்"

"தியா" அவள் கால் கட் பண்ணிட்டாள். நானும் அவள் சொன்னத நம்பி வீட்டுக்கு வந்து 10.30 மணி வரைக்கும் அவள் கால் பண்ணுவான்னு காத்துட்டு இருந்தேன். அவள் பண்ணல, நா பைத்தியமே ஆகிட்டேன் போல. என்னால அவளப் பாத்துப் பேசாம இருக்கவே முடியல. நானே மறுபடியும் அவளுக்கு கால் பண்ணேன்.

"பேபி போன் பண்ணாதடா அப்பா என்னை வாட்ச் பண்ணிட்டே இருக்காரு, நீ இப்டியே போன் பண்ணிட்டே இருந்தால் அவரு மொபைல் வாங்கி வெச்சுப்பாரு"

"தியா பைவ் மினிட்ஸ் மட்டும் பேசணும்டி, என்னாலத் தூங்கவே முடியலடி...... நீ இல்லாம, உங்கூட பேசாம ஒரு மாதிரி இருக்குடி"

"அஸ்வின்...... கொல்லப் போறன்டா உன்னை" அவள் கால் கட் பண்ணாள்.

நா பைக் எடுத்துட்டு அவள் வீட்டுக்குப் போனேன். பைக்க அவள் வீட்டு முன்னாடியே நிறுத்தனேன். அவளுக்குக் கால் பண்ணி வெளிய வரச் சொன்னேன் அவள் வர மாட்டேன்னு சொன்னாள். நா அவிங்க வீட்டு கேட் மேல கை வெச்சுச் சொன்னேன்.

"நீ மட்டும் இப்போ வரல, நா உள்ள வருவேன் உன் அப்பா என்னை அடிச்சாலும் பரவால்ல"

அவள் ஜன்னல் வழியாப் பாத்தாள். நா அவிங்க வீட்டுக்கேட் திறந்தேன், அவள் வேணான்னு தலைய ஆட்டுனாள்.

"குள்ளச்சி ஒரு பைவ் மினிட்ஸ்தானடி பேசணும்னு சொல்றேன்.... வாடி ப்ளீஸ்"

"ஹேட் யூ பேபி"

"லவ் யூ பேபி"

நா போய்ச் சந்துல நின்னேன். தியா சாம்பல் கலர் மினி ஷார்ட்ஸ், ப்ரௌன் கலர் டாப் போட்டு வந்தாள். எனக்கு அம்மா அவளத் திட்டுனது ஞாபகம் வந்தது, நா லேசாச் சிரிச்சேன். அவள் வந்து எனக்கு எதிர்ல செவுத்துலச் சாஞ்சு நின்னாள். என்னைப் பாக்காம முகத்தைத் திருப்பி நின்னாள். நா அவளக் கட்டிப்புடிச்சேன், அவள் என்னைத் தள்ளி விட்டாள்.

"ஏன்டா இப்டிப் பண்ற? சொன்னா புரிஞ்சுக்கவே மாட்டியா அஸ்வின்"

எனக்கு ஏன் அழுகை வந்ததுன்னு எனக்கேத் தெரியல. நா அழுதுட்டே "ஸாரி" சொன்னேன்.

"எப்போப் பாரு புரிஞ்சுக்காம சண்டைப் போட வேண்டியது அப்றம் வந்து ஸாரி கேக்க வேண்டியது. இதே உனக்கு வேலையாப் போய்டுச்சு"

"நீ எங்கிட்ட மறைச்சுட்டன்னுதான்டி கோவப்பட்டேன்"

"அப்பாக்கிட்ட நா எவ்ளவோப் பேசி பாத்தேன் அவரு கேக்கல, நேருல பாத்துப் பேசிப் புரிய வைக்கலாம்னுதான் ஊருக்கு சீக்ரம் போறேன்னு சொன்னேன் ஆனால் நீ அத புரிஞ்சுக்காம"

நா அழுதுட்டே நின்னேன். அவள் என் கன்னத்துல எப்பயும் போல குட்டியா ஒரு அடி அடிச்சாள்.

"குடிச்சுருக்கயா பேபி? நா உங்கிட்ட சொல்லிருக்கேன்தான தண்ணி அடிக்காதன்னு" நா அமைதியா இருந்தேன். அவள் என் வயித்துலக் குத்துனாள்.

"ஏன்டா இப்டி நடந்துக்குற?"

"என்னால நீ இல்லாம இருக்க முடியல தியா"

"அஸ்வின் உனக்கு தெரியலயாடா?"

"என்ன?" நா கண்ணத் தொடச்சுட்டேக் கேட்டேன்.

அவள் என்னைக் கட்டிப்புடிச்சு அழுதாள்.

"நீ என்மேல ரொம்ப பொஸஸிவா இருக்க பேபி"

"ஹ்ம்ம்"

"நீ கோவப்படுவன்னுதான் நா உங்கிட்ட சொல்லல அஸ்வின்"

"ஹ்ம்ம்,...... நீ சொன்னது சரிதான் என் அம்மாக் கல்யாணத்துக்கு ஒத்துக்க மாட்டாங்க.... நாம ஓடிப் போய்டலாமா?"

அவள் லேசா சிரிச்சுட்டே அவளோட கண்ணத் தொடச்சுட்டேச் சொன்னாள்.

"என்னாச்சு பேபி உனக்கு..... நா வரல, என்னால அப்பா இவ்ளோ அசிங்கப்பட்டதேப் போதும்.... நா இனியும் அவர அசிங்கபடுத்த விரும்பல"

"என்னாலதான இதெல்லாம் ஸாரிடி"

"இல்ல அஸ்வின், நா அவருக்கிட்ட எவ்ளவோ சொல்லிப் பாத்தேன் அவரு கேக்காம நிச்சயத்த ஏற்பாடு பண்ணாரு, அதான் அப்டிப் பண்ணேன்.... எனக்கு வேற என்னப் பண்றதுன்னு தெரியல, அப்பா பாவம் அஸ்வின்"

"ஹ்ம்ம்..... வேணும்னா நாம குழந்தைப் பெத்துக்கலாம் அப்றம் நமக்கு கல்யாணம் பண்ணி வெச்சுடுவாங்க" நா விளையாட்டுக்குச் சொன்னேன்.

"பேபி, நா உங்கிட்டச் சொன்னதெல்லாம் இப்போ நீ எங்கிட்டச் சொல்லிட்டு இருக்க.... அதெல்லாம் வேணா..... நாம வெய்ட் பண்லாம்"

குள்ளச்சி எப்போ இருந்து இவ்ளோ அறிவா பேசக் கத்துக்கிட்டாள். நா அவக்கிட்ட அவளோட அப்பாக்கிட்டப் பேசுறேன்னு சொன்னதுக்கு அவள் வேணான்னு சொல்லிட்டாள். நா குடிச்சுருக்கறதாலதா வேணான்னு சொல்லிட்டாள்.

"அஸ்வின், லேட் ஆகுது நீ கிளம்பு"

"ஹ்ம்ம்"

நா அவள் முகத்தப்புடிச்சு கிஸ் பண்ணப்போனேன்.

"பேபி, இப்போக்கூடவா" அவள் கேட்டாள்.

"ஹ்ம்ம்" நா அவளோட நெத்தியில முத்தம் கொடுத்தேன்,அவள் சிரிச்சாள்.

•••

நா இன்னைக்கு ஊருக்குக் கிளம்புறேன்னு சொன்னதும் தியா என்னை பஸ்

ஸ்டான்ட்ல விடுறேன்னு சொன்னாள். நானும் சரின்னு சொன்னேன். அவள் ஸ்கூட்டி எடுத்துட்டு வந்து என் வீட்டு முன்னாடி நிறுத்தி ஹாரன் அடிச்சுட்டே இருந்தாள். அடிப்பாவி இப்டிப் பழி வாங்குறியேடி. என் அம்மா வெளியப் போய்ப் பாத்தாங்க, நா வேகமா என் பைய எடுத்து மாட்டிட்டு வெளில ஓடிப்போனேன். நா அவள் ஸ்கூட்டிலப் பின்னாடி உக்காந்தேன்.

"டாடா மாமியாரே" தியா வெகுளியாச் சிரிச்சுட்டே அம்மாக்கு டாடா காட்டுனாள். நா அவளோடத் தலையிலேயே ஒரு தட்டு தட்டுனேன். இப்போ மட்டும் அம்மா கைல எதாவது ஒரு ஆயுதம் கொடுத்தால் போதும் எங்களக் கொன்றுவாங்க போல. அந்த அளவுக்கு கொல வெறியோடப் பாக்குறாங்க. நாங்க அங்கருந்து வந்தோம். பரவால்ல குள்ளச்சி நல்லாவே வண்டி ஓட்டுறாள். பஸ் ஸ்டாண்ட் வந்ததும், பஸ்ல ஏறாம பஸ் எடுக்கற வரைக்கும் நா அவக்கூடவே நின்னு பேசிட்டு இருந்தேன்.

"குள்ளச்சி நீ எப்ப வருவ?"

"நாளைக்கு"

"இன்னைக்கே வரலாம்ல" அவள் பேசல. எங்க ஊரு ஆளு ஒருத்தரு அங்க பஸ்க்கு நின்னுட்டு இருந்தாரு. அவரு என்னைப் பாத்துட்டே இருந்தாரு.

"குள்ளச்சி, நம்ம ஊருல எல்லாரும் என்னைக் கேவலமா லுக் விடுறாங்கடி"

"பேபி அத விட கேவலமா என்னைப் பாக்குறாங்க.... லவ் பண்ணது தப்பா பேபி?"

ஹ்ம். லவ் மேட்டர்னு வந்தாலே பையன விட பொண்ணதான் தப்பாப் பேசுவாங்க. அது எல்லாம் தெரிஞ்சும் என் குள்ளச்சி அப்டி பண்ணிருக்காள். நாங்க

கொஞ்ச நேரம் பேசிட்டே இருந்தோம். நா லேட் ஆகுதுன்னு அவள கிளம்பச் சொன்னேன். அவள் இருக்கேன்னு அடம் புடிச்சாள்.

"தியா இருட்டுல தனியாப் போகணும், அப்பா வேற திட்டுவாரு போ"

நா அவள அனுப்பி விட்டேன். பஸ்ல எதோ பிரச்சனைன்னு சரி பண்ண கொஞ்ச நேரம் ஆகும்னு சொன்னாங்க. நா அங்க இருக்க பேக்கரில உக்காந்தேன், சும்மா உக்காந்தால் எதாவது சொல்லுவாங்கன்னு ஒரு பாதம் பால் வாங்கிக் குடிச்சேன். தியா எனக்கு அஸ்வினய்ரா'னு மெஸேஜ் பண்ணாள். எனக்குச் சத்யமா இந்த வார்த்தைப் புடிக்கல. நா உடனே கால் பண்ணேன். அவள் எடுக்கல, நா பைய மாட்டிக்கிட்டு வெளிய வந்தேன். எப்டியும் தியா ரொம்ப தூரம் போயிருக்க மாட்டாள். நா பஸ் ஸ்டான்ட்ல இருந்து மெய்ன் ரோட்டுக்கு வந்தேன். எதாவது பைக்ல லிப்ட் கேட்டுப் போலாம்னு கைய நீட்டுனேன். எவனும் வண்டிய நிறுத்தல, இவனுங்களுக்கு எனக்கு இருக்க அவசரம் புரியுமா என்ன?..... நா கைய நீட்டிட்டே, தியாவுக்கு கால் பண்ணேன்.

"அஸ்வின்" அவளோட அழுகுரல் கேட்டது. அவள் ஸ்கூட்டில போறதுனால ஒரு மாதிரி க்ளியர் இல்லாம கேக்குது.

"தியா என்னாச்சுடி?" நா பதட்டமா கேட்டேன்.

"ரேவந்த் பின்னாடியே பைக்ல வரான்" அழுதுட்டே சொன்னாள். "பயமா இருக்கு, நீ வா அஸ்வின்"

"நீ இப்போ எங்க இருக்க?"

"என் காலேஜ் தாண்டி அந்த வில்லேஜ்க்குப் பக்கமா"

"எந்த வில்லேஜ்" நா வரப் போற பைக்க்கிட்ட எல்லாம் கை நீட்டுனேன் எவனுமே நிறுத்தல. பேசாம ஓடுலாமா? ஓடுனாலும் இப்பத்திக்குப் போக முடியாதே.

"நீயும் நானும் பேசுனோ இல்ல, காத்தாடியூர்"

"ஆ.... ஆ. சீக்கிரமா அதக் க்ராஸ் பண்ணிப் போ, நிக்காம போ. அடுத்து வர ஸ்டாப்ல நெறைய கடை இருக்கும், அங்க இறங்கு.... எதாவது கடைக்குள்ளப் போ" நா பதட்டமாவும் வேகமாவும் சொன்னேன்.

"நீ வா அஸ்வின் ப்ளீஸ்" ரொம்ப அழுதாள்.

"ஹேய்.... நா வரேன்டி.... நீ பயப்படமா சீக்ரம் அந்த வில்லேஜ்ஜத் தாண்டி போ"

"அவன் வேகமா வரான் அஸ்வின்"

"நீ வேகமாப் போ தியா, பயப்படமா பாத்து ஓட்டு"

"அஸ்வின் வா அஸ்வின். எங்க இருக்க?" அவள் குரலே காட்டி கொடுத்தது அவள் எந்த அளவுக்கு பயந்து இருக்கான்னு.

"நா வரேன் தியா, நீ முதல்ல வேகமா ட்ரைவ் பண்ணு"

"ஹ்ம்ம்" எனக்கு பைக் ஹாரன் சத்தம் கேட்டது, ரேவந்த்தோட பைக்குன்னு நெனைக்குறேன். அவன் அவளப் பயப்படுத்த முயற்சிப் பண்றான். இங்க எவனும் பைக்க நிறுத்த மாட்டுக்குறானுங்க. நா கை நீட்டாம நின்னேன். எனக்கு என்னப் பண்றதுன்னே தெரியல முருகா ஏன் இப்டிப் பண்ற? என் தியாவுக்கு மட்டும் எதாவது ஆச்சு அவ்ளோதான். முருகா ப்ளீஸ் அவளப் பாத்துக்கோ. முருகா முருகா முருகா..... நா பயத்துல முருகா முருகான்னு சொல்லிட்டே இருந்தேன். என் முன்னாடி ஒரு பைக் வந்து நின்னது.

என்னோட ஸ்கூல் பிரண்ட் கார்த்தி, என்னைப் பாத்து சிரிச்சுட்டேக் கேட்டான்.

"என்ன மச்சான் லிப்ட் வேணுமா?"

"மச்சான்" நா அவன் பைக்ல உக்காந்தேன்.

"இப்போ ஊரு முழுக்க உன் லவ் ஸ்டோரியப் பத்திதான் பேச்சு" கார்த்தி சொன்னான்.

"மச்சான் ப்ளீஸ் வேகமாப் போடா" நா பதட்டமா சொன்னேன்.

"எதாவது பிரச்சனையா மச்சான்?"

"டேய் தயவுசெஞ்சு வேகமாப் போடா. நம்ம ஊருக்குப் போற ரூட்லப் போ"

அவன் எதுவும் கேக்காம வேகமாப் போனான்.

"தியா.... தியா...... லைன்ல இருக்கியா?"

அவள் எதுவும் பேசல எனக்கு எந்த சத்தமும் கேக்கல. சிக்னல் பிரச்சனையா?.

"தியா எதாவது பேசுடி" நா கத்துனேன். நா கத்துறதக் கேட்டு கார்த்தி இன்னும் வேகமா ஓட்டுனான். இப்போ எனக்குச் சத்தம் கேட்டது. ஹாரன் சத்தம் என் காதை அடைச்சது. எனக்கு வாயில நல்லா கெட்ட வார்த்தை வந்தது. நா கெட்ட வார்த்தையில திட்டுறதக் கேட்டுட்டு கார்த்தி கேட்டான்.

"என்னடா பிரச்சனை?"

"டேய் வேகமாப் போடா"

அவன் ரொம்ப வேகமாப் போனான். நாங்க அந்த ஆள் நடமாட்டம் அதிகம் இல்லாத கிராமத்தைக் கடந்தோம், தியா இங்க இல்ல அப்டினா அங்கப் போயிருப்பாளா? எனக்கு கை நடுக்கம் எடுத்தது. மொபைல் வெச்சுருந்த கை நடுங்குச்சு.

"தியா எங்க இருக்க? எதாவது சொல்லுடி"

"அஸ்வின், நா ஹோட்டல்ல இருக்கேன்"

"அங்கயே இருடி எங்கயும் போகாத"

நாங்க அந்த ஊரு வந்ததும், பைக் ஸ்டாப் பண்ணோம். இங்க நிறையக் கடை இருக்கு. நாலு ஹோட்டல் இருக்கு.

"தியா எந்த ஹோட்டல்?"

"நித்யா ஹோட்டல்" அவள் இப்போ பயப்படமாப் பேசுறாள். நா அந்த ஹோட்டல் கடையப் பாத்தேன். கடைக்கு முன்னாடி தியாவோட ஸ்கூட்டி நின்னுட்டு இருந்தது. நானும் கார்த்தியும் அங்கப் போனோம். இதுவும் சின்ன ஹோட்டல் இங்க சாப்ட்டு இருக்கறது எல்லாமேப் பசங்க, இங்க தியா இல்லயே.

"தியா"

"அஸ்....." எனக்கு அவள் பேசுறது கேக்கல தண்ணி சத்தம்தான் கேக்குது. போன் கட் ஆகிடுச்சு.

தியா..... எங்கடி இருக்க? ஒரு வேளை ரெஸ்ட்ரூம்ல இருக்காளோ. நா அந்த ஹோட்டல் கடைல பரோட்டா போட்றவருக்கிட்ட இங்க பாத்ரூம் எங்க இருக்குன்னு கேட்டேன். அவருப் பின்னாடின்னு சொன்னாரு. நாங்க பின்னாடிப் போனோம். நா பொண்ணுங்க ரெஸ்ட்ரூம்க்குள்ளப் போனேன். இது ரெஸ்ட்ரூமா

இல்ல ரெட் லைட் ஏரியாவா? எவன் ரெஸ்ட்ரூம்க்கு ரெட் கலர் லைட் போட்டது.

"ஏன்டா அங்கப் போற?" கார்த்தி கேட்டான். அவனும் என் பின்னாடியே வந்தான். நா நெனச்ச மாதிரியே தியா அங்கதான் இருந்தாள். அந்த நாயி அவளோட வாயை அடைச்சு முடியைப் புடிச்சு இழுத்துட்டு இருந்தான். அவள் அழுதுட்டு இருந்தாள். நா அவன ஒதச்சேன். அவன் கீழ விழுந்தான். நா அவன அடிக்கப் போனேன் தியா வந்து என்னைக் கட்டிப்புடிச்சாள்.

"என்னை இங்கருந்து கூப்ட்டு போ" தியா ரொம்பவே அழுகுறாள். பயத்துல என்னை இறுக்கமாக் கட்டிப்புடிச்சாள். அவள் கை நடுங்குச்சு. ரேவந்த் எழுந்தான், கார்த்தி ரேவந்த்த அடிச்சான்.

"பாக்க புள்ளப் பூச்சி மாதிரி இருந்துட்டு, என்னடாப் பண்ற?" கார்த்தி அவன அடிச்சான்.
இவன அடிச்சாலும் எதுவும் மாற போறது இல்ல. தியா சுத்தி என்னை நடக்குதுன்னு கூட பாக்கல, கண்ணத் திறக்கவே இல்ல, என்னை விடவே இல்ல.

"தியா அழுகாத..... ஒண்ணும் இல்ல"

"இங்க இ....ருந்து...... போ.....லா அஸ்வின்" அவளால பேசக் கூட முடியல. நா அவள அங்க இருந்து வெளியக் கூப்ட்டு வந்தேன். கார்த்தி அவன வெளிய இழுத்துட்டு வந்தான்.

"மச்சான், நீங்க போங்க நா இவன் மேல கம்ப்லைன்ட் கொடுத்துட்டு வரேன்"

இந்த நாயி இதுக்கெல்லாம் பயப்படாது.

"தியாவக் கூப்ட்டு வரச் சொல்லுவாங்களே மச்சான்" நா சொன்னேன்.

"இல்ல மச்சான், என் சித்தப்பாதான் இங்க போலீஸா இருக்காரு நா பேசிக்குறேன்"

"உன் தங்கச்சி போட்டோ எங்கிட்ட இருக்கு அத நீ மறந்துட்டியா?" நா ரேவந்த்தப் பாத்துச் சொன்னேன்.

அவன் எதுவும் சொல்லல. தியாவ ஒரு மாதிரிப் பாத்தான். அவன் பாக்குறதப் பாத்தால் எனக்கேப் பயமா இருக்கு. எப்டி இவள் பயப்படமா இருப்பாள். தியா என் கைய இறுக்கமாப் புடிச்சாள்.

"போ......போலா" அவள் என்னை விட்டுட்டுச் சொன்னாள்.

"தேங்க்ஸ் மச்சான்" நா கார்த்தியை அணைச்சுப்புடிச்சு சொன்னேன். இவன் மட்டும் வரலன்னா என்ன ஆகிருக்கும்? நாமக் கஷ்டத்துல இருக்கும் போது கடவுள் நமக்கு நேரடியா வந்து உதவி செய்ய மாட்டாரு, யாரையாவது அனுப்பி விடுவாருன்னு என் அப்பா எங்கிட்ட அடிக்கடிச் சொல்லுவாரு, அது உண்மைதான். கார்த்தி ரேவந்த்த போலிஸ் ஸ்டேஷன்க்கு கூப்ட்டுப் போனான். போறதுக்கு முன்னாடி தியாக்கிட்ட ஸாரி கேட்டான், ஏன்னா அவனும் ஒரு தடவத் தியாவத் தப்பா நெனச்சுட்டானே. நாங்க அந்த ஹோட்டல் கடையிலக் கொஞ்ச நேரம் உக்காந்தோம். தியா என் தோள் மேலச் சாஞ்சு உக்காந்தாள். இங்க என்ன நடந்ததுன்னே தெரியாம எல்லாரும் நிம்மதியா சாப்டுறாங்க.

"தியா"அவள் அழுதுட்டே இருந்தாள்."நாம ஓடிப் போய் கல்யாணம் பண்ணிக்கலாம்"

"அஸ்வின்"

"ஐ யம் சீரியஸ் தியா"

அவள் என் கையை இறுக்கமாப் புடிச்சாள். தோள்ல சாஞ்ச மாதிரியே சரின்னு தலைய ஆட்டுனாள்.

"ஆனால் அப்பா பாவம் அஸ்வின், உன்னோட அம்மாவும்தான்"

"மேரேஜ் பண்ணிக்கலாம், கொஞ்ச நாள்ல அவிங்களே வந்து நம்மக்கிட்டப் பேசுவாங்க"

"ஆனால் அஸ்வின்"

"தியா, புரிஞ்சுக்கோ தியா. எனக்குப் பயமா இருக்குடி. மேரேஜ் பண்ணிக்கலாம். இப்பவே நீ எங்கூட வா. நா கார்த்திக்கிட்ட சொல்லி உன் ஸ்கூட்டிய உங்க வீட்டுல விட சொல்றேன்"

நாங்க எங்க பெத்தவிங்க சம்மதத்தோடக் கல்யாணம் பண்ணனும்னு நெனச்சோம். ஆனால் அவிங்க ஒத்து வர மாதிரி தெரியல. எனக்கு வேற வழித் தெரியல. கல்யாணத்துக்கு அப்றம் தியாவ இனி இந்த ஊருப்பக்கமே வர விட மாட்டேன்.

கார்த்தி திரும்ப வந்தான். நா கார்த்திக்கிட்ட உதவி கேட்டப்போ அவனும் தயங்காமச் செய்றேன்னு சொன்னான். பசங்க பசங்கதான் இல்ல, நெருக்கமான நண்பன், நெருக்கமில்லாத நண்பன்னு எல்லாம் இல்லை. கொஞ்ச நாள் பழகி இருந்தாலும் கடைசி வரைக்கும் நட்பு இருக்கும் பசங்களுக்குள்ள. அவன் எங்ககூட பஸ் ஸ்டான்ட் வரைக்கும் வந்து எங்கள வழி அனுப்பி வெச்சதுக்கு அப்றம்தான் கிளம்புனான். அவன் தியா வீட்டுல ஸ்கூட்டிய விட்டதுக்கு அப்றம் எனக்கு கால் பண்ணான். தியாவோட அப்பா கார்த்திக்கிட்ட சண்டைப் போட்டதாச் சொன்னான். தியா என் பக்கத்துல குழப்பத்தோட உக்காந்துட்டு இருந்தாள். அவளுக்கு இதுல இஷ்டம் இல்லன்னு அவள் முகத்தைப் பாத்தாவேத் தெரியுது. அவள் ஜன்னல்ல வேடிக்கைப் பாத்துட்டு வந்தாள்.

அதுக்குள்ள எப்டி என் அம்மாக்குத் தெரிஞ்சதுன்னு தெரியல. அவிங்க கால் பண்ணி என்னைத் திட்டுனாங்க.

"இதுவரைக்கும் என்னை அசிங்கபடுத்துனது பத்தலயா அஸ்வினு, இப்போ அவள இழுத்துட்டு ஓடிருக்க.... இதுக்கு மேல எங்கிட்டப் பேசிடாத"

"நாங்க ஓடலமா, பஸ்லதா போறோம். நீங்க கவலைப் படாதீங்க"

தியா இப்போ என்னைப் பாத்து சிரிச்சாள். என் கையோட அவள் கைக் கோர்த்து சொன்னாள்.

"லவ் யூ அஸ்வின்"

"லவ் யூ டூ குள்ளச்சி"

"அஸ்வினு, என்னடா சொன்ன இப்போ" அம்மா கேட்டாங்க. நா கால் கட் பண்ணேன்.

26

அடுத்த நாள் காலைலல நாங்க ரெஜிஸ்டர் மேரேஜ் பண்றதுக்காக ரெஜிஸ்டர் ஆபீஸ் போனோம். என் பிரண்ட்ஸ் கூட வந்தாங்க. தியா புடவை கட்ட மாட்டேன்னு சொன்னாள், சரி ஏதோ ஒன்ன போட்டுட்டு வான்னு சொன்னேன். அப்றம்தான் நா ஏன் அப்டிச் சொன்னேன்னு யோசிச்சேன். தியா ரிப்டு ஜீன்ஸ் போட்டாள், நானும் எதுவும் சொல்லல. ஆனால் விக்கியும் நந்துவும் அவள ரொம்ப ஓட்டுனாங்க. அவள் அப்பவும் வேற துணி மாத்துறேன்னு சொல்லவே இல்லை. நானும் எப்பவும் போல ஜீன்ஸ், கருப்பு கலர் டீ ஷர்ட் போட்டேன். நா கருப்பு கலர் போட்டதுனால அவள் போய் வெள்ளை கலர் டீ ஷர்ட் போட்டு வந்தாள். எந்த கலர்ல கல்யாணத்துக்குத் துணிப் போடக் கூடாதோ அந்த கலர்லயே நாங்க துணிப் போட்டு இருக்கோம். அதனாலயே மேரேஜ் ரெஜிஸ்டர் பண்றவரு எங்கள மேலயும் கீழயும் லுக்கு விட்டாரு. தியா பெருசா மேக்கப் எதுவும் போடல இருந்தாலும் அழகா இருக்காள். பாக்கறதுக்கு நல்லாப் பளபளன்னு இருக்காள், குள்ளச்சி. நாங்க மேரேஜ் ரெஜிஸ்டர்ல

கையெழுத்துப் போட்டோம், ஆனால் தாலி கட்டல. என் நண்பர்கள் சாட்சிக் கையெழுத்து போட்டாங்க. அப்றம் அந்த ரெஜிஸ்டர்ல கையெழுத்துப் போடுற மாதிரி ஒரு போட்டோ எடுத்து அத எங்கக்

குடும்பத்துக்கு வாட்ஸப்ல அனுப்பனோம். தியா என்னை அணைச்சுப்புடிச்சாள். என்னோட பிரண்ட்ஸ் எங்கள வாழ்த்துனாங்க. ஐரா அழுதாள், தியா உடனே என்னை விட்டு விலகுனாள். ஐரா அழுகக் கூடாதுன்னு அவளோட கண்ணத் தொடச்சாள்.

"ஏய் ஐரா, எதுக்கு அழுகுற. வேணும்னா சொல்லு இப்பவே நாம ரெண்டு பேரும் ரெஜிஸ்டர் மேரேஜ் பண்ணிக்கலாம்" விக்கி ஐராவோட தோள் மேல கைப் போட்டு சொன்னான்.

"உன் மூஞ்சி, போடா. உன்னை கல்யாணம் பண்ணிட்டு..... மத்தப் பொண்ணுங்கள உங்கிட்டருந்து காப்பாத்தற வேலையத் தவிர என்னால வேற எதுவும் பண்ண முடியாது"

"ஐ லவ் யூ ஐரா" விக்கி சிரிச்சுட்டே சொன்னான்.

ஐரா அவளோடத் தோள் மேல இருந்த அவனோடக் கைய எடுத்து விட்டுட்டு அவனோடக் கையத் திருப்பனாள், அவனும் சிரிச்சுட்டே இருந்தான்.

"எப்போப் பாரு விளையாட்டுதான்டா உனக்கு.... ப்ளேபாய்" ஐரா அழகா சிரிச்சுட்டே அவனோடக் காதையும் புடிச்சுத் திருகுனாள். இந்த ரெஜிஸ்டர் ஆபீஸ்ல இருக்கவிங்க எங்கள 'இதுங்கல்லாம் எங்க உருப்படப் போகு'துன்ற மாதிரிப் பாத்தாங்க. நவ்யாவும் விக்கிய அடிச்சாள். ரெண்டுப் பேருக்கிட்டயும் அவன் சிரிச்சுட்டே அடி வாங்குனான். தியா என் கையப் புடிச்சாள், நா அவளப் பாத்தேன்.

"லவ் யூ பேபி" மெதுவாச் சொன்னாள். செம அழகா இருக்காள்.

நா அவளோடக் கன்னத்துல முத்தம் கொடுத்தேன். அவள் வெக்கப்பட்டாள். நாங்க ரொமான்டிக்கா லுக் விட்டுட்டு இருந்தோம்.

"ஐ லவ் யூ ஐரா" விக்கி மறுபடியும் சொன்னான்.

நானும், தியாவும் எங்களோட ரொமான்ட்டிக் லுக்க நிறுத்திட்டு அவனப் பாத்தோம். இந்தத்தடவ அவன் சிரிக்கல அவனோட முகத்துல சீரியஸ்னஸ் இருந்தது. நவ்யாவும், ஐராவும் அவன அடிக்குறத நிறுத்துனாங்க. ஐராக்கு எதிர்ல அவள் கண்ணப் பாத்த மாதிரி விக்கி நின்னான். என்னடா நடக்குது?....

"லவ் யூ ஐரா" விக்கி மறுபடியும் சொன்னான்.

"விக்கி" ஐரா லேசாச் சிரிக்க முயற்சிப் பண்ணாள்.

விக்கியோட கண் ஐராவோடக் கண்ணத் தவிர வேற எங்கயும் பாக்கல.

"விளையாடாத விக்கி" ஐரா சொன்னாள்.

விக்கி கண் கலங்குச்சு, அழுகக் கூடாதுன்னு அவன் உதட்டைக் கடிச்சான். நந்து போய் அவன் தோள் மேல கை வெச்சான்.

"மச்சான், என்னடா?..... விளையாடாத"

விக்கி கண் கலங்க வலியோடச் சிரிச்சான். விக்கி நெஜமாவே ஐராவ லவ் பண்றானா என்ன? நம்ப முடியலயே. இல்ல சும்மா விளையாடுறானா?

"விக்கி அண்ணா ஐராவ லவ் பண்றாங்களா?" தியா எங்கிட்ட மெதுவாக் கேட்டாள்.

"தெரியலடி"

எங்களுக்குக் கல்யாணம் ஆனதையே மறந்து இப்போ நாங்க அவிங்களப் பாத்துட்டு இருக்கோம். விக்கி அவளோட ரெண்டு கையயும் மெதுவாப் புடிச்சான். அவளோடக் கன்னத்துலப் பாசமா மெதுவா ஒரு முத்தம் கொடுத்தான். ஐராவும் தடுக்கல, அவள் குழம்பி போய் நிக்குறாள்.

"ஐ லவ் யூ, என்னைக் கல்யாணம் பண்ணிக்குறியா?" விக்கி கேட்டான்.

நவ்யா அதிர்ச்சியில அவளோட வாய் மேல கை வெச்சாள். முருகா இது என்ன புது கதை. இவன் பேசுறதப் பாத்தால் விளையாடுற மாதிரித் தெரியல. எப்போருந்து இவன் ஐராவ லவ் பண்றான்.

"விக்கி..... டோன்ட் ப்ளே" ஐரா சொன்னாள்.

"நம்பு ஐரா நா நிஜமா உன்னை லவ் பண்றேன்"

ஐரா அவனோடக் கன்னத்துல அடிச்சாள்.

"எதுக்குடா இப்டி விளையாடுற?"

விக்கி கோவமா வெளியப் போனான்.

"எனக்கு அவன் விளையாடுற மாதிரித் தெரியல" நவ்யா சொன்னாள்.

"எனக்கும் அப்டித் தோணல" நா, தியா, நந்து மூணு பேரும் ஒரே நேரத்துல கோரஸாச் சொன்னோம். ஐரா அவளோட நெத்தில கை வெச்சாள்.

"ஐ கான்ட் பிலீவ் திஸ்..... ஓ காட்" ஐரா சொன்னாள்.

"எங்களாலயும் நம்ப முடியல" நாங்க மறுபடியும் கோரஸாச் சிரிச்சுட்டேக் கிண்டலா சொன்னோம். ஐரா

எங்கள மொறச்சுப் பாத்தாள். அப்றம் வேகமா வெளிய ஓடுனாள். நாங்களும் என்ன நடக்கப் போகுதுன்னு தெரிஞ்சுக்க ஆவலோடப் போனோம். விக்கி பைக் பார்க்கிங் ஏரியால அவனோட பைக் சீட் மேல கை வெச்சு, தலை குனிஞ்சு நின்னுட்டு இருந்தான். ஐரா போய் அவன் பின்னாடி நின்னாள், அவனோட தோள் மேல கை வெச்சாள், அவன் திரும்பனான். நாங்களும் அவிங்க முன்னாடிப் போய் நின்னோம்.

"நீ பொய் சொல்லலயே?" ஐரா கேட்டாள்.

"போடி,"

"டேய் ஆனால் இன்னும் என்னால நம்ப முடியலடா"

"நீ எப்போடி என்னை நோட் பண்ணிருக்க? எப்பவுமே அவன மட்டும்தானப் பாப்ப நீ, அவன் பின்னாடிதான சுத்துன. நீ அவன் பின்னாடி சுத்தும் போது என்னால எப்டி உங்கிட்ட என்னோட பீலிங்ஸ சொல்ல முடியும்" அவன் கண்ணுல இருந்து கண்ணீர் வந்தது. அவன் தொடச்சான்.

"விக்கி"

"நா உன்னை பர்ஸ்ட் டைம் பாத்தப்பவே எனக்கு உன்னைப் புடிச்சது, ஆனால் அப்பவே எனக்கு தெரிஞ்சுடுச்சு நீ அஸ்வினப் பாக்குறேன்னு.....அதனால நானும் சும்மா நவ்யாவ சைட் அடிக்குற மாதிரிக் காட்டிக்கிட்டேன். நானும் உன்னைக் கண்டுக்காத மாதிரி இருந்தேன், ஆனால் என்னால முடியல..... எப்டி உன்னை லவ் பண்ணேன்னு தெரியல.... நா உனக்கு ஹெல்ப் பண்ணனும்னுதான் ஒரு தடவ ட்ரூத் ஆர் டேர் விளையாடும் போது அவனுக்கு ப்ரப்போஸ் பண்ண சொன்னேன். அவங்கிட்டயும் நா அடிக்கடி சொன்னேன் நீ அவனுக்கு ரூட் விடுறேன்னு"

அடப்பாவி உள்ளுக்குள்ள இவ்ளோ வெச்சுட்டு எப்டிடா உன்னால நடிக்க முடிஞ்சது. உனக்குள்ள இப்டி ஒரு விக்கி இருக்கானா? இப்போதான்டா புரியுது, தியா ஸுசைட் அட்டெண்ட் பண்ணப்போ நா அவளப் பாக்கக் கிளம்பும் போது ஐரா என்னைத் தடுத்தாள். அப்போ நீ ஏன் ஐராக்கிட்ட அவ்ளோ கோவப்பட்டுக் கத்துனேன்னு. அப்போ அதெல்லாம் எனக்காக இல்லயா?

"டேய் மச்சான், இப்போதான்டா புரியுது எனக்கு" நா சொன்னேன். அவன் என்னைக் கண்டுக்கவே இல்லை.

"நீ உங்க ஊருக்குப் போய்ட்டு வரும் போது நா உன்னைப் பிக்கப் பண்ணனும்னு ஆசைப்படுவேன். ஆனால் நீ அஸ்வினதான் கூப்டுவ. நீ அவனுக்காக ஃபீல் பண்ணுறதப் பாக்கும் போது எனக்கு எவ்ளோக் கஷ்டமா இருக்கும் தெரியுமா?.....நீ குடிக்கிறது எனக்கு சுத்தமாப் புடிக்காது. அதுவும் நீ அவன மறக்க முடியாமா குடிக்கும் போது அதப் பாக்கவே முடியல என்னால..... இருந்தாலும் நா எதையும் வெளியக் காட்டாம ஜாலியா இருக்க மாதிரி காட்டிக்கிட்டேன்" விக்கி அழுதான்.

ஐராவுக்கு என்னப் பேசுறதுன்னே தெரியல. அவள் நவ்யாவப் பாத்தாள். நவ்யா போய் விக்கியப் பாசத்தோடக் கட்டிப்புடிச்சாள்.

"சரி, அழுகாத ப்ளேபாய்"

எங்களுக்கு அவன என்ன சொல்லி சமாதானப்படுத்துறதுன்னு தெரியல. நவ்யா அவன விட்டு தள்ளி நின்னு விளையாட்டுக்கு சொன்னாள்.

"வேணும்னா நாம கல்யாணம் பண்ணிக்கலாம் வா"

நா அவளோட மண்டைல ஒரு கொட்டு வெச்சேன். எப்டி அவள் என் முன்னாடியே இப்டிப் பேசலாம்.

"போடி, கொன்றுவேன் உன்னை" விக்கி சொன்னான். நவ்யா போய் ஐரா பக்கத்துல நின்னாள்.

"யூ நோ தட் ஐ ம் நாட் ய வெர்ஜின்"

"ஹ்ம்ம்" ஐரா தலைய ஆட்டுனாள்.

"பட் ட்ரஸ்ட் மீ ஐ ஸ்வேர்..... ஐ டிட் நாட் பக் எனியொன் ஆப்டர் ஐ மெட் யூ"

இதக் கேட்டதும் எங்களுக்கு சிரிப்பு வந்தது. நாங்கச் சிரிச்சோம். ஐராவும் லேசாச் சிரிச்சாள்.

"நம்புங்கடா" விக்கி கண்ணத் தொடச்சுட்டே சொன்னான். நாங்களும் நம்புறோம்னு கிண்டலாத் தலைய ஆட்டுனோம். விக்கி ஐராவோட கையப் புடிச்சு சொன்னான்.

"என்னைக் கல்யாணம் பண்ணிக்கோ ஐரா, நா உனக்கு உண்மையா இருப்பேன் எந்த தப்பும் பண்ண மாட்டேன்டி" வெகுளியா சொன்னான். ஐரா சிரிச்சுட்டே அவனோட தலை முடியைக் கலச்சுட்டேச் சொன்னாள்.

"என்னால உன்னை உடனே லவ் பண்ண முடியாது, பட் ஐ கேன் ட்ரை. நீ எனக்காக வெய்ட் பண்ணுவியா? நா உன்னை லவ் பண்ற வரைக்கும்"

"ஹ்ம்ம்" அவன் தலைய ஆட்டுனான். ஐரா அவனக் கட்டிபுடிச்சு சொன்னாள்.

"ஓகே, நா உன்னை லவ் பண்ண ட்ரை பண்றேன்.... இப்போதைக்கு நாம டேட் போலாம்"

விக்கி முகத்துல அவ்ளோ சந்தோசம். அழுதுட்டே அவள அணைச்சுப்புடிச்சான். நாங்க "ஓஹோ" னு

கத்துனோம். எங்களுக்கு சொல்ல முடியாத அளவுக்கு சந்தோசம், இவிங்க ஒரு ஜோடி ஆனது. இவிங்க ட்ராமா முடிஞ்சதும். நா விக்கியக் கட்டிப்புடிச்சு ஸாரி சொன்னேன். இவ்ளோ நாளா அவன் இத எங்கக்கிட்டகூட சொல்லாம உள்ளயே வெச்சுக் கஷ்டப்பட்டுட்டு இருந்துருக்கான். எனக்கு அத நினைக்கும் போது ரொம்பக் கஷ்டமா இருக்கு.

●●●

கல்யாணத்துக்கு பார்ட்டி கொடுக்கச் சொன்னாங்க. எப்பவும் போல பார்ட்டி பண்ண பப்க்குப் போனோம். தியா இன்னைக்கு மட்டும் என்னை லிமிட்டோடக் குடிக்க அலோவ் பண்ணாள். நா பார்ட்டெண்டர்க்கு முன்னாடி ஸ்டூல்ல உக்காந்துக் குடிச்சேன். தியாவுக்கு டான்ஸ் ஆடுறதுல ஆர்வமே இல்ல. சும்மா எங்கூடவே உக்காந்துட்டு இருந்தாள்.

"பேபி கிளம்பலாமா?" தியா கேட்டாள்.

"ஏன் புடிக்கலயா? "

"இல்ல பேபி, நாம சீக்ரம் போய் ரொமான்ஸ் பண்லாம்"

"குள்ளச்சி" நா அவளோட மூக்குல முத்தம் கொடுத்தேன். அவள் வெட்கப்பட்டாள். அப்போ என் பக்கத்துல ஒரு பொண்ணு உக்காந்தது. நா யாருன்னு திரும்பிப் பாத்தேன், இவள எங்கயோப் பாத்த மாதிரி இருக்கு. ஞாபகம் வரலயே.

"ஹேய் மதராசி" சிரிச்சுட்டே சொன்னாள். அச்சச்சோ இது அந்த நார்த் இந்தியன் பொண்ணு தியா. முருகா...ரெண்டு தியாவுக்கும் நடுவுல மாட்டிக்கிட்டேனே. அவள் என்னை அப்டி கூப்டதும் எனக்குக் கோவம் வந்தது. ஆனால் கோவப்பட்டு நா

என்னோட மூடக் கெடுக்க விரும்பல. நானும் பதிலுக்கு சிரிச்சுட்டேச் சொன்னேன்.

"ஹேய் பஞ்சாபி"

"பேபி உனக்கு இவளத் தெரியுமா?" தியா கேட்டாள்.

"இல்ல, ஒரு தடவப் பாத்துருக்கேன் அவ்ளோதான்"

குள்ளச்சி என் கை கோர்த்து உக்காந்தாள். நா என் கைல இருந்த சரக்கக் கீழ வெச்சேன்.

"ஈஸ் ஷீ யுவர் கேர்ள் பிரண்ட்?" அந்த பஞ்சாபிப் பொண்ணு கேட்டாள். நா பதில் சொல்றதுக்கு முன்னாடி தியா அந்தப் பொண்ணுகிட்ட கைக்குழுக்க கை நீட்டி சொன்னாள்.

"ஹாய், ஐ யம் தியா அஸ்வின், ஹிஸ் ஒய்ப்"

"ஹேய் ஸ்வீட்டி, ஐ யம் தியா சிங்" ரெண்டு பேரும் கைகுழுக்குனாங்க. ரெண்டு பேரும் கொஞ்ச நேரம் பேசிக்கிட்டாங்க. நா எழுந்து இந்தப் பக்கம் வந்தேன். தியா இப்போ என்னோடப் பொண்டாட்டி, ச்ச கேக்குறதுக்கே நல்லாருக்கே. நா கொஞ்ச நேரம் டான்ஸ் ஆடிட்டு இருந்தேன். ஒரு பொண்ணு எங்கூட வந்து ஆடுச்சு, நானும் கம்பனி கொடுத்தேன். அப்போதான் நா நோட் பண்ணேன், ஐராவும் விக்கியும் டான்ஸ் பண்றத. ஐரா விக்கி தோள் மேல கை வெச்சுருந்தாள். விக்கி அவளோட இடுப்பைப் புடிச்சு இருந்தான். விக்கி இதே க்ளப்ல எத்தனையோ பொண்ணுங்கக்கூட டான்ஸ் பண்ணி நா பாத்துருக்கேன். ஆனால் இந்தத்தடவ பாக்குறதுக்கே வித்தியாசமா இருக்கு. விக்கி சந்தோசமாவும், கொஞ்சம் வெக்கப்பட்டுட்டும், மெதுவா டான்ஸ் பண்ணிட்டு இருக்கான். எனக்கு இதப் பாக்கும் போது சந்தோசமா இருக்கு, எப்டியோ ரெண்டு பேரும் நல்லா இருந்தால் சரி. அவிங்கள நோட்டம் விட்டதுல

தியாவப் பாக்க மறந்துட்டேனே. தியா என்னை கோவமாப் பாத்துட்டு இருந்தாள். நா இந்தப் பொண்ணுகிட்ட எக்ஸ்க்யூஸ் கேட்டுட்டு, குள்ளச்சிப் பக்கத்துலப் போய் உக்காந்தேன். அந்தப் பஞ்சாபி தியா எழுந்து போனாள். போறதுக்கு முன்னாடி திரும்பிப் பாத்துச் சொன்னாள்.

"குட் நைட்"

இவள் எதுக்கு இப்போ குட் நைட் சொல்றாள்?.

"குள்ளச்சி என்னாச்சு?"

"என்னை ஃப்ளாட்ல ட்ராப் பண்ணிட்டு வந்து நீ டான்ஸ் ஆடு பேபி" கொஞ்சம் கோவமாச் சொன்னாள்.

"ஹேய்..... க்ளப்ல பொண்ணுங்களும் பசங்களும் டான்ஸ் பண்றது எல்லாம் சகஜம்"

அவள் கோவமா எழுந்து வெளியப் போனாள். நா விக்கி பக்கத்துல போய்க் கிளம்புறேன்னு சொன்னேன். அவன் தலைய ஆட்டுனான். நா வெளில வந்தப்போ, தியா பைக் பக்கத்துல நின்னுட்டு இருந்தாள். நா அவப்பக்கத்துல போனதும் ஹக் பண்ணேன்.

"ஸாரிடி"

அவள் பேசவே இல்லை. நா அவள ஃப்ளாட்க்கு கூப்ட்டு வந்தேன், கதவத் திறந்ததும் அவள் வேகமா உள்ளப் போனாள். ஹால்ல இருக்க சோபால உக்காந்தாள். நா அவள் முன்னாடி நின்னேன்.

"அதான் ஸாரி சொன்னல்ல இன்னும் ஏன் கோவமா இருக்க"

"அந்தப் பஞ்சாபி பொண்ணு எங்கிட்ட ஒரு போட்டோ காட்டுனாள்"

மாட்டுனனா? ஆனால் நா எந்த தப்பும் பண்லயே.

"குள்ளச்சி அவதான்டி என் கன்னத்துல கிஸ் பண்ணாள், நா பண்ணல"

"ஏன் இப்டி மாறிட்ட அஸ்வின். இன்னும் எனக்குத் தெரியாம எவ்ளோப் பண்ணிருக்கியோத் தெரியல?"

"ஹேய்...... குள்ளச்சி" நா அவள் முன்னாடி முட்டிப் போட்டு, அவளோட முகத்தப் புடிச்சுக் கன்னத்துல முத்தம் கொடுத்தேன்.

"அதெல்லாம் நாம ப்ரேக் அப் பண்ண டைம்ல..... ஆனால் நா பெருசா எந்தத்தப்பும் பண்ணலடி, சும்மா பொண்ணுங்கக்கூட டேட்க்கு போயிருக்கேன் அவ்ளோதான்"

அவள் என் காதைப் புடிச்சுத் திருகுனாள்.

"அதெல்லாம் வேற பண்ணிருக்கியா நீ?"

"ஹ்ம்ம்..... காது வலிக்குது விடுடி"

அவள் உடனே விட்டாள். எழுந்து ரூம்க்குள்ளப் போனாள், நா பின்னாடியே போய்க் கதவச் சாத்துனேன். நா உண்மைய சொன்னதுக்கு இவள் சந்தோஷப் படணும் ஆனால் இவள் என்னமோ கோவப்படுறாள். தியா பாத்ரூம்க்குள்ளப் போய்க் கதவச் சாத்திட்டாள்.

"குள்ளச்சி, கல்யாணம் ஆகி பர்ஸ்ட் நாளே சண்டையா..... வேணான்டி குள்ளச்சி, இன்னைக்கு நமக்கு பர்ஸ்ட் நைட் வேற இருக்கு"

"உனக்கு அந்த நெனப்பு வேற இருக்கா? போடா" உள்ள இருந்து கத்துனாள். இந்த பாத்ரூம் கதவ

என்னாலத் திறக்க முடியாதா என்ன? நா கதவ லேசாத் தள்ளுனேன், கதவு திறந்தது. அப்டினா அவள் கதவ லாக் பண்ணலயா?. நா உள்ளப் போகும் போது அவள் கண்ணாடி முன்னாடி நின்னு அழுதுட்டு இருந்தாள். நா போய் அவளுக்குப் பின்னாடி நின்னு கட்டிப்புடிச்சேன்.

"தள்ளிப்போடா"

"மாட்டேன்" நா அவள் கன்னத்துல நச்சு நச்சுன்னு முத்தம் கொடுத்துட்டே இருந்தேன்.

"பேபி விடு.... போ" ஹஸ்கி குரல்ல சொன்னாள்.

"குள்ளச்சி குளிக்கலாமா?"

"அஸ்வின்.... வேணா அமைதியா போ.... நா உன்மேல கோவமா இருக்கேன்"

"அப்டியா" நா ஹஸ்கி குரல்ல சொன்னேன். அவளோடக் காதுல முத்தம் கொடுத்தேன். அவள் கண்ண மூடுனாள். நா ஷவர் ஆன் பண்ணேன்.

"இப்போ எதுக்குடா ஷவர் போட்ட"

"குளிக்கதான்..... குள்ளச்சி"

அவள் கண்ணத்திறந்தாள், எங்கிட்ட இருந்து தப்பிக்கப் பாத்தாள். நா அவள அப்டியே என் பக்கம் திருப்புனேன் அவள ஷவர்க்கு நேரா இழுத்துட்டுப் போனேன். ரெண்டு பேருமே நெனஞ்சோம். அவள் குதிச்சாள், நா சிரிச்சேன்.

"அஸ்வின் ஜில்லுன்னு இருக்கு, குளிரெடுத்துக்கும் விடு"

நா அவளோட நெத்தியில முத்தம் கொடுத்தேன். என் கைய அவள் கழுத்துல வெச்சேன், குனிஞ்சு அவளக்

கிஸ் பண்ணப்போனேன். அவள் முகத்தத் திருப்புனாள், அழுதாள்.

"குள்ளச்சி, நம்புடி உன்னைத் தவிர நா வேற யாரையும் அந்த மாதிரி நினைக்கக் கூட மாட்டேன்"

இப்போ முகத்தை நேராத் திருப்புனாள். நா அவள லிப் லாக் பண்ணேன். தியா என் கழுத்துல கை வெச்சாள். தண்ணி லேசா எங்களத் தொல்லை பண்ணது. நா அவள விட்டேன். அவளோட உச்சந்தலைல முத்தம் கொடுத்தேன். அவள் திடீர்னு என்னைத் தள்ளிட்டு சொன்னாள்.

"நா குளிக்கப் போறேன். நீ போய் என் ட்ரெஸ் எடுத்துக் கொடு"

"நானும் குளிக்கதான் போறேன்"

"விளையாடாத பேபி.....போ" அவள் என்னை வெளியத் தள்ளி விட்டு கதவச் சாத்துனாள். நானும் சிரிச்சுட்டே அமைதியா வந்து துணி மாத்துனேன். அவளுக்கு பைஜாமா எடுத்துக் கொடுத்தேன். அவள் கதவு சந்துல வாங்குனாள். என்னாச்சு இவளுக்கு என்னமோ இப்போதான் முதல் தடவை மாதிரி வெக்கப்படுறாள். நான் பெட்ல படுத்துட்டே என்னென்னமோ யோசிச்சுட்டே இருந்தேன். அவள் ஈர தலையோட வந்தாள், பொண்ணுங்க ஈர தலையோட இருக்கும் போது தனி அழகு. கண்ணு செவந்து இருக்கு, எதுக்குதான் இவள் இப்டி அழுகுறாளோ தெரியல. அவள் லைட் எல்லாம் ஆப் பண்ணாள். அப்றம் பெட் ஓரத்துல அந்தப் பக்கமா திரும்பிப் படுத்தாள். குள்ளச்சி, கொஞ்சம் ஓவராதான் பண்றாள். நா அவள் பக்கத்துலப் போனேன். அவள் மேல என் கை, கால் போட்டேன்.

"பேபி..... வேணா" தியா சொன்னாள்.

"வேணும்...... பேபி"

நா அவளோடக் கழுத்துல முத்தம் கொடுத்தேன். அவள் மறுபடியும் அழுக ஆரம்பிச்சாள்.

"என்னடி பிரச்சனை? ஏன்டி அழுகுற?"

"நீ மாறிட்ட, ஸ்கூல் படிக்கும் போது என்னைத் தவிர வேற யாரையுமே நீ பாக்க மாட்ட..... ஆனால் இப்போ"

நா அவள் முகத்தைத் திருப்பி அவள லிப் லாக் பண்ணேன். அவள் அப்டியே மெதுவா என் பக்கம் திரும்புனாள். என் வயித்துலக் கிள்ளுனாள்.

"ஹா..... ஏன்டி"

"போடா, எனக்குப் புடிக்கல"

"குள்ளச்சி, ட்ரஸ்ட் மீ நா உன்னைத் தவிர யாரையும் கிஸ் கூட பண்ணது இல்ல.... அந்தப் பஞ்சாபிக்காரி காட்டுன ஃபோட்டோகூட நா செகண்ட் இயர் முடிச்சப்போ எடுத்தப் ஃபோட்டோ...... அவதான் கிஸ் பண்ணாள். நா அவக்கூட சண்டப் போட்டேன்"

"எனக்குத் தெரியும் பேபி, உன் மேல தப்பு இல்லன்னு. ஆனால் எனக்கு அது புடிக்கல"

நா அவள லேசா விளையாட்டுக்கு மொறச்சுப் பாத்தேன். அவள் சிரிச்சுட்டே என்னை இழுத்து என் கன்னத்தைக் கடிச்சாள்.

"குள்ளச்சி...........எதுக்குடி கடிக்குற?"

"ஐ லைக் யுவர் சீக்ஸ்"

அவள் மறுபடியும் என் கன்னத்தைக் கடிச்சாள். எனக்கு இது ரொம்பப் புடிச்சுருக்கு. நா சிரிச்சேன்.

27

சில நாட்களுக்குப் பிறகு...

நா சோபால உக்காந்து லேப்டாப்ல லிஸ்ட் ரெடிப் பண்ணிட்டு இருந்தேன். படிச்சது மெக்கானிக்கல் என்ஜினீயரிங் ஆனால் பாக்குறது வேற வேலை. நா கொஞ்சம் கோவமா இருக்கேன். எப்போதான் இத முடிப்பனோத் தெரியல. மெஷின் மாதிரி உக்காந்து டைப் பண்ணிட்டு இருக்கேன். தியா என்னைக் கிண்டலாப் பாத்துட்டு இருக்காள். தியா மினி ஷார்ட்ஸ், ப்ளூ கலர் டீ-ஷர்ட் போட்டு இருக்காள். அவள் என் பக்கத்துல வந்து நெருக்கமா உக்காந்தாள்.

"தியா, ப்ளீஸ் வேணா..... எனக்கு வேலை இருக்கு..... அமைதியா போய்த் தூங்கு"

"நா அமைதியாதான பேபி இருக்க"

"நீ என் பக்கத்துல இருந்தால் என்னால வேலை பாக்க முடியாது. ஸோ நீ போய்த் தூங்கு"

நா அவளத் திரும்பிக்கூட பாக்கப் போறது இல்ல. எப்போப் பாரு என்னை வேலை செய்ய விடாமப் பண்றதே இவளுக்கு ஒரு வேலை. வேணான்டா அவளப் பாக்காத அவள் சொல்றதக் கேக்காத, வேலையப் பாரு,

"பேபி தூங்கலாம் வா"

போச்சு ஆரம்பிச்சுட்டாள். அஸ்வின் காதுல வாங்காத மாதிரி இரு.

"பேபி என்னைப் பாரு"

வேணாண்டாப் பாக்காத, அவளத் திரும்பிப் பாக்காத. அவளப் பாத்தா உன்னால வேலையப் பாக்க முடியாது. திரும்பாத, திரும்பாத, திரும்பாத.....

"பேபி நீ மட்டும் இப்போப் பாக்கலன்னா ஒன் வீக் ஒன்னும் கிடையாது... எல்லாமே கட்"

நா டக்குன்னு திரும்பிப் பாத்துச் சொன்னேன்.

"ஓவர் டி குள்ளச்சி"

அவள் இவ்ளோப் பக்கத்துல இருந்துட்டே எனக்கு ப்லைன் கிஸ் கொடுத்தாள். ஏன்டி இவ்ளோ அழகா இருக்க. நா டக்குன்னு திரும்பி என் வேலையப் பாத்தேன். அவள் என் பக்கத்துல நெருக்கமா வந்து, என் பக்கம் திரும்பி உக்காந்தாள். என் கழுத்தை சுத்திக் கைப் போட்டாள். இவளக் கல்யாணம் பண்ணிட்டு நா படுற அவஸ்தை இருக்கே, முருகா......

"தூங்கலாம் வா" ஹஸ்கி குரல்ல சொன்னாள்.

"மணி ஏழுதான்டி ஆகுது, அதுக்குள்ள ஏன்டி இப்டிப் பண்ற?" நா அவளப் பாத்துச் சொன்னேன். அவளோட

முகம் எனக்கு ரொம்ப நெருக்கமா இருந்தது. என்னையவே அறியாம என் உதடு அவள் உதடுப் பக்கத்துலப் போனது.

"கிஸ் பண்ணனுமா?"

"போடி குள்ளச்சி, எழுந்து போ"

நா மறுபடியும் லேப்டாப் நோண்டுனேன். ஆனால் என்னால அதுல கவனம் செலுத்தவே முடியல. அவள் என் கன்னத்துல முத்தம் கொடுத்துட்டே இருந்தாள்.

"வேணான்டி.... என்னை ரொம்ப டார்ச்சர் பண்ற நீ"

அவள் என் கன்னத்தைக் கடிச்சாள். இப்போல்லாம் எதுக்கு எடுத்தாலும் என் கன்னத்தைக் கடிக்குறாள்.

"தியா, ப்ளீஸ்...... கொஞ்ச நேரம் விடுடி"

அவள் மறுபடியும் என் கன்னத்தைக் கடிச்சாள். எனக்கு ஒரு மாதிரி இருக்கு. நா லேப்டாப்பப் பக்கத்துல இருந்த டேபுள் மேல வெச்சேன். அவள் உடனே என் மடி மேல உக்காந்தாள்.

"நா ரொம்ப பாவம்டி. உங்கிட்ட மாட்டிக்கிட்டு ரொம்பக் கஷ்டப்படுறேன்"

அவள் என் தோள் மேலக் கை வெச்சு. என் நெத்தியில முத்தம் கொடுத்தாள். அவள் என்னைக் கிஸ் பண்ண வந்தப்போ நா சொன்னேன்.

"மணி ஏழுதான்டி ஆகுது"

அவள் என் முகத்தைப் புடிச்சுச் சொன்னாள்.

"ஏழுதான் இல்ல பேபி, மணி ஏழு ஆகிடுச்சு..... என்னை நீ ரொம்ப நேரம் வெய்ட் பண்ண வெய்க்குற"

"குள்ளச்சி, கொஞ்ச நேரம் விடுடி. நா ஓர்க் முடிச்சதும்.... ஓகே"

"நோ பேபி.... இப்பவே"

தியா என்னை சோபாலச் சாச்சு கிஸ் பண்ணாள். இதுக்கு மேல எங்க நா கண்ட்ரோலா இருக்குறது? என்னை அவள் இஸ்டத்துக்கு ஏதேதோ பண்ணாள். அப்றம்தான் என்னை வேலை செய்ய விட்டாள். ஆனால் அதுக்கு அப்றம் என்னால சுத்தமா வேலைப் பாக்க முடியல,..... அவள் போய் ஹால்ல உக்காந்து ஜாலியா டீவி பாத்துட்டு இருக்காள். குள்ளக் கத்திரிக்கா, என்ன வேலைப் பாக்க விடாம பண்ணிட்டு நீ மட்டும் எப்டி ஜாலியா இருக்கலாம்? நா ஹாலுக்குப் போய், அவள் முன்னாடி நின்னேன். அவள் என்னை அண்ணாந்துப் பாத்தாள்.

"என்ன பேபி?"

"தியா, சத்யமா சொல்றேன்டி..... நீ செம கேடி"

"ஈ...." பல்லக் காட்டுனாள். "தேங்க்ஸ் பேபி"

நா அவளத் தூக்குனேன், அவளோடக் கன்னத்துல முத்தம் கொடுத்தேன்.

"பேபி என்னப் பண்ற? நந்து அண்ணாவும், விக்கி அண்ணாவும் உள்ளதான் இருக்காங்க" அவள் வெட்கப்பட்டாள்.

"ஒரு ரவுண்ட் எனக்குப் பத்தல, அதான்"

அவள் சிரிச்சாள், காலிங் பெல் அடிச்சது. என் நிலைமையப் புரிஞ்சுக்காம யாரு இது. நா அவள இறக்கி விட்டேன். என் முகம் வாடிடுச்சு. அவள் என் கன்னத்தை ஒரு கடி கடிச்சுட்டு, கதவத் திறக்கப்

போனாள். என்னால முடியல ஏந்தா எனக்கு மட்டும் இப்டி நடக்குதோ. அவள் கதவத் திறந்ததும் அவள் முகத்துல இருக்க சிரிப்புக் காணாமப் போய்டுச்சு. என் அம்மா நின்னுட்டு இருந்தாங்க. ஒரு நொடியில என்னோட மூட் போய்டுச்சு.

"ம்மா உள்ள வாங்க" நா சொன்னேன். அவிங்க உள்ள வந்தாங்க. தியா என் பக்கத்துல வந்து நின்னாள்.

"உக்காருங்கம்மா"

தியா கிச்சன்க்குப் போய் ஒரு க்ளாஸ்ல தண்ணி எடுத்துட்டு வந்து அம்மாக்கிட்ட கொடுத்தாள், அம்மா வாங்கல. நா வாங்கிக் கொடுத்தேன், உடனே வாங்குனாங்க. நந்து ரூம்லருந்து வெளிய வந்தான்.

"அத்தை எப்போ வந்திங்க?"

"இப்போதான்"

அம்மா அவங்கூட பேசிட்டு இருந்தாங்க. தியாக்கு என்னப் பண்றதுன்னே தெரியல, பயப்பட்டாள். நா அவளப் பாத்து பயப்படாதனு கண்ணடிச்சேன். நந்து அம்மா கோவமா இருக்காங்கன்னு புரிஞ்சுக்கிட்டு விக்கிய கூட்டிட்டு வெளியப் போனான். நா அம்மாப் பக்கத்துல உக்காந்தேன், தியா என் பக்கத்துல உக்காந்தாள்.

"பாரு, பெரியவிங்க முன்னாடி எப்டி மரியாதை இல்லாம உக்காரான்னு"

தியா உடனே எழுந்து நின்னாள். நா அவள உக்காரச் சொன்னேன் அப்பவும் அவள் உக்காராம நின்னுட்டே இருந்தாள்.

"சொல்லுங்கமா என்ன திடீர்னு வந்து இருக்கீங்க"

அம்மா நா கேக்குறதுக்குப் பதில் சொல்லாம தியாவப் பாத்துக் கேட்டாங்க.

"தாலி எங்க?"

தியா பேசுறதுக்கு முன்னாடி நா சொன்னேன்,

"ம்மா நாங்க ரெஜிஸ்டர் மேரேஜ் பண்ணிக்கிட்டோம். தாலி எல்லாம் கட்டுல"

"தாலி கட்டிக்காமயே எப்டி ஒரே வீட்டுல இருக்கீங்க ரெண்டு பேரும்"

அம்மாக்கு மட்டும் நாங்க கல்யாணத்துக்கு முன்னாடியே லிவ்விங் டுகெதர் இருந்தது மட்டும் தெரிஞ்சா முடிஞ்சுடும் எங்க கதை.

"அஸ்வின்..... இந்தப் பொண்ண எனக்குப் புடிக்கவே இல்ல. பாரு அரை டவுசரப் போட்டுட்டு நிக்குறாள்"

தியா உடனே அவளோட கால குனிஞ்சுப் பாத்துட்டு ஒரு மாதிரி நெண்டுனாள். அம்மா அவளத் திட்ட ஆரம்பிச்சாங்க. எதுக்கு இந்த மாதிரி ட்ரெஸ் பண்ணுறேன்னு. தியா அழுகற மாதிரி ஆகிட்டாள்.

"ம்மா அவள் சும்மாவே அழுவாள், நீ வேற இப்டி திட்டி அழுக வெய்க்காத.... என்னால சமாளிக்க முடியாது"

"போடா" தியா அழுதுட்டே சொன்னாள்.

குள்ளச்சி, என் அம்மா இருக்காங்கன்னு மறந்துட்டியாடி.

"பாரு, என் முன்னாடியே உன்னை டா'னு கூப்டுறாள்"

அம்மா மறுபடியும் அவளத் திட்டுனாங்க. அவ்ளோதான் தியா கண்ணுல இருந்து அருவி மாதிரி கண்ணீர் வந்தது. நா எழுந்து நின்னேன்.

"ம்மா அவளத் திட்டாதிங்கன்னு சொல்றல்ல" நா கோவமா சொன்னேன். அம்மா எழுந்து நின்னாங்க.

"இப்போ உனக்கு அவதான் முக்கியமாப் போயிட்டா இல்ல" அம்மா அழுதாங்க.

அப்பனே முருகா, இந்தப் பொண்ணுங்களுக்கு மட்டும் எப்டி இப்டி ஒரு திறமையக் கொடுத்துருக்க? அழுகணும்னு நெனச்சாப் போதும் அழுகை வந்துடுது. அம்மா எனக்கு வலது பக்கம் நின்னாங்க, தியா என் இடது பக்கம் நின்னாள். ரெண்டு பேருக்கும் நடுவுல நா மாட்டிக்கிட்டேன்.

"ம்மா இல்லம்மா அப்டி இல்ல" நா அம்மாவப் பாத்துச் சொன்னேன்.

"அப்டி இல்லயா.... அப்போ நா உனக்கு முக்கியம் இல்லயா பேபி" தியா கேட்டாள்.

"நீ எனக்கு முக்கியம்தான்டி"

"அப்போ நா உனக்கு முக்கியம் இல்லயா?" அம்மா கேட்டாங்க.

"ம்மா நீங்களும் எனக்கு முக்கியம்தான்"

ரெண்டு பேருக்கிட்டையும் மாட்டிக்கிட்டு நா சாகுறேன். அம்மா தியாவ மறுபடியும் திட்டுனாங்க. அவள்தான் என்னை மயக்கிட்டாள் அப்டி இப்டின்னு ஓவரா திட்டுனாங்க. தியாவுக்குக் கோவம் வந்தது.

"பேபி, குனி"

இப்போவா...... வேணாண்டி குள்ளச்சி. நா மாட்டேன்னு தலைய ஆட்டுனேன். அவள் முகத்தைப் பாவமா வெச்சுக்கிட்டாள். அப்பவும் நா குனியல.

"நீ மட்டும் குனியல நா என் வீட்டுக்குப் போய்டுவேன் இப்போவே" அவள் மெதுவா சொன்னாள். தயங்கிட்டே நானும் குனிஞ்சேன். அவள் என் நெத்தியில முத்தம் கொடுத்தாள். ஏற்கனவே என் அம்மா வயிறு எரிஞ்சுட்டு இருக்கு இதுல இவள் வேற பெட்ரோல ஊத்தி விடுறாள்.

"இங்கப் பாருங்க ஆன்ட்டி ஐ லவ் ஹிம் அண்ட் ஐ டோன்ட் கேர் வெதர் யூ லைக் இட் ஆர் நாட்"

அம்மாக்கு அவள் சொன்னது புரியல. நா அத ட்ரான்ஸ்லேட் பண்ணுவேன்னு என்னைப் பாத்தாங்க.

"ம்மா, அவளுக்கு உன்னை ரொம்ப புடிக்கும்னு சொல்றாள்"

தியா என் தோள்ல ஒரு குத்து குத்துனாள்.

"நா எப்போடா அப்டி சொன்னேன்? ஷி ஹேட்ஸ் மீ ஸோ ஐ டூ ஹேட் ஹெர்"

எனக்கு ஒன்னு மட்டும் உறுதி ஆகிடுச்சு. ஒரு வேளை அம்மா தியாவ ஏத்துக்கிட்டாங்கனா, நாங்க ஒரே வீட்டுல இருக்க சூழ்நிலை வந்துச்சுன்னா, எங்க வீட்டுல மாமியார் மருமகள் சண்டைக்குப் பஞ்சமே இருக்காது. எனக்கும் நிம்மதி இருக்காது. சத்யமா கல்யாணத்துக்கு அப்றம் ஒரே குடும்பத்துல இருக்கப் பசங்களப் பாத்தால் கையெடுத்துக் கும்பிடணும். அம்மா கோவமா வெளியப் போனாங்க, தியா அழுதுட்டே நின்னாள். அம்மாவா? தியாவா?. நா யார முதல்ல சமாதானப்படுத்துறது.

"தியா" நா அவள் பக்கத்துலப் போனேன்.

"அம்மா அழுதுட்டே போறாங்க, நீ போ அஸ்வின்"

என் குள்ளச்சிதான் பெஸ்ட். நா வெளியப் போனேன். அம்மா லிஃப்ட்க்காக வெய்ட் பண்ணிட்டு இருந்தாங்க. நா போனதும் அவிங்கக் கையப் புடிச்சேன்.

"ம்மா, எங்கம்மா போறீங்க?"

"விடுடா, உனக்கு அந்த வாயாடிதான் முக்கியமாப் போயிட்டாள்" அழுதுட்டே சொன்னாங்க.

"ம்மா" நா அவிங்களக் கட்டிப்புடிச்சேன். பசங்க வாழ்க்கைல தாயா இல்ல தாரமான்னு ஒரு நிலைமை வந்தால் எப்டி அவிங்களால ஒரு முடிவு எடுக்க முடியும். எங்களுக்கு ரெண்டு பேருமே முக்கியம். ஏன்னா அவிங்க ரெண்டு பேருமே எங்களுக்காக, எங்களுக்காக மட்டும் வாழுறவிங்க. எங்களால ரெண்டு பேரையுமே விட்டுக் கொடுக்க முடியாது. ஆனால் இத அவிங்க புரிஞ்சுக்குறதே இல்ல.

"அஸ்வினு"

"அம்மா..... அவள் நல்லப் பொண்ணும்மா, ஏன் உங்களுக்கு அவளப் புடிக்கல"

"அவளப் பாத்தல்ல நீ... எப்டி எதுத்து பேசுறான்னு"

"நீங்க அவளத் திட்டிட்டே இருந்தால் அவளுக்குக் கோவம் வராதா?"

"இப்போக்கூட நீ அவளுக்குதான் சப்போர்ட் பண்ற"

"நா யாருக்கும் சப்போர்ட் பண்லமா, நா உண்மையச் சொல்றேன்"

அம்மா எதுவும் பேசாம அழுதாங்க. அவிங்களையும் குறை சொல்ல முடியாது. அம்மாவுக்கு அப்பாவும், நானும்தான் எல்லாமே. அப்பா அம்மாவ பிரிஞ்சதுல இருந்தே அவிங்க வித்தியாசமா நடந்துக்குறாங்க. இதுல நானும் தியாவக் கல்யாணம் பண்ணிட்டு வந்துட்டேன். நானும் அவிங்களை விட்டுட்டு போய்டுவேன்னு பயம் அவிங்களுக்கு. என் அம்மா மட்டும் இல்ல. பொதுவா எல்லா அம்மாவுக்குமே தன்னோடப் பையன் தன்னை விட தன் பொண்டாட்டிய நேசிச்சுடுவானோன்னு ஒரு பயம் இருக்கும். அது பயம் இல்ல பாசம், அதே மாதிரி மனைவிக்கும் இருக்கும். அம்மா தன் பையன் தன்னையும், அவனோட மனைவியையும் ஒரே அளவுக்குத்தான் நேசிக்குறான்னு புரிஞ்சுக்கிட்டாலே போதும் மாமியார் மருமகள் சண்டை வராது. அதே மாதிரி மனைவியும் புரிஞ்சுக்கணும்.

"அம்மா எனக்கு உங்கள எந்த அளவுக்குப் புடிக்குமோ அந்த அளவுக்கு அவளையும் புடிக்கும்..... எனக்கு ரெண்டு பேருமே முக்கியம்தாம்மா.... ப்ளீஸ்மா புரிஞ்சுக்கோங்க"

அம்மா கண்ணத் தொடச்சுட்டு என்னை வித்தியாசமாப் பாத்தாங்க.

"சரி, நா கிளம்பறேன். இன்னொரு நாள் வரேன். நீ போ.... அந்த வாயாடி அழுதுட்டு இருப்பாள்"

"ம்மா..... லவ் யூ" நா அவிங்கக் கன்னத்துல முத்தம் கொடுத்தேன். அம்மா கிளம்பறதுக்கு முன்னாடி நா சந்தோஷப் படுற மாதிரி ஒரு விஷயம் சொன்னாங்க.

"நா போய் அந்த வாயாடி வீட்டுலப் பேசுறேன்.... அவிங்கள வந்து இந்த வாயாடியப் பாக்க சொல்றேன்"

ஒரு வழியா அம்மா சமாதானம் ஆனாங்களே சந்தோசம். தியாவும் அவளோட அப்பா, அம்மாவப்

பாக்கணும்னு ரொம்ப ஆசைப் படுறாள். அம்மா கிளம்பிப் போனதும் நா உள்ள வந்தேன், தியா கிச்சன்ல நின்னு அழுதுட்டே எதோ செஞ்சுட்டு இருந்தாள். நா பக்கத்துலப் போய்ப் பாத்தேன். சுடு தண்ணி வெச்சுட்டு இருந்தாள். பக்கத்துல நூடுல்ஸ் பாக்கெட் இருந்தது. அந்த சுடு தண்ணியவே கோவமாப் பாத்துட்டு இருந்தாள். நா அவளக் கட்டிபுடிக்கலாம்னு பக்கத்துலப் போகும் போது சொன்னாள்.

"பக்கத்துல வந்த சுடு தண்ணிய மேல ஊத்திடுவேன், போடா" நா அப்டியே நின்னுட்டேன். நம்ப முடியாது இவள் ஊத்துனாலும் ஊத்துவாள்.

"தியா, என்மேல என்னடி கோவம் உனக்கு?"

"கோவம்தான்..... உன் மொபைல் கொடு"

"எதுக்கு?"

தியா என் பக்கத்துல வந்து, என் பாக்கெட்ல கை விட்டாள்.

"மொபைல் நம்ம ரூம்ல இருக்கு"

அவள் உடனே உள்ளப் போய் மொபைல எடுத்துட்டு வந்தாள். நா அவளுக்குப் பின்னாடி கிச்சன் செவுத்துல சாஞ்சு நின்னேன். இவள் யாருக்கு கால் பண்றாள்?. தண்ணிக் கொதிச்சது, அதனால ஸ்பீக்கர் ஆன் பண்ணி வெச்சுட்டு, நூடுல்ஸ் பாக்கெட்டப் பிரிச்சாள். ரிங் ஆகிட்டே இருக்கு.

"அஸ்வின்" அப்பாவோட குரல்.

"ஹேண்ட்ஸம், நா தியா பேசுறேன்"

"க்யூட்டி, என்ன திடீர்னு கால் பண்ணிருக்க?"

தியா நூடுல்ஸ சுடு தண்ணிலப் போட்டாள்.

"நீதான எங்கிட்ட சொன்ன எதாவது ப்ராப்ளம் வந்தால் எங்கிட்டச் சொல்லுன்னு"

இது எப்போ நடந்தது. குள்ளச்சி எப்போ அப்பாக்கிட்டப் பேசுனாள்.

"ஹ்ம்ம் என்னப் பிரச்சனை க்யூட்டி"

"ஹேண்ட்ஸம் நா சொன்னா என் பிரச்சனையத் தீத்து வெய்ப்பியா"

இவள் ஏன் அப்பாக்கிட்ட இப்டி மரியாதை இல்லாம பேசுறாள்.

"தியா, மரியாதையாப் பேசு" நா சொன்னேன். தியா கண்டுக்கவே இல்ல.

"சொல்லு, என்னாச்சு?" அப்பாக் கேட்டாரு.

"ஐ ஹேட் யுவர் ஓய்ப்"

"எந்த ஓய்ப்? எனக்கு ரெண்டு ஓய்ப்"

தியா சிரிச்சாள், எனக்குக் கோவம் வந்தது, இருந்தாலும் சிரிப்பும் வந்தது.

"அஸ்வின் அம்மா, சரண்யா. என்னோட கொடுமைக்கார மாமியார்..... என்னை ரொம்ப கொடுமைப் படுத்துறாங்க..... திட்டிட்டே இருக்காங்க"

"அவள் அப்டிதான் நீ கண்டுக்காத க்யூட்டி.....ஆனால் அவள் ஒரு தடவ உன்மேல பாசம் வெச்சா கடைசி வரைக்கும் உன்மேல அன்போட இருப்பாள். நீ கவலைப்படாத. அவளேப் பேசுவாள் உங்கிட்ட"

"ஹ்ம்ம். உன் ஒய்ப்க்கிட்ட சொல்லி வை ஹேண்ட்ஸம் இன்னொரு தடவ என்னை டார்ச்சர் பண்ணாங்கன்னா நா மாமியார் கொடுமைன்னு கம்ப்லைன்ட் கொடுத்துருவேன்"

நா அவள் பின்னாடி போய் நின்னு, அவளோட காதத் திருகிச் சொன்னேன். “அவர்க்கிட்ட மரியாதையா பேசுடி குள்ளச்சி, வாங்க போங்கன்னு பேசு, வா போன்னு பேசாத"

அவள் திரும்பி என் வயித்துலக் குத்துனாள்.

"நானும் என் மாமனாரும் பேசும் போது நீ டிஸ்டர்ப் பண்ணாத..... போடா"

ரெண்டு பேரும் பேசிட்டே இருந்தாங்க நானும் அமைதியா கேட்டுட்டே இருந்தேன். நூடுல்ஸ் ரெடி ஆகிடுச்சு.

"ப்பா..... நீங்க என்னைப் பாக்க வரவே இல்ல" தியா சொன்னாள்.

"வரேன் பேபி இப்போ கொஞ்சம் பிஸி"

தருண், தாரா கத்துற சத்தம் கேட்டது. அப்பா வீடியோ கால் பண்ணி அவிங்கக்கிட்ட கொடுத்தாரு. தருண் எங்கிட்டப் பேசவே இல்ல. தியாக்கிட்டப் பேசிட்டே இருந்தான். இப்பவே இவன் சைட் அடிக்கத் தொடங்கிட்டான். நா போய் தியா தோள் மேல கை போட்டு அவளோடக் கன்னத்துல முத்தம் கொடுத்தேன். தருண் சிரிச்சுட்டே கேட்டான்.

"அஸ்ஸா நீ எதுக்கு தியா அக்காக்கு முத்தம் கொடுக்குற?"

"என் பொண்டாட்டிக்கு நா முத்தம் கொடுப்பேன், உனக்கு என்னடா?"

அவன் பேசாம நெண்டிட்டே சிரிச்சுட்டே இருந்தான்.

"பேபி அவனப் பாரேன்..... அப்டியே உன்னை மாதிரியே இருக்கான். அவன நாமளே வளத்திக்கலாம். உன் அப்பாக்கிட்ட கேட்டு அவன வாங்கிக்கலாம்"

அப்பா சிரிக்கிற சத்தம் கேட்டது. தருண் மொபைல நேரா வெக்காம கோணலும் மாணலுமா ஆட்டிட்டே இருந்தான்.

"லூசு அவன் என்ன பொம்மையாடி, அவனக் கேட்டு வாங்கிக்கலாம்னு சொல்ற"

●●●

ஐராக்கும் இப்போ விக்கி மேல ஃபீலிங்ஸ் வந்துருச்சு. அடிக்கடி சண்ட வரும் ஆனால் சீக்ரமே சமாதானம் ஆகிடுவாங்க. முதல் தடவையா ரெண்டு பேரும் கொஞ்சம் சீரியஸா சண்டப் போட்டு பேசாம இருக்காங்க. என்ன பிரச்சனைன்னு தெரியல. ஐராவுக்கு படிப்பு முடியப் போகுது. அவள் மறுபடியும் M.E இங்கயேப் பண்ணப் போறேன்னு சொல்றாள். எங்களுக்கு அவள் விக்கிக்காகதான் இங்கப் படிக்க வரான்னுத் தெரியும். ஆனால் அவள் அத ஒத்துக்கவே மாட்டாள். இப்போ எல்லாரும் படத்துக்கு வந்துருக்கோம். நானும் தியாவும் நடுவுல உக்காந்துருக்கோம். என் பக்கத்துல நந்து, விக்கி உக்காந்து இருக்காங்க. தியா பக்கத்துல நவ்யாவும் ஐராவும் உக்காந்து இருக்காங்க. விக்கி பக்கத்துல செம அழகா ஒரு பொண்ணு இருக்கு. தியா எங்கிட்ட மொபைல்ல விக்கி,ஐராவோட வாட்ஸப் ஸ்டேட்டஸ் காட்டுனாள். படம் இன்னும் தொடங்கல அதனால அந்தப் பாட்டு சத்தம் கேட்டது.

விக்கியின் ஸ்டேட்டஸ் 1

வேணாண்டா இந்த தலை வலியே,
விட்டுடுவாள் உன்னை ரோட்டில் அலைய,
பேசுவாடா உன் மனம் களைய,
அவள் மூடு வந்தா வெச்சுக்குவாள்
மூடு இல்லன்னா பிச்சுக்குவாடா
என் பிட்டு படன்டி, என் பிட்டு படன்டி.....

விக்கியின் ஸ்டேட்டஸ் 2

பேசிப் பழகுனத ஏன்டி நீ மறந்த,
உண்மையா நா இருந்தேன், நீ பிரிஞ்ச
உன்னைக் காதலிச்ச
நானும் மாறவில்லை
ஆசை குறையலடி மனசுக்குள்ள
ஏய் வெர்ஜின் பையன் நா
உனக்கு கொடுக்குற சாபம்
எமன் எருமையில் வந்து உன்னை வளிச்சுன்னு போகும்

ஐராவின் ஸ்டேட்டஸ்

போடா போடாப் புண்ணாக்கு
போடாத தப்புக்கணக்கு
பல கிறுக்கு உனக்கு இருக்கு
இப்ப எண்ணாத மனக்கணக்கு
போடா போடாப் புண்ணாக்கு
போடாத தப்புக் கணக்கு

நானும் தியாவும் செமயா சிரிச்சோம். அதுவும் வெர்ஜின் பையன் அப்டின்ற வரியைப் பாத்ததும் சிரிப்ப அடக்கவே முடியல. விக்கியும், ஐராவும் மூஞ்சக் குரங்கு மாதிரி வெச்சுட்டு உக்காந்துட்டு இருக்குங்க. நா விக்கியப் பாத்தேன். அவன் பக்கதுல இருக்கப் பொண்ணு அவனோட பேச முயற்சி பண்ணிட்டு இருக்கு. அவன் கண்டும் காணாத மாதிரி இருக்கான். ஐராக்கிட்ட நாங்க அவன் அந்தப் பொண்ண ஈஸியா கரெக்ட் பண்ணிருவான், நீ இப்டியே கோவிச்சுட்டு

இருந்தா அவன் உன் கைய விட்டு போய்டுவான்னு சொல்லி உசுப்பேத்திட்டு இருந்தோம்.

"எதுக்கு இப்டி எல்லாரும் என்னைப் பயப்படுத்துறீங்க" ஐரா கேட்டாள்.

"நாங்க உன்னைப் பயப்படுத்துல உண்மையச் சொல்றோம். தெரியுமுள்ள உனக்கு விக்கிக்கு எவ்ளோப் பொண்ணுங்க ப்ரப்போஸ் பண்ணிருக்காங்கனு..... நீ இப்டி மட்டும் அவன லூஸ் விட்டன்னு வை அவன் அந்தப் பொண்ண கரெக்ட் பண்ணிடுவான்" நவ்யா சொன்னாள். ஐரா கொஞ்ச நேரம் யோசிச்சுட்டே இருந்தாள். நாங்க அவள நோட் பண்ணிட்டே இருந்தோம். ஐரா விக்கிய ஓரக்கண்ணாலப் பாத்தாள். அவன் அந்தப் பொண்ணுக்கூடப் பேசிட்டு இருந்தான். அவள் அவளோட பர்ஸ்ஸ அவன் மேல தூக்கி போட்டாள். அவன் திரும்பி மொறச்சுப் பாத்தான். ஐரா எழுந்து எங்களோட கால எல்லாம் மெதிச்சுட்டு அவன் பக்கத்துலப் போனாள். அவன் அவள அண்ணாந்துப் பாத்தான். எங்களுக்கு பின்னாடி சீட்டுல இருக்கவிங்க ஐராவ உக்கார சொல்லிச் சத்தம் போட்டாங்க.

"போய் உக்காரு ஐரா" விக்கி சொன்னான்.

ஐரா அவனோட மடியில உக்காந்தாள். இப்போல்லாம் இவிங்க ரெண்டு பேரும் அடிக்குற லூட்டிக்கு அளவே இல்லை. விக்கி முகத்தை எங்கப் பக்கம் திருப்பனான். ஐரா அவனக் கட்டிபுடிச்சுச் சொன்னாள்.

"ஸாரி விக்கி"

"போடி...... டென்ஷன் பண்ணாத"

"டேய் மாமா" ஐரா அவனோடக் கன்னத்துல முத்தம் கொடுத்தாள். விக்கி அவளப் பாத்து மெதுவாக் கேட்டான்.

"ஆமாடி உனக்கு எப்ப தோணுனாலும் நீ உன் இஷ்டப்படி என்னைக் கிஸ் பண்ணுவ. அதுவே நா உன்னைக் கிஸ் பண்ணா மட்டும் கோவிச்சுட்டு சண்டப் போடுவ"

"சரி கிஸ் பண்ணிக்கோ" ஐரா கண்ண மூடுனாள்.

"போய் உன் இடத்துல உக்காரு"

"விக்கி"

"நா எத்தனைத் தடவ சொன்னேன் அவளுக்கும் எனக்கும் எந்த ரிலேஷன்ஷிப்பும் இல்லன்னு.... நீ நம்பாம சண்டப் போட்டுட்டே இருக்க" விக்கி அப்பாவி மாதிரி சொன்னான். ஒரு பொண்ணாலதான் இவிங்களுக்குள்ள சண்டையா?

"ஓகே இனி சண்டைப் போட வேணா" ஐரா அவன இறுக்கமாக் கட்டிபுடிச்சாள். அவ்ளோதான், பையன் கோவம் எல்லாம் போய்டுச்சு.

"லவ் யூ ஐரா. எங்கூட சண்டப் போடாத எனக்கு என்னமோ ஒரு மாதிரி இருக்கு" விக்கி முகத்த சோகமா வெச்சுட்டு சொன்னான். விக்கி இப்டிலா சின்சியரா லவ் பண்ணுவான்னு நாங்க எதிர் பாக்கல. இதெல்லாம் பாத்து நந்துக்கு வயிறு எரியுதுன்னு நெனைக்குறேன். அவன் அவிங்களப் பாக்காம தியேட்டர் ஸ்க்ரீனப் பாத்தான். ஐரா எங்கள அப்டியே ஒரு சீட் தள்ளி உக்காரச் சொன்னாள். நாங்களும் அவிங்கள மொறச்சுட்டேத் தள்ளி உக்காந்தோம். ஐரா விக்கி பக்கத்துல உக்காந்து, அவனோட காதுல மெதுவா எதோ சொல்லிட்டே இருந்தாள். அவனும் தலைய ஆட்டிட்டே லேசா சிரிச்சுட்டே இருந்தான். படம் ஓட

ஆரம்பிச்சது, ஐராவும் விக்கியும் தனியா ஒரு படம் ஓட்டுனாங்க. நாங்க அதக் கண்டும் காணாத மாதிரி இருந்துட்டோம். விக்கி என்னதான் விளையாட்டுதனமா நெறைய பொண்ணுங்க கூட ரொமான்ஸ் பண்ணி இருந்தாலும். மனசலவுல அநியாயத்துக்கு நல்லவன். இன்னும் எங்க க்ரூப்ல நந்துவும் நவ்யாவும்தான் சிங்குளா இருக்காங்க. முருகா அவிங்களுக்குள்ள மட்டும் எதுவும் செட் பண்ணி விட்டுடாத, நவ்யா பாவம். என் அத்தைப் பண்ற கொடுமை எல்லாம் தாங்க மாட்டாள்.

●●●

28

சில மாதங்களுக்குப் பிறகு...

நவ்யா படிப்ப முடிச்சுட்டு சென்னைக்குப் போயிட்டாள். ஐரா இங்கயே M.E சேந்துருக்காள். இப்போதான் அவிங்க ரெண்டு பேரும் முதல் வருஷம் படிக்க வந்த மாதிரி இருக்கு அதுக்குள்ள படிப்பு முடிஞ்சுடுச்சு. தியாவுக்கும் முதல் வருஷம் முடிஞ்சது, இன்னும் ஒரு வருஷம் இருக்கு. இந்த கொஞ்ச மாசத்துல நிறைய விஷயம் மாறிடுச்சு. அம்மா இப்போல்லாம் தியாக்கிட்ட அடிக்கடி கால் பண்ணிப் பேசுறாங்க. அவிங்களுக்கு தியாவ ரொம்பப் புடிச்சுருச்சு. அவளும் நானும் சண்டைப் போட்டா அவள் என் அம்மாக்கு கால் பண்ணி சொல்லுவாள். அம்மா என்னைக் கண்டபடித் திட்டுவாங்க. அம்மா என்னைத் திட்டும் போது எனக்குக் கோவம் வராது, சந்தோசமா இருக்கும் இப்போவாவது அம்மாக்கு தியாவப் புடிச்சுருக்கேன்னு. தியாவோட வீட்டுல இன்னும் பேசல. அவளக் கவலைப்பட விடாம நானும் பாத்துக்குறேன்.

என் அப்பா அம்மாவும் அடிக்கடி வந்து தியாவப் பாத்துட்டுப் போவாங்க. அவளுக்கு என்னென்னமோ வாங்கிக் கொடுப்பாங்க ஆனால் என்னை கண்டுக்ககூட மாட்டாங்க. நா அம்மாக்கிட்ட நா உங்க பையனா இல்ல தியா உங்க பொண்ணான்னு கேட்டா, அம்மா சொல்லுவாங்க, "அவள் நம்மள நம்பி வந்துருக்கா அஸ்வினு நாமதான் அவள சந்தோசமாப் பாத்துக்கணும்". என் அம்மா அவள் என்ன கேட்டாலும் வாங்கித் தருவாங்க. குள்ளச்சியும் சாதாரணமான ஆளு இல்ல, அவளுக்கு எது வேணுனாலும் எங்கிட்ட கேக்குறாளோ இல்லையோ என் அப்பா, அம்மாகிட்ட கால் பண்ணிக் கேட்டுடுவாள். அவிங்களும் உடனே வாங்கித் தந்துடுவாங்க.

நா இன்னும் அப்பாக்கூடப் பேசவே இல்லை. அப்பா அவரோட சொத்து பிரிச்சு 50% என் மேலயும், 50% நவ்யா, தருண், தாரா மேலயும் எழுதிட்டாரு. எதுக்காக என்மேல மட்டும் 50% சொத்த எழுதுனாருன்னு தெரியல.... ஒரு வேளை அவரோட குற்ற உணர்வப் போக்குறதுக்காக எழுதுனாரோ என்னமோ. எனக்கு அவரோட ஹோட்டல்ஸ், ஷாப்பிங் மால் எல்லாம் பாத்துக்க விருப்பம் இல்லை. எப்டியோ என் வாழ்க்கைல எந்தப் பிரச்சனையும் இல்ல, நா சந்தோசமா இருக்கேன். இல்ல ஒரு பிரச்சனை இருக்கு,

தியா. அவள என்னால அடக்கவே முடியல, செம வாலு அவள். அவள் குறும்பு பண்ணுவான்னு எனக்குத் தெரியும் ஆனால் இந்த அளவுக்கு குறும்புப் பண்ணுவான்னு நா எதிர்பாக்கல. அவளுக்கு அவள் கேக்குறது எல்லாம் பண்ணனும். இல்லனா அழுக ஆரம்பிச்சுடுவாள். அவளுக்கு தலை கழுவி விடணும், சில சமயம் சமைச்சுத் தரணும், கால் அழுத்தி விடணும், அவள வெளிய கூப்ட்டுப் போகணும், அவள அடிக்கடி கிஸ் பண்ணனும், அவக்கிட்ட கோவமா பேசக் கூடாது, சண்டப் போடக் கூடாது இப்டி ஏகப்பட்டது இருக்கு. முக்கியமா அவள் என்னப் பண்ணாலும் ஒரு செல்ஃபி எடுத்து எனக்கு அனுப்பிட்டே இருப்பாள். இவளோட

ஃபோட்டோஸ்னாலேயே என் மொபைல்ல ஸ்பேஸ் இல்லாமப் போய்டுச்சு. என்னை ஆஃபீஸ்ல வேலை செய்ய விட மாட்டாள். சும்மா கால் பண்ணிட்டே இருப்பாள், குள்ளச்சி. நா நெறைய தடவ அவளாலேயே மொபைல் ஸ்விட்ச் ஆஃப் பண்ணிடுவேன். அதே மாதிரி வீட்டுலயும் ஆஃபீஸ் வேலைய செய்ய விட மாட்டாள். இப்போக்கூட அததான் பண்றாள். அவள் பெட்ல தலை கீழா கமுந்துப் படுத்துட்டு கால ஆட்டிட்டே இருக்காள். நா ரெடி பண்ண டாக்குமெண்ட் சரியா இருக்கான்னு சரிப்பாத்துட்டு இருந்தேன். அவளோட கால் என் தோள் மேல வெச்சாள், நா தட்டி விட்டேன். அவளோட கால் மறுபடியும் என் கன்னத்துலப் பட்டது.

"குள்ளச்சி, அடி வாங்கப் போற"

அவள் உடனே எழுந்து என் முன்னாடி உக்காந்தாள்.

"உனக்கு என்மேல பாசமே இல்ல பேபி. பாரு இப்போக்கூட என்னைத் திட்டுற"

நா பதில் பேசல, ஏன்னா நா பேசுனா அவளும் பதிலுக்கு பேசிட்டே இருப்பாள். நா என் வேலையைப் பாத்தேன். அவள் மறுபடியும் பெட்ல தலை கீழா படுத்துட்டு அவளோட காலால என்னை நோண்டிட்டே இருந்தாள். அவளோட கால் விரலால என் காதப் புடிச்சாள். நா தட்டி விட்டேன், அவளுக்குக் கண்டிப்பா வலிச்சுருக்கும். தியாக்கு உடனே கண்ணு கலங்குது. எழுந்து உக்காந்து விளையாட்டுக்கு சிணுங்கிட்டே அழுதாள்.

"சோ........ என்னடி வேணும் உனக்கு?"

"தூங்கு வா" இப்போ சிரிச்சாள்.

"தெரியும்டி, இப்டிதான் பண்ணுவன்னு"

அவள் கண்ணத் தொடச்சுட்டே என் பக்கத்துல வந்தாள். அப்றம் என் கன்னத்தைக் கடிச்சாள், கடிச்சுட்டே இருக்காள், எனக்கு ஒரு மாதிரி ஃபீல் ஆகுது. நா கண்ண மூடுனேன்.

"தியா, எனக்கு மட்டும் இந்த வேலை போச்சுன்னா அதுக்கு ஒரே ரீசன் நீ மட்டும்தான்டி" நா மெதுவாச் சொன்னேன்.

"இட்ஸ் ஓகே பேபி. ஹோட்டல், மால் இருக்குள்ள அதப் பாத்துக்கோ" அவள் என்னை கிஸ் பண்ணாள், நானும் பண்ணேன். கொஞ்ச நேரத்துல எங்கள நாங்களே மறந்தோம். இவள் எப்பயுமே இவள் நெனச்சத சாதிச்சுடுறாள். எனக்கு அவளோட ஒன்னா இருக்க இந்த நேரம் ரொம்பவே புடிக்கும். அவள் எனக்கு சொந்தமாகிட்டாள், என் பக்கத்துலயே இருக்கானு ஒரு சந்தோஷமான உணர்வு வரும்.

●●●

தியா பெட்ல தலை கீழாப் படுத்துட்டு எதோ டிசைன் வரைஞ்சுட்டு இருக்காள். எங்கூட பேசவே இல்லை. நா பேசுனாலும் சரியா பேசல. அதனால நா லேப்டாப் எடுத்து வெச்சு அவள் பக்கத்துலயே படுத்துப் படம் பாத்துட்டு இருக்கேன். 'பிஃப்ட்டி ஷேட்ஸ் ஆஃப் க்ரேய்' படம், செம ரொமான்ஸ்..... நா வேணும்னே சத்தம் அதிகமா வெச்சுப் பாத்தேன். அவள் வரைஞ்சுட்டே ஒரு தடவ லேப்டாப் ஸ்க்ரீனப் பாத்தாள், உடனே திரும்பிட்டாள்.

"பேபி, இந்த படம் வேணாம் வேற எதாவது படம் பாரு" அவள் வரைஞ்சுட்டே சொன்னாள். நா அவள் பேச்சக் கேக்காமப் பாத்தேன்.

"பேபி, இந்த டிசைன் நல்லா இருக்கா?"

அவள் வரைஞ்சதக் காட்டுனாள். பொண்ணு துணி இது. இதப் பத்தி எனக்கு என்னத் தெரியும்?.

"நல்லா இல்ல" நா படத்தைப் பாத்தேன். அவள் மறுபடியும் ஒரு பேப்பரக் காட்டி இது நல்லா இருக்கான்னு கேட்டாள். நா நல்லா இல்லன்னு சொன்னேன். மறுபடியும் மறுபடியும் ஒவ்வொரு பேப்பராக் காட்டி நல்லா இருக்கான்னு கேட்டாள். நா எல்லாத்தையுமே நல்லா இல்லன்னு சொன்னேன்.

"உங்கிட்ட கேட்டதே தப்பு பேபி. நீ சும்மாவே நல்லா இல்லன்னு சொல்ற" அவள் மறுபடியும் வரைஞ்சாள். நா படம் பாத்து முடிச்சேன். என்ன படம்டா இது..... ரொமான்ஸ்தா படமே. விக்கிதான் என்னை இதப் பாக்கச் சொல்லிட்டே இருந்தான். அவன் சொல்லும் போதே நா யோசிச்சு இருக்கணும். இப்போ என்னால சுத்தமா முடியல. நா அப்டியே தியா கழுத்துல முத்தம் கொடுத்தேன். சும்மா இல்லாம அவளோட காதுல, கன்னத்துல முத்தம் கொடுத்துட்டே இருந்தேன்.

"இதுக்குதான் சொன்னேன் அந்த படம் பாக்காதன்னு, கேட்டியா?.... போ அமைதியா"

"தியா வரைஞ்சது எல்லாம் போதும்டி.... தூங்கலாமா?"

"நீ போய்த் தூங்கு பேபி.... எனக்கு அசைன்மெண்ட் இருக்கு" அவள் என்னைப் பாக்காம அந்தப் பேப்பரப் பாத்துட்டே சொன்னாள்.

"குள்ளச்சி, என்னடி இப்டிப் பண்ற?" நா அவளோட காதுலயே மெதுவா சொன்னேன். அவளுக்கு கூச்சமா இருந்தது அவள் லேசா சிரிச்சாள்.

"சரி இப்போ சொல்லு இந்த டிசைன் நல்லா இருக்கா?"

நா அத சரியாப் பாக்கக்கூட இல்ல. நல்லா இல்லன்னு சொன்னாள் மறுபடியும் வரைஞ்சுட்டு இருப்பாள்.

"ஹ்ம் செம"

"இது" இன்னொரு டிசைனக் காட்டுனாள்.

"ஹ்ம்ம் இதுவும் செம"

அதுக்கு அப்றம் அவள் காட்டுன எல்லா டிசைனயும் நல்லா இருக்குன்னு சொன்னேன். அவள் சிரிச்சுட்டே சொன்னாள்.

"இந்த டிசைன்ஸ் எல்லாமே கொஞ்ச நேரத்துக்கு முன்னாடி நீ நல்லா இல்லன்னு சொன்ன அதே டிசைன்ஸ்தான் பேபி"

"அப்டியா...... சொல்லவே இல்ல"

"அஸ்வின், நீ இருக்கியே" அவள் என் கன்னத்தைக் கடிச்சாள். அப்றம் அவளோட டிசைன்ஸ் எல்லாம் எடுத்து பத்ரமா பெட்சைட் டேபிள் மேல வெச்சாள். என் லேப்டாப்பையும் எடுத்து வெச்சாள். லைட் ஆஃப் பண்ணாள். அதுக்கப்பறம் ஒரே ரொமான்ஸ்தான்..... ரொமான்ஸ் எல்லாம் முடிஞ்சப் பிறகு அவள் என் கை மேல தலை வெச்சுப் படுத்தாள். எனக்குத் தூக்கம் வரல, அவளுக்குக் கண்ணு சொக்குச்சு. எனக்கு அப்போதான் அவளுக்காக நா யோசிச்சு வெச்சு இருந்த கவிதை ஞாபகத்துக்கு வந்தது. எனக்குக் கவிதை எழுத எல்லாம் வராது, என்னன்னு தெரியல இன்னைக்கு ஆஃபீஸ்ல இருந்து வீட்டுக்கு வரும் போது திடீர்னு அந்தக் கவிதை தோணுச்சு.

"தியா, நா ஒரு கவிதை சொல்லட்டுமா?"

"கதையா, சொல்லு பேபி நல்லாத் தூக்கம் வரும்"

"கதை இல்ல குள்ளச்சி, கவிதை"

"போயம்!"

"ஹ்ம்..... அது போயம் இல்ல போம்"

"ஓ.... சரி சொல்லு" அவள் கண்ண மூடிட்டே சொன்னாள். நானும் அவளோடத் தலை முடியைத் தடவி விட்டுட்டே, அவளோட முகத்தப் பாத்துட்டே மெதுவா சொல்லத் தொடங்குனேன்.

"கன்னங்களில் குழி பறித்து
என் பொறிகள் ஐந்துடன்
மனதையும் சிறைபிடித்தாய்
ஐந்தரை அடி உயரத்தில்
எதற்கடி முளைத்தாய்
என் இதழ்கள் பதமாய்
உன் நெற்றியில் பதிந்திடத்தானோ?
குட்டி குரங்காய் உன் குறும்புகள்
கன்னல் கரும்பாய் இனித்திடுதே தனியொரு யுகத்தில்
நீயும் நானும் மட்டும்
கண்ணில் நீரன்றி
காதல் மட்டும் கண்டு
வாழ்வின் கரை சேர்வோம்"
(இக்கவிதையை எழுதியவர் - @ராஜேஷ்_கணபதி)

நா ஒவ்வொரு வரியையும் ரொம்ப ஃபீல் பண்ணிச் சொன்னேன். அவள் கண்ணத் திறந்தாள், என்னைப் பாத்தாள். சிரிச்சுட்டே என் கன்னத்தைக் கடிச்சாள்.

"குள்ளச்சி"

"லவ் யூ பேபி.... உனக்குத் தமிழ் அவ்ளோவா எழுதக்கூட வராது எப்டி பேபி இப்டி கவிதை சொல்லுற"

"அதான் எனக்கும் தெரியலடி" அவள் என்னை இறுக்கமாக் கட்டிப்புடிச்சாள். அதுக்கு அப்றம் அவள் தூங்கல, நானும் தூங்கல. என்னென்னமோப் பேசுனோம்.

"குள்ளச்சி உன் லைஃப்ல உனக்கு என்னப் பண்ணனும்னு ஆசை"
அவள் கை விரலால என் காதை நோண்டிட்டே சொன்னாள். "பெரிய டிசைனர் ஆகனும், பணம் சம்பாதிக்கணும்..... அப்பா, அம்மாவ நல்லாப் பாத்துக்கணும்"

"ஏன்?"

"ஏன்னா, நா அவிங்களுக்கு ஒரே பொண்ணு பேபி. நான்தான அவிங்களப் பாத்துக்கணும். என்னை விட்டா வேற யாரு அவிங்களப் பாத்துப்பா பேபி"

ஒரே பொண்ணு மட்டும் இல்ல, ரொம்பச் செல்லப் பொண்ணும்தான். இவள் அவிங்கள ரொம்ப மிஸ் பண்றான்னு எனக்குப் புரியுது. இருந்தும் என்னால ஒண்ணும் பண்ண முடியல. அம்மா அவிங்கக்கிட்டப் போய் பேசியும் அவிங்க தியாவப் பாக்க வரல. அவக்கூடப் பேசுறதும் இல்ல.

"தியா .....நீ உன் பேரண்ட்ஸ்ஸப் பாக்கணுமா?"

"ஹ்ம்ம் இப்பவே" அவள் உடனே அழுதாள். அவளோட கண்ணீர் எல்லாம் என் கைல விழுந்தது. நா அவளோடக் கண்ணத் தொடச்சுட்டே சொன்னேன்.

"நா கூப்ட்டுப் போகட்டுமா?"

"அவிங்க கோவமா இருக்காங்க பேபி. எங்கூட பேச மாட்டாங்க" தியா இப்போ நெஜமாவே அழுகுறாள்.

"குள்ளச்சி, நா கூப்ட்டுப் போறேன் நாளைக்கு நைட் கிளம்பலாம்"

"நிஜமா?" அவள் என்னைப் பாத்து குழந்தை மாதிரி கேட்டாள். நா அவளோட நெத்தியில முத்தம் கொடுத்து சொன்னேன்.

"ஹ்ம், ஊருக்குப் போலாம்"

29

தியா இன்னைக்கு காலைல இருந்து ஜாலி மூட்ல இருக்காள். காலைல இருந்து மட்டும் எத்தனை தடவ கால் பண்ணி எத்தனை மணிக்கு கிளம்பறோம்னு கேட்டுட்டே இருந்தாள். நானும் சந்தோசமா இருக்கேன். அவளோட அப்பா, அம்மாவ எப்படியாவது தியாக்கிட்ட பேச வெக்கணும். நா அம்மாக்கு கால் பண்ணிச் சொன்னேன் நாங்க ஊருக்கு வரோம்னு அம்மா ரொம்ப சந்தோஷபட்டாங்க. ஏன்னா எங்க கல்யாணத்துக்கு அப்றம் முதல் தடவ வீட்டுக்குப் போறோம். நா ஃப்ளாட் கதவத் திறந்தேன், விக்கி கோவமா ஹால்ல நின்னுட்டு இருந்தான்.

"என்ன மச்சான் ஐராக்கூட சண்டையா?" அவன் பதிலே சொல்லாம என்ன சொல்றதுன்னு தெரியாம முழிச்சான். இவனுக்கு என்ன ஆச்சு? நா என் ரூம்க்குள்ளப் போனேன், அங்க நந்துவும் ஐராவும் பாத்ரூம் கதவத் தட்டிட்டே இருந்தாங்க. இவிங்க எதுக்கு என் ரூம்ல இருக்காங்க? எதுக்கு பாத்ரூம் கதவத் தட்டிட்டு இருக்காங்க?

"தியா ப்ளீஸ் ஓப்பன் த டோர்" ஐரா கண் கலங்க, பயத்தோடக் கதவத் தட்டிட்டே இருந்தாள். நந்து குழப்பத்தோடயும், கோவமாவும் கதவத் தட்டுனான்.

"என்னாச்சு?" நா கேட்டேன்.அவிங்க ரெண்டு பேரும் என்னைத் திரும்பிப் பாத்தாங்க.

"அஸ்வின்" ஐரா வந்து என்னைக் கட்டிப்புடிச்சாள், அழுதாள். இங்க என்ன நடக்குது? எனக்கு ஒண்ணுமே புரியல.

"என்னாச்சுடி எதுக்கு அழுகுற? தியா பாத்ரூம்க்குள்ளயா இருக்காள்?"

ஐரா நந்துவோட மொபைல வாங்கி எங்கிட்ட எதையோக் காட்ட வந்தாள். நந்து வெளியப் போனான்.

"இதப் பாரு அஸ்வின்"

ஒரு டிக் டாக் வீடியோ காட்டுனாள். அதுல எதோ ஒரு பொண்ணோட நிர்வாண ஃபோட்டோஸ் வந்தது, முதுகுல 'அஸ்வின்'னு பச்சைக் குத்தி இருந்தது. கடவுளே....... இது தியாவோட நிர்வாண ஃபோட்டோஸ். ஆனால் இது அவளோட பதினஞ்சு வயசுல எடுத்த ஃபோட்டோ இல்ல. இப்போ எடுத்திருக்க ஃபோட்டோஸ். டிக் டாக்ல இந்த மாதிரி வீடியோ போட்டா அவிங்களே ரிமூவ் பண்ணிடுவாங்கன்னு கேள்விப் பட்டுருக்கேன். ஏன் இந்த வீடியோ மட்டும் அப்டியே இருக்கு. எப்டி? அதுவும் இந்தப் பாத்ரூம்ல எடுத்துருக்க ஃபோட்டோஸ். எனக்குக் கண் கலங்குச்சு. ஐரா இன்ஸ்டாகிராம், பேஸ்புக்லயும் இந்தப் ஃபோட்டோஸ் காட்டுனாள். எல்லாமே ரேவந்த்தோட வேலைதான்.

"அவன் மனுசனே இல்ல அஸ்வின்..... பாவம் தியா" ஐரா சொன்னாள்.

நா அழுதேன்...... என்னால இப்போ வேற என்னப் பண்ண முடியும்?. நானும் அவனோட தங்கச்சிய நிர்வாணமா ஃபோட்டோ எடுத்துருக்கனும். நா தப்புப் பண்ணிட்டேன்.

"நீ அழுதா ஷி வில் ப்ரேக் டவ்ன்.... அழாத அஸ்வின்" ஐரா மெதுவாச் சொன்னாள்.

ஆமா நா அழுதா அவள யாரு சமாதானப்படுத்துறது. ஏன் கடவுளே எங்கள மட்டும் இப்டி சோதிக்குற. நா கண்ணத் தொடச்சேன். கதவத் தட்டுனேன்.

"தியா,....... தியா........ தியா" நா கத்துனேன்.

நா ட்ராவர்ல இருந்த ஸ்பேர் சாவி எடுத்துக் கதவத் திறந்தேன். நா உள்ளப் போனேன், ஐராவும் உள்ள வந்தாள். தியா ஷவர்க்கு கீழ முட்டி போட்டு உக்காந்துருந்தாள். முழுசா நெனஞ்சு போய் இருந்தாள். நா அவள் முன்னாடி நின்னேன், அவள் என்னை அண்ணாந்துப் பாத்தாள்.

"அஸ்வின்"

நா அவள் முன்னாடி முட்டிப் போட்டேன், அவளோடத் தோள் மேல கை வெச்சேன். ஷவர்ல இருந்து வந்த சூடான தண்ணி என் கைலப் பட்டது.

"ஹா...". தண்ணி ரொம்ப கொதிக்குது.

"ஷவர் ஆஃப் பண்ணு" நா ஐராக்கிட்ட சொன்னேன். ஐரா வேகமா ஷவர் ஆஃப் பண்ணாள்.

"லூசாடி நீ எதுக்குடி ஹாட் வாட்டர்ல இப்டி உக்காந்துட்டு இருக்க?" நா தியாவக் கேட்டேன். தியா

என்னைக் கட்டிப்புடிச்சாள், அழுதாள் தியா உடம்பு முழுக்கக் கொதிக்குது. உடம்பு முழுக்க நடுங்குது.

"அஸ்வின்" தேம்பிட்டே சொன்னாள்.

"தியா ப்ளீஸ்....... அழாதடி. ஒண்ணும் இல்ல எல்லாம் சரி ஆகிடும்"

"எ......எ....... எதும்.....ச... ரி......ஆகா..... து" தேம்பி, தேம்பி அழுகுறாள். நானும் அழுதேன். ஐரா துண்டு எடுத்துட்டு வந்து கொடுத்தாள். நா அத தியா மேல போத்துனேன். என்னை இறுக்கமாப் புடிச்சுட்டு அழுதுட்டே இருக்காள். எப்டி இவள சமாதானப்படுத்துறது? எதைச் சொல்லி சமாதானப்படுத்துறது?

"தியா, எனக்கு கஷ்டமா இருக்கு அழாதடி"

"அஸ்வின்...... எல்.....லாரும் பாத்துரு....ப்பா....ங்க இல்ல"

ஹ்ம்ம். என்னால அத யோசிக்கக்கூட முடியலயே. என்னாலயே இதை தாங்கிக்க முடியலயே இவள் எப்டி தாங்குவாள்?

"தியா..... அதெல்லாம் ஒண்ணும் இல்லடி....அழாத"

"ஐ ஹேட் மை பாடி அஸ்வின்" அவள் என்னைத் தள்ளி விட்டாள்.

"தியா"

தியா தரையப் பாத்துட்டே, பேச முடியாம சொன்னாள்.

"என.....க்கு யா.....ரையு....மே பா....க்க பு.... புடிக்கல...... போ.... ங்க"

நா ஐராவ வெளியப் போகச் சொன்னேன். அவளும் போனாள். நா தியா முகத்தைப் புடிச்சேன். அவள் என்னைப் பாக்காம கண்ண மூடுனாள்.

"தியா சரியாகிடும்னு சொல்றேன்ல, அழாதடி"

அவள் கண்ணத் திறந்தாள். என்னை அடிச்சாள், என்னால அழுகாம இருக்க முடியல. நா அழுதுட்டே சொன்னேன்.

"எழுந்திரு தியா,"

"போடா......." அவள் திடீர்னு பைத்தியம் மாதிரி சத்தமா கத்துனாள். நானே ஒரு நொடி அவளப் பாத்துப் பயிந்துட்டேன். சத்தம் கேட்டு ஐரா வந்தாள், அப்றம் திரும்ப வெளியப் போயிட்டாள்.

"தியா..... என்னடி?" நா மறுபடியும் அவளோட முகத்தைப் புடிச்சேன். அவள் என் நெஞ்சுலயேக் குத்துனாள். என்னை அறஞ்சாள்.

"போ......" மறுபடியும் சத்தமா கத்துனாள். எதுக்கு இப்டி கத்துறாள்? எனக்குப் பயமா இருக்கு, முருகா.

"தியா..... இப்டிலாம் பண்ணாதடி" நா ரொம்பவே அழுதேன்.

"போ..............." ரொம்பச் சத்தமாக் கத்துனாள். என்னைத் தள்ளி விட்டாள். நா என்னப் பண்றதுன்னே தெரியாம அவளப் பாத்தேன். அவள் எழுந்து நின்னாள். நானும் எழுந்தேன். நா அவள் கையப் புடிச்சேன். அவள் அழுதாள் பொறுமையா சொன்னாள்.

"போ அஸ்வின்"

நா மாட்டேன்னு அழுதுட்டே தலைய ஆட்டுனேன். அவள் என்னை அடிச்சாள், அடிச்சுட்டே இருந்தாள். அப்றம் திடீர்னு கத்துனாள்.

"போடா..............." அவள் என்னைத் தள்ளி விட்டாள். தள்ளி விட்டுட்டே இருந்தாள், நா பின்னாடியேப் போனேன். அவள் என் நெஞ்சுல கை வெச்சு தள்ளி விட்டுட்டே இருந்தாள். அப்றம் திரும்பி நின்னு அழுதாள்.

"போ..... அ......ஸ்வின் ப்ளீ.....ஸ்" நா போய் பின்னாடி நின்னு அவள இறுக்கமாக் கட்டிப்புடிச்சேன் ரெண்டு பேருமே அழுதோம்.

"விடு அஸ்வின்" தேம்பிட்டே சொன்னாள்.

"தியா இப்டிலா பண்ணாதடி, எனக்குப் பயமா இருக்கு"

"எனக்கு சாகணும் அஸ்வின்"

"தியா"

அவள் திரும்பி என்னைக் கட்டிப்புடிச்சாள்.

"நா செத்துடுறேன் அஸ்வின்"

"கொன்றுவேன் உன்னை இப்டிலா பேசுனனா. அழாத அம்மு" நா தியாக்கிட்ட சொன்னேன், என்ன சொன்னாலும் அவளோட அழுகைய நிறுத்த முடியல. என்னாலயே என் அழுகைய நிறுத்த முடில அப்றம் எப்டி அவளால அழுகைய நிறுத்த முடியும். அவள் பாத்ரூம் விட்டு வெளிய வரவே மாட்டுக்குறாள். நா எப்டியோ அவள மெதுவா ரூம்க்கு கூட்டிட்டு வந்தேன். அவள மெதுவா சோபால உக்கார வெச்சேன், என் மூளை சுத்தமா வேலை செய்யல. இப்ப என்னப் பண்ணனும்? எப்டி அந்த வீடியோவயும்,

ஃபோட்டோஸயும் ரிமூவ் பண்றது? ஒண்ணுமே புரியல. நா அவள் பக்கத்துல உக்காந்தேன். அவள் தலைல கை வெச்சு அழுதுட்டே இருக்காள். தலை முடியில இருந்து, உள்ளங்கால் வரைக்கும் நெனஞ்சு போய் இருக்காள். என் பிரண்ட்ஸ் உள்ள வந்தாங்க. ஐரா ரொம்பவே அழுதுட்டு நிக்குறாள். விக்கி தியா பக்கத்துல உக்காந்தான். அவளோட தோள் மேல கை வெச்சான். அவள் தலைய நிமிரவே இல்ல.

"நீ எதுக்குடா அழுகுற? நா அந்த வீடியோவ ரிமூவ் பண்ண வெக்குறேன்" விக்கி தியாக்கிட்ட சொன்னான்.

"எல்லாரும் பாத்துருப்பாங்க அண்ணா, ரி..... மூவ்...... பண்ணா ....லும் எவ்ளோ பேர் அத இ.... இ... ப்.... பவே காபி பண்ணிருப்பாங்க"

"அழாதடா" விக்கி தியாக்கிட்ட சொன்னான்.

தியா இப்போ தலை நிமிந்து அவனப் பாத்தாள். அவனக் கட்டிப்புடிச்சு அழுதாள். விக்கியோட கண்ணும் கலங்க ஆரம்பிச்சுடுச்சு. அவன் அவள சமாதானப்படுத்த முயற்சி பண்ணான், அவனாலயும் முடியல.

"தியா, இங்கப் பாரு...... அழுகாத" விக்கி சொன்னான்.

தியாவால திடீர்னு மூச்சு விட முடியல.....

"அஸ்வின்" விக்கி பதட்டமா கூப்டான். தியாவ மெதுவா சோபால சாச்சு உக்கார வெச்சோம். நா அவள் கன்னத்துல கை வெச்சு சொன்னேன்.

"ப்ளீஸ் அழாதடி, இங்க பாரு உன்னால மூச்சு விட முடியல...... தியா"

அவள் கண்ணெல்லாம் மேலப் போச்சு. ரொம்பவே மூச்ச உள்ள இழுத்தாள். நா அழுதுட்டே அவளோடக் கன்னத்துல லேசாத் தட்டுனேன்.

"தியா..... தியா..... என்னைப் பாரு, அழாத..... இங்கப் பாரு"

தியா கண்ண மூடுனாள். நா அவளோடக் கன்னத்தப் புடிச்சு அவளோட முகத்தை ஆட்டுனேன். அவள் கண் முழிக்கவே இல்ல.

"மயங்கிட்டாள்" ஐரா சொல்லிட்டே ஓடிப் போய்த் தண்ணி எடுத்துட்டு வந்தாள். அவளோட முகத்துல தெளிச்சேன் அவள் கண் முழிக்குல.

"தியா, கண்ணத் திறந்து பாருடி" நா அவளோட முகத்தோட என் முகத்தை ஒட்டி வெச்சு அழுதேன்.

விக்கி எழுந்து ஆம்புலன்ஸ்க்கு கால் பண்ணான். நா அழுதுட்டே இருந்தேன். ஐரா மறுபடியும் தண்ணி தெளிச்சுப் பாத்தாள், அப்பவும் தியா கண் முழிக்கல.

"குள்ளச்சி, கண்ணத் திறடி"

ஆம்புலன்ஸ் வந்ததும், நாங்க ஹாஸ்பிட்டல் போனோம். அவளுக்கு ட்ரீட்மெண்ட் போய்ட்டு இருந்தது. நாங்க வெளியில உக்காந்துட்டு இருந்தோம். நந்து கோவமாவே இருந்தான். திடீர்னு என் முன்னாடி வந்து நின்னு கேட்டான்.

"ஏன்டா எங்கிட்ட சொல்லல" கோவமா கேட்டான், நா பதில் சொல்லாம அமைதியா இருந்தேன்.

"அந்த ******* இவ்ளோ டார்ச்சர் பண்ணிருக்கான் தியாவ. நீ எங்கக்கிட்ட ஒரு வார்த்தைக்கூட சொல்லலயேடா"

நா அமைதியா தலை குனிஞ்சு உக்காந்தேன். நந்து என் காலரப் புடிச்சு என்னை எழுப்புனான். என்னை அடிச்சான். ஐராவும், விக்கியும் அவனப் புடிச்சு இழுத்தாங்க. நா மறுபடியும் அமைதியா உக்காந்தேன். எனக்கு இப்போ அழுகையும் வரல.

"டேய் ..... கேட்டுக்கோ மச்சான், தியா மட்டும் ஏதாவது பண்ணிக்கிட்டானா அதுக்கு காரணம் நீதான்டா" நந்து இது ஹாஸ்பிட்டலுங்கறத மறந்து கத்துனான். சரிதான் மச்சான், நீ சொல்றது சரிதான். விக்கி அவன இழுத்துட்டுப் போய் கொஞ்ச தூரத்துல நின்னுப் பேசுனான். அவிங்கப் பேசுறது எல்லாம் எனக்குக் காதுலயே விழுகல. ஐரா என் பக்கத்துல உக்காந்தாள்.

"நாந்தான் அவிங்கக்கிட்ட உண்மையச் சொன்னேன் ஸாரி"

நீயாவது அவிங்கக்கிட்ட உண்மையச் சொன்னியே..... என்னாலதான் சொல்ல முடியல.

"அவள் நார்மல் ஆகிடுவாள், நீ கவலைப்படாத அஸ்வின்" ஐரா சொன்னாள்.

ட்ரீட்மெண்ட் முடிஞ்சதும் எங்கள தியாவப் பாக்க அனுமதிச்சாங்க. அவளுக்கு தூக்க மருந்து கொடுத்துருக்கறதால அவள் தூங்கிட்டு இருந்தாள். அவள் தூங்கிட்டே இருந்தா கூட பரவால்லன்னு தோணுது. எழுந்தான்னா மறுபடியும் அழுக ஆரம்பிச்சுடுவாள். விக்கியும், நந்துவும் கிளம்பிப் போனாங்க. நானும் ஐராவும் தியா பக்கத்துலயே இருந்தோம். நா அடுத்தது என்னப் பண்ணப் போறேன்? என்னப் பண்ணனும்? தியாவ விட்டு என் கண் பார்வை நகரவே இல்ல. நா அப்டியே எவ்ளோ நேரம் உக்காந்து இருந்தேன்னுகூட தெரியல. எனக்கு அழுகையும் வரல. என்னால தியாவ இப்டிப் பாக்க முடியல. ஐரா எங்கிட்ட என்னமோ சொல்லிட்டு ஃப்ளாட்க்குப்

போனாள். அவள் என்ன சொன்னான்னு கூட நா கவனிக்கல. தியா ரொம்ப அமைதியா தூங்கிட்டு இருக்காள். இப்டியே இருந்தா பரவால. விடிஞ்சது.... நா கண் மூடி தூங்கவே இல்ல. தியா கண் முழிச்சாள், என்னைப் பாத்தாள். நா அவளோடக் கையப் புடிச்சேன்.

"தியா"

தியா என் கைல இருந்து அவளோடக் கைய எடுத்தாள். மெதுவா அந்தப் பக்கமாத் திரும்பி குறுகிப் படுத்தாள். *என்னைப் பாக்கப் புடிக்கலயா தியா?.... நீயும் இதெல்லாம் என்னோடத் தப்புன்னு நெனைக்குறியா?* நா அதுக்கு அப்றம் பேசல. அவளத் தொல்லைப் பண்ண நா விரும்பல. நா அவளப் பாத்த மாதிரியே உக்காந்தேன். கொஞ்ச நேரத்துக்கு அப்றம் டாக்டர் வந்து அவளுக்கு ஒரு ஊசி போட்டாங்க. அப்பவும் தியா என்னைப் பாக்கல. அம்மா கால் பண்ணாங்க, நா பேசுறதுக்காக வெளியப் போனேன். *அம்மாக்கு இந்த விஷயம் தெரிஞ்சுருக்குமா? அம்மாகிட்ட நா என்னன்னு சொல்லுவேன்.*

"சொல்லுங்கம்மா"

"என்னாச்சு அஸ்வினு? எதுக்கு விக்கியும் நந்துவும் ரேவந்த் வீட்டுல புகுந்துப் பிரச்சனை பண்ணாங்க?.... அவிங்க மேல கம்ப்லைன்ட் கொடுத்துட்டாங்க. ரெண்டு பேரும் போலிஸ் ஸ்டேஷன்ல இருக்கானுங்க" அம்மா வேகமாவும் பதட்டமாவும் சொன்னாங்க. நா பேசாம அமைதியா இருந்தேன். *தப்புப் பண்ணவன விட்டுட்டு தட்டி கேட்டவன ஏன்டா கைது பண்றிங்க.*

"அஸ்வினு..... கேக்குதா?"

"ஹ்ம்"

"நாங்க போலிஸ் ஸ்டேஷன் போறோம் இப்போ"

ஏன்டா இப்டி பண்றிங்க? அவன அடிச்சாலும் எதுவும் மாறப் போறது இல்ல. அம்மா கால் கட் ஆகிடுச்சு. நா உள்ளப் போனேன், தியா அவளுக்கு குளுக்கோஸ் ஏறிட்டு இருந்த ஊசியால கையக் கீறிட்டு இருந்தாள். நா வேகமாப் போய் அவளோட கையப் புடிச்சேன். அவள் கைல சின்ன சின்ன கீறல் இருந்தது, அதுல இருந்து ரத்தம் வந்தது. தியா சுத்தமா அழுகல.

"தியா"

அவள் அவளோட கையவேப் பாத்துட்டு இருந்தாள்.

"நர்ஸ்...... நர்ஸ்" நா கத்துனேன். ஒரு நர்ஸ் உள்ள வந்தாங்க. அவிங்க அவளோட கைக்குக் கட்டுப் போட்டு விட்டாங்க. அவள இந்த மாதிரி பண்ணக் கூடாதுன்னு சொல்லித் திட்டுனாங்க. அவிங்கப் போனதும் தியா மறுபடியும் அமைதியாப் படுத்துக்கிட்டாள். இவள் இப்டி நடந்துக்குறதப் பாத்தாள் எனக்கு என்னமோ பயமா இருக்கு. ஐரா வந்ததும் நா அவள டிஸ்டார்ஜ் பண்ணி ஃப்ளாட்க்கு கூப்ட்டு போனேன். அவள் பேசாம ரொம்பவே அமைதியா இருந்தாள். ரூம்க்குள்ளப் போனவ வெளிய வரவே இல்லை. சாப்டவும் இல்ல. நா அவள சாப்ட சொன்ன பிறகும், அவள் சாப்டல. நா அடிக்கடி அவள் என்னப் பண்றான்னு பாத்துட்டு இருந்தேன். அப்றம் அம்மாக்கு கால் பண்ணி விக்கி, நந்துவ ஸ்டேஷன்ல இருந்து கூப்ட்டு வந்துட்டிங்களான்னு கேட்டேன். அம்மா கூப்ட்டு வந்தாச்சுன்னு சொல்லிட்டு, எப்டி தியாவ அந்த பையன் அந்த மாதிரி ஃபோட்டோ எடுத்தான்னு கேட்டாங்க. அவன் இங்க வந்தப்போதான் எங்கயாவது கேமரா வெச்சுருக்கணும். நா அம்மாக்கிட்ட தெரியலன்னு சொல்லிட்டு கட் பண்ணேன். நா பாத்ரூம்க்குள்ள போய் நின்னேன். அப்டியே சுத்தி, முத்திப் பாத்தேன். எனக்கு இங்க எங்கயுமே கேமரா இருக்க மாதிரி தெரியல. ஆனால் கண்டிப்பா இங்க கேமரா இருக்கு. லைட் கழட்டிட்டு

பாத்தேன் அதுல எந்த கேமராவும் இல்ல. நா என் மொபைல்ல மறைஞ்சுருக்க கேமராவ கண்டுபுடிக்குற ஆப் ஒன்னு டவுன்லோட் பண்ணிட்டு செக் பண்ணேன். ஸ்விட்ச் போர்ட்ல இருக்க மாதிரி சிக்னல் காட்டுச்சு. நா அந்த ஸ்விட்ச் போர்ட் கழட்டுனேன். அதுல ப்ளக் போடுற இடத்துல ரொம்பக் குட்டியா கேமரா இருந்தது. நா அத ஒடச்சேன். இப்போ இத உடைச்சு மட்டும் என்ன ஆகப் போகுது?.

ஒரு நாள் முழுக்க தியா சாப்டவே இல்ல. அவளோட வீடியோப் பத்தி எங்க ஊருல எல்லாருக்கும் தெரிஞ்சுடுச்சுன்னு அம்மா கால் பண்ணிச் சொன்னாங்க. இங்க எங்க அப்பார்ட்மெண்ட்ல இருக்கவிங்க கொஞ்சப் பேரு வந்து கதவத் தட்டி அந்த வீடியோல இருக்குறது தியாவா? அவள் இப்போ எப்டி இருக்காள்? அப்டி இப்டின்னு நெறையக் கேள்வி கேட்டாங்க. இவிங்க இதுக்கு முன்னாடி எங்கக்கிட்ட ஒரு ஹலோ கூட சொன்னது கிடையாது. இப்போ மட்டும் எதுக்கு இப்டி கேட்டு என்னை டென்ஷன் பண்றாங்கன்னு தெரியல. நா அவிங்க முகத்துல அடிச்ச மாதிரி கதவச் சாத்துனேன். அப்பா போன் பண்ணிட்டே இருந்தாரு, நா எடுக்கல. அப்றம் நவ்யா கால் பண்ணி அந்த வீடியோப் பத்திக் கேட்டாள், நானும் சொன்னேன். கிட்டதட்ட என்னைச் சுத்தி இருக்க எல்லாரும் அந்த வீடியோப் பாத்துட்டாங்க. நல்ல விஷயத்தை எல்லாம் இவனுங்க பாக்க மாட்டானுங்க. அம்மா ரேவந்த் மேல கம்பலைன்ட் கொடுத்தாங்க. ஆனால் அதுக்கு முன்னாடியே விக்கியும், நந்துவும் அவன அடிச்சு அந்த வீடியோ, ஃபோட்டோஸ் எல்லாத்தையும் ரிமூவ் பண்ண வெச்சுட்டாங்க. இருந்தாலும் வீடியோ, ஃபோட்டோஸ் அப்டியே வைரல் ஆகுச்சு. ஏன்னா ஏற்கனவே நெறைய பேர் நல்லது பண்றதா நெனச்சு அந்த வீடியோ, ஃபோட்டோஸ ஷேர் பண்ணி அவிங்களால எவ்ளோ பரப்ப முடியுமோ அவ்ளோ பரப்பிட்டடாங்க. அதனால எங்களால எதுவும் பண்ண முடியல. நா தியா பக்கத்துல உக்காந்தேன். லைட் ஆன் பண்ணேன்.

"ஆஃப் பண்ணு" தியா மெதுவா சொன்னாள்.

நானும் ஆஃப் பண்ணிட்டு அவள சாப்ட சொன்னேன். அவள் கண்ண மூடி அமைதியாப் படுத்துட்டு இருந்தாள்.

"கொஞ்சமா சாப்டு தியா"

அவள் கண்டுக்கவே இல்லை. நா பெட் லேம்ப் லைட் ஆன் பண்ணிட்டு, எழுந்து போய் அவள் முன்னாடி தரையில முட்டிப் போட்டேன்.

"தியா, ப்ளீஸ் கொஞ்சமா சாப்டுடி"

அவள் கண்ணத் திறந்து என்னைப் பாத்தாள். கண் கலங்குச்சு அவளுக்கு. என்னைத் தள்ளி விட்டாள்.

"போ" பேசக்கூடத் தெம்பு இல்லாத மாதிரி சொன்னாள். நா அவளோடக் கையப் புடிச்சேன்.

"கொஞ்சமா சாப்டு தியா"

அவள் கைய உருவிட்டு என் கன்னத்துல அடிச்சாள்.

"போ"

"எங்கிட்ட ஏன்டி பேச மாட்டுக்குற?" நா இத இப்போ கேக்கக் கூடாதுதான் ஆனால் என்னால கேக்காம இருக்க முடியல. அவள் பதில் சொல்லாம கண்ண மூடுனாள். முருகா இவள் இப்டி நடந்துக்குறதப் பாத்தாலே எனக்கு ரொம்பவே பயமா இருக்கு. நா தூங்காம அவள் பக்கத்துலயே கீழ உக்காந்தேன். பெட்ல தலை சாச்சு உக்காந்தேன். அவள் எதாவது பண்ணிப்பாளோன்னு எனக்கு பயமா இருக்கு. நா தூங்கவே இல்ல, அவளப் பாத்துட்டே இருந்தேன். அவள் முகமும் என் முகமும் எதிர் எதிர்ல இருந்தது.

அவள் அப்பப்போ கண்ணத் திறந்து என்னைப் பாத்துட்டு கண்ண மூடிப்பாள். நா லேசா கண்ண அசந்தேன். நா கண் முழிச்சுப் பாக்கும் போது தியா என் கண் முன்னாடி இல்ல. நா பயந்து, எழுந்தேன். ரூம் கதவு திறந்து இருந்தது. நா ஹாலுக்குப் போனேன், இருட்டா இருந்தது நா லைட் ஆன் பண்ணேன். தியா கிச்சன் கவுண்டர்ல என்னமோ எடுத்துட்டு இருந்தாள். நா வேகமா அவள் பக்கத்துலப் போனேன். அவள் கைல கத்தி இருந்தது. என்னைப் பாத்ததும் அவள் வேகமா கைய அறுத்துக்கப் போனாள். நா டக்குன்னு அவள் கைல இருக்க கத்தியைத் தட்டி விட்டேன். அவள அறைஞ்சேன். அவள் கீழ விழுந்த கத்திய மறுபடியும் எடுக்கப் போனாள். நா அவள எடுக்க விடாமத் தடுத்தேன்.

"போ" அவள் கத்துனாள்.

இதத் தவிர வேற எதாவது சொல்லுடி குள்ளச்சி. எங்கிட்டப் பேசுடி. இப்டிலா பண்ணாதடி. நா குனிஞ்சு அந்தக் கத்தியை எடுத்தேன். அவள் அத என் கைல இருந்து வாங்கப் பாத்தாள். எனக்கு கோவம் வந்தது. நா அவள அடிச்சேன். அந்த கத்திய கவுண்டர் மேல வெச்சுட்டு, அவளத் திட்டுனேன்.

"இன்னொரு தடவ இப்டிலாம் எதாவது பண்ணுனா அடிச்சுடுவன்டி. ஏன்டி இப்டி என்னைக் கஷ்டப்படுத்துற?"

அவள் அந்த கிச்சன் கவுண்டர் மேல இருந்த கத்தியை மறுபடியும் எடுக்கப் போனாள். நா அவளப் புடிச்சு இழுத்தேன்.

"தியா, வேணா இப்டிலாம் பண்ணாத"

அவள் அந்த கத்தியை மறுபடியும் கைல எடுத்துட்டாள். நா அத வாங்க முயற்சிப் பண்ணேன்,

அவள் விடாம இறுக்கமாப் புடிச்சாள். நா அவள அறைஞ்சேன்.

"கொடுடி எங்கிட்ட"

அவளும் கத்தியை விட்டாள். நா அத சிங்க்ல தூக்கிப் போட்டேன்.

"சத்யமா உன்னை என்னப் பண்றதுனே தெரியல. எதுக்குடி இப்டி லூசு மாதிரிப் பண்ற? செத்துட்டா எல்லாம் சரி ஆகிடுமா?..... பைத்தியமா உனக்கு? இப்டிலா பண்றதுக்கு பதிலா வேணுனா என்னை கொன்னுடு தியா...... நா இதெல்லாம் பாக்க விரும்பல" நா கோவமா கத்துனேன். அவள் கண் கலங்குச்சு.

"அழுதனா ஓங்கி அறைஞ்சுருவேன் தியா..... அழுகாத"

அவள் அழுக ஆரம்பிச்சாள்.

"பேபி..... நீ என்னைத் திட்டுனினா நா அழுவேன்னு உனக்குத் தெரியும்தான? அப்றம் ஏன் என்னைத் திட்டுற? திட்டாத பேபி" அழுதுட்டே குழந்தை மாதிரி சொன்னாள். நா அவளக் கட்டிப்புடிச்சேன். ரேவந்த் ஏன்டா இப்டிலாம் பண்ணி என் தியாவக் கஷ்டப்படுத்துற? உனக்கு என்னதான்டா பிரச்சனை? எதுக்குடா அந்த வீடியோ, போட்டோஸ் எல்லாத்தையும் வெளிய விட்ட?.

"ஓகே நா திட்ட மாட்டேன்டி, நீ அழுகாத. நீ இப்டி பண்றதப் பாத்தா எனக்குப் பயமா இருக்குடி"

தியா அழுகுறாள், நேத்து ஆன மாதிரி இன்னைக்கும் அவளுக்கு மூச்சு திணறுமோன்னு பயமா இருக்கு. எனக்குள்ள இப்போப் பயத்தைத் தவிர வேற எதுவுமே இல்லை.

"தயவுசெஞ்சு அழுகாத தியா. வீசிங் வந்துடும்"

"பேபி, எனக்குச் சாகணும்னுதான் தோணுது. வேற எதுவுமே தோண மாட்டுக்குது"

"இப்டி ஷெல்பிஷ் மாதிரி இருக்காத தியா. நீ இல்லாம நா எப்டி இருப்பேன்? அந்த மாதிரி யோசிக்காத தியா"

"அப்போ நீ என்னை விட்டுத் தள்ளிப் போகாத பேபி. நா என்ன பண்றேன்னு எனக்கே தெரியல. எங்கூடவே இரு அஸ்வின்.... எனக்குப் பயமா இருக்கு"

நா அவளோடத் தலை முடியைத் தடவி விட்டேன்.

"நா எங்கயும் போக மாட்டேன் தியா"

நா ஐராக்கு கால் பண்ணி சாப்பாடு கொண்டு வரச் சொன்னேன். நா தியாவ ரூம்க்குள்ளக் கூப்ட்டுப் போனேன். ஐரா சாப்பாடு கொண்டு வந்தாள். தட்ட என் கைல கொடுத்துட்டு அவள் தியாவக் கட்டிப்புடிச்சாள்.

"ஸ்வீட்டி..... சாப்ட்டு தூங்கு ஓகே. எதையும் யோசிக்காத. பாரு உன்னால அவனும் சாப்டாம இருக்கான். நீ இப்டியே சாப்படாம அடம் புடிச்சா அப்றம் அவன் என்னைக் கல்யாணம் பண்ணிப்பான்" ஐரா அப்டி சொன்னதும் தியா அவளோட இடுப்பக் கிள்ளுனாள். ஐரா சிரிச்சாள், அவளுக்கு சிரிப்பே வரல இருந்தாலும் சிரிச்சாள். அவள் போனதும் நா தியாவுக்கு சாப்பாடு ஊட்டி விட்டேன். அவள் என்னையும் சாப்ட சொன்னாள். நா அப்றமா சாப்டுறேன்னு சொன்னேன். அவள் சாப்ட மாட்டேன்னு அடம் புடிச்சாள். நானும் அவளச் சாப்ட வெக்குறதுக்காக சாப்டேன். ஆனால் எனக்குச் சாப்டவேப் புடிக்கல. தியா தூங்காம முழிச்சுட்டே இருந்தாள், எனக்கும் தூக்கம் வரல. அவள் என் மடியில தலை வெச்சுப் படுத்தாள்.

"தியா ஏன் எங்கிட்ட பேசாம இருந்த?"

"நா உன் பொண்டாட்டி அஸ்வின்"

இவள் என்ன சொல்றாள்? அதுக்கு அப்றம் அவள் எதுவும் சொல்லல. நா கேக்கட்டுமா வேணாமா? அவள் கண்ண மூடிட்டு சொன்னாள்.

"நீ மட்டும்தான அஸ்வின் என்னைப் பாக்கணும் ஆனால் இப்போ எல்லாரும் பாத்துட்டாங்க..... என்னால எப்டி உன்னைப் பாக்க முடியும், உங்கிட்டப் பேச முடியும்?"

"வேணா தியா நீ எதுமே சொல்ல வேணா.... அமைதியாத் தூங்கு"

"பொண்ணுங்க உடம்புல அப்டி என்ன இருக்கு அஸ்வின்? பசங்களுக்கு இருக்கற மாதிரிதான எங்களுக்கும் இருக்கு..... கொஞ்சம் வித்தியாசமா இருக்கு அவ்ளோதான. எங்க உடம்பப் பாத்தா என்ன வரப் போகுது உங்களுக்கு?"

"தியா தூங்குடி"

"எனக்குப் புரியல பேபி..... எனக்கு ஒரு பையனோட உடம்பப் பாக்கணும்னு தோணலயே..... உன்னை மட்டும்தான் நா அப்டி பாக்க நெனச்சுருக்கேன்"

இவளுக்கு வாங்கிட்டு வந்த தூக்க மாத்திரைய எங்க வெச்சேன்னு தெரியலயே. நா பெட் சைட் டேபுள பாத்தேன், அங்கதான் இருக்கு. நா அத எடுத்துட்டு அப்டியே பக்கத்துல இருந்த தண்ணிய எடுத்தேன். அவள எழுப்பி மாத்திரை கொடுத்தேன். அவளும் வேணான்னு சொல்லாம அத சாப்பிட்டாள். அப்றம் மறுபடியும் என் மடியில தலை வெச்சு படுத்தாள்.

"அஸ்வின்"

"ஹ்ம்"

"எனக்கு எவ்ளோ ஆசை இருக்கு தெரியுமா" கண்ண மூடிட்டேப் பேசுனாள்.

"குள்ளச்சி, தூங்குடி..... எதையும் யோசிக்காத"

"நா உங்கூட நெறைய நாள் சந்தோசமா வாழணும், குழந்தைப் பெத்துக்கணும்..... பேபி, நமக்கு குழந்தைப் பொறந்தா அவன் வளந்த பிறகு அவனும் அந்த வீடியோ பாப்பான் இல்ல.... அப்போ அவன் எவ்ளோ கஷ்டப்படுவான்.... இன்டர்நெட்ல இருந்து அந்த வீடியோ, ஃபோட்டோஸ் எதுவும் போகாதுல்ல பேபி"

அவள் பேசுறத நிறுத்தவே முடியல. அவளுக்கு தூக்கம் வருது அப்பவும் அவள் பேசிட்டே இருக்காள். எனக்கு அழுகையா வருது அவள் பொலம்புறதப் பாக்கும் போது. ஆனால் நா அழ மாட்டேன். நா அழுதா அவளும் அழுவாள்.

"எத்தனை பேரு பாத்துருப்பாங்க பேபி? எல்லாருமே பாத்துருப்பாங்க இல்ல" அவள் திடீர்னு எழுந்து உக்காந்தாள். என் முகத்தைப் புடிச்சுக் கேட்டாள்.

"உனக்கு கஷ்டமா இல்லயா? உன் பொண்டாட்டி உடம்ப எல்லாரும் பாத்துட்டாங்களேன்னு..... சொல்லு பேபி.... கஷ்டமா இல்லயா?"

எப்டி எனக்கு கஷ்டம் இல்லாம இருக்கும் தியா? நா கஷ்டப்பட்டு உன்னை கஷ்டப்படுத்த விரும்பல தியா. அவள் அப்டி கேட்டதும் என்னையே அறியாம என் கண்ணுல இருந்து கண்ணீர் வந்தது. ஏன் தியா இப்டி பொலம்புற? எனக்குக் கஷ்டமா இருக்கு. இவள் பேசாமயே இருந்துருக்கலாம்.

"பேபி அழாத.... எனக்கு அழுகை வருது" அவள் அழுதாள். அவள் அப்டியே என்னை அணைச்ச மாதிரி,

என்னோட கழுத்துகிட்ட அவளோட தலைய சாச்சு வெச்சு உக்காந்தாள்.

"தியா அழாம தூங்குடி"

"பேபி..... நா வெளியிலப் போனா எல்லாரும் என்னை ஒரு மாதிரி பாப்பாங்கதான.... அவிங்களுக்கு என்னைப் பாக்கும் போது அந்த ஃபோட்டோஸ், வீடியோதான ஞாபகத்துக்கு வரும்.... நா இனி வெளியப் போகவே மாட்டேன் அஸ்வின்"

"எதுக்குடி இப்டி அழுகுற? அழாதடி" நா அவளக் கட்டிப்புடிச்சேன்.

"நீ ஏன் அழுகற பேபி?"

"இல்ல, நா அழுகல. நீ அழுகாத"

அவன் என் மேல சாஞ்சுட்டே அப்டியே என் முகத்தைப் பாத்தாள். அவள் என் கண்ணத் தொடச்சாள். நா ரொம்ப கஷ்டப்பட்டு என் அழுகைய நிறுத்துனேன். அவள் அப்றம் எதுவும் பேசல அஞ்சு நிமிஷத்துல தூங்கிட்டாள். மாத்திரை மட்டும் கொடுக்காம இருந்தா இந்த மாதிரி பொலம்பிட்டே அழுதுட்டு இருந்துருப்பாள். அவள் தூங்கன பிறகு நா அவள விட அதிகமா அழுதேன். அவளோட நெத்தில முத்தம் கொடுத்தேன்.

"ஸாரி குள்ளச்சி, என்னால எதுவுமேப் பண்ண முடியல. என்ன பண்ணி இந்த ப்ராப்ளம் சால்வ் பண்றதுன்னு தெரியல...... ஸாரி"

நா இதுக்கு முன்னாடி இது மாதிரி நெறைய செய்திப் பாத்துருக்கேன். பொண்ணுங்கள நிர்வாண ஃபோட்டோ வெச்சு மெரட்டுறது, ரேப் இன்னும் நெறையப் பாத்துருக்கேன். அப்போல்லாம் கஷ்டமா இருக்கும் ஏன் இந்த மாதிரிப் பண்றாங்கன்னு..... அந்தப்

பொண்ணு எவ்ளோ கஷ்டப்படும்னு எல்லாம் யோசிச்சது இல்ல. நா அதக் கொஞ்ச நேரத்துல மறந்துடுவேன். முதல் தடவையா ஒரு பொண்ணு இந்த மாதிரி விஷயத்துல எவ்ளோ கஷ்டப்படுவான்னு பக்கத்துல இருந்து பாக்குறேன். சத்யமா நரக வேதனை, இதெல்லாம் தாங்கிக்கவே முடியல. பாக்குற எனக்கே இவ்ளோ கஷ்டமா இருக்கே. என் தியாவுக்கு எவ்ளோ கஷ்டம் இருக்கும். அதனாலதான இப்டி பொலம்புறாள் இவள். ஏன்டா இப்டிலாம் பண்றிங்க? இப்டி பண்றதுனால உங்களுக்கு என்னடா கிடைக்குது?.

●●●

தியா நேத்து முழுக்கக் குளிக்கல, நானும் குளிக்கல. நா இப்போதான் குளிச்சேன். தியா குளிச்சுட்டு இருக்காள். காலைல இருந்து எனக்கு ஏகப்பட்ட போன் கால் வந்தது போலீஸ், வக்கீல்னு நெறைய பேரு பண்ணாங்க. நா மொபைல ஸ்விட்ச் ஆஃப் பண்ணிட்டேன். எல்லாரும் எங்கிட்ட தியாவப் பாத்துப் பேசணும்னு கேட்டாங்க. எல்லாரும் அவளுக்கு உதவி பண்ணணும்னு நெனைக்குறாங்க சரி ஆனால் ஏன் அவளோட மனநிலைமையை புரிஞ்சுக்க மாட்டுக்குறாங்க. ஐரா காலேஜ்க்கு போகாம எங்க கிச்சன்ல சமைச்சுட்டு இருக்காள். காலிங் பெல் சத்தம் கேட்டது. இப்போ யாருன்னு தெரியலயே. நா கதவத் திறக்காம நின்னுட்டே இருந்தேன். ஐரா போய் கதவத் திறந்தாள். அம்மா, விக்கி, நந்து மூணு பேரும் உள்ள வந்தாங்க. ஐரா விக்கியக் கட்டிப்புடிச்சாள், அவன் என்னைப் பாத்தான். ஐரா எதுவுமே பேசாம கிச்சன்க்குப் போனாள்.

"தியா எங்க?" அம்மா கேட்டாங்க.

"குளிக்குறா"

அம்மா ரூம்க்குள்ளப் போனாங்க. அவளுக்காகக் காத்துட்டு இருந்தாங்க. நாங்க ஹால்ல உக்காந்தோம். விக்கி இன்னும் ஒரு மாதிரி சோகமா இருக்கான். நந்து என்னைப் பாக்க கூட இல்ல.

"கொஞ்ச நேரம் வெய்ட் பண்ணுங்க, நா உங்களுக்கு சாப்ட எதாவது செஞ்சு தரேன்" ஐரா சொன்னாள். அப்போ காலிங் பெல் சத்தம் மறுபடியும் கேட்டது. நந்து போய் கதவத் திறந்தான். அப்பா, நவ்யா உள்ள வந்தாங்க. இங்க யாராவது செத்துப் போய்ட்டாங்களா என்ன எதுக்கு எல்லாரும் வர்றிங்க?. விக்கி கதவச் சாத்திட்டு வந்தான். அப்பா என் பக்கத்துல வந்தாரு, விக்கி எழுந்தான். அவரு என் பக்கத்துல உக்காந்தாரு. என் தோள் மேல கை வெச்சாரு.

"அஸ்வின், கவலப்படாத. எல்லாம் சரியாகிடும்..... ரேவந்த் இப்போ ஸ்டேஷன்லதான் இருக்கான்"

அவன் எங்க இருந்தா எனக்கு என்ன?. தயவுசெஞ்சு எல்லாரும் கிளம்புங்கன்னு சொல்லணும் போல இருக்கு ஆனால் சொல்ல முடியல. இவிங்களப் பாத்தா தியா இன்னும் கஷ்டப்படுவாள். அப்பாவும், நவ்யாவும் எங்க ரூம்க்குள்ளப் போனாங்க, அம்மா வெளிய வந்தாங்க. தியா குளிச்சுட்டு வந்ததும் அவிங்க அவக்கிட்டப் பேசுனாங்க. தியா அழுதுருவாளோன்னு நா பயிந்துட்டே அவள நோட் பண்ணிட்டு இருந்தேன். அவள் அழுகல, அவிங்க வெளிய வந்தாங்க. நவ்யா இங்கயே இருக்கறேன்னு சொன்னாள். அம்மா இருக்கறதால அப்பா அவளக் கூப்ட்டு கிளம்பிட்டாரு. அம்மா உள்ளப் போனாங்க, நானும் பின்னாடியேப் போனேன். தியா பெட்ல படுத்துட்டு இருந்தாள். அம்மாவப் பாத்ததும் எழுந்து உக்காந்தாள். அம்மா அவள் எதிர்ல உக்காந்தாங்க. அம்மா அவளப் பாத்துச் சிரிச்சாங்க.

"ம்மா" தியா லேசா சிரிச்சாள், அந்த வீடியோ வந்த பிறகு அவள் அழுகுறத தவிர வேற எதையும் பண்ணல.

இப்போதான் சிரிக்குறாள். அம்மா பாசமா அவளோட தலை மேல கை வெச்சாங்க.

"ஏன் இப்டி இருக்க? சாப்டியா இல்லயா? முகத்தப் பாரு வீங்கி போய் கெடக்கு.... கண்ணெல்லாம் செவந்து கெடக்கு. இப்டியே இருந்தனா அப்றம் என் பையனுக்கு நா ரெண்டாவது கல்யாணம் பண்ணி வெச்சுடுவேன்"

"ம்மா" தியா அவிங்களக் கட்டிப்புடிச்சாள். அவிங்க தோள் மேல முகத்த வெச்சாள். என்னைப் பாத்தாள், லேசாச் சிரிச்சாள். நானும் லேசா சிரிச்சேன். அம்மா அவளோடக் கையப் புடிச்சுச் சொன்னாங்க.

"இந்த மாதிரி விஷயத்துல நாம பயப்படக் கூடாது வாயாடி. நாம பயப்படுறதுனாலதான் அவனுங்க உச்சத்துல உக்காந்துட்டு மேலும் மேலும் தப்பு பண்ணுறானுங்க..... இப்போ என்ன ஃபோட்டோவ எல்லாரும் பாத்துருப்பாங்க அவ்ளோதான.... பாத்தா பாத்துட்டு போறாங்க.... அவிங்களுக்கு இல்லாததுதான் நமக்கு இருக்கா சொல்லு....இதுக்காக எதுக்கு நீ கையெல்லாம் அறுத்துக்கிட்ட?"

தியா எதுவும் சொல்லாம இருந்தாள். அவள் நேரா உக்காந்ததும் அம்மா அவளப் பாத்து மெதுவாக் கேட்டாங்க.

"மாசமா இருக்கியா? கை துடிப்ப பாத்தா அப்டிதான் இருக்கு"

"தெரியலம்மா அப்டிதான் நெனைக்குறேன்" நா அவளப் பாத்தேன். அவள் என்னை ஓரக்கண்ணாலப் பாத்தாள், ஆனால் அவள் கண்ணுல சந்தோஷமே இல்லை. அம்மாவால அந்த சந்தோஷத்தைக் கூட வெளிக்காட்ட முடியல. ஐராக்கூட சமைக்கப் போனாங்க. நா தியாக்கு எதிர்ல உக்காந்தேன்.

"தியா நிஜமாவா?"

"தெரியல அஸ்வின்"

“செக் பண்ணயா?"

”இல்ல"

"கார்ட் வாங்கிட்டு வரவா?"

“வேணா"

"ஹாஸ்பிட்டல் போலாமா?"

"நா எங்கயும் வர மாட்டேன்"

ஹ்ம்ம் இப்போதைக்கு அவளால வெளியப் போக முடியாது. வெளியப் போனா மத்தவிங்களோடப் பார்வையே அவளக் கொன்னுடும். சமையல் ஆன பிறகு எல்லாரும் டைனிங் டேபுள்ல ஒன்னா சாப்ட உக்காந்தோம். தியா வர மாட்டேன்னு சொன்னாள். அம்மா அவளக் கூப்ட்டு வந்தாங்க. அவள் என் பக்கத்துல உக்காந்தாள். என் தொடை மேல கை வெச்சாள், நா அவளப் பாத்தேன். சாப்பாடு வேணான்னு தலைய ஆட்டுனாள்.

"கொஞ்சமா சாப்டு" நா அவளுக்கு மட்டும் கேக்குற மாதிரி சொன்னேன்.

"வாயாடி, நீ அவங்கிட்ட சிக்னல் காட்டுனா எல்லாம் வேலைக்கு ஆகாது. ஒழுங்கா சாப்டு" அம்மா சொன்னாங்க.

"வேணாம்மா"

அம்மா தியா பக்கத்துல உக்காந்தாங்க. அவளுக்கு ஊட்டி விட்டாங்க அவளும் வேற வழி இல்லாம சாப்பிட்டாள்.

"பேசாம நானே அஸ்வின மேரேஜ் பண்ணிருக்கலாம், இந்த மாதிரி ஒரு மாமியார மிஸ் பண்ணிட்டனே" ஐரா சொன்னாள், விக்கி அவளோட வாயில வேணும்னே அவள பேச விடாம சாப்பாட்டை ஊட்டுனான். அதப்பாத்து தியா லேசா சிரிச்சாள். மறுபடியும் காலிங் பெல் சத்தம் கேட்டது. இப்போ யாரு வந்து இருக்குறது? நந்து போய் கதவத் திறந்தான், தியாவோட அப்பா வந்தாரு. தியா எழுந்து நின்னாள், வேகமாக போய் அவரக் கட்டிப்புடிச்சாள்.

"ப்பா" தியா அழுக ஆரம்பிச்சாள்.

"உங்கிட்ட அழுகாதன்னு சொன்னேந்தானடி" நா சொன்னேன். அவரு என்னை ஒரு மாதிரிப் பாத்தாரு.

கொஞ்ச நேரமா தியாவும், அவளோட அப்பாவும் ரூம்ல பேசிட்டு இருந்தாங்க. எல்லாரும் அவிங்க அவிங்க வேலைய பாத்துட்டு இருந்தாங்க. தியாவோட அப்பா வந்து எங்கிட்ட தியாவக் கூப்ட்டு போறேன்னு சொன்னாரு.

"நா அவள எங்கயும் போக விட மாட்டேன். அவள் இங்கயே இருக்கட்டும்" நா சொன்னேன்.

"அவளால இங்க இருக்க முடியல அஸ்வினு, அவளப் பாரு எப்டி இருக்கான்னு. கொஞ்ச நாள் எங்கக்கூட இருக்கட்டும்"

"அவள நா அந்த ஊருக்கு அனுப்ப மாட்டேன்" நா அவருக்கிட்டப் பொறுமையா சொன்னேன்.

"நீ பயப்படுறது எனக்கு புரியுது. ரேவந்த் ஸ்டேஷன்ல இருக்கான். நீ பயப்படாத"

"அவன் ஸ்டேஷன்லதான் இருக்கான், இன்னும் ஜெயிலுக்குப் போகலயே"

அதுக்கு அப்றம் அவரு எங்கிட்ட பேசி புரிய வெக்க முடியாதுன்னு அமைதியாகிட்டாரு. நா ரூம்க்கு போனப்போ தியா துணி மாத்திருந்தாள்.

"தியா.... எதுக்கு இப்போ துணிய மாத்துன?"

"நா ஊருக்குப் போறேன் அஸ்வின்"

"வேணா..... இங்கயே இரு"

"என்னால இங்க இருக்க முடியல அஸ்வின்"

நா அவப்பக்கத்துல போனேன்.

"வேணா தியா அடம் புடிக்காத"

"நா போறேன் அஸ்வின்"

"வேணான்டி"

"என்னால உன்னை இப்டிப் பாக்க முடியல அஸ்வின்..... நா கொஞ்ச நாள் அங்க இருக்கேன்"

"எங்கயும் போகாத தியா. எங்கூடவே இரு"

"ப்ளீஸ் அஸ்வின், நா போறேன்..... ஒரு ஒன் வீக் அங்க இருக்கேன் அப்றம் வரேன்"

நா எவ்ளவோ சொன்னேன், அவள் அடம் புடிச்சுட்டே இருந்தாள். கடைசில நா சொல்றதக் கேக்காமக் கிளம்புனாள். எனக்கு இவள் அங்கப் போறது புடிக்கல. நா அவக்கிட்ட கோவப்படக் கூடாதுன்னு பொறுமையா சொல்லிப் பாத்தேன். அப்பவும் அவள்

கேக்காம அடம் புடிச்சாள். நா சொல்ல சொல்லக் கேக்காமக் கிளம்புனாள். நா கோவிச்சுட்டு பெட்ல உக்காந்தேன். அவள் என் பக்கத்துல உக்காந்தாள்.

"பேபி ஒன் வீக்தான, ப்ளீஸ். எனக்கு இங்க இருக்கப் புடிக்கல, யாரையும் பாக்கப் புடிக்கல" அவள் அழுதாள்.

"தயவுசெஞ்சு அழாதடி, நீ அழுதாலே பயமா இருக்கு"

"அப்போ ஓகே சொல்லு"

"மாட்டேன்"

"பேபி"

"எனக்குப் பயமா இருக்குடி. ஏன் புரிஞ்சுக்க மாட்டுக்குற?"

"நா வீட்டை விட்டு வெளிலப் போக மாட்டேன், நீ பயப்படாத"

"நானும் வரேன்"

"வேணா அஸ்வின்..... நா மட்டும் போறேன்"

என்னையும் அவக்கூட வர விடல. அடம் பிடிச்சு கிளம்புனாள். நா கோவமா எழுந்து நின்னேன். போறதுக்கு முன்னாடி கதவச் சாத்திட்டு என் பக்கத்துல வந்தாள்.

"பேபி குனி"

"முடியாது போடி, என்னை விட்டுட்டு போறல்ல"

"பேபி" முகத்தப் பாவமா வெச்சுக்கிட்டாள். நா குனிஞ்சேன், அவள் என் நெத்தில முத்தம் கொடுத்தாள். தியா இப்போதான் பாக்கக் கொஞ்சம் நார்மலா

இருக்காள். அப்றம் என் கன்னத்துல முத்தம் கொடுத்துட்டுக் கடிச்சாள். அப்டியே என்னைக் கட்டிப்புடிச்சாள். நா கண்ண மூடுனேன்.

"லவ் யூ பேபி" தியா நல்லா சிரிச்சுட்டே சொன்னாள். என்னால நம்பவே முடியல எப்டி டக்குன்னு இவ்ளோ நார்மல் ஆகிட்டாள். அவளோட அப்பாக்கிட்டப் பேசுனதாலயா?.

"குள்ளச்சி போகாதடி"

"மிஸ் யூ பேபி" மறுபடியும் என்னோட இன்னொரு கன்னத்தக் கடிச்சாள். அப்றம் என்னை விட்டாள். நா அவளோட நெத்தியில முத்தம் கொடுத்தேன். அவள் ரூம விட்டு வெளியப் போனாள். எனக்கு அவளப் போக விட மனசு வரல. நா பின்னாடியே போய் அவளக் கட்டிப்புடிச்சேன். அவள் லேசா சிரிச்சாள். அவள் சிரிச்சதப் பாத்ததும் ஹால்ல இருந்த எல்லார் முகத்துலயும் சந்தோசம் வந்தது. நா என்னைச் சுத்தி எல்லாரும் இருக்காங்கறதயே மறந்துட்டேன்.

"அஸ்வின்" அவள் தலையத் திருப்பி, அண்ணாந்து பாத்தாள்.

"போகாத குள்ளச்சி"

"பேபி"

அவளோட அப்பா இரும்புனாரு, இவருக்கு பொறுக்காதே. நா தியாவ விட்டேன், அவள் சின்னப் பொண்ணு மாதிரி அவளோட அப்பா கையப் புடிச்சுட்டுப் போனாள். வெளியப் போகும் போது கண் கலங்க என்னைத் திரும்பிப் பாத்தாள். நா அவக்கிட்ட அழுகக் கூடாதுன்னு என் கண்ணத் தொடச்சு சிக்னல் காட்டுனேன். அவள் சரின்னு லேசா சிரிச்சுட்டே தலைய ஆட்டுனாள். அப்போ அவள் கன்னத்துல குழி விழுந்தது. நா அவளுக்கு ப்லைன் கிஸ் கொடுத்தேன்,

தியா அத கேட்ச் புடிச்சாள். அம்மா சிரிச்சாங்க. விக்கி அவிங்கப் போறதுக்கு கார் ஏற்பாடு பண்ணான். அதுல அவிங்கப் போனாங்க.

●●●

அந்த வீடியோப் பத்தி அஞ்சே நாள்ல எல்லாரும் மறந்துட்டு அவிங்க அவிங்க வேலையப் பாக்க ஆரம்பிச்சுட்டாங்க. தியா அங்கப் போனதுல இருந்து எங்கூட சரியாப் பேசவே இல்லை. நானா கால் பண்ணா மட்டும் பேசுவாள். இப்போ இங்க யாருமே இல்லாம நா மட்டும் தனியா இருக்கேன். அதுவும் குள்ளச்சி இல்லாம ரொம்ப தனிமைய உணர்றேன். நா தூங்குறதுக்கு முன்னாடி அவளுக்கு கால் பண்ணிப் பேசிட்டுதான் தூங்குவேன். நா அவளுக்கு கால் பண்ணேன்.

"குள்ளச்சி"

"அஸ்வின்" ஒரு மாதிரி சோகமா சொன்னாள்.

"என்ன?"

"நா இல்லாம நீ இருந்துப்பல்ல அஸ்வின்?"

"தியா..... அப்பாக்கிட்ட போனக் கொடு"

"சொல்லு அஸ்வின்"

"மாட்டேன்"

"அப்டிலா சொல்லாத பேபி, நீ ஹேப்பியா இருக்கணும் நா இருந்தாலும் இல்லாமப் போனாலும்"

இவள் ஏன் இப்டிலாம் பேசுறாள். எனக்கு என்னமோ சரியாப் படல. எனக்கு வண்டி சத்தம் கேட்டது.

"யூ ஆர் மை எவ்ரிதிங் அஸ்வின். நீதான் என்னோட பர்ஸ்ட் லவ், என்னோட ஒரே லவ்"

"தியா எங்க இருக்க?"

"பேபி லவ் யூ சொல்லு"

"தியா எங்க இருக்கன்னு சொல்லுடி, ஏன்டி திடீர்னு இப்டி பேசுற"

"பிகாஸ் ஐ லவ் யூ பேபி"

"அப்பாக்கிட்ட போனக் கொடு" என்னையே அறியாம நா அழுதேன், ஏன்னுத் தெரியல... இவள் எதாவது பண்ணிப்பாளோன்னு பயமா இருக்கு.

"ஐ யம் ஸோ லக்கி டூ ஹேவ் யூ இன் மை லைஃப்" அவள் அழுதாள்.

"தியா, சாகடிக்காத எங்க இருக்க? நீ வீட்டுல இல்லதான?"

"ஸே ஐ லவ் யூ பேபி" அழுதுட்டே சொன்னாள்.

"ஏன்டி அழுகுற?..... பயமா இருக்கு. தியா தப்பா எதுவும் யோசிக்காதடி"

முருகா அவள் மட்டும் தப்பான முடிவு எடுத்தான்னா, நா உன்னை கும்பிடவே மாட்டேன்.

"ப்ளீஸ் லவ் யூ சொல்லு அஸ்வின்"

"லவ் யூ தியா, எங்க இருக்க?" நா அழுதுட்டே கேட்டேன். கால் கட் ஆகிடுச்சு. நா மறுபடியும் கால் பண்ணப்போ கால் போகல. நா அவளோட அப்பாக்கு கால் பண்ணேன்.

"சொல்லு அஸ்வினு"

"தியா எங்க?"

"அவளோட ரூம்ல தூங்கிட்டு இருக்காள்"

"போய்ப் பாருங்க"

"ஏன்?"

"போய்ப் பாருங்க" நா கத்துனேன். அவரு நடக்கற சத்தம் கேட்டது.

"தியா...... எங்க இருக்க? தியா...... தியா எங்கடா இருக்க?" அவளோட அப்பா குரல் கேட்டது.

"ஹலோ இருக்காளா? ஹலோ"

"இல்லப்பா காணம், நா அப்றம் கூப்டுறேன்"

அவரு கால் கட் பண்ணிட்டாரு. எனக்கு ரொம்பப் பதட்டமா இருந்தது. நா தலைல கை வெச்சு உக்காந்தேன். ஏன்டி இப்டிலா பண்ற? எங்கடி இருக்க?..... நா உன்னை அங்கப் போக விட்டுருக்கக் கூடாது, என் தப்புதான். நா அவரோட போன்க்காக காத்துட்டு இருந்தேன். ஒரு மணி நேரமா பைத்தியம் மாதிரி இருந்தேன். சும்மா நடந்துட்டே இருந்தேன். அவரு கால் பண்ணாரு.

"சொல்லுங்க, வீட்டுக்கு வந்துட்டாளா?"

"தியாக்கு ஆக்ஸிடன்ட் ஆகிடுச்சு" அவரு அழுதுட்டே சொன்னாரு. நா கீழ முட்டிப் போட்டேன். என் கைல இருந்து மொபைல்0 கீழ விழுந்தது. எனக்கு தலை எல்லாம் சுத்துச்சு. நா அப்டியே கீழ விழுந்த மொபைல எடுத்துட்டு எழுந்தேன். பைக் எடுத்துட்டுக் கிளம்புனேன். பைக்ல போகப் போக அப்பப்போ தலை சுத்திட்டே இருந்தது. முருகா நா எந்த விபத்தும் பண்ணாம போயிடணும். நா வேகமாப் போனேன்.

இந்த கருமம் புடிச்ச ட்ராஃபிக் வேற. ரொம்ப நேரமா ட்ராஃபிக்ல மாட்டுனேன். ட்ராஃபிக் கிளியர் ஆனதும் பைக்க வேகமா ஓட்டுனேன். போகப் போக, தியாவத் தவிர வேற எதுவுமே என் மைண்ட்ல ஓடுல. எனக்கு அவளப் பாக்கணும், ஏன் இப்டி பண்ணான்னு கேட்டு ரெண்டு அறை கொடுக்கணும். நா எப்போதான் அங்கப் போவேன்? ஏன் நேரம் சீக்ரமே போக மாட்டுக்குது. நா அவளோட அப்பாக்கு கால் பண்ணி எந்த ஹாஸ்பிட்டல்னு கேட்டேன். ஒரு வழியா ஈரோடு வந்தது, எவ்ளோ நேரத்துல நா இங்க வந்தேன்னுக் கூடத் தெரியல. நா அவரு சொன்ன ஹாஸ்பிட்டல்க்குப் போனேன். ஹாஸ்பிட்டல் முழுக்க அமைதியா இருந்தது. விடிய காலை நேரங்கறதால கூட்டமும் இல்லை. எனக்கு அப்பாக்கு உடம்பு சரியில்லாமப் போனது ஞாபகம் வந்தது. நா அன்னைக்கு எப்டி ஐ. சி. யூ தேடி அலைஞ்சனோ அதே மாதிரி இப்போவும் அலையுறேன். எனக்கு மூச்சு வாங்குச்சு. ஒரு வழியா ஐ. சி. யூ என் கண்ணுலப் பட்டது. என்னோட அம்மா, அத்தை, மாமா, தியாவோட அப்பா, அம்மா எல்லாரும் நின்னுட்டு இருந்தாங்க. நா போனதும் அவிங்ககிட்ட எதுவும் கேக்காம, ஐ. சி. யூ ரூம் கதவுல இருந்த அந்தச் சின்ன இடைவெளியில தியாவப் பாத்தேன். அவள் தலை முழுக்க கட்டுப் போட்டு இருந்தது. கை, கால்லயும் கட்டு இருந்தது. அவளோட உடம்புல ஏகப்பட்ட வொயரு கனெக்ட் பண்ணி இருந்தது, அதெல்லாம் என்னன்னு தெரியல. அவள் மூச்சு விடவே கஷ்டப்பட்டுட்டு இருந்தாள். அவள் பக்கத்துல யாருமே இல்லை. ஏன் யாருமே எதுவும் பண்ணல?

"நீ போய் அவளப் பாரு" அம்மா சொன்னாங்க.

"ஏம்மா யாரும் அவள் பக்கத்துல இல்லை?"

"ரொம்ப சீரியஸ்னு சொல்லிட்டாங்க" அத்தை சொன்னாங்க. கடவுளே அவளுக்கு எதுவும் ஆக கூடாது. ஒரு டாக்டரும், நர்ஸும் உள்ளப் போனாங்க.

அவிங்க அவளோட பல்ஸ செக் பண்ணாங்க. அப்றம் என்னமோ ட்ரீட்மெண்ட் பண்ணாங்க. நா அவளோட அப்பா ஷர்ட் காலரப் புடிச்சு சொன்னேன்.

"யோவ்.....நாந்தா சொன்னேல்ல அவள இங்க கூப்ட்டு வராதன்னு கேட்டியா... இப்போப் பாரு". அவரு அழுதாரு.

"அவளேதான் லாரி முன்னாடி வந்து விழுந்ததா லாரி டிரைவர் போலிஸ்க்கிட்ட சொல்லிருக்கான்" மாமா சொன்னாரு. தியா எப்டி டி என்னை விட்டுட்டுப் போக மனசு வந்தது உனக்கு.

டாக்டர் வெளிய வந்தாங்க. என்னை அவளப் பாக்க அனுமதிச்சாங்க. நா பயிந்துட்டே உள்ளப் போனேன். அவள் பக்கத்துல நின்னேன். அவளோட தலையில இருந்து உள்ளங்கால் வரைக்கும் பாத்தேன், ஏகப்பட்ட அடி. அழகான தேவதை மாதிரி இருந்தப் பொண்ணு இப்போ இப்டி இருக்காள். அவள் மூச்சு விடாம கஷ்டப்படுறதப் பாக்கும் போதுதான் எனக்கு அழுகை வந்தது. நா அவளோடக் கை விரல மெதுவாப் புடிச்சேன். அவள் ஒவ்வொரு தடவ மூச்சை இழுக்கும் போதும் எனக்கு பயமா இருந்தது. அவளோட ஒரு பக்க கன்னம் கூட தெரியாத அளவுக்கு கட்டுப் போட்டு இருந்தது. அவள் திடீர்னு மெதுவா கண்ண திறந்தாள், என்னைப் பாத்தாள். நா அழுதேன், அவள் என் கை விரல லேசா புடிக்க முடியாமப் புடிச்சாள்.

"ஏன்டி இப்டிப் பண்ண? சரியான ஷெல்பிஸ்டி நீ.... என்னை விட்டுட்டு போக நெனச்சுட்டல்ல. என்னைப் பத்தி கவலை இல்லல்ல உனக்கு"

தியா மூச்சு விட கஷ்டப்பட்டுட்டே என்னை கண் சிமிட்டாமப் பாத்தாள்.

"சரியாகி வா உனக்கு இருக்கு.... ஹேட் யூ தியா"

நா அப்டி சொன்னதும் அவள் கண் ஓரத்துல இருந்து கண்ணீர் வந்தது. நா அவளத் திட்டுனாதான் அவளுக்கு அழுகை வருமே. நா அந்தக் கண்ணீரத் தொடச்சு விட்டுட்டு சொன்னேன்.

"ஓகே ஓகே நா உன்னைத் திட்டுல அழுகாத குள்ளச்சி ப்ளீஸ்"

அப்பவும் அவள் கண்ணுல இருந்து கண்ணீர் வந்தது. நா மெதுவாத் தொடச்சேன். அவள் எதோ சொல்ல முயற்சி பண்றாள் ஆனால் அவளால சொல்ல முடியல.

"அழாத குள்ளச்சி, எதுவும் பேசாத"

அவள் என் கைய இறுக்கிப் புடிச்சாள். அவள் ஏதோ சொல்ல நெனைக்குறாள் என்னன்னுதான் தெரியல. டாக்டர் உள்ள வந்தாங்க, நா அவர்க்கிட்ட கேட்டுட்டு அவளோட ஆக்சிஜன் மாஸ்க் கழட்டுனேன்.

"அஸ்....." அவளால சொல்ல முடியல. சரியா மூச்சும் விட முடியல.

"வேணான்டி கஷ்டப்படாத" நா அழுதுட்டே சொன்னேன்.

"அ....." அவளால என் பேரக்கூட சொல்ல முடியல.

"வேணா தியா. எதுவும் சொல்ல வேணா"

நா அவளுக்கு ஆக்சிஜன் மாஸ்க் போடப் போனேன். அப்போ தியா என் கைய இறுக்கமாப் புடிச்சாள். அதனாலப் போடல. ஏன் என்னோட தியாவுக்கு மட்டும் இவ்ளோ கஷ்டம்?

"அஸ்வினய்ரா" தியா மெதுவாச் சொன்னாள்.

எனக்கு அழுகையே நின்னுருச்சு அதக் கேட்டு. இப்போ எதுக்காக தியா இந்த வார்த்தையச் சொன்னாள். அப்போ இது விபத்து இல்லயா? ரேவந்த்தா இவள இப்டி பண்ணானா? எனக்கு எதுவுமே புரியல. முருகா...... திடீர்னு அவளுக்கு மூச்சு இழுத்தது. அவள் என் கை விரல இறுக்கமாப் புடிச்சாள். டாக்டர் அவள் பக்கத்துல வந்து அவள செக் பண்ணாங்க...... நா அழுதேன்.

"தியா.... என்னை விட்டு போயிடாதடி" நா ரொம்பவே அழுதுட்டு சொன்னேன். என்னால அங்க நிக்க முடியல. நா அவள் கைய விட்டேன். மெதுவா அவளப் பாத்துட்டேப் பின்னாடி நகந்தேன். அவளோட கண் பார்வை என் மேலதான் இருந்தது, அழுதாள். இதுக்கு முன்னாடி அவள் அழுகறதப் பாக்கும் போது இருந்த வலிய விட இப்போ இருக்க வலி அதிகம். நா திரும்பிப் பாக்காம வெளிய வந்தேன். வெளிய வந்ததும், அழுதுட்டே மெதுவா நடந்தேன்.

"எங்கப் போற அஸ்வினு" அம்மா கேட்டாங்க. எனக்கு என் தியா வேணும். அவளுக்கு எதுவும் ஆக கூடாது. நா மெதுவா அப்டியே நடந்தேன், கண்ணத் தொடச்சேன். அம்மா கூப்டாங்க நா திரும்பிப் பாக்கல.

"ஐயோ..... என் தெய்வமே" தியா அம்மாவோட அழுகுரல் கேட்டது. இல்ல இல்ல என் தியாவுக்கு எதுவும் ஆகிருக்காது. நா பயிந்துட்டே மெதுவாத் திரும்புனேன் தியாவோட அம்மா கீழ முட்டி போட்டு அழுதாங்க. எல்லாருமே அழுதாங்க. அவிங்க அம்மா கத்த ஆரம்பிச்சாங்க. தியாவோட அப்பா அழுதுட்டே அவிங்களப் புடிச்சாரு. அம்மா என்னைப் பாத்து ஒரு மாதிரி தலைய ஆட்டுனாங்க. இல்ல என் தியாவுக்கு எதுவும் ஆகல.... நா தியாவப் பாக்க ஓடுனேன். டாக்டர் எதுவும் செய்யாம அவள் பக்கத்துல நின்னுட்டு இருந்தாங்க. தியா மூச்சு விடல. என்னை விட்டுட்டுப் போய்ட்டியா தியா..... நெஜமாவே போய்ட்டியா?

"தியா" நா கத்துனேன்...... எனக்கு தலை சுத்துச்சு என் முன்னாடி இருக்க எதுவும் சரியாத் தெரியல..... நான் கண்ண மூடி கீழ விழுந்தேன்.

******

நா கண் முழிச்சுப் பாத்தப்போ என் பக்கத்துல அம்மா உக்காந்து இருந்தாங்க, எனக்குத் தலை வலிக்குது. நா சுத்தி முத்திப் பாத்தேன். எனக்கு குளுக்கோஸ் ஏறிட்டு இருக்கு, இது ஹாஸ்பிட்டல்.

"அஸ்வினு" அம்மா கவலையோட கூப்டாங்க.

"தியா...... ம்மா தியா எங்க?"

அம்மா அழுதாங்க. நா எழுந்து உக்காந்தேன். அம்மா என்னைப் படுக்க வெக்க முயற்சிப் பண்ணாங்க.

"தியா எங்கம்மா?"

"அவளக் கொஞ்ச நேரத்துல அடக்கம் பண்ணப் போறாங்க" அழுதுட்டே சொன்னாங்க. எனக்கு அழுகையே வரல. இதெல்லாம் கனவு..... தியாக்கு எதுவும் ஆகல. இந்தக் கனவு எப்போ முடியும். நா பெட்ல இருந்து இறங்குனேன். விக்கி உள்ள வந்தான். நா தடுமாறுனேன்.

"டேய்" விக்கி என்னைப் புடிச்சான்.

"என்னை தியாக்கிட்ட கூப்ட்டுப் போடா"

"வேணா மச்சான்"

"ப்ளீஸ் மச்சான்..... என்னைக் கூப்ட்டுப் போடா"

விக்கி என்னை பைக்ல கூப்ட்டுப் போனான். அவளோட வீட்டுக்கு முன்னாடி நிறுத்துனான். வீட்டுக்கு முன்னாடி பந்தல் போட்டு இருந்தது, நெறைய பேரு சோகமா உக்காந்துட்டு இருந்தாங்க.

வீட்டுக்குள்ள அழுகற சத்தம் கேட்டது. நா பைக்ல இருந்து இறங்குனேன். எல்லாரும் என்னையேப் பாத்தாங்க. ரொம்ப பாவமாப் பாத்தாங்க, அப்பவும் எனக்கு அழுகை வரல. நா பந்தல்க்குள்ளப் போனேன். என் அப்பாவோட ரெண்டாவது குடும்பம், நந்துவோட குடும்பம், ஐரா எல்லாருமே சோகமா உக்காந்து இருந்தாங்க. நா நேரா வீட்டுக்குள்ளப் போனேன். விக்கி பின்னாடியே வந்தான். பாட்டிங்க எல்லாரும் ஒப்பாரி வெச்சுட்டு இருந்தாங்க, எனக்குக் கோவமா வந்தது. தியாவ ஐஸ் பாக்ஸ்ல வெச்சுருந்தாங்க. நா பக்கத்துலப் போய் அவளோட முகத்தைப் பாத்தேன். கண் மூடி இருந்தது, தலையச் சுத்திப் போட்டுருந்த கட்டு அப்டியே இருந்தது. கண்ணத் திறக்க மாட்டியாடி, என்னைப் பாக்க மாட்டியாடி?. நா அந்த கண்ணாடி பாக்ஸ் மேல அவளோட கன்னத்துக்கு நேரா கை வெச்சேன். இனி நீ சிரிக்க மாட்டல்ல, உன் கன்னத்துலக் குழி விழுகாது இல்ல. என்னைப் பாதிலயே விட்டுட்டுப் போக எப்டி மனசு வந்தது உனக்கு?. நீ இல்லாம நா எப்டி? ஏன் எனக்கு அழுகை வர மாட்டுக்குது தியா. ஏன் அழ முடியல? என்னால இத ஏத்துக்க முடியலடி. எழுந்திரு தியா. நா அவள் முகத்தையேப் பாத்துட்டு இருந்தேன், அவளோட அழகான முகம் இப்டி காயத்தோட இருக்கறதப் பாக்கவே முடியல. நீ இனி அடிக்கடி அழுது என்னைத் தொல்லைப் பண்ண மாட்டல்ல குள்ளச்சி. நா போய் ஒரு மூலைல உக்காந்தேன். இங்க இருக்கறதுல நா மட்டும்தான் பையன், விக்கி என்னை வெளிய வரச் சொன்னான். நா பிரமம்ப் புடிச்ச மாதிரி அந்த ஐஸ் பாக்ஸயே பாத்துட்டு உக்காந்துட்டு இருந்தேன். அழு அஸ்வின் ஏன் அழுகாம இருக்க? அழுதுரு அஸ்வின்.

நா கண்ண மூடி என் தலைய செவுத்துல சாச்சு உக்காந்தேன். முருகா என்னை அழுக விடு. என் குள்ளச்சி என்னை விட்டுட்டுப் போயிட்டாள். அவளப் பாரு துரு துருன்னு இருந்தவ இப்போ அமைதியா இருக்காள். அவள இவ்ளோ அமைதியா நா பாத்ததே இல்ல. முருகா எதாவது செய்ய மாட்டியா? என்

குள்ளச்சிய எனக்கு திருப்பிக் கொடுக்க மாட்டியா? தயவுசெஞ்சு அவள எங்கிட்டக் கொடு. எனக்கு என் குள்ளச்சி வேணும். என்னை வேலைக்குப் போக விடாம தொல்லை பண்ண அவள் வேணும். எங்கூட பிரேக் அப் பண்ண அவள் வேணும். நாளைக்கு அவள் எங்கூட இருக்க மாட்டால்ல. ரெண்டு பேரு வந்து அந்த பாக்ஸ்ல இருந்த கண்ணாடியை கழட்டுனாங்க. தியாவ என்னப் பண்ணப் போறாங்க?. நா எழுந்து அவள் பக்கத்துலப் போனேன். முட்டிப் போட்டேன். அவளோட கன்னத்துல கை வெச்சேன்.

"தியா" நா அவளக் கூப்டேன், அவள் கண் திறக்கல.

"குள்ளச்சி" அப்பவும் கண் திறக்கல. நா அமைதியா அவள் தலைப் பக்கத்துல என் தலை சாச்சு வெச்ச மாதிரி உக்காந்தேன்.

"தம்பி நேரமாச்சுப்பா" ஒருத்தர் சொன்னாரு. நா நகரல. விக்கி என் பக்கத்துல வந்தான்.

"எழுந்திருடா"

நா அவளோட நெத்தியில முத்தம் கொடுத்தேன். அவளோட கன்னத்தைத் தொட்டேன்.

"தியா எழுந்திருடி ப்ளீஸ்..... எனக்காக" நா கண் கலங்க சொன்னேன். ஏன்டி எழுந்து என்னைப் பாக்க மாட்டுக்குற? விக்கி அழுதுட்டே என்னை எழுப்பி விட்டான். தியாவத் தூக்குனாங்க, நா கண்ண மூடுனேன். விக்கி என்னைக் கட்டிப்புடிச்சான். நா கண்ணத் திறந்தேன். என் கண் முன்னாடி தியா இல்ல. அவள வெளியத் தூக்கிட்டுப் போனாங்க. நா நின்னுட்டு இருந்த அதே இடத்துல முட்டிப் போட்டேன். அப்பவும் எனக்கு அழுகை வரல. வெளிய அவளக் கொண்டு போய் என்னப் பண்றாங்கன்னு நா பாக்கல. நா எழவே இல்ல.

"தியாவ அடக்கம் பண்ண போறாங்கடா எழுந்திரு"

நா எழுந்திருக்கல. விக்கி என்னை எழுப்பி விட்டான். அவன் என்னை வெளியக் கூப்ட்டுப் போனான். எல்லாரும் கிளம்புனாங்க. தியாவோட அம்மா நெஞ்சு நெஞ்சா அடிச்சுட்டுக் கத்துனாங்க. உன் அப்பா, அம்மாவ உன்னை விட்டா யாரு பாத்துப்பாங்கன்னு கேட்டியேடி? இப்போ ஏன்டி அவிங்கள விட்டுட்டுப் போன?

எல்லாரும் எங்கயோப் போறாங்க, நானும் அவங்கப் பின்னாடியேப் போறேன். சுடுகாடு வந்தது. நா அங்க என்னப் பண்றாங்கன்னு பாக்கவே இல்ல. நா கண்ண மூடிட்டேன். நா கண்ணத் திறந்து பாக்கும் போது கூட்டத்துல ரேவந்த் அழுதுட்டு நின்னுட்டு இருந்தான். நா அவனையேப் பாத்துட்டு இருந்தேன். நவ்யா எங்க இருந்து வந்தான்னு தெரியல, ரேவந்த் கன்னத்துல அறைஞ்சாள். அவனத் திரும்பத் திரும்ப அடிச்சாள், அவனக் கீழத் தள்ளி விட்டாள். அப்பா அவளப் புடிச்சாரு.

"ஏன்டா பொண்ணுங்க வாழ்க்கை அவ்ளோ இளக்காரமாப் போய்டுச்சா?..... இதே மாதிரி உன் அம்மாவையும், தங்கச்சியயும் அவுத்து போட வெச்சு ஃபோட்டோ எடுத்து நானும் வீடியோப் பண்ணி நெட்ல விடட்டுமா?" நவ்யா அவன ஒதச்சாள், அவன் தியாவ பாத்துட்டே அழுதுட்டே இருந்தான். பெரியவிங்க சில பேரு நவ்யாவைத் திட்டுனாங்க.

"ஒரு பொட்டபுள்ளை நீ சுடுகாட்டுக்கு வந்ததும் இல்லாம அந்தப் பையன ஒதைக்கற" ஒருத்தரு சொன்னாரு.

நவ்யா அழுதுட்டே சொன்னாள்.

"யோவ் போங்கயா நீங்களும் உங்க கல்ச்சரும், பொண்ணுங்க இதப் பண்ணக் கூடாது, அதப் பண்ணக்

கூடாது..... பொண்ணுங்க எதையுமே பண்ணக் கூடாது. ஆம்பளைங்க எதச் சொன்னாலும் பொம்பளைங்க கேக்கணும்" நவ்யா ரொம்பவே அழுதாள் அத பாத்துக்கூட எனக்கு அழுகை வரல.

"ஏன் பொண்ணுங்களுக்கு மட்டும்தா கற்பு இருக்கா? உங்களுக்கு இல்லயா? எங்க உடம்புல அப்டி என்ன இருக்கு?"

ஐரா நவ்யா பக்கத்துலப் போய் அவளச சமாதானப்படுத்த முயற்சிப் பண்ணாள்.

"நாங்க ட்ரெஸ் பண்ற விதத்துல இருந்து, நாங்க பண்ற எல்லாமே உங்களுக்குப் புடிச்ச மாதிரிதான் பண்ணனும் இல்ல..... ஒருத்தி மாடர்னா ட்ரெஸ் பண்ணா தப்பானவ அதுவே இழுத்து போத்திட்டு வந்தா நல்லவ..... ஏன்டா எல்லாம் இப்டி இருக்கீங்க. ஒருத்தி உன்னை லவ் பண்லனா அவ முகத்துல ஆசிட் அடிப்பீங்க இல்லனா இந்த மாதிரி ஃபோட்டோ எடுத்து மெரட்டுவிங்க? எப்போதான்டா மாறுவிங்க?" அவள் ரேவந்த்தப் பாத்துச் சொன்னாள். “அவள் ரொம்பவே இன்னஸென்ட்டானவடா. அவள சாகடிச்சுட்டல்ல. இதுவே நா மட்டும் அவள் இடத்துல இருந்தா உன்னை அம்மணமா ஃபோட்டோ எடுத்து நெட்ல விட்டுருப்பேன்டா இந்த மாதிரி செத்துருக்க மாட்டேன்" ஐரா நவ்யாவைக் கட்டிப்புடிச்சு அழுதாள்.

"அவளக் கொன்னுட்டிங்களேடா, அவள் சரியான பயந்தாங்கொள்ளி ஐரா. எதுக்கு அவள் இந்த மாதிரி பண்ணாள்?.... நம்மள பத்திலாம் அவளுக்குக் கவலை இல்லல்ல"

என் தியா பயந்தவளா? யாரு சொன்னா? உங்களுக்கு அவளப் பத்தி என்னத் தெரியும். அவள் எப்டி இருந்த பொண்ணுத் தெரியுமா? எல்லாரும் அழறாங்க என்னைத் தவிர. தியாவோட அப்பா ரேவந்த்த அடிச்சாரு. எல்லாரும் அவன இங்கருந்து அடிச்சு

அனுப்புனாங்க. இவன் ஸ்டேஷன்ல இருந்து எப்போ வந்தான்? தியா ஏன் எங்கிட்ட அஸ்வினய்ரானு சொன்னாள். ஏன் நா அவன எதுவும் செய்யாம அமைதியா நின்னுட்டு இருக்கேன். நா தியாவப் பாத்தேன். என்னைக் கொள்ளி வெக்கறதுக்காக சட்டையைக் கழட்டிட்டு வெள்ளை வேட்டி கட்டச் சொன்னாங்க. நா மாட்டேன்னு தலைய ஆட்டுனேன். விக்கி என்னைக் கட்டாயப் படுத்துனான். நா மாட்டேன்னு தலைய ஆட்டிட்டே நின்னேன். அதனால அவளோட அப்பா எல்லா சம்பிரதாயமும் பண்ணாரு. அவளுக்குக் கொள்ளி வெக்க அவள் பக்கத்துலப் போனாரு,

நா கண்ண மூடிட்டேத் திரும்புனேன், அங்கருந்துத் திரும்பிப் பாக்காம நடந்தேன். எனக்கு அழுகை வந்தது. என் தியாவுக்கு வலிக்காதா? ஏன் இப்டி நெருப்பால அவளக் கொல்லுறாங்க. நா அங்க இருந்து வந்தத யாரும் கவனிக்கல. நா எங்க வீட்டை நோக்கி ஓடுனேன், அழுதுட்டே. எங்க வீட்டுக்குள்ளப் போனதும், கிச்சன்க்குப் போனேன். கத்தியத் தேடுனேன். கத்திய எடுத்துட்டுக் கீழ உக்காந்தேன், என் கையப் பாத்தேன். ஏன் தியா இப்டி பண்ண? ஏன்டி இப்டி பண்ண? எதுக்குடி என்னை விட்டுட்டுப் போன? எனக்கு அவக்கிட்ட ப்ரப்போஸ் பண்ணது ஞாபகம் வந்தது.

அஸ்வின் தியாவின் காதல்
அஸ்வின்- பத்தாம் வகுப்பு *(வயது-15)*,
தியா- எட்டாம் வகுப்பு *(வயது- 13)*.

பத்தாவது படிச்சாலே, ஒரே தொல்லை படி படின்னு..... ஒரே டெஸ்ட்டா வெச்சு சாகடிக்குறாங்க. நாங்க எல்லாரும் மரத்துக்கு கீழ உக்காந்து டெஸ்ட் எழுதிட்டு இருந்தோம். நந்து எனக்கு பின்னாடி கொஞ்சம் இடைவெளி விட்டு உக்காந்துட்டு இருந்தான். தியா அவளோட தோழிங்களோட நடந்து வந்துட்டு இருந்தாள். எங்களக் கடந்து போனாள். நா

மெய் மறந்து அவளப் பாத்தேன், காத்தடிச்சதுனால அவளோட குட்டிப் பாவடை மேல தூக்குச்சு அவள் அத புடிச்சுட்டே நடந்துப் போனாள். அவள் திடீர்னு என்னைப் பாத்தாள், சிரிச்சாள், கைய ஆட்டி ஹாய் சொன்னாள். டீச்சர் வேற இருக்காங்க. நா எப்டி கை காட்டுறது. நா தலையக் குனிஞ்சேன். ஓரக்கண்ணால அவளப் பாத்தேன். அவள் என்னைப் பாத்து மொறச்சுட்டேப் போனாள். டெஸ்ட் எழுதி முடிச்சதும். நானும் நந்துவும் க்ளாஸ்க்கு முன்னாடி நின்னுப் பேசிட்டு இருந்தோம். தியா அந்த வழியா ரேவந்த்தோட நடந்துப் போனாள். நந்துவப் பாத்ததும் சிரிச்சுட்டேப் போனாள், என்னைப் பாத்துச் சிரிக்கல. நா அவளையேப் பாத்துட்டு இருந்தேன், அவள் என்னைத் திரும்பிப் பாப்பாளான்னு. அவள் என் கண் பார்வைல இருந்து மறையுறதுக்கு முன்னாடி என்னை ஒரு தடவத் திரும்பிப் பாத்தாள். நா சந்தோசத்துல சிரிச்சேன். அவள் பழிச்சுக் காட்டிட்டேப் போனாள்.

"என்னடா நடக்குது இங்க?" நந்து கேட்டான்.

"நந்து, எனக்கு அவள் மேல லவ் வந்துடுச்சுடா எப்டின்னு தெரியல"

"அடேய், இவ்ளோ நாளா அவளோட ஒன்னா விளையாண்டுட்டு திடீர்னு அவள லவ் பண்றன்னு சொல்ற"

"ஹ்ம்ம் லவ் வந்துடுச்சு நா என்னப் பண்ணட்டும்? நா இன்னைக்கு அவக்கிட்ட ப்ரப்போஸ் பண்ணப் போறேன்"

"வேணா அஸ்வினு, அவள் சின்னதுல இருந்தே நம்மக்கூட விளையாடுறப் பிள்ளை"

"டேய், அவளும்தான் என்னை ஒரு மாதிரி லுக் விடுறாள்..... அதுமட்டுமில்ல மச்சான் நா அவள விட பெரிய பையந்தான அவள் என்னை அண்ணான்னு

கூப்டதே இல்ல. உன்னை அண்ணான்னு கூப்டுறாள் ஆனால் ஏன் என்னை அப்டிக் கூப்ட மாட்டுக்குறாள்"

"லாஜிக் கரெக்ட்தான் ஆனால், உனக்கு தெரியுமில்ல அவள் பசங்களையே அடிப்பாள். நீ ப்ரப்போஸ் பண்ணி உன்னை அடிச்சிடப் போறாள். பாத்துப் பத்ரமா இருந்துக்கோ"

சாய்ந்திரம் கடைசி விளையாட்டு பீரியட்ல அவள் க்ளாஸ் முழுக்க விளையாட்டு மைதானத்துல ஃபுட் பால் விளையாண்டுட்டு இருந்தாங்க. பசங்க ஒரு குழு, பொண்ணுங்க ஒரு குழு. நா இன்னைக்கு அவக்கிட்ட ப்ரப்போஸ் பண்ணியே ஆகணும். நா க்ளாஸ் கட் அடிச்சிட்டு அவளுக்காகக் காத்துட்டு ஓரமா நின்னேன். விளையாடும் போது ஒரு பையன், ஒரு பொண்ண வேணும்னே தள்ளி விட்டுட்டான். அந்தப் பொண்ணு அழுததப் பாத்துட்டு தியா போய் அந்தப் பையங்கிட்ட சண்டைப் போட்டாள். அவள் சண்டைப் போடுறது கூட அழகா இருக்கு. இப்போதான் எனக்கு கொஞ்சம் பயம் வந்தது, நா லவ் சொல்லி அவள் என்னை அடிச்சுட்டானா அசிங்கமாப் போயிடுமே. ரேவந்த் அவளப் புடிச்சு இழுத்தான். அப்பவும் அவள் அந்தப் பையன முடியைப் புடிச்சு இழுத்துட்டு இருந்தாள். சண்டை ஒரு வழியா முடிஞ்சது, பரவால சண்டைய வேடிக்கைப் பாக்குறது கூட நல்லாதான் இருக்கு. தியா கோவமா என் பக்கத்துல வந்தாள். அவள் என்னைக் கவனிக்கல, என் பக்கத்துல இருந்த அவளோடப் பைய எடுத்து மாட்டுனாள். அவளோடத் தலை கலைஞ்சு இருக்கறதால அவளோட ரெட்டை குதிரைவாலக் கழட்டுனாள். முடியை சரிப் பண்ணிட்டே என்னைப் பாத்தாள், தலை முடியை விரிச்சு விட்டிருக்கும் போது ரொம்பவே அழகா இருக்காள்.

"அஸ்வின்" அவள் சிரிச்சுட்டே சொன்னாள், அப்றம் டக்குன்னு சிரிக்காமக் கேட்டாள்.

"நா பசங்க கூடச் சண்டைப் போட்டத என் அப்பாக்கிட்டச் சொல்ல மாட்டியே?"

"இல்ல சொல்ல மாட்டேன்" நா அவள் கண்ணப் பாத்தேன், அவள் சிரிச்சாள்.

"தியா, நா உன்னை"

எனக்குப் பேச்சே வரல. நா என் பையக் கழட்டி அதுல இருந்து கிரீட்டிங் கார்ட் எடுத்து கை நடுங்க அவக்கிட்டக் கொடுத்தேன். அவளும் தலை முடியை சரிப் பண்றத விட்டுட்டு வாங்குனாள். அதுல நா லவ் யூ தியான்னு எழுதியிருக்கறதப் பாத்துட்டுச் சிரிச்சுட்டே, அத எங்கிட்டக் காட்டிக் கேட்டாள்.

"இத படி பாக்கலாம்"

"லவ் யூ தியா" நா அத பயத்தோடப் படிச்சேன்.

அடுத்த நொடி அவள் சொன்னாள்.

"லவ் யூ டு பேபி"

நா இவளுக்கு ப்ரப்போஸ் பண்றனா இல்ல இவள் எனக்கு ப்ரபோஸ் பண்றாளா?.

"பேபியா?" நா சிரிச்சுட்டே கேட்டேன். எனக்குள்ள சொல்ல முடியாத அளவுக்கு ஒரு சந்தோசம். என்ன இவள் நா லவ்வ சொன்ன உடனே ஓகே சொல்லிட்டாள்.

"ஹ்ம்ம், நீ என்னோட பேபி. அஸ்வின் நா எப்பவுமே ஹீரோ மாதிரி ஒரு பையனதான் லவ் பண்ணனும்னு ஆசைப்பட்டேன். இப்போ நீ என்னோட ஹீரோ ஓகே? நா என்ன பண்ணாலும் நீ பொறுத்துக்கணும். எனக்கு ஏதாவது பிரச்சனை வந்தா நீ என்னைக்

காப்பாத்தணும்.... அப்டியே படத்துல வர ஹீரோ மாதிரி ஓகே?" வெகுளியாச் சொன்னாள்.

இவள் படத்தைப் பாத்து ரொம்பக் கெட்டுப் போயிட்டாள். ஓவராப் பேசுறாளே. நா பொம்மை மாதிரி தலைய ஆட்டுனேன். அவள் அவளோட பைல இருந்து பேனாவ எடுத்துட்டு, டக்குன்னு என் கையப் புடிச்சாள். எனக்கு கூச்சமா இருந்தது. அவள் என் கைல போன் நம்பர் எழுதுனாள்.

"எங்கிட்டயே மொபைல் இல்ல உங்கிட்ட இருக்கா? நா டென்த் முடிச்சப் பிறகுதான் எனக்கு மொபைல் வாங்கித் தருவாங்க"

"இல்ல அப்பாவுது. எனக்கு அடுத்த வருஷம் வாங்கிக் கொடுத்துடுவாங்க"

"நா கால் பண்ணா அப்பா திட்ட மாட்டாறா?"

"இல்லன்னா உன் வீட்டு நம்பர் கொடு"

அவள் கைய நீட்டுனாள். நா எழுதாம தயங்குனேன்.

"எழுதுடா"

"பேப்பர் இல்லயா?"

"ஸோ ஸ்வீட் பேபி" அவள் என் கன்னத்தைக் கிள்ளுனாள். எனக்கு என்னப் பண்றதுன்னே தெரியல.... நா சுத்தி முத்தி யாராவது பாக்குறாங்கலான்னு பாத்தேன். எல்லாருமே பாத்தாங்க. நா அவள் கைய என் கன்னத்துல இருந்து எடுத்து விட்டேன்.

"தியா"

"நம்பர் எழுது அஸ்வின்" அவள் மறுபடியும் கைய நீட்டுனாள். நா அவள் கைல எழுதுனேன். அவள் அந்த நம்பரப் பாத்துட்டே சொன்னாள்.

"லவ் யூ பேபி, டாடா" அவள் தலைய விரிச்சு விட்டுட்டே, பைய எடுத்து மாட்டுனாள், கிளம்புனாள். போகும் போது ஒரு தடவத் திரும்பனாள். அவளோடத் தலை முடி அவளோட ஒரு கண்ண மறைச்சது. தியா ப்லைன் கிஸ் கொடுத்தாள். தேவதை மாதிரி இருக்காள். என்ன இவள் இப்டி இருக்காள்? நா லேசா வாயத் திறந்து பொம்மை மாதிரி நின்னேன். இங்க இருந்த எல்லாருமே என்னைப் பாத்துட்டே இருந்தாங்க.

இப்பொழுது

அந்த நாள் என் வாழ்க்கைல வராம இருந்திருந்தா நா இப்போ இவ்ளோ கஷ்டப்பட்டு இருக்க மாட்டேன். ஏன்டி நா உன்னை லவ் பண்ணேன்? நீ ஏன்டி என்னை லவ் பண்ண? ஒரு வேளை நீ ரேவந்த்த லவ் பண்ணியிருந்தா அவன் உன்னை டார்ச்சர் பண்ணிருக்க மாட்டான். நீயும் இவ்ளோ கஷ்டப்பட்டு இருக்க மாட்டல்ல.

நா உன்னை லவ் பண்ணிருக்கக் கூடாது தியா. எல்லாமே என்னாலதான். நீ சொன்ன மாதிரி என்னால உன்னோட ஹீரோவா இருக்க முடியல தியா, உன்னைக் காப்பாத்த முடியல தியா..... ஸாரி. ஹேட் யூ தியா..... நா அவ்ளோ சொல்லியும் நீ என்னைப் பத்தி கவலைப் படாமப் போய் சேந்துட்டல்ல, போடி குள்ளச்சி. அவளோட சிரிப்பு, கன்னக்குழி, சிணுங்கல், செல்லமான அழுகை, குறும்பு எல்லாம் என் கண்ணு முன்னாடி வந்துப் போகுது. இனி உன்னால என் கன்னத்தைக் கடிக்க முடியாதுல்ல. தியா நீ தைரியம் இல்லாத பொண்ணுன்னு எல்லாரும் சொல்லும் போது எனக்குக் கஷ்டமா இருக்குடி, நீ தைரியமானப் பொண்ணுன்னு எனக்குத் தெரியும் தியா. நீ ஏன் மாறிட்டன்னு எனக்குத் தெரியும் தியா. எந்தப்

பொண்ணா இருந்தாலும் அந்த நிலமைலப் பயப்படுவான்னு நீ சொன்னது எனக்குப் புரியுது தியா. ஆனால் எல்லாப் பிரச்சனைக்கும் தற்கொலைப் தீர்வு இல்லடி. ஏன்டி நீ அதப் புரிஞ்சுக்காம இப்டிப் பண்ணிட்ட? அவன் பண்ண டார்ச்சராலதான் நீ பயப்பட ஆரம்பிச்சேன்னு எனக்குப் புரியுது தியா. அவந்தான் உன்னை அப்டி மாத்திட்டான். என்னால அழுகையக் கட்டுப்படுத்தவே முடியல. நா என் ஷர்ட் பட்டன் கழட்டி என் நெஞ்சுல இருக்க பச்சையத் தொட்டேன்.

"தியா...... ஏன்டி இப்டி என்னைத் தவிக்க விட்டுட்ட" நா தேம்புனேன். அவளோட பேரப் பாக்கும் போதுதான் அழுகை இன்னும் அதிகமாகுது. அவள் என்னை பேபின்னு கூப்பிட்டது என் காதுலக் கேட்டுட்டே இருக்கு. அத விட அவள் கடைசியா எங்கிட்ட சொன்ன 'அஸ்வினய்ரா'ன்ற அந்த வார்த்தைதான் என் காதுல ஒலிச்சுட்டே இருக்கு, சாகணும் போல இருக்கு. நா என் கையக் கத்தியாலக் கிழிச்சேன். இரத்தம் வர ஆரம்பிச்சது, நா கத்தியைக் கீழ வெச்சேன். என் கைல இருந்து வர இரத்தத்தைப் பாத்துட்டே இருந்தேன். என் கண்ணீர் என் கை மேலப் பட்டு, என் கண்ணீரும் இரத்தமும் ஒன்றாகக் கலந்தது.

"தியா...... குள்ளச்சி, கடைசில என்னையும் ஸூசைட் அட்டெண்ட் பண்ண வெச்சுட்டியேடி"

நானும் உங்கிட்ட வந்துடுறேன் குள்ளச்சி, நீ இல்லாம என்னால இங்க இருக்க முடியாது. நா எங்க வீட்டைப் பாத்தேன். கடைசி வரைக்கும் நீ என் வீட்டுக்குள்ள என் பொண்டாட்டியா கால் எடுத்து வெக்கல இல்லடி குள்ளச்சி. எனக்குத் தலை சுத்துச்சு, கை வலி எடுத்தது. நா கண்ண மூடுனேன். என் கண்ண மூடுனாலும் தியாதான் தெரியுறாள்.

"போடி எனக்கு உன்னைப் பாக்க புடிக்கல" நா கண்ண மூடிட்டே ஒளருனேன்.

"யாரும் லவ் பண்ணாதிங்கடா, பண்ணும் போது நல்லாதான் இருக்கு. அந்த லவ் கைய விட்டுப் போகும் போதுதான் சாகுற மாதிரி இருக்கு. அந்த வலியயெல்லாம் தாங்கிக்கவே முடியாதுடா...... லவ் பண்ணாதிங்கடா" நா மெதுவாச் சொன்னேன். என் கண் மூடியும் ஏன் எனக்கு அழுகை வருது.

"குள்ளச்சி, என்னை இப்டி அழ வெக்குறியேடி"

கை வலிக்குது, மயக்கம் வர மாதிரி இருக்கு.

"குள்ளச்சி, கொஞ்ச நேரத்துல நா உன் பக்கத்துல இருப்பேன். இருடி வந்து உன்னைக் கொல்லுறேன்" நா ஏதேதோ ஒளருனேன். யாரோ என் கன்னத்தைத் தட்டுனாங்க.

"ஏன்டா இப்டிப் பண்ண? மச்சான் டேய் ஏன்டா...."

என்னாலக் கண்ணத் திறக்க முடியல. மறுபடியும் என் கன்னத்துலத் தட்டுனாங்க. நா மெதுவாக் கண்ணத் திறந்தேன். எல்லாமே மங்கலாத் தெரிஞ்சது. என் முன்னாடி விக்கி இருக்கான், நா நல்லா உத்துப் பாத்தேன். விக்கி அழுகுறான். நா அவங்கிட்ட அழுதுட்டேச் சொன்னேன்.

"டேய்..... லவ் எல்லாம் பண்ணாத மச்சான்.... ரொம்ப வலிக்குது"

அவன் அழுதுட்டே என்னைத் தூக்கி அவனோட தோள் மேல போட்டான். எழுந்து வெளிலப் போனான். என் கை கீழத் தொங்குச்சு, இரத்தம் வழிஞ்சது. நா மயக்க கலக்கத்துலயேச் சொன்னேன்.

"என்னை சாக விடுடா..... எனக்கு அவளப் பாக்கணும்" அப்றம் நா கண் மூடுனேன்.

●●●

நா கண் முழிச்சப்போ தியா இறந்த அதே ஹாஸ்பிட்டல்ல இருந்தேன். என் கைல கட்டுப் போட்டு இருந்தது. என் குடும்பம் முழுக்க என் முன்னாடி இருந்தது, என் நண்பர்களும் இருந்தாங்க. நா உடனே கண் மூடுனேன்.

"அஸ்வினு" அம்மா அழுதுட்டே கூப்பிட்டது என் காதுல விழுந்தது. நா கண்ணத் திறக்காம ஒரு பக்கமாத் திரும்பி குறுகிப் படுத்தேன். தியா நீயும் இந்த மாதிரிதான் கஷ்டப்பட்டியா உன் ஃபோட்டோஸ் நெட்ல வந்ததும். என் கண்ணுல இருந்து கண்ணீர் வந்தது. தியா திரும்ப வர மாட்டியா? எங்க்கூட சண்டைப் போட்டு பிரேக் அப் பண்ண மாட்டியா? உன்னை பாக்கணும் போல இருக்குடி..... ரொம்ப வலிக்குதுடி மனசு. யாரோ என் கண்ணீரைத் தொடச்சாங்க. அப்பவும் நா கண் திறக்கல, எனக்கு அழுகை இன்னும் அதிகமாதான் வந்தது. நா கண்ணத் திறக்காமலே அழுதேன். தியா சிரிப்பும், அவளோடக் கன்னக்குழியும் என் கண் முன்னாடி வந்தது. மறுபடியும் யாரோ என் கண்ணீரத் தொடச்சாங்க. நா கண் திறந்தப்போ என் முன்னாடி யாரும் இல்ல. நா சுத்தி முத்திப் பாத்தேன் எல்லாருமே என்னை விட்டு தள்ளிதான் நின்னுட்டு இருந்தாங்க. நா மறுபடியும் கண்ண மூடி அழுதேன், மறுபடியும் என் கண்ணீர யாரோத் தொடச்சாங்க. நா டக்குன்னு கண்ணத் திறந்தேன் என் முன்னாடி யாரும் இல்ல. நா வேகமா எழுந்து உக்காந்தேன் பக்கத்துல டேபுள் மேல இருந்த பொருளத் தள்ளி விட்டேன்.

"எல்லாரும் வெளியப் போங்க" நா அழுதுட்டேக் கத்துனேன். அவிங்கப் போகாம அப்டியே நின்னாங்க.

"எதுக்கு என்னை காப்பாத்துனிங்க?" நா கத்துனேன், அவிங்க வெளியப் போனாங்க. நா உக்காந்துட்டே அழுதேன்.

"தியா..... உன்னைக் கட்டிப்புடிக்கணும் போல இருக்குடி. ஏன்டி இப்டிப் பண்ண?" நா ஒளறிட்டே அழுதேன். என் கண்ணீர யாரோத் தொடைச்சாங்க. ஆனால் இங்கதான் யாரும் இல்லையே. நா அழுக அழுக என் கண்ணீரை யாரோத் தொடச்சு விடுற மாதிரியே உணர்வு வந்தது.

"தியா" நா மெதுவாச் சொன்னேன். குள்ளச்சி இங்கதான் இருக்காளா? இல்ல நா ஏன் இந்த மாதிரி எல்லாம் யோசிக்குறேன்?

"குள்ளச்சி..... என் பக்கத்துலதான இருக்க"

நா அழுதுட்டே 'தியா'ன்னு கத்துனேன். அப்பா உள்ள வந்தாரு. என் பக்கத்துல வந்து உக்காந்து அழுதுட்டே என்னைக் கட்டிப்புடிச்சாரு. நானும் அவரக் கட்டிப்புடிச்சு அழுதேன்.

"எல்லாம் சரி ஆகிடும் அஸ்வின், அழுகாத"

நானும் தியாக்கிட்ட இதே வார்த்தையதான் சொன்னேன் ஆனால் அவள் கேக்கலயே. இப்போ என்னாலயும் கேக்க முடியல.

"இல்லப்பா எதுவும் சரி ஆகாது....... தியா திரும்ப வர மாட்டாப்பா"

அவரால எதுவும் சொல்ல முடியல. நா அழுதுட்டே இருந்தேன், அப்டியே மயங்குனேன்.

இரண்டு நாட்களுக்குப் பிறகு...

என் வீட்டுலயே என்னை யாரும் தனியா இருக்க விடல. எப்போப் பாரு என்னைச் சுத்தி யாராவது இருந்துட்டே இருக்காங்க. தலை வலி என்னை விட்டுப் போகவே இல்ல, வலி தாங்க முடியல. கண்ணெல்லாம்

வலிக்குது. நா என் ரூம்லப் படுத்துட்டு இருந்தேன், அம்மா உள்ள வந்தாங்க சாப்டச் சொன்னாங்க. நா பதிலேப் பேசல. அவிங்கத் திரும்பப் போனாங்க. நா எழுந்து ஹாலுக்குப் போனேன். டீவி ஆன் பண்ணேன், சோபால உக்காந்தேன். தலை வலிக்குதே, சுத்தியல் வெச்சு ரெண்டு பக்கமும் அடிக்குற மாதிரி இருக்கு.

"ம்மா..... ம்மா" நா சத்தமா கூப்டேன்.

அம்மா ஓடி வந்தாங்க, என் பக்கத்துல உக்காந்தாங்க.

"தலை வலிக்குது டீ போட்டு, டேப்லெட் கொடுமா?"

அம்மா கிச்சன்க்குப் போய் வேக வேகமா டீ போட்டு எடுத்துட்டு வந்தாங்க, மாத்திரையும் கொடுத்தாங்க. நா மாத்திரை சாப்ட்டு. டீய மெதுவாக் குடிச்சுட்டு டீவிப் பாத்தேன்.

"தலை வலிக்குதுன்னு சொல்ற, டீவி பாத்தா தலை வலி அதிகமாகும்" அம்மா சொன்னாங்க. நா அதக் கண்டுக்காம டீவி பாத்தேன். அம்மா பக்கத்துலயே இருந்தாங்க. நா ரிமோட் எடுத்து சேனல் மாத்துனேன். நியூஸ் சேனல் வந்தது. அதுல ஏதோ பெண்கள்ன்னு ஒரு நிகழ்ச்சி ஓடுச்சு. ஒரு பொண்ணு பேசிட்டு இருந்தாள்.

‘பெண்களுக்கு எதிரான வன்கொடுமைகள் அதிகரித்துக் கொண்டு இருக்கின்றன. சுதந்திரம் பெற்ற இந்தியாவிலே சுதந்திரமாக பெண்களால் வாழ முடியவில்லை என்பதே மறுக்க முடியாத உண்மை. ரயில் நிலையத்தில் அனைவர் முன்னிலையிலும் ஒரு பெண்ணை ஒருவன் வெட்டிக் கொன்றப் போதும், அவனைத் தட்டிக் கேட்க ஒருவரும் முன் வரவில்லை. அவனோ காரணம் கேட்டால் அவள் தன்னை ஏமாற்றியதால் கொன்றேன் என்கிறான். இன்னொருவனோ புனித ஆலயத்தில் நுழைந்து ஒரு பெண்ணைக் கொல்கிறான். அங்கிருந்த கடவுளாலுமா அதைத் தடுக்க முடியவில்லை?. கடவுளே வேடிக்கைப்

பார்க்கும் பொழுது மனிதர்களால் என்ன செய்ய இயலும்?. முற்றிலும் கேவலமான இன்னொரு செயல், ஒரு பெண்ணை பல நாட்களாக கோவிலில் வைத்துப் பலாத்காரம் செய்துள்ளனர்.... ஆலயத்தில் உள்ள கடவுள்தான் கேட்க வில்லை என்றால், கோவிலிலுள்ள கடவுளும் ஊமை ஆகி போனதேன்? இதைக் காட்டிலும் அருவருப்பு மிக்க செயல், குழந்தை பலாத்காரம். எட்டு வயது சிறுமியை கற்பழித்து எரித்து விடுகிறான், படித்த இளைஞன். நாற்பது வயதிற்கும் மேற்பட்ட ஆண்களுக்கு என்ன வேண்டும்? எதற்காக பச்சிளம் குழந்தையையும் காம வெறிக் கொண்டு பலாத்காரம் செய்கின்றனர். பெண்களைக் காமம் தீர்க்கும் பொருளாக மட்டுமே பார்ப்பது ஏன்? பதில் கூற முடியுமா? காம வெறிப் பிடித்த ஆண்களை மட்டும் பார்த்துக் கேட்கிறேன்?

தான் காதலை கூறி அதை ஏற்க மறுத்தாள், அவள் வாழ்க்கையையே கெடுக்குமாறு, அவள் முகத்தில் அமிலத்தை ஊற்றுகிறாய். கேள்வி கேட்டாள், அழகு இருக்கும் திமிரில் ஆடினால் அவள் ஆட்டத்தை அடக்கவே ஊற்றினேன் என்கிறாய். நீ அவளை உண்மையாகக் காதலித்து இருந்தால் உன்னால் எவ்வாறு இவ்வாறு செய்ய முடியும்? இதற்கு பெயர் காதலா?. ஒரு பெண்ணால் இரவில் தனியாக நடந்துப் போகத்தான் முடியவில்லை என்றால், பேருந்திலும் பயணிக்க முடியவில்லை. பேருந்திலும் கற்பழிப்பு. அவளுக்காக போராடியவர்களிடமும் ஆடவனே நீ ஒரு கேள்வி எழுப்பினாய். என்னவென்று தெரியுமா? இந்த இரவில் ஒரு பெண் எதற்காக தனியாக செல்ல வேண்டும். சுதந்திர இந்தியா என்று கூறுகிறீர்களே, அப்பெரு சுதந்திர நாட்டில் ஒரு பெண் தனியாக இரவில் செல்லக் கூடவா சுதந்திரம் இல்லை? ஆண் மகனே..... அவள் உன் மேல் வைத்த நம்பிக்கையால் அல்லவா தனியாகச் சென்றால். இவ்வாறு ஒரு கேள்வியைக் கேட்டு நீயே உன் இனத்தின் தவறை சொல்லி விட்டாய்.

உன்னை காதலிக்கும் ஒருத்தி, நீ அவளை வெளியே அழைத்த போது உன்னை நம்பி வருகிறாள். ஆனால் நீயோ அவள் காதலுக்கு பரிசு கொடுப்பதற்குப் பதிலாக அவளையே, உன் காம வெறிக் கொண்ட நண்பர்களுக்குப் பரிசாகக் கொடுத்தாய். எவ்வாறு உன்னால் இக்காரியத்தை செய்ய முடிந்தது?'

"பாவம் இல்லம்மா பொண்ணுங்க எல்லாம்" நா லேசா சிரிச்சுட்டே சொன்னேன். என் அம்மா கண்ணுலப் பயத்தோடப் பாத்தாங்க.

'பெண்களின் உடல்.... அதை இழிவு படுத்துவது ஏனோ? உன்னை அவள் காதலிக்க மறுத்தால். அவளுக்கேத் தெரியாமல் அவளை நிர்வாணமாகப் புகைப்படம் எடுக்கிறாய். அந்த புகைப்படத்தை வைத்து அவளை மிரட்டுகிறாய். அவளோ தன் உடலை யாரும் பார்த்து விடக் கூடாது என்று அச்சப்பட்டு, நீ அவளிடம் புரியும் அருவருப்பான செயல்களையும் தாங்கிக் கொள்கிறாள். இறுதியில் உனக்குப் பயந்து தன் விலை மதிப்பற்ற உயிரை அவளேப் பறித்துக் கொள்கிறாள். அவளைக் குறை கூற முடியாது. எவ்வளவு தைரியமான பெண்ணாக இருந்தாலும் தனது மானம், கற்பு பறி போகும் என்ற நிலைமையில் அவளால் அதை தைரியமாக எதிர்த்து போராட முடியாமல் போய் விடுகிறது. இந்த செயலில் குற்றவாளி அவளை மிரட்டியவனல்ல, இந்த சமுதாயமே ஆகும். ஒரு பெண்ணின் உடல் பொக்கிஷம் போன்றது, அதை யாரும் தீண்டினாலோ அல்லது பார்த்து விட்டாலோ அவள் மானமே போய்விடும். அவளை ஏற்று கொள்ள ஒரு ஆடவன் வரப்போவதில்லை என்று ஒரு கருத்தை நிலை நாட்டியது இந்த சமுதாயமே ஆகும். ஒரு வேளை அப்படி ஒரு கருத்து இல்லாமல் இருந்திருந்தால் அவள் இது போன்ற செயலுக்குப் பயப்படாமல் இருந்திருப்பாளோ என்னமோ?. பெண்ணின் உடல் சதையை மட்டும் பார்க்கும் நீ, அவள் மனவலியைப் பார்க்க மறுப்பதேனோ? ..... ஆண் குலமே, உங்களில்

ஒரு சிலர் புரியும் தவறுகளால் பெண்களாகிய நாங்கள் அனைத்து ஆண்களையும் சந்தேகக் கண்களோடே பார்க்கின்றோம்? இது உண்மை.

மங்கையராய் பிறப்பதற்கே நல்ல மாதவம் செய்திடல் வேண்டுமம்மா என்று சொல்லிய காலம் சென்று , பெண்ணாய் பிறக்க நீ என்ன பாவம் செய்தாயோ என்று கூறும் காலம் வந்து விட்டது. பெண்களின் உடலை மட்டும் விரும்பும் ஆடவனே மறந்து விடாதே..... நீ முதலில் தோன்றிய இடம் அந்த பெண் உடலில் உள்ள கருவறையில்தான் என்று.... மறந்து விடாதே உன் தாயிக்கும் சகோதரிகளுக்கும் அதே உடல்தான் உள்ளது என்று......

அந்தப் பொண்ணு மறுபடியும் பேசத் தொடங்குச்சு நா சேனல மாத்திட்டேன். நா மறக்க நெனைக்கறத இந்தப் பொண்ணு பக்கம் பக்கமா பேசிக் கஷ்டப்படுத்துது. இதுவும் நியூஸ் சேனல், தியாவோட ஃபோட்டோ வந்தது. என் கண் உடனே கலங்குச்சு.

'தியாவின் மரணம் அனைவரையும் பாதித்து உள்ளது. அந்தப்பெண்ணின் இறப்பிற்கு அவரின் நிர்வாண புகைப்படம் வெளியானதே காரணம் என தெரிய வந்துள்ளது. அதனால் அந்த இளைஞரை கைது செய்து விசாரித்தனர். ரேவந்த், ''அவள் என்னை காதலித்து ஏமாற்றியதால்தான் புகைப்படத்தை இணையத்தில் விட்டேன்" என்று வாக்குமூலம் கொடுத்து உள்ளார். தற்போது ஜாமீனில் வெளி வந்துள்ளார்.

நா எழுந்து போய் டீவியத் தூக்கிப் போட்டு ஒடச்சேன், என்னையே அறியாம அழுகை வந்தது.

"அஸ்வினு" அம்மா கத்துனாங்க.

"எல்லாரும் என் தியாவக் கெட்டவளாக்கிட்டாங்க இல்லம்மா. தப்பு பண்ணவன் நல்லா இருக்கான். அவன் சொல்ற பொய்யையும் உலகம் நம்பிட்டு

இருக்கு. ஆனால் என் தியா இவிங்களுக்கு கெட்டப் பொண்ணா தெரியுறாள்" நா அழுதேன். என் தலை ரெண்டு பக்கமும் பயங்கரமா வலிச்சது. நா கீழ விழுந்தேன், நெத்தில கை வெச்சேன்.

"ம்மா......" நா கத்துனேன், அம்மா என் பக்கத்துல அழுதுட்டே உக்காந்தாங்க.

"என்னாச்சு..... என்ன பண்ணுது?"

"தலை........ ஹா......... ம்மா......."

"என்னப் பண்ணுது அஸ்வினு"

நா மயங்குனேன்.

●●●

நா கண் முழிச்சப்போ என் பெட்லப் படுத்துட்டு இருந்தேன். நா எப்போ கண் முழிச்சாலும் குள்ளச்சி பக்கத்துல இருப்பாள். இப்போ அவள் இல்ல. நா என் பக்கத்துல இருக்க தலையணைய எடுத்துக் கட்டிப்புடிச்சு அழுதேன். கண்ணு வலிக்குது. தியா ஏன்டி தற்கொலை பண்ணிக்கிட்ட? எல்லாரும் உன்னைப் பத்தித் தப்பா பேசுறாங்கடி..... அதெல்லாத்தையும் என்னால கேக்க முடியல. உன் கழுத்துல தாலி இல்லாத ஒரே காரணத்துக்காக நமக்கு கல்யாணம் ஆனது யாருக்குமே தெரியலடி. நியூஸ், நியூஸ் பேப்பர் எல்லாத்துலயும் உன்னோட இறப்ப சின்ன நியூஸா போட்டு முடிச்சுட்டாங்க. அவிங்களுக்கு வேற என்ன தெரியப் போகுது. உன்னோட ஆசை, கனவு எல்லாம் எனக்குதானடி தெரியும். நீ எவ்ளோ குறும்பு பண்ணுவன்னு எனக்குதான தெரியும். நீ எதுக்கெடுத்தாலும் அழுவேன்னு எனக்குதானடி தெரியும். நீ நல்ல பொண்ணுடி, என் செல்லம்டி நீ. ஏன்டி என்னை இப்டி தனியாத் தவிக்க விட்ட? உன்னைப் பாக்கணும்டி.... எப்பவும் உங்கூடயே

இருந்துட்டு இப்போ திடீர்னு நீ இல்லாமப் போனதும் அத என்னாலத் தாங்கிக்க முடியலடி, தியா......

"தியா" நா அழுதுட்டே மெதுவாச் சொன்னேன். என் கண்ணீர யாரோ தொடைக்குற மாதிரி எனக்கு ஒரு உணர்வு வருது. அது தியாதான்னு தோணுது. நா ஏன் இந்த மாதிரில்லாம் கற்பனைப் பண்ணிட்டு இருக்கேன்.

"தியா எங்கடி இருக்க?...... சத்யமா முடியலடி. நா ஏன்டி உன்னை இந்த அளவுக்கு லவ் பண்ணேன்" மறுபடியும் என் கண்ணீர யாரோ தொடச்சு விடுற மாதிரித் தோணுது. எனக்குப் பைத்தியம் முத்திடுச்சுன்னு நெனைக்குறேன். நா கண்ண மூடி அழுதேன். அப்பவும் அதே உணர்வு வந்தது. நா கண்ணத் திறந்தேன்.

"தியா நீ என் பக்கத்துலதான இருக்க..... சொல்லுடி" நா கத்துனேன், நந்து உள்ள வந்தான். இவன் இவ்ளோ நேரமா இல்லாம இப்போ எங்கருந்து வந்தான்?

"என்னடா?"

"தியா இங்கதான் இருக்காள் மச்சான், ஆனால் எங்கிட்டப் பேச மாட்டுக்குறாள்..... தியா......"

அவன் என்னை ஒரு மாதிரி பாத்தான். அவன் எனக்கு பைத்தியம் புடிச்சுடுச்சுன்னு நெனைக்குறான். எனக்கே இப்போ அப்டிதான் தோணுது. அவன் என் பக்கத்துல வந்து உக்காந்தான். கவலையோட என்னைக் கட்டிப்புடிச்சான்.

"அழுகாத மச்சான்"

"எனக்கு என் குள்ளச்சி வேணும் மச்சான்"

"தியா ஸுஸைட் பண்ணிக்கலடா " அவன் தயங்கிட்டே சொன்னான். என்னை விட்டு விலகி உக்காந்தான்.

"அகிலா உன்னைப் பாக்க வந்துருக்காள்"

நா எதுவும் புரியாம அவனப் பாத்தேன். அவன் எழுந்துப் போனான், அகிலா உள்ள வந்தாள். என் பக்கத்துல நின்னாள், என்னைப் பாவமா பாத்தாள். நா கண்ணத் தொடச்சேன்.

"உக்காரு"

அவள் எனக்கு எதிர்ல உக்காந்தாள், அழுதுட்டே என் கையப் புடிச்சாள்.

"அண்ணா, தியா அக்கா ஸுஸைட் பண்ல"

நா அவளக் குழப்பத்தோடப் பாத்தேன். எதுக்கு இவள் அழுகுறாள்?

"அன்னைக்கு என் அண்ணா தியாவுக்கு ஒரு புது மொபைல்ல இருந்து கால் பண்ணி பேசுனான், நா அதப் பாத்தேன். அவனோட வாய்ஸ் அந்த போன்ல பொண்ணு வாய்ஸ் மாதிரி கேட்டது. கொரியன் மொபைல் யூஸ் பண்ணானா இல்ல எதாவது ஆப் யூஸ் பண்ணானான்னு எனக்குத் தெரியல. அவன் நா பேசுற மாதிரி பேசி தியா அக்காக்கிட்ட அந்த இடத்துக்கு வரச் சொன்னான். நா அவன ஃபாலோவ் பண்ணிட்டேப் போனேன். தூரமா இருந்து அவிங்கப் பேசுறதப் பாத்தேன். அவன் திடீர்னு தியாவ அறைஞ்சான் எனக்குப் பயமா இருந்தது அவன் தியாவ ஏதாவது பண்ணிடுவானோன்னு..... தியா அக்கா அவனத் திரும்ப அறைஞ்சாங்க, நா பயந்து அவிங்கப் பக்கத்துலப் போனேன். அப்போ தியா அக்கா அழுதுட்டே அவன் கைல இருந்து ஏதோ வாங்க முயற்சிப் பண்ணாங்க. அவன் அந்த அக்காவ அறைஞ்சான், தியா அக்காவும்

பயப்படாம திரும்ப அவன அறைஞ்சாங்க..... நா போய் என் அண்ணா கையப் புடிச்சு இழுத்தேன். அவன் என்னைத தள்ளி விட்டுட்டு தியாவ மிரட்டுனான். அவிங்க டக்குன்னு அவனோட கைல இருந்த பென்ட்ரைவ் பிடுங்கிட்டு ஓடுனாங்க. நா அவனப் புடிச்சுத் தடுத்தேன். அவிங்க என் கண் பார்வைய விட்டு மறையுற வரைக்கும். அப்றம் என்ன ஆச்சுன்னு தெரியல, என் அண்ணா என்னை அடிச்சு அனுப்பி விட்டுட்டான். கண்டிப்பா தியா அக்கா ஸூஸைட் பண்ணிருக்க மாட்டாங்க அண்ணா"

அகிலா அழுதுட்டே சொன்னாள். எனக்கு அழுகை வருது ஆனால் இந்தப் பொண்ணு முன்னாடி நா அழுக விரும்பல. அவள் கிளம்பனதும் நா பெட்ல படுத்தேன், அழுதேன்.

"தியா" நா மெதுவா அவள் பேரச் சொல்லிட்டே இருந்தேன். நந்து உள்ள வந்தான், நா கண்ண மூடுனேன்.

"ஆக்ஸிடன்ட் பண்ண ட்ரைவர் உன்னைப் பாக்க வந்துருக்காரு" நா கண்ணத் திறக்காமப் படுத்துட்டே இருந்தேன்..... வேணா நா யாரையும் பாக்க விரும்பல. கதவத் திறந்து, சாத்துன சத்தம் கேட்டது.

"உன் பேரு அஸ்வினா?" ஒருத்தரோட குரல் கேட்டது. நா கண்ணத் திறந்து எழுந்து உக்காந்தேன். இவருக்கு எப்டியும் 50 வயசு இருக்கும், முகம் முழுக்க வெள்ளைத் தாடி இருக்கு. ப்ளூ லுங்கியும், சிகப்பு சட்டையும் போட்டுருந்தாரு. அவரு என் பக்கத்துல இருந்த ஸ்டூல்ல உக்காந்தாரு.

"அஸ்வின்" அவரு என்னைக் கூப்டாரு.

"சொல்லுங்க"

அவரு கைல இருந்த பென்ட்ரைவ் எங்கிட்ட கொடுத்தாரு. அப்றம் அவரோட ஷர்ட் பாக்கெட்ல இருந்து ஒரு மொபைல் எடுத்தாரு, அது தியாவோட மொபைல். அத எங்கிட்டக் கொடுத்தாரு. நா அவரப் பாத்தேன்.

"அந்த பொண்ணு தானா வந்து லாரி முன்னாடி விழுகலப்பா, அந்த நாசமா போனவன்தான் அந்தப் பொண்ணுத் தலையப் புடிச்சு தள்ளி விட்டுட்டான். எனக்கு தூரத்துல ஒரு பையன் சண்டைப் போடுறது தெரிஞ்சது. நா அதப் பாத்துட்டே இருந்தேன். திடீர்னு என் லாரி அவிங்கப் பக்கத்துலப் போகும் போது அவன் அந்தப் பொண்ணத் தள்ளி விட்டுட்டான். நா வண்டிய சடன் பிரேக் போட்டு நிறுத்திட்டு இறங்கனப்போ, அந்தப் பொண்ணு துடிச்சுட்டு இருந்தது". அவரு கண் கலங்குச்சு. "அந்தப் பையன் ஓடிட்டான், நா அந்தப்பொண்ணு பக்கத்துலப் போனேன் அவள் 'அஸ்வின்' னு உன்னோட பேரச் சொல்லிட்டே இருந்தாள். ஒரு தடவ 'காப்பாத்துங்கன்னு' சொன்னாள்."

இதக் கேட்டதும் நா அழுதேன்.

"அப்றம் அவளோட கைல இருந்த மொபைல், பெண்ட்ரைவ் ரெண்டையும் எங்கிட்டக் கொடுத்தாள். நா அவள ஹாஸ்பிட்டல்ல சேத்துனேன். எனக்கு சாட்சி சொல்லத் தைரியம் இல்ல.... அதனாலதான் அந்தப் பொண்ணா வந்து விழுந்தான்னு சொன்னேன்"

அவரு எழுந்து நின்னு என்னைப் பாத்தாரு. கிளம்புனாரு. அவருப் போகும் போது நா கேட்டேன்.

"நீங்க ஏன் இத போலிஸ்க்கிட்ட கொடுக்காம எங்கிட்டக் கொடுக்குறிங்க"

அவருத் திரும்பிப் பாத்துச் சொன்னாரு.

"அதுல என்ன் இருக்குன்னு தெரியல ஆனால் அதுல இருக்க விஷயம் உனக்கு தெரியணும்னு அந்தப் பொண்ணு நெனைக்குது"

"நீங்க எப்டிச் சொல்றிங்க?"

"அத கைலக் கொடுத்து, அஸ்வின்னு உன்னோடப் பேரதான் சொன்னாள்"

அவருப் போனாரு, நா என் கைல இருக்க அந்த பென்ட்ரைவ், மொபைல் ரெண்டையும் பாத்தேன். இதனாலதான் நீ அஸ்வினய்ரா'னு சொன்னியா தியா?. உனக்கு அங்க என்ன நடந்தது தியா? நீ எதுக்குடி அங்கப் போன?

நா அந்த பென்ட்ரைவ் எடுத்து வீட்டுல இருந்த கம்ப்யூட்டர்ல போட்டுப் பாத்தேன். தியா குளிச்ச வீடியோ, நா குளிச்ச வீடியோ, இன்னும் நாங்க பாத்ரூம்ல பண்ணக் குட்டி குட்டி ரொமான்ஸ் வீடியோ எல்லாம் இருந்தது. அப்றம் நா அவளோட மொபைல்ல ஏதாவது இருக்கான்னு பாத்தேன். அவளோட மொபைல் ரெக்கார்டிங்ஸ் ஹெட் செட் போட்டு கேட்டேன். ஒரு ரெக்கார்டிங்ல அவள் குரல் கேட்டது.

"அஸ்வின்...... ரேவந்த் அகிலா மாதிரிப் பேசி என்னை ஏமாத்தி இங்க வர வெச்சுட்டான் பேபி. எனக்கு ஏதாவது ஆனா நீ கவலைப்படாத பேபி..... எனக்கு உன்னை விட்டுப் போகப் புடிக்கல அஸ்வின்...... பயமா இருக்கு அவன் என்னை ஏதாவது பண்ணிடுவானோன்னு. நா பொண்ணாவே பொறந்துருக்க கூடாது அஸ்வின்" தியா அழுதாள். அப்றம் அவள் பேசாம அழுதுட்டே இருந்தாள். அழு மூஞ்சி, எதுக்கெடுத்தாலும் ஏன்டி அழுகுற.

"இங்கதான் இருக்கியா...... தியா எங்கிட்ட வா. நாம எங்கயாவது போயிடலாம் தியா. நீ எங்கூடவே வந்துடு" ரேவந்த் குரல் கேட்டது.

" நில்லுடி, ஓடாத...... எங்கூட வந்துடு".

"கைய விடுடா" தியா அழுதுட்டே பேசுறாள்.

"நீ எனக்கு மட்டும்தான் தியா. அவன் உனக்கு வேணா"

"என்னைத் தொடாத......." அவள் கத்துனாள்.

"ஏன் அவன் தொடும் போது மட்டும் அமைதியா இருக்க? நா தொட்டாக் கத்துற..... அப்டிதான்டி தொடுவேன்"

"அஸ்வின்" தியா சொன்னாள்.

"அவனோடப் பேர என் முன்னாடிச் சொல்லாதன்னு எத்தனைத் தடவ சொல்லிருக்கேன் கேக்கவே மாட்டல்ல"

அடி விழுகுறச் சத்தம் கேட்டது. அவன் தியாவ அடிக்குறானா?. ஏதோ விழுந்த சத்தம் கேட்டது.

"தொடாத...... போ" தியா சத்தமாக் கத்துனாள்.

ரெகார்ட் முடிஞ்சது. நா பைக் எடுத்துட்டுக் கிளம்புனேன், பயங்கர இருட்டா இருக்கு. இருட்டுலேயே வண்டிய ஓட்டிட்டுப் போனேன். அந்த ஆள் நடமாட்டமே இல்லாத கிராமத்துல நடு ரோட்டுல ரேவந்த் நின்னுட்டு இருந்தான். இவன் எங்கருந்து வந்தான்? இந்த நடு ராத்திரில எதுக்கு நடு ரோட்டுல நின்னுட்டு இருக்கான்? அவன் முகம் முழுக்க தாடி காடு மாதிரி வளந்துருக்கு, கண்ணு செவந்து போய் இருக்கு, பாக்குறதுக்கு போதையில இருக்க மாதிரி இருக்கான். அவன் என்னைப் பாத்து வில்லத்தனமாச் சிரிச்சான். எனக்கு தியாவோட அழகான சிரிச்ச முகம் ஞாபகம் வந்தது. இவன் சிரிக்கறதப் பாக்கும் போது பயங்கரமா கோவம் வந்தது. நா பைக்க அவன் மேல விடுற மாதிரி கொண்டுப் போனேன். அவன் பயந்து கீழ

விழுந்தான். என் கண்ணுல தியா வந்து வந்து போறாள் அவளோட அழுகை, குறும்பு எல்லாமே என் கண் முன்னாடி வந்து போகுது. என் கண்ண விட்டு அவளோட சிரிச்ச முகம் போகவே இல்ல, அவள் சாகும் போது உடம்பு முழுக்க காயத்தோட மூச்சு விடாமக் கஷ்டப்பட்டது என் கண் முன்னாடி வந்தது. அவள் சாகும் போது சொன்ன 'அஸ்வினய்ரா' வார்த்தை என் காதுல கேட்டுட்டே இருக்கு. நா என் காத அடைச்சேன். என்னால அதக் கேக்க முடியல. நா காத அடைச்சும், என் காதுக்குள்ள அது ஒலிச்சுட்டே இருக்கு. அவள் முதல் முறையா சிரிச்சுட்டே 'அஸ்வினய்ரா' சொன்னதும் என் காதுல ஒலிச்சுட்டே இருக்கு. முதல் முறையா கூப்பிட்டதும், கடைசியா அழுத முகத்தோடச் சொல்ல முடியாமா சொன்னதும், மாறி மாறி என் கண் முன்னாடி வருது. வேணா....... முருகா என்னாலக் கேக்க முடியல. எனக்கு இந்த வார்த்தையப் புடிக்கல. நா காத அடைச்ச மாதிரியே கண்ண மூடி 'தியா'னு கத்துனேன். நா கண்திறந்து ரேவந்த்த பாத்தப்போ அவன் திமிரா என்னைப் பாத்தான். நா அவனோட கால் சந்துல பைக் டயர விட்டேன், அவனோட ஆணுறுப்பு மேல விட்டேன். அவன் சிரிச்சான். இவன் என்ன சிரிக்குறான்? நா டயரை முறுக்குனேன். அவன் இப்போ கத்துனான், வலி தாங்க முடியாமக் கத்துனான. ஆனால் அவன் கத்துற சத்தம் கேக்கவே இல்ல. அவன் துடிச்சான்.

"என் தியாவக் கொன்னுட்டல்ல" நா கத்திட்டே அவன் மேல பைக்க ஏத்துனேன். நா பைக்கோட கீழ விழுந்தேன். எனக்குச் சின்னக் கீறல் கூட விழுகல. நா எழுந்து போய் ரேவந்த் பக்கத்துல நின்னேன். அவன் துடிச்சுட்டே என்னைப் பாத்து சிரிச்சான்.

"உனக்கு முன்னாடியே நா அவளத் தொட்டுடன்டா" அவன் சொன்னான். நா என் பக்கத்துல எதாவது இருக்கான்னு தேடுனேன். ஒரு பெரிய கல் இருந்தது. நா அதத் தூக்கி ரேவந்த் முகத்து மேல போட்டேன். அவனுக்கு இரத்தமே வரல ஆனால் இறந்துட்டான்.

சாகுடா என் தியாவ நீ லாரி முன்னாடி தள்ளி விட்டப்போ அவள் எப்டி துடிச்சுருப்பாள். நா என் பைக்கப் பாத்தேன் அது திடீர்னு மறைஞ்சது. என்ன நடக்குது இங்க?..... ரேவந்த் திடீர்னு கண்ண முழிச்சான்.

நா பயத்துல அவன விட்டுத் தள்ளி நின்னேன், அவனும் என் கண் முன்னாடியேக் காணாமப் போனான். என் கண் முன்னாடி திடீர்னு ஒரு பொண்ணு நின்னுட்டு இருந்தாள், அவளோட தலை முடியைப் புடிச்சு ஒரு பையன் அவள அடிச்சுட்டு இருந்தான். அந்தப் பொண்ணு என்னைப் பாத்து "அண்ணா காப்பாத்துங்கன்னு" கத்துச்சு.....எனக்கு இது படத்துல வர மாதிரி ஸ்லோவ் மோஸன்ல நடக்குற மாதிரி தெரிஞ்சது. நா வேகமா அந்தப் பொண்ணு பக்கத்துலப் போனேன். அந்தப் பொண்ணும், பையனும் அப்டியே என் கண் முன்னாடியே மறைஞ்சு போனாங்க. என்ன நடக்குது? .....

திடீர்னு எனக்குப் பின்னாடி இருந்து ஒரு பொண்ணு "தொடாத"னு கத்துறச் சத்தம் கேட்டது. நா டக்குனு திரும்பனேன். அந்தப் பொண்ணோடப் புடவையை ஒருத்தன் இழுத்து உருவுனான். அந்தப் பொண்ணக் கீழ ரோட்டுலத் தள்ளி விட்டான். அவளோடத் தலைய ரோட்டுல ஓங்கி அடிச்சான், அந்தப் பொண்ணு வலி தாங்க முடியாம கத்துச்சு..... அவிங்கப் பின்னாடி ஒரு லாரி வந்தது அதோட லைட் வெளிச்சத்துல அந்தப் பொண்ணு முகத்துல இருந்து வர இரத்தத்த என்னாலப் பாக்க முடிஞ்சது. அந்த லாரி திடீர்னு அப்டியே நின்னுருச்சு.

அவன் என் கண் முன்னாடியே அந்தப் பொண்ணோட துணிய எல்லாம் உருவுனான், நா கண்ண மூடுனேன். "அண்ணா காப்பாத்துங்க" அந்த பொண்ணோட கதறல் என் காதுல விழுந்தது. நா என் கண்ணத் திறந்தேன், அவிங்கள நோக்கி ஓடுனேன். அவிங்களும் என் கண் முன்னாடியே மறைஞ்சாங்க. ஆனால் அந்த லாரி

மட்டும் அப்டியே இருந்தது, அதுக்குள்ள யாருமே இல்லை.

நா எதுவும் புரியாம அந்த லாரியவே பாத்துட்டே நின்னேன். அந்த லாரியோட வெளிச்சம் என் கண்ண எதுவும் பண்ணல. நா கண் சிமிட்டாம அந்த லைட்டப் பாத்தேன். எனக்கு பின்னாடி பைக் சத்தம் கேட்டது. நா மெதுவா திரும்பனப்போ, தூரத்துல ரெண்டு பசங்க பைக்ல வந்தானுங்க, அவனுங்களுக்கு முன்னாடி சுடிதார் போட்டுட்டு, கைல நோட் புக் வெச்சுட்டு, ரொம்ப அழகா ஒரு பொண்ணு நடந்துப் போய்ட்டு இருந்தது. அந்தப் பசங்க பைக் அந்தப் பொண்ண நெருங்குச்சு, திடீர்னு பின்னாடி உக்காந்துட்டு இருந்தப் பையன் அவளோட முகத்துல என்னமோ ஊத்துனான்.

அந்தப் பொண்ணு கைல இருந்து நோட் புக் எல்லாம் கீழப் போட்டுட்டு அவளோட முகத்துல கை வெச்சு கதறிட்டே கீழ விழுந்து துடிச்சது. நா அந்தப் பொண்ணு பக்கத்துல ஓடிப்போனேன். அந்தப் பொண்ணோட அழகான முகம் கொடூரமா இருந்தது, நா அந்த முகத்தப் பாத்துப் பயந்தேன். நா கீழ முட்டிப்போட்டு அந்தப் பொண்ணோட முகத்தத் தொட்டேன். அவள் முகத்துல இருந்த ஆசிட் என்னை எதுவும் பண்ணல. கொஞ்ச நேரத்துக்கு முன்னாடி நா ரசிச்ச அந்த அழகான முகத்த இப்போப் பாக்கவே பயமா இருக்கு. அந்தப் பொண்ணோட துடிப்பு நின்னது. என் கண் முன்னாடியே அந்தப் பொண்ணு மறைஞ்சாள்.

நா நிமிந்து நேராப் பாத்தேன், என் முன்னாடி போய்ட்டு இருந்த பைக்கும் மறைஞ்சது...... நா திரும்பிப் பாத்தேன் என் பின்னாடி இருக்க லாரி மட்டும் மறையாம அப்டியே இருக்கு. இன்னொரு பொண்ணோட கதறல் என் காதுல விழுந்தது. நா நின்ன இடத்துல இருந்து அப்டியே என் வலது பக்கம் திரும்பிப் பாத்தேன். ரோட்டோரம் இருக்க புளிய மரத்துக்கிட்ட ஒருத்தன் ஒரு பொண்ணோட துணிய கழட்டப் பாத்தான், அந்தப் பொண்ணு அவன

அடிச்சுட்டு இருந்தாள். அவன் கைல திடீர்னு ஒரு கத்தி வந்தது, அந்தக் கத்தியால அந்தப் பொண்ணக் குத்துனான். அந்தப் பொண்ணு வலியால துடிச்சது. நா அவிங்கப் பக்கத்துல ஓடுனேன், அந்தப் பொண்ணு கண்ணுல கண்ணீரோட என்னைப் பாத்துட்டே கீழ விழுந்தாள். எனக்கு அழுகை வந்தது, நா வேகமா ஓடுறேன். நா ஓடிட்டே இருக்கேன் ஆனால் என்னால அவிங்கப் பக்கத்துல போக முடியல. அந்தப் பொண்ணு மெதுவா கீழ விழுந்தது. அந்த பொண்ண அவன் என் கண் முன்னாடியே கற்பழிக்குறான். ஏன் என்னால அவிங்கப் பக்கத்துலப் போக முடியல. அந்தப் பொண்ணோட உயிர் பிரிஞ்சது. அந்தப் பையன் என் கண் முன்னாடியே மெதுவாக் காணாமப் போனான்.

நா அந்தப் பொண்ணு பக்கத்துலப் போனேன், அவளோட முகத்தப் பாத்தேன். அந்தப் பொண்ணும் மெதுவா மறைஞ்சாள். முருகா..... ஏன் இப்டிலா நடக்குது, நா அழுதுட்டே அங்கயே முட்டிப்போட்டேன். ஒரு குழந்தையோட அழுகுரல் கேட்டது, எங்கருந்து வருது? நா எழுந்து தேடுனேன். என் கண்ணுக்கு எந்தக் குழந்தையும் தெரியல, ஆனால் அந்தக் குழந்தையோட அழுகுரல் மட்டும் கேட்டுட்டே இருக்கு. நா லாரி முன்னாடிப் போய், அந்த லாரியப் பாத்த மாதிரியே நின்னேன். என் பின்னாடி இருந்து அந்த அழுகுரல் வந்தது.

நா வேகமா திரும்புனப்போ ஒரு குழந்தை என் முன்னாடி இறந்து கிடந்தது. அந்தக் குழந்தைப் பக்கத்துல வயசான ஆளு ஒருத்தன் நின்னுட்டு இருந்தான். நா அந்தக் குழந்தை பக்கத்துலப் போனேன். கை, கால், பிறப்புறுப்புல இரத்தத்தோட இருந்த அந்த குழந்தையப் பாத்ததும் என்னால அழுகையக் கட்டுப்படுத்த முடியல. நா அந்தக் குழந்தைய என் கையாலத் தூக்குனேன், ரொம்பவே அழுதேன்.

அந்தக் குழந்தை என் கைல இருந்து காணாமப் போய்டுச்சு. நா அந்த வயசான ஆளப் பாத்தேன் ,

எழுந்து கோவமா அவன அடிக்கப் போகும் போது அவனும் மறைஞ்சுட்டான். முருகா எனக்கு என்ன ஆச்சு? ஏன் என் கண்ணுக்கு இதெல்லாம் தெரியுது. நா ஒன்னும் புரியாம நின்னேன். திடீர்னு நா இப்போ பாத்த அத்தனை காட்சியும் என்னை சுத்தி ஒரே நேரத்துல நடந்தது. நா சுத்தி, முத்திப் பாத்தேன்..... ஏன்டா இப்டிலாம் பண்றிங்க?..... நா அழுதுட்டே இருந்தேன். என் காதுல எல்லா பொண்ணுகளோட கதறல் சத்தமும் ஒலிச்சுட்டே இருக்கு, நா அழுதுட்டே என் காத அடைச்சேன். டக்குனு எல்லாப் பொண்ணுங்களும் என்னைப் பாத்தாங்க...... எல்லாரும் என்னைப் பாத்து 'அஸ்வினய்ரா'னு கத்துனாங்க. நா காத இறுக்கமா அடைச்சேன். எனக்கு அந்த வார்த்தையைக் கேக்கப் புடிக்கல.......வேணா....... எல்லாரும் என்னைப் பாத்துட்டே திரும்பத் திரும்ப அந்த வார்த்தையச் சொன்னாங்க. திடீர்னு அவிங்க எல்லாரும் ஒரே நேரத்துல காணாமப் போனாங்க. திடீர்னு என் கண் முன்னாடி என் அப்பா அவரோட ரெண்டாவது குடும்பத்தோட சந்தோசமாச் சிரிச்சுட்டே நின்னாரு..... அவரு பக்கத்துலயே என் அம்மா முட்டிப்போட்டு அவிங்களைப் பாத்து அழுதுட்டு இருந்தாங்க.

"ம்மா"நா அவிங்களக் கூப்பிட்டேன் அவிங்க என்னைத் திரும்பிப் பாக்கல. அப்றம் அவிங்களும் மறைஞ்சாங்க. ஆனால் அந்த லாரி மட்டும் மறையல. அந்த வெளிச்சம் அதிகமா இருக்கு....... இங்க என்ன நடக்குது? நா என் தலையப் புடிச்சுக் கத்துனேன்.

"ஹா...................... ம்மா..............."

நா போய் புளிய மரத்து மேல சாஞ்சு நின்னேன், என்ன நடக்குதுன்னு புரியாமக் குழம்பிப் போய் நின்னேன். டக்குன்னு என் பக்கத்துல தியா,ரேவந்த் ரெண்டு பேரும் நின்னுட்டு சண்டப் போட்டுட்டு இருந்தாங்க.

"தியா" நா அவளக் கூப்ட்டேன் அவளுக்குக் கேக்கல. என்னால ஒரு அடி கூட எடுத்து வெக்க முடியல. அவப்பக்கத்துலப் போக முடியல.

"என்னைத் தொடாதன்னு சொல்றல்ல" தியா கத்துனாள். அவன் அவளோடத் தலை முடியைப் புடிச்சு இழுத்தான். திடீர்னு அந்த லாரி தன்னப்பால ஆளே இல்லாம நகர ஆரம்பிச்சது.

"தியா" நா கத்துனேன். அவள் திரும்பவே இல்லை. அந்த லாரி அவிங்க பக்கத்துல வந்தது.

"பொட்டை" தியா ரேவந்த்தப் பாத்துச் சொன்னாள். அவன் உடனே அவளோடத் தலையப் புடிச்சு, அந்த லாரிப் பக்கத்துல வந்ததும் தியாவத் தள்ளி விட்டான். அந்த லாரி அவள தூக்கி அடிச்சது.

"தியா" நா அழுதுட்டே கண்ண மூடுனேன். என்னால ஏன் நகரவே முடியல.

"தியா...... நா பேசுறது கேக்குதா....... குள்ளச்சி"

அவள் விழுந்து கிடந்த இடத்துல இருந்து என்னைப் பாத்தாள், தலையில இருந்து இரத்தம் வழிஞ்சுப் போகுது. நா ஒரு அடி எடுத்து வெச்சேன், இப்ப என்னால நகர முடிஞ்சது. நா அவப்பக்கத்துல ஓடுனேன். அவள் கண் பார்வை என் மேலதான் இருக்கு. அவள் அழுதாள், மெதுவா மறைய ஆரம்பிச்சாள். ஏன் என்னால வேகமா ஓட முடியல. நா அவப்பக்கத்துல போறதுக்குள்ள அவள் மறைஞ்சுட்டாள்.

30

“தியா........ஆ.............” நா கண்ண மூடிகத்திட்டே எழுந்து உக்காந்தேன். நா கண்ணத் திறந்தப்போ பெங்களூர்ல இருக்க என்னோட ஃப்ளாட்ல இருந்தேன். என் தலைல ரெண்டு அடி விழுந்தது.

"எதுக்குடாக் கத்துன? நா பயிந்துட்டேன்.... லூசு தூக்கமே போய்டுச்சு" தியாவோட குரல் கேட்டது. நா கண்ணத் திறந்து திரும்பிப் பாத்தப்போ, என் பக்கத்துல தியா இருந்தாள். என் ஷர்ட் போட்டு இருந்தாள், தலை முடி கலைஞ்சுப் போய் அவள் முகத்தை மறைச்சு இருந்தது. நா மெதுவா அவளோடத் தலை முடியை ஒதுக்குனேன், அவள் தூக்கக் கலக்கத்தோட என்னைப் பாத்தாள். நா அவள் முகத்தைப் புடிச்சு அவளப் பாத்தேன். என் கண்ணுல இருந்து கண்ணீர் வந்தது.

"குள்ளச்சி" நா அழுதுட்டே சொன்னேன்.

அவள் நல்லா கண் முழிச்சு அவளோட முட்டக் கண்ணாலப் பாத்தாள்.

"பேபி....... ஏன் அழுகற"

நா அவள டக்குன்னு இழுத்து கட்டிப்புடிச்சேன். எல்லாமே கனவு, எல்லாமே கனவு, எல்லாமே கனவு...... அவள் என்னைக் கட்டிப்புடிச்சு என் முதுகத் தட்டுனாள். என்னால அவளத் தொட முடியுது.

"என்னை விட்டு எங்கயும் போகாதடி" நா ரொம்பவே அழுதேன்.

"பேபி, ஏன் அழுகுற..... என்னாச்சு? எதாவது கெட்ட கனவு வந்ததா?"

அவள் என் முதுகைத் தடவிட்டே இருந்தாள். நா அழுதுட்டே இருந்தேன்.

"அழுகாத பேபி, ஏன் அழுகுற" அவள் சோகமா கேட்டாள்.

"என்னை விட்டு எங்கயும் போகாதடி குள்ளச்சி...... நீ இல்லாம என்னால இருக்க முடியாது"

"அஸ்வின்"

"உன்னை விட்டுட்டு என்னால இருக்க முடியல"

"டேய் என்னடா ஔர்ற, நா எங்கடா போனேன்?..... கொஞ்ச நேரத்துக்கு முன்னாடிதானடா அவ்ளோ ரொமான்ஸ் பண்ண"

"தியா" நா அவள விட்டேன். அவளோட முகத்தைப் புடிச்சு நெத்தில முத்தம் கொடுத்தேன். என்னால

அழுகைய நிறுத்த முடியல. நா அழுகறதப் பாத்து அவளும் அழுகத் தொடங்குனாள்.

"குள்ளச்சி, அழுகாதடி"

"நீ ஏன் அழுற, அதான் எனக்கு அழுகை வருது" குழந்தை மாதிரி சொன்னாள். அவளோட முகத்துல இப்போ எந்த காயமும் இல்லை. அவளோட முகம் எப்பவும் போல அழகா இருக்கு. எப்பவும் போல செல்லமா அழுகுறாள்.

"குள்ளச்சி, சத்யமா செத்துட்டேன்டி.... என்னை விட்டுட்டு எங்கயும் போயிடாதடி"

நா என் நெத்திய அவளோட நெத்தியோட ஒட்டி வெச்சேன். அவள் என் கன்னத்துல கை வெச்சு முகத்தப் பாவமா வெச்சுட்டு கேட்டாள்.

"சொல்லு எதுக்கு அழுற?"

"குள்ளச்சி, ரொம்ப மிஸ் பண்ணன்டி உன்னை"

"என்ன அஸ்வின்? நா இங்கயேதான இருக்கேன்"

"எங்கயும் போகாதடி" நா அழுதேன். அவள் என் கண்ணீரத் தொடச்சாள்.

"பேபி ரொம்ப அர்ஜண்ட் ரெஸ்ட்ரூம் போகட்டுமா?" மெதுவாக் கேட்டாள். நா லேசா சிரிச்சேன்.

"குள்ளச்சி, போடி"

"நீ விட்டாதான என்னாலப் போக முடியும் பேபி"

நா அவளோட முகத்த விட்டேன். அவள் எழுந்து ரெஸ்ட்ரூம் பக்கத்துலப் போனாள், உடனே நா எழுந்து அவளுக்கு முன்னாடி போய் நின்னேன்.

"என்ன பேபி?"

"இங்கயே இரு"

நா உள்ள போய் கேமரா இருக்கான்னு தேடுனேன். கண்ணாடிக்கு மேல, பல்ப் போடுற இடத்துல கடைசில ஸ்விட்ச் போர்ட்ல.

"அய்யய்யோ என் பேபிக்கு பைத்தியம் புடிச்சிடுச்சு" தியா சத்தமாச் சொன்னாள்.

எங்கயும் கேமரா எதுவும் இல்லை. நா வெளிய வந்தப்போ தியா என்னை ஒரு மாதிரிப் பாத்துட்டுச் சொன்னாள்.

"நா ரெஸ்ட்ரூம்க்குதான போறேன்னு சொன்னேன். நீ ஏன்டா பாத்ரூம்க்குள்ள போய் செக் பண்ணிட்டு இருக்க?"

நா உடனே ரெஸ்ட்ரூம்க்குள்ளயும் போய் கேமரா இருக்கான்னு பாத்தேன். அவளுக்கு வேற அவசரம் போல, அவள் கால் ரெண்டையும் ஒன்னா வெச்சு நெண்டிட்டே நின்னாள்.

"பேபி நாந்தான் சொன்னல்லடா அர்ஜண்ட்னு..... ஏன்டா லூசு மாதிரி பண்ணிட்டு இருக்க?"

நா கேமரா இல்லன்னு தெரிஞ்ச பிறகுதான் அவள உள்ள விட்டேன், அவள் உள்ள போகும் போது என் முதுகுலயே அடிச்சுட்டுப் போனாள். அப்றம் போய் பெட்ல உக்காந்தேன். கடவுளே ஏன் எனக்கு இப்படியொரு கனவு வந்தது? இப்ப அந்த கனவ நெனச்சாலும் பைத்தியம் புடிக்குற மாதிரி இருக்கு. நா மணி என்னன்னு பாத்தேன், ரெண்டு மணி ஆகுது. நல்ல வேளை இது விடிய காலை இல்ல. தியா ரெஸ்ட்ரூம்ல இருந்து வெளிய வந்தாள். ஷர்ட் மட்டும் போட்டு

இருக்கறதால அவளோட கால் நல்லா வெள்ளையா தெரிஞ்சது. நா அதப் பாத்தேன், இந்த கால்லதான அவ்ளோக் கட்டு போட்டு இருந்தது. முருகா ஒரு வேளை இப்போ நடக்குறது கனவா இருக்குமோ? இல்ல என்னால இதுதான் நிஜம்னு உணர முடியுது. தியா வந்து என் மடியில உக்காந்து அப்டியே என் தோள் மேல அவளோடத் தலையச் சாச்சு கண் மூடுனாள்.

"பேபி, தூங்கலயா நீ?"

"தூங்கவே பயமா இருக்குடி, மறுபடியும் அந்த மாதிரிக் கனவு வந்தா"

அவள் எழுந்து என் முகத்தைப் பாத்தாள். அப்றம் அப்டியே என்னைப் பெட்லத் தள்ளி விட்டாள்.

"குள்ளச்சி"

"அமைதியாத் தூங்கு பேபி"

நா பெட்ல படுத்தேன், தியா என் கை மேல தலை வெச்சுப் படுத்தாள். அவள் தூங்கிட்டாள், எனக்குத் தூக்கமே வரல. நா முழிச்சுட்டே இருந்தேன் விடியற வரைக்கும். தியா எழுந்தாள், என் கன்னத்தைக் கடிச்சாள்.

"குட் மார்னிங் பேபி"

நா அவள் முகத்தப் பாத்தேன், அவள் லேசா சிரிச்சாள். அவள் கன்னத்துலக் குழி விழுந்தது. நா அதத் தொட்டேன். அவள் சிரிச்சாள். நா அவளப் பாத்த மாதிரித் திரும்பி, ஒரு பக்கமாப் படுத்தேன். அவளப் பாத்துட்டே இருந்தேன்.

"எதுக்கு அப்டிப் பாக்குற அஸ்வின்" அவள் என் மூக்கோட அவளோட மூக்கத் தேச்சுட்டு இருந்தாள்.

"லவ் யூ குள்ளச்சி"

"லவ் யூ டூ பேபி". அவள் என் உதட்டுல பட்டும் படாம ஒரு முத்தம் கொடுத்துட்டு எழுந்து பாத்ரூம்க்குப் போனாள். நா அவள் வர வரைக்கும் பாத்ரூம் கதவையேப் பாத்துட்டு இருந்தேன். அவள் வெளிய வரும் போது குளிச்சு இருந்தாள். துண்டு கண்டிட்டு வெளிய வந்தாள். அவள் உடம்புல எங்கயுமே காயம் இல்ல. எப்பயும் இருக்க மாதிரி அழகா இருக்காள். அவள் போய் ட்ரெஸ்ஸர் முன்னாடி நின்னு அவளோட முகத்தப் பாத்துட்டு இருந்தாள். ஹால்ல டீவில "ஹேய் சினாமிகா" பாட்டு ஓடுச்சு. அந்தப் பாட்டுச் சத்தம் கேட்டதும், அவள் அவளோட ஈரத் தலை முடியை ஆட்டிட்டே கண்ணாடியப் பாத்துட்டே மெதுவா டான்ஸ் ஆடுனாள். அந்தப் பாட்டை அவளும் பாடுனாள்.

"நீ என்னை நீங்காதே....... நீ என்னை நீங்காதே" லூசு மாதிரி ஆடிட்டு இருக்காள். நல்லா உடம்ப வளைச்சு நெளிச்சு மெதுவா ஆடிட்டு இருக்காள். நா இங்க குழப்பத்துல இருக்கேன். நீ என்னன்னா இப்டி ஆடிட்டு இருக்கியேடி குள்ளச்சி. துண்டு அவுந்து விழாம இருந்தால் சரி. நா ரொம்பப் பயந்து போய் இருக்கேன் ஆனால் இந்தப் பயத்துலயும் எனக்கு அவள் பண்றதப் பாத்து சிரிப்பு வந்தது. நா சிரிச்சதப் பாத்துட்டு அவள் என் பக்கத்துல வந்து நின்னாள். வேணும்னே ஆடுனாள், நா சிரிச்சேன், அவள் பெட்சீட்க்குள்ள புகுந்து என் முகத்தப் பாத்த மாதிரிப் பக்கத்துலப் படுத்தாள். தலை முடி ரொம்ப ஈரமா இருக்கு. நா அவள் முகத்தப் பாத்துட்டே இருந்தேன். அவள் என்னை லிப் லாக் பண்ணாள், அவளோட உதடு ஈரப்பதத்தோட இருக்கு. என்னால இன்னும் அது கனவுன்னு நம்ப முடியல. இப்போ அவள் எனக்கு முத்தம் கொடுக்கறதையும் நம்ப முடியல. நா அழுதேன். என் தியா உயிரோடதா இருக்காள், நான்தா பயிந்துட்டேன். நா அழுகறதப் பாத்து அவள் முத்தத்த நிறுத்துனாள்.

"பேபி, எதுக்குடா அழுதுட்டே இருக்க. எனக்குப் புடிக்கல"

"குள்ளக்கத்திரிக்கா, சும்மா ரெண்டு தடவ அழுததுக்கே உனக்கு இப்டி இருக்கே, நீ எத்தனைத் தடவ என்னை அழுது கடுப்பேத்திருக்க?"

"ஈ....... சரி பண்லாமா?"

"என்ன?"

"அஸ்வின்" அவள் ரொமான்டிக்காப் பாத்தாள்.

"போடி...... மூட் இல்ல"

"நா வர வெக்கட்டுமா?" ஹஸ்கி குரல்லக் கேட்டாள்.

அவ‌ன் என்னை மறுபடியும் லிப்லாக் பண்ணாள், நானும் பண்ணேன்.

"பேபி, நா லீவ் போட்டுக்கட்டுமா? ப்ளீஸ்" அவள் என் கன்னத்தைக் கடிச்சாள், நா கண்ண மூடுனேன்.

"ஹ்ம்ம்"

"அப்போ இப்போவே ஊருக்குப் போலாமா?"

நா டக்குன்னு கண்ணத் திறந்தேன், ஊருக்கு எதுக்கு? வேண்டா இப்போதைக்கு அந்த ஊருப் பக்கமே போக வேணாம்.

"வேணா"

அவளோட ரொமான்டிக் மூட் போய், இப்போ அவளுக்குக் கோவம் வந்துடுச்சு. அவள் என்னை மொறச்சுப் பாத்தாள், அழகா இருக்காள். அவளோட

முட்டக் கண்ணு ரெண்டும் என்னைக் கோவமாப் பாக்குது.

"நீதானடா நேத்து நைட் கூப்ட்டு போறன்னு சொன்ன. இப்போ வேணான்னு சொல்ற" அவள் திரும்பி கொஞ்சம் தள்ளிப் படுத்தாள். நா அவள இழுத்தேன், அவளக் கட்டிப்புடிச்சேன், அவளோட முகத்து மேல என் முகத்தை வெச்சேன். அவளோட தலை முடி சில்லுன்னு இருக்கு.

"குள்ளச்சி, நா கூப்ட்டுப் போறேன். ஆனால் இப்போ வேணான்டி"

"ஏன்?"

"ப்ளீஸ் வேணா. நா இன்னொரு நாள் கண்டிப்பா உன்னைக் கூப்ட்டுப் போறேன்"

"எனக்கு அப்பாவப் பாக்கணும் அஸ்வின்"

"எனக்குப் புரியுது, ஆனால் இப்போ வேணா.... கோவிச்சுக்காத குள்ளச்சி".

அவள் திரும்பி எனக்கு முத்தம் கொடுத்தாள். நானும் கொடுத்தேன்.

"குள்ளச்சி, வேணான்டி மூட் இல்ல"

நா சொன்னா அவள் கேட்ருவாளா? குள்ளச்சி, கொஞ்ச நேரம் என்னைக் கொன்னு எடுத்தாள். ராட்சசியா மாறி என்னைக் கொடுமைப் படுத்துனாள். அவளோட கொடுமை முடிஞ்ச கொஞ்ச நேரத்துக்கு அப்றம், நா எழுந்து குளிச்சுட்டு வந்தேன். அவளும் துணி மாத்திட்டு பெட்ல உக்காந்து டிசைன் வரைஞ்சுட்டு இருந்தாள்.

"என்னடி மறுபடியும் வரைஞ்சுட்டு இருக்க?"

"நேத்து நைட் நீ எங்கடா என்னை வரைய விட்ட"

நேத்து நைட்டா அது? எனக்கு என்னமோ பல நாளுக்கு முன்னாடி நடந்த மாதிரி ஃபீல் ஆகுது. எல்லாம் இந்த கருமம் புடிச்ச கனவால. நா வேலைக்குப் போகாம லீவ் போட்டேன்.

அதுக்கு அப்றம் நா ஒரு வாரமா வேலைக்குப் போகல, சரியாத் தூங்கல, சாப்டல. அவளையும் காலேஜ் போக விடல. காலேஜ்க்குன்னு இல்ல, எங்கயுமே விடல அவள. எனக்குள்ள அவ்ளோப் பயம். அவள் ஃப்ளாட்ட விட்டு வெளியப் போகவே இல்லை. நா வித்தியாசமா நடந்துக்குறதுனால அவள் என்னைக் கட்டாயப்படுத்தி சைக்காட்ரிஸ்ட்க்கிட்ட கூப்ட்டுப் போனாள். இவரு ரொம்ப பெரிய மனநல டாக்டர்னு சொல்றாங்க. அதுவும் தமிழ் டாக்டர்னு சொன்னாங்க. நாங்க அவரப் பாக்குறதுக்காக வெளிய உக்காந்து காத்துட்டு இருந்தோம். எங்கள உள்ளப் போகச் சொன்னாங்க. நா எழாம உக்காந்துட்டே இருந்தேன். தியா என் கையப் புடிச்சு இழுத்தாள், நா எழுந்திருக்கல. அவள் குனிஞ்சு என் கன்னத்தைக் கடிச்சாள். நா லேசா வாயத் திறந்தேன். எனக்கு எதிர்ல உக்காந்துருந்த தாத்தாவுல இருந்து, எங்கப் பக்கத்துல இருந்த ஒரு அம்மா, அவிங்களோட குட்டிப் பையன் வரைக்கும் எல்லாரும் பாத்தாங்க.

"குள்ளச்சி, அமைதியா இருடி" நா மெதுவாச் சொன்னேன்.

"அப்போ எழுந்து வா பேபி, இல்லனா நா மறுபடியும் கடிப்பேன்"

அவள் மறுபடியும் கடிக்க வந்தாள். நா டக்குன்னு எழுந்தேன், அவள் என் கையோட அவளோட கைக் கோர்த்து சிரிச்சுட்டே என்னை உள்ள கூப்ட்டுப் போனாள். நாங்க போய் முன்னாடி இருந்த நாற்காலியில உக்காந்தோம். நா என் முன்னாடி இருக்க

அந்த டாக்டரப் பாத்தேன். முகத்துல குறுந்தாடி, கண் கண்ணாடி, நல்ல நிறம். வெள்ளை ஷர்ட் போட்டுட்டு பாக்குறதுக்கு அப்டியே பக்கா ஜென்டுல்மென் மாதிரி இருக்காரு. அவருத் தியாக்கிட்ட என்னப் பிரச்னைன்னுக் கேட்டாரு.

"இவன் தூங்கவே மாட்டுக்குறான், சாப்ட மாட்டுக்குறான்..... ஒரு வாரமா இவனும் வேலைக்குப் போகல, என்னையும் காலேஜ் போக விடல. ஒரு மாதிரி வித்தியாசமா நடந்துக்குறான், சும்மா சும்மா போய் வீடு முழுக்க கேமரா இருக்கான்னு செக் பண்றான். ஏன் இப்டி நடந்துக்குறன்னு கேட்டா.... ஒரு கெட்ட கனவு கண்டேன் அதனாலதான்னு சொல்றான். ஆனால் அந்தக் கனவையும் எங்கிட்ட சொல்ல மாட்டுக்குறான்" தியா ஒப்பிச்சு முடிச்சதும் டாக்டர் என்னைப் பாத்தாரு.

"நீங்க லவ்வர்ஸா? லிவ்விங் டுகெதர்?"

"ஹஸ்பண்ட் அண்ட் ஒய்ப்" நா சொன்னேன்.

“ஓகே நீங்க வெளிய இருங்க. நா இவர்க்கிட்டப் பேசிட்டு உங்களக் கூப்டுறேன்"

"சமத்துப் பையனா அவரு சொல்றதக் கேக்கணும் பேபி" தியா எங்கிட்டச் சொல்லிட்டுப் போனாள். அவள் அப்டிச் சொல்றதப் பாத்து டாக்டர் சிரிச்சாரு. அவள் போனதும் அவரு எங்கிட்ட நா என்னப் படிச்சிருக்கேன், என்ன வேலைக்குப் போறேன், எவ்ளோ சம்பளம், எனக்கு யார ரொம்பப் புடிக்கும், எந்த விஷயம் செய்ய ரொம்பப் புடிக்கும்னு கேள்வி கேட்டுட்டே இருந்தாரு. நானும் பதில் சொல்லிட்டே இருந்தேன். கடைசியாக் கேட்டாரு “என்னக் கனவு வந்ததுன்னு". நா சொல்ல தயங்குனேன்.

"டெல் மீ, டோன்ட் ஹெஸிடேட்"

நானும் எனக்கு ஞாபகம் இருக்க வரைக்கும் எல்லாத்தையும் சொன்னேன். அவளோட நியூட் ஃபோட்டோஸ் வைரல் ஆனது, பாத்ரூம்ல கேமரா இருந்தது. அவள் ஊருக்குப் போனது, விபத்து நடந்தது, நா அவளப் பாக்கப் போனது, அவள் அஸ்வினய்ரானு சொல்லிட்டு இறந்துப் போனது. ரேவந்த் திடீர்னு அவள அடக்கம் பண்ற இடத்துக்கு வந்தது. அவளுக்கு அவளோட அப்பா கொள்ளி வெச்சது. அதுக்கப்பறம் நா அவளுக்கு ப்ரப்போஸ் பண்ணதுகூட கனவுல வந்ததுன்னு சொன்னேன். அதுக்கப்பறம் நா கைய அறுத்துக்கிட்டது, அகிலா பேசுனது, லாரி டிரைவர் பேசுனது, அந்த பென்ட்ரைவ், மொபைல். அப்றம் நா ரேவந்த்தத் தேடிப் போனது, அங்க என் கண் முன்னாடி நடந்த கொடுமைங்க எல்லாத்தையும் சொன்னேன். அவருப் பொறுமையா எல்லாத்தையும் கேட்டுட்டுக் கடைசிலச் சொன்னாரு.

"ஸாரி, உங்க லவ் ஸ்டோரியச் சொல்ல முடியுமா?"

நானும் அவருக்கிட்ட நாங்க லவ் பண்ணதுல இருந்து இது வரைக்கும் நடந்தது எல்லாத்தையும் சொன்னேன்.

"ஓகே"

அவரு என் கைல ஒரு பேப்பரைக் கொடுத்து,
"உன் மைண்ட்ல முதல்ல எது வருதோ அத எழுது"

நா தியான்னு எழுதுனேன். அவரு அந்தப் பேப்பரை வாங்கிப் பாத்தாரு. அப்றம் பேசத் தொடங்குனாரு.

"நீ தியாவ ரொம்பவே லவ் பண்ற. உனக்கு அவளப் பிடிச்ச அளவுக்கு வேற எதையுமேப் புடிக்கல...... நீ அவள் கூட பிரேக் அப் பண்ணதுக்கு அப்றம் உன் நடவடிக்கை மாற ஆரம்பிச்சுருக்கு. அதுக்கு காரணமும், நீ அவள் மேல வெச்சுருந்த லவ்வும், அவள நீ ரொம்ப மிஸ் பண்ணதாலயும்தான்"

அவரு என்னைப் பாத்தாரு, நானும் அவரப் பாத்தேன்.

"அந்தப் பையனோட பேர் என்ன சொன்ன?"

"ரேவந்த்"

"ஹ்ம், அவன் தியாவ செக்ஸுவல் ஹராஸ்மெண்ட் பண்ணது உன் மனச ரொம்பப் பாதிச்சுருக்கு, நீ அத வெளியக் காட்டிக்காம இருந்துருக்க. அதுக்கு அப்றம் அவளப் பத்ரமாப் பாத்துக்கணும், அவளக் கஷ்டப்பட விடக்கூடாது, ரேவந்த்தால அவளுக்கு எந்த பிரச்சனையும் வந்துடக் கூடாது இப்டி நெறைய எண்ணம் உனக்குள்ள இருந்துருக்கு. நீ அத பெரிய விஷயமா எடுத்துக்காம விட்டுட்ட. அப்றம் நீ அவள ஊருக்கு கூப்ட்டு போறேன்னு சொல்லிட்டு ரேவந்த்த நெனச்சுட்டே ஒரு பயத்துலயே தூங்கியிருக்க...... உன் மனசுக்குள்ள நீ எதெல்லாம் நடக்கக் கூடாதுன்னு நெனச்சியோ அதெல்லாம் உனக்குக் கனவா வந்துருக்கு. உன் மனைவிக்கு நடந்த மாதிரியே எத்தனைப் பொண்ணுங்களுக்கு நடந்து இருக்குங்குற உன்னோட உள் மனக் குழப்பமும், எண்ணமும் கனவா வந்துருக்கு. உன்னோட பயம்தான் அந்தக் கனவு"

"பயமா?"

"தியாவுக்கு எதாவது ஆகிடுமோங்கிற உன்னோட பயம், நீ மனசுல அடக்கி வெச்சுருந்த எண்ணங்கள் எல்லாம் சேந்துதான் உனக்குக் கனவா வந்துருக்கு..... இன்னொரு விஷயம் தியாக்கு என்ன நடந்ததுன்னு நீ யார்க்கிட்டயும் சொல்லாம உனக்குள்ளேயே வெச்சுருக்க. உன் சிஸ்டர் அப்றம் உன் பிரண்ட்க்கிட்ட மட்டும் சொல்லிருக்க. அதுவே உனக்கு மன அழுத்தத்தைத் தந்துருக்கு"

"ஹ்ம்ம், என்னால அந்தக் கனவுல இருந்து வெளில வர முடியல டாக்டர்"

"அத நீ கனவாப் பாக்கல அதனாலதான் உன்னால அத மறக்க முடியல"

"டாக்டர் அந்தக் கனவு நெஜமாகாதுல்ல"

"நோ.... டோன்ட் பி அஃப்ரைட் யங் மேன். தியா உன் பக்கத்துலதான இருக்காள். எனக்கு இன்னொரு சந்தேகம் இருக்கு?" அவரு லேசாச் சிரிச்சுட்டேச் சொன்னாரு.

"என்ன டாக்டர்?"

"நீ நிஜமாவே என்ஜினீயர்தானா?"

"டாக்டர், நா மெக்கானிக்கல் என்ஜினீயர்னு உங்கக்கிட்ட சொன்னல்ல"

அவரு சிரிச்சாரு, "இல்ல பொண்ணுங்களுக்கு சப்போர்ட்டிவா இவ்ளோ விஷயம் உன் கனவுல வந்துருக்கு, ஒரு ஷோவ் டெலிகாஸ்ட் ஆகிருக்கு அதனாலக் கேட்டேன்?"

"ஹ்ம்ம் வந்தது வந்தது" நானும் சிரிச்சேன்.

"அப்றம் உன் பாத்ரூம்ல கேமரா இருந்தது, நீ அத கண்டுபுடிக்க ஆப் எல்லாம் டவுன்லோட் பண்ணிருக்க பாத்தியா அதுதான் உன் கனவுல ஹைலைட்" அவரு என்னை கிண்டல் பண்ணிட்டே இருந்தாரு. அப்றம் என் கனவுக்கான நெறையக் காரணத்தைச் சொன்னாரு. என்னைக் கவலைப் படாம இருக்கச் சொன்னாரு. அப்றம் அவரு எங்கிட்ட கொஞ்ச நேரம் ஜாலியாப் பேசுனாரு, நானும் அவருக்கிட்டப் பேசிட்டு இருந்தேன். என்னைக் கிளம்பச் சொன்னாரு நா கிளம்பும் போது அவரு எங்கிட்டச் சொன்னாரு.

"ஹேய் அஸ்வின், யூ ஆர் ய மேன், ஜென்டுல்மேன்"

"டாக்டர் கிண்டல் பண்ணாதிங்க"

"நோ, ட்ரஸ்ட் மீ. தியா இஸ் லக்கி. எனக்குத் தெரிஞ்சு உன்னை மாதிரி பசங்களப் பொண்ணுங்களுக்கு கண்டிப்பாப் புடிக்கும். உன்னை மாதிரியே எல்லாப் பசங்களும் திங்க் பண்ணா நல்லா இருக்கும்"

நானும் அவரும் கை குலுக்குனோம். நா வந்த பிறகு தியா அவரப் பாத்து பேசிட்டு வந்தாள். நாங்க ஃப்ளாட்க்கு போனதும் என் நண்பர்கள் ரொம்ப ஆவலா இருந்தாங்க. ஏன் நா லூசு மாதிரி நடந்துக்கிட்டேன்னு. நாங்க எல்லாரும் ஹால்ல செட்டில் ஆனோம். தியா என் பக்கத்துல உக்காந்தாள். நந்து, விக்கி, ஐரா மூணு பேரும் பக்கத்துச் சோபால உக்காந்தாங்க.

"சொல்லு, என்னாச்சு? டாக்டர் என்னச் சொன்னாங்க"

"அஸ்வினய்ரா ட்ரீம்ஸ்" தியா சொல்லிட்டுப் பயங்கரமாச் சிரிச்சாள்.

அந்த டாக்டர் இவக்கிட்ட எல்லாத்தையும் சொல்லிட்டாரு போல. அவள் வாயால அந்த வார்தையக் கேக்கும் போது கஷ்டமா இருக்கு. நா எழுந்து எஸ்கேப் ஆகலாம்னு பாத்தேன். தியா என்னை இழுத்து உக்கார வெச்சுட்டாள். மாட்டுனேன் இவிங்கக்கிட்ட, கலாய்ச்சேக் கொல்லப் போறாங்க. தியா அந்த கனவச் சொன்னாள். அவள் கதை சொல்ற மாதிரி இவிங்களும் அமைதியா உக்காந்து கேட்டுட்டு இருக்காங்க. தியா சொல்லி முடிச்சதும் சிரிச்சாங்க.

"பரவால மச்சான், என் ரியல் கேரக்டர அப்டியே உன் கனவுல காட்டிட்டியே"

"ஐ ஹேட் திஸ் ட்ரீம்" ஐரா சொன்னாள்.

"எனக்கும் புடிக்கல..... அதுவும் இவ்ளோ பெரிய கனவு" நந்து சொன்னான்.

நா எழுந்து ரூம்க்குப் போனேன். பின்னாடியே தியா வந்து கதவ சாத்திட்டு, பின்னாடி நின்னு என்னைக் கட்டிப்புடிச்சாள்.

"பேபி" அவள் சோகமா சொன்னாள்.

"ஹ்ம்ம்"

"எனக்கு உன்னை ரொம்பப் புடிச்சுருக்கு"

"ஏன்?. அப்போ இவ்ளோ நாளா கம்மியாப் புடிச்சு இருந்ததா?"

அவள் பேசல, அழுதாள். நா திரும்பி அவளப் பாத்தேன். அவள் அழுகை இப்போ எனக்குக் கஷ்டத்தைத் தருது.

"கனவுல நா செத்ததையே உன்னாலத் தாங்கிக்க முடியலல்ல?"

"ஹ்ம்ம்" எனக்கு வேற என்னச் சொல்றதுன்னுத் தெரியல. நா அமைதியா பெட் மேல உக்காந்தேன். அவள் என் பக்கத்துல உக்காந்தாள்.

"பேபி, நீ அதையே நெனச்சுட்டு இருக்காத. எனக்கு எதுவும் ஆகல. என்னைப் பாரு நா உன் பக்கத்துலதான இருக்கேன்"

"தியா"

"சொல்லு அஸ்வின்"

"உன்னோட டெத் மட்டும் இல்ல, இன்னும் நெறைய விஷயம் என்னைத் தொல்லைப் பண்ணுதுடி"

"அந்தப் பொண்ணுகளோட" அவள் சொல்லி முடிக்குறதுக்கு முன்னாடி நா பேசுனேன்.

"இதுவரைக்கும் இந்த மாதிரி எத்தனைப் பொண்ணுங்க இறந்துருக்காங்க. அதுக்கல்லாம் நா இந்த அளவுக்கு கஷ்டப்பட்டது இல்ல..... ஆனால் உனக்கு ஒன்னுன்னா என்னாலத் தாங்கிக்க முடியல" நா அழுதேன்.

"பேபி, அது கனவுதான"

"இல்ல குள்ளச்சி உனக்குப் புரியல. அந்தக் கனவுல நீ இறந்ததும்...நா, உன் குடும்பம், நம்ம பிரண்ட்ஸ் எல்லாரும் எவ்ளோக் கஷ்டப்பட்டோம்..... இப்போ என்னோட திங்க்கிங் வேற மாதிரி இருக்கு"

"எப்டி?"

"அந்தப் பொண்ணுங்களுக்கு என்னை மாதிரி ஒரு லவ்வரோ, புருஷனோ இருந்துருக்கலாம்..... அவன் எவ்ளோ துடிச்சுருப்பான், அந்தப் பொண்ணுங்கள பெத்தவிங்க எவ்ளோத் துடிச்சுருப்பாங்க, அந்தப் பொண்ணுங்களுக்கும் உனக்கு இருந்த மாதிரியே கனவு, ஆசை எல்லாம் இருந்துருக்கும் இல்ல குள்ளச்சி. இவனுங்க எச்சை ஆசைய தீத்துக்க அந்தப் பொண்ணுங்க வாழ்க்கைய அழிச்சுட்டானுங்க"

"பேபி, எனக்குப் புரியுது..... நீ அதயவே யோசிச்சுட்டு இருக்காத"

"என்னால அத மறக்க முடியலடி, அதுவும் என் கண் முன்னாடி ஒரு குழந்தைய அந்த மாதிரிப் பாத்தது ரொம்பக் கஷ்டமா இருக்கு, அந்தப் பொண்ணு தாரா மாதிரி இருந்தாள். இன்னும் நெறைய பொண்ணுங்க...... துடிச்சாங்க, கத்துனாங்க"

நா அழுதேன், தியா என்னை கட்டிபுடிச்சாள்

"கனவுல அந்த மாதிரிப் பாத்ததுக்கே இவ்ளோக் கஷ்டமா இருக்கு, அந்தக் கஷ்டத்தை அனுபவிச்சவிங்களுக்கு எப்டி இருக்கும். அந்த மாதிரி யோசிச்சு யோசிச்சு எனக்குப் பைத்தியம் புடிக்குற மாதிரி இருக்குடி"

"எனக்குப் புரியுது பேபி, நீ ஏன் இவ்ளோ ஸ்ட்ரெஸ்ஸா இருக்கேன்னு.... அந்த வலியும் எனக்குத் தெரியும் பேபி. நானும் அந்த மாதிரி கஷ்டப்பட்டுருக்கேன் பேபி"

"என்னால அத மறக்கவே முடியலடி".

தியாவ அழுமூஞ்சினு சொல்லிட்டு அந்தக் கனவு வந்ததுல இருந்து நாந்தான் அழுதுட்டு இருக்கேன். எனக்கு ரேவந்த்த இந்த மாதிரியே கண்டுக்காம விட்டுட்டால், அவன் அமைதியா இருப்பான்னு தோணல. நா எதுக்கு அவன சும்மா விடணும். அவன ஏதாவது பண்ணனும். இல்லன்னா என் தியாக்கிட்ட நடந்துக்கிட்ட மாதிரி மத்தப் பொண்ணுங்ககிட்டயும் நடந்துப்பான். தியா ஐராக்கூட சேந்து சமைக்கப் போனாள். நா அவன என்னப் பண்றதுன்னு யோசிச்சுட்டே இருந்தேன். எனக்கு ஒரு ஐடியா வந்தது. நா என்னோட நண்பன் கார்த்திக்கு கால் பண்ணேன்.

"மச்சி, எப்டிடா இருக்க? தியா எப்டி இருக்காள்?" கார்த்தி கேட்டான்.

"நாங்க நல்லா இருக்கோம்டா, நீ எப்டி இருக்க? வீட்டுல எல்லாரும் எப்டி இருக்காங்க?"

"இங்க எல்லாரும் சூப்பர் மச்சி"

"மச்சான், உனக்கு ஒரு வேலை தரப் போறேன் மச்சான்"

"சொல்லு மச்சான், என்ஜினீயருக்கு கம்பெனிலயே வேலை தர மாட்டுக்குறாங்க. நீயாவது தரன்னு சொல்றியே. சொல்லு மச்சி". அவன் சிரிச்சுட்டேப் பேசுனான்.

"டேய் ஏன்டா நீ வேற... வேலை வேணுன்னா சொல்லு மச்சான் நா இங்க விசாரிக்கறேன்"

"இல்லடா நா பாத்துக்குறேன். நீ மேட்டருக்கு வா"

"ரெண்டு நாளுக்கு அப்றம் நாங்க ஊருக்கு வரப் போறோம் மச்சான்..... அதுக்குள்ள நீ அதச் செஞ்சுடு மச்சான்"

"சொல்லுடா செஞ்சுடலாம்"

நா அவங்கிட்ட மெதுவாச் சொன்னேன். அவன் சிரிச்சான். அவன் தயங்காமச் செய்றேன்னு சொன்னான்.

●●●

நாங்க எங்க வீட்டுக்கு முன்னாடி நின்னு காலிங் பெல் அடிச்சோம். தியா அம்மாக்கிட்ட நல்ல பேரு எடுக்கணும்னு சுடிதார் போட்டுருக்காள். அம்மா சிரிச்ச முகத்தோட கதவத் திறந்தாங்க, கைல ஒரு தட்டு வெச்சுருந்தாங்க. ஆரத்தி எடுப்பாங்க போல. நா நெனச்ச மாதிரியே அம்மா ஆரத்தி எடுத்தாங்க, எங்கள உள்ள வரச் சொன்னாங்க. நாங்களும் போனோம், தியா என் கையப் புடிச்சாள்.

"எங்கூட வா தியா" அம்மா சிரிச்சுட்டே தியாவக் கூப்டாங்க. தியா என்னைப் பாத்தாள். நானும் போன்னு சொன்னேன். ரெண்டு பேரும் பூஜை ரூம்க்குப் போனாங்க. நா என் ரூம்க்குப் போனேன். தியா அம்மாக்கூட சேந்து கோவிலுக்குப் போனாள், ரெண்டு

பேரும் ஒன்னா சேந்து சமைச்சாங்க. எனக்கு இதுவும் கனவோன்னு ஒரு நிமிஷம் சந்தேகமே வந்தது.

அடுத்த நாள் நாங்க அவளோட வீட்டுக்குப் போனோம், தியா என்னை காலிங் பெல் அடிக்க விடாம கையப் புடிச்சு இழுத்துட்டே இருந்தாள்.

"குள்ளச்சி, நீ உன் அப்பா அம்மாக்கிட்ட பேசணுமா வேணாமா?"

"பேசணும்"

"அப்போ அமைதியா இருடி"

நா காலிங் பெல் அடிச்சேன், அவளோட அப்பா கதவத் திறந்தாரு, எங்களப் பாத்தாரு. தியா பயிந்துட்டே நின்னாள்.

"உள்ள வாங்க" அவரு அப்டி சொன்னதுமே தியா உள்ளப் போனாள்.

"ப்பா" அவரோட கையப் புடிச்சாள். அவரும் எதுவும் சொல்லல. அவிங்க உள்ளப் போனாங்க. ரெண்டு பேருமே என்னை மறந்துட்டாங்க. குள்ளக் கத்திரிக்காய் உன் அப்பாவப் பாத்ததும் என்னை மறந்துட்டுப் போறியே இதெல்லாம் அநியாயம்டி. நானா உள்ளப் போனேன், என்னப் பண்றது நம்மளதான் எல்லாரும் மறந்துட்டாங்களே. அவிங்க ரெண்டு பேரும் ஒன்னா உக்காந்துருந்தாங்க. நா அவிங்களுக்கு எதிர்ல உக்காந்தேன். குள்ளச்சி, இவ்ளோ நேரம் என் கட்சில இருந்துட்டு இப்போ என்னோட எதிர் கட்சிக்குப் போயிட்டல்ல.

"ப்பா, ஸாரி"

"எப்டி இருக்கீங்க ரெண்டு பேரும்?"

அவருக்கு எங்க மேல கோவம் இல்ல போல.

"ஹ்ம் பரவால" நா சொன்னேன், தியா என்னை மொறச்சுப் பாத்தாள். எதிர் கட்சிக்குப் போனதும் இப்டி மாறிட்டயே குள்ளச்சி.

"ப்பா அம்மா எங்க?"

"உள்ள கிச்சன்ல இருக்காள்"

தியா எழுந்தாள். அப்போ அவளோட அம்மாவே கைல ஜூஸ் தட்டோட வெளிய வந்தாங்க. எங்களுக்குக் கொடுத்தாங்க. அவிங்க அவள் பக்கத்துல உக்காந்து, அவள் கையப் புடிச்சுப் பேசுனாங்க.

"தாலி இல்ல, குங்குமம் இல்ல, ரெண்டு பேரும் கல்யாணம் பண்ணிக்கிட்டிங்களா இல்லயா?" அம்மா கேட்டாங்க.

"ரெஜிஸ்டர் மேரேஜ் ம்மா.... நாங்க ஃபோட்டோ அனுப்பனோம் பாக்கலயா?" தியா சொன்னாள்.

"ஹ்ம்"அம்மா சொன்னாங்க. அவிங்க கொஞ்ச நேரம் பேசிட்டு இருந்தாங்க. நா இங்க பெரிய கலவரமே நடக்கும்னு பயிந்துட்டே வந்தேன் ஆனால் மொக்கையா முடிஞ்சுடுச்சு. தியா அங்கயே இருக்கேன்னு சொன்னாள் அதனால நா கிளம்பி வந்துட்டேன். ஒரு நாள் முழுக்க அங்க இருந்துட்டு நைட்டுதான் இங்க வந்தாள். தியா ரொம்ப சந்தோஷமா இருக்காள். அதப் பாக்கும் போது எனக்கும் சந்தோசமா இருந்தது.

அடுத்த நாள் ரொம்ப போர் அடிச்சது, நா டீவி பாத்துட்டே உக்காந்துட்டு இருந்தேன். தியா என் பக்கத்துல உக்காந்து போர் அடிக்குதுன்னு சொல்லிட்டே இருந்தாள். அவள் கருப்பு நிறத்துல

லெக்கின் பேண்ட், ஆரஞ் நிறத்துல டீ ஷர்ட் போட்ருக்காள்.

"பேபி, ரொம்ப போர் அடிக்குது"

தியா சோபாலப் படுத்துட்டு என் மடி மேல கால் போட்டு இருந்தாள்.

"தியா அம்மா வராங்க" நா சும்மா சொன்னேன், அவள் வேகமா எழுந்தாள், எழுந்திருக்கும் போது என் இடுப்புல ஒரு ஒதை விழுந்தது. தியா நேரா உக்காந்தாள், சுத்தி முத்திப் பாத்தாள்.

"எங்க பேபி?"

"சும்மா சொன்னேன்" நா சிரிச்சேன். அவள் என் பக்கத்துல வந்து என்னை அடிச்சாள்.

"அஸ்வின், உன்னை" அவள் என் கன்னத்தைக் கடிச்சாள்.

"தியா வலிக்குதுடி..... ஹேய்...."

அப்போ என் அம்மா எங்களுக்கு சாப்ட ஏதோ செஞ்சுக் கொண்டு வந்தாங்க. தியா என்னைக் கடிச்சுட்டு இருக்குறதப் பாத்துட்டு அப்டியே நின்னுட்டாங்க.

"அம்மா...... தியா அம்மா வந்துட்டாங்க" நா மெதுவா சொன்னேன்.

அவள் நம்பாமக் கடிச்சுட்டே இருந்தாள். நா அவள் முகத்தை புடிச்சுத் திருப்பனேன். அவள் அம்மாவப் பாத்ததும் அப்டியே அமைதியா திரும்பி உக்காந்தாள். அம்மா வந்து தட்ட எங்களுக்கு முன்னாடி இருக்க டேபுள் மேல வெச்சுட்டுப் போனாங்க.

"அஸ்வின், அவிங்க அப்றமா என்னைத் திட்டுவாங்களா?" தியா கேட்டாள்.

நா வேணும்னே ஆமான்னு தலைய ஆட்டுனேன். அவள் சிணுங்குனாள், நா அவள ரசிச்சேன். கொஞ்ச நேரத்துல அவள் அதை மறந்துட்டாள், அவளுக்கு ரொம்ப போர் அடிக்குதுன்னு எழுந்து ரூம்க்குப் போனாள். திரும்ப வரும்போது அவளோட கைல மேக்கப் கிட் இருந்தது. உக்காந்து அவளோட நகத்துக்கு நெயில் பாலிஷ் வெச்சுட்டு இருந்தாள். நா அந்த நகத்தை உத்துப் பாத்தேன், நகம் ரொம்ப வளந்துடுச்சே.... பேசாம அவள் தூங்கும் போது கட் பண்ணி விட்டுடலாமா? அவள் என்னைப் பாத்தாள், மொறச்சுப் பாத்தாள்.

"நீ என்ன யோசிக்குறன்னு எனக்குத் தெரியுது, என்னோட நெய்ல்ஸ்க்கு எதாவது ஆச்சு...... அப்றம்"

குள்ளச்சி எப்டி கரெக்ட்டாக் கண்டுபுடிச்சாள்?

"என்ன பிரேக் அப் பண்ணுவியா?"

"அதுக்கும் மேல" விக்ரம் மாதிரி முகத்தை வெச்சுட்டு குரலை மாத்திச் சொன்னாள், அவளப் பாத்தாலே சிரிப்பு வருது.

"அதுக்கும் மேல நீங்க என்ன பண்ணுவிங்க மேடம்"

"டிவோர்ஸ்...... ஈ......". பல்லக் காட்டுனாள்.

"ஐய, மூஞ்சப் பாரு..... போடி" நா அவள் தலையில அடிச்சேன். அவள் என்னைத் திரும்ப அடிக்காம அவள் வேலையப் பாத்தாள். அவளோட கால் விரலுக்கு நெய்ல் பாலிஷ் வெச்சுட்டு இருந்தாள். அம்மா தலைக்கு குளிச்சுட்டு தலையில துண்டுக் கட்டிட்டு வந்து தியாப் பக்கத்துல உக்காந்தாங்க. அம்மா அவள் நெய்ல் பாலிஷ் போடுறதையேப் பாத்துட்டு

இருந்தாங்க. தியா அவிங்களப் பாத்தாள், அப்றம் திரும்பி என்னைப் பாத்தாள். ஈன்னு பல்லக் காட்டுனாள்.

"என்ன?"

"எனக்கு டைம் பாஸ்க்கு ஆள் கிடைச்சாச்சு" மெதுவா சொன்னாள்.

"ம்மா உங்க கையக் கொடுங்க" தியா அம்மா கையப் புடிச்சு நெய்ல் பாலிஷ் வெச்சாள்.

"வாயாடி இதெல்லாம் எனக்கு வேணா"

"எனக்கு போர் அடிக்குதும்மா ப்ளீஸ், நா உங்களுக்கு மேக்கப் போட்டு விடட்டுமா? அஸ்வினக் கேளுங்க நா நல்லா மேக்கப் போட்டு விடுவேன்"

"ம்மா வேணா அவள நம்பி மோசம் போயிடாத"

"பேபி ஷட் அண்ட் ஸிட் கொய்ட்லி" தியா ஸ்டைலாச் சொன்னாள். மூடிட்டு அமைதியா உக்காருன்னு எவ்ளோ டீசென்ட்டாச் சொல்றாள், குள்ளச்சி. அம்மாக்கு அவள் சொன்னதுப் புரியல.

"நீ அவங்கிட்ட என்னச் சொன்னமா?" அம்மா கேட்டாங்க.

"பேசாம அமைதியா இருங்கன்னு சொன்னம்மா"

அடிப்பாவி!.... எங்கருந்துடி இப்டி பேசக் கத்துக்கிட்ட நீ? நா சிரிச்சுட்டே அவிங்களப் பாத்தேன். அவள் அம்மாக்கு நெய்ல் பாலிஷ் வெச்சு விட்டதும், முகத்துல ஏதேதோ பண்ணாள். கண்ணுக்கு கீழ என்னமோ தடவுனாள்.

"என்னடி அது?"

"கருவளையத்தை மறைக்கறதுக்கு"

அப்றம் என்னென்னமோ பண்ணாள். அடிப்பாவி என் அம்மாவ அடையாளம் தெரியாம பண்ணிடுவப் போல. எல்லாம் முடிஞ்சப் பிறகு என் அம்மாக்கு கண்ணாடியக் காட்டுனாள். அம்மா முகம் நிஜமாவேப் பாக்க இப்போ அழகா இருக்கு. எனக்குத் தெரிஞ்சு இவதான் மாமியாருக்கு மேக்கப் போட்டு விட்ட முதல் மருமகளா இருப்பாள். அம்மா சந்தோஷப்பட்டாங்க, அவளப் பாத்து சிரிச்சாங்க.

"நல்லாருக்குல்ல?"

"ஹ்ம்ம் பரவால, வாயாடிக்கு நெறைய விஷயம் தெரிஞ்சுருக்கு"

"ஈ..... நல்லாருக்குல்ல. ம்மா இதுக்காக எனக்கு நீங்க ஒரு ட்ரெஸ், வாட்ச் அப்றம்"

அவள் கொஞ்சம் யோசிச்சாள் “ஒரு மேக்கப் கிட் வாங்கி கொடுங்க" சிரிச்சுட்டேக் கேட்டாள், அம்மாவும் சிரிச்சுட்டே அவள் தலையிலப் பாசமாத் தடவி வாங்கித் தரேன்னு சொன்னாங்க. சரியான ஆளு இவள், எவ்ளோ உஷாரா இருக்காள். அம்மா எழுந்து மெதுவா மேக்கப் கலையாத மாதிரி அவிங்கத் தலையத் துவட்டுனாங்க.

"தியா எழுந்துக் குளிச்சுட்டுக் கிளம்பு நாம கோவிலுக்குப் போய்ட்டு, அப்டியே கடைக்குப் போயிட்டு வரலாம்"

"ஹ்ம்ம்" அவள் எழுந்து வேகமா ஓடுனாள். அவள் ஓடுறதப் பாத்துட்டே அம்மா எங்கிட்டச் சொன்னாங்க.

"ரொம்ப கஷ்டம்தான்"

"என்னம்மா?"

"அவள அடக்குறது, எப்டிடா அவளோட இருக்க நீ? அங்கயாவது அமைதியா இருப்பாளா இல்ல எதாவது பண்ணிட்டே இருப்பாளா?"

நா பதில் சொல்லாமச் சிரிச்சேன். அம்மாக்கு அவள ரொம்பப் புடிச்சிருச்சுன்னு நெனைக்கறேன்...... செம ஜாலி, இனி மாமியார் மருமகள் சண்டை வராது. அம்மா மேலப் போனாங்க. கொஞ்ச நேரத்துக்கு அப்றம் ரெண்டு பேருமே கீழ வந்தாங்க. தியா ஆரஞ்சு நிற புடவை கட்டிருக்காள். அதுக்கு பொருத்தமா கருப்பு பிலவ்ஸ் போட்டுருக்காள். முடியை விரிச்சு விடாம அழகா லூசா பின்னி, நெத்தி வகிடுல குங்குமம் வெச்சு இருக்காள். அழகி என் குள்ளச்சி, நா அவள மெய்மறந்துப் பாத்தேன். ரெண்டு பேரும் எங்கிட்டச் சொல்லிட்டுப் போனாங்க. அம்மா முன்னாடிப் போனாங்க, தியா பின்னாடிப் போனாள். நா எழுந்துப் போய் அவளோட கையப் புடிச்சு இழுத்தேன். அவள் திரும்பிப் பாத்தாள், மெதுவாக் கேட்டாள் "என்ன?"

"ரொம்ப அழகா இருக்க, ரூம்க்குப் போலாமா?"

"அஸ்வின் இப்டிலா பேசாத, நாங்க கோவிலுக்குப் போறோம்"

"தியா...... ப்ளீஸ் ப்ளீஸ் ஒரு கிஸ் பண்லான்டி"

"போடா" லேசாச் சிரிச்சாள் வெக்கத்தோட. நா அவள இழுத்தேன், அம்மாக்கு இங்க என்ன நடக்குதுன்னே தெரியல. அவிங்க திரும்பிப் பாக்காம வெளியப் போனாங்க. நா தியாவ மெதுவா கதவுப் பக்கத்துல இழுத்துட்டுப் போனேன். அவள நகர விடாம ரெண்டு பக்கமும் செவுத்துல கை வெச்சு தடுத்தேன்.

"பேபி, வழி விடு இல்லனா நா அம்மாவக் கூப்டுருவேன்"

"தியா, குள்ளச்சி, அழகி, என் அம்மு, செல்லக்குட்டி, ஒரு முத்தம்தான கேக்குறேன்"

"கோவிலுக்குப் போய்ட்டு வந்ததுக்கு அப்றம் தரேன் பேபி, ஓகே" அவள் என் உதட்டைப் பாத்தாள். அவளுக்கும் தோணுது ஆனால் கோவிலுக்கு போறதுனால அமைதியா இருக்காள்.

"அப்போ இப்பத் தர மாட்ட" நா அவளோட மூக்கோட என் மூக்கை லேசா ஒரசுனேன்.

"இப்டிலா பண்ணாதடா, நீ வேணும்னே பண்ற..... போ" செல்லமா சிணுங்கிட்டே சொன்னாள். நா அவளுக்கு முத்தம் கொடுத்தேன், வேணா வேணான்னு சொல்லிட்டு குள்ளச்சியும் இப்போ முத்தம் கொடுக்குறாள். நா அவள விட்டதும், என் வயித்துலக் குத்துனாள்.

"பேபி, போ நீ சரியான லூசு" . அம்மா அவளக் கூப்டாங்க. அவள் என் கையத் தட்டி விட்டுட்டு வெளிய ஓடுனாள். அம்மாவும் அவளும் இல்லாதப்போ நா கார்த்திக்கு கால் பண்ணி அவன விளையாட்டு மைதானத்துக்கு வரச் சொன்னேன். அவன் எனக்கு முன்னாடி அங்க நின்னுட்டு இருந்தான். எப்பவும் போல ஸ்கூல் பசங்க கிரிக்கெட் விளையாண்டுட்டு இருந்தாங்க. நாங்க ரெண்டுப் பேரும் ஆத்துல கால் நெனைச்சுட்டேப் பேசிட்டு இருந்தோம்.

"முடிச்சுட்டியா மச்சான்?"

"ஸாரி மச்சான் சித்தப்பா வெளியப் போயிருந்தாரு அதான் லேட் ஆகிடுச்சு"

"பரவால மச்சான்..... வீடியோ கொடு பாக்குறேன்"

அவன் மொபைல்ல அந்த வீடியோவக் காட்டுனான். கார்த்தியோட சித்தப்பா லாக்கப்ல ரேவந்த்த வெச்சு, ஒட்டுத்துணி இல்லாம அடிச்சாரு, அவனோட டிக்கில நல்லா பலார்னு அடி வெச்சாரு. 'இனி எந்த பொண்ணுக்கிட்டாயவது தப்பா நடந்துப்ப'ன்னு சொல்லி அடிச்சாரு. 'இனி நீ தப்பா நடந்தா இந்த வீடியோவ பேஸ்புக்ல விட்ருவோம். அப்றம் உனக்கு அங்க சூடு வெச்சு அதையும் வீடியோ எடுத்து பேஸ்புக்ல விட்டுருவோம்' சொல்லி நல்லா அடிச்சாரு. அவன் அழுதுட்டே 'இல்ல இனி நா தப்பா நடந்துக்க மாட்டேன் அடிக்காதீங்க' னு சொல்லி அழுதான். நானும் கார்த்தியும் அவன் அழுகறதப் பாத்துச் சிரிச்சோம்.

"டேய் மச்சி, டிக்கி சூடு வீடியோ எங்கடா?"

"இருக்கு மச்சான்"

அவன் அந்த ரெண்டு வீடியோவையும் எனக்கு அனுப்பி விட்டான். நா கார்த்திக்கிட்ட என்னோட புதுத் திட்டத்தைச் சொன்னேன். அத சொல்லி முடிக்க கொஞ்ச நேரம் ஆனது. நா சொல்லி முடிச்சதும் அவன் சந்தோஷபட்டான், அவனும் உதவி செய்றேன்னு சொன்னான்.

"அவுட்" விளையாண்டுட்டு இருந்த பசங்கக் கத்துனாங்க. நாங்க அவிங்களத் திரும்பிப் பாத்தோம். தியா அம்மாவோட ஸ்கூட்டியில அங்க வந்தாள். என் முன்னாடி ஸ்கூட்டிய நிறுத்துனாள்.

"ஹாய், கார்த்தி அண்ணா" அவள் கார்த்திக்கூடப் பேசிட்டு இருந்தாள். கார்த்தி கிளம்பனதும். அவள் என் கையப் புடிச்சுட்டே தண்ணில கால் நெனச்சு விளையாண்டாள். விளையாண்டுட்டே என்னைப் பாத்தாள்.

"என்னடி குள்ளச்சி?"

"அம்மா எனக்கு நா கேட்டது எல்லாம் வாங்கி கொடுத்துட்டாங்கலே" சிரிச்சுட்டே சொன்னாள். நானும் லேசாச் சிரிச்சுட்டு ஆத்துத் தண்ணியப் பாத்தேன், அமைதியான இடம் இங்க அடிக்குற காத்து மனசுக்கு அமைதியத் தருது.

"நாம தனியா ஒரு ஃப்ளாட்க்கு போயிடலாம் அஸ்வின்"

நா அவளப் பாத்தேன், அவள் என் பக்கத்துல வந்து என்மேல சாஞ்ச மாதிரி நின்னாள்.

"அம்மாவ அங்கயே கூப்ட்டு போயிடலாம் அஸ்வின்"

"நா அவிங்கக்கிட்ட எத்தனை தடவ அங்கயே வந்துருங்கன்னு சொன்னேன் அவிங்க வர ரெடியா இல்ல தியா"

"இன்னைக்கு கோவில்ல அம்மா உன் அப்பா பேருக்கு அர்ச்சனைப் பண்ணாங்க. அம்மா அவர ரொம்ப மிஸ் பண்றாங்க அஸ்வின். அவிங்க நம்ம கூட இருந்தா கொஞ்சம் நிம்மதியா இருப்பாங்க. நீ மறுபடியும் கேட்டுப் பாரு"

"அப்பாக்கு அம்மாவ பத்தியெல்லாம் கவல இல்ல தியா, அவருக்கு அந்த லேடிதான் முக்கியம் அந்தக் குழந்தைங்கதான் முக்கியம்"

தியா எதுவும் சொல்லாம அமைதியா இருந்தாள். அப்போ பைக் சத்தம் கேட்டது ரேவந்த் அங்க வந்தான். எங்களப் பாத்ததும் அப்டியே பைக்க திரும்ப வளைச்சு எடுத்துட்டுப் போயிட்டான்.

"என்னாச்சு இவனுக்கு?" தியா கேட்டாள்.

நா அந்த வீடியோவ நெனச்சு சிரிச்சேன். நாங்க கிளம்பனோம். நா பைக்ல கிளம்புனேன். தியா என் பக்கத்துலயே ஸ்கூட்டில வந்தாள். போகும் போது தியா சத்தமாச் சொன்னாள்.

"நா அம்மாக்கிட்டப் பேசுறேன்"

நாங்க வீட்டுக்குப் போனதும், தியா கிச்சன்க்கு ஓடுனாள், நானும் பின்னாடியே ஓடுனேன். அம்மா சமைச்சுட்டு இருந்தாங்க. தியா ஸ்லாப்ல ஏறி உக்காந்தாள். அம்மா அவளுக்கு கேரட் கொடுத்தாங்க அவளும் வாங்கி சாப்பிட்டாள். நா அம்மாப் பக்கத்துல நின்னேன்.

"என்ன ரெண்டு பேரும் என்னை சுத்தி வர்றீங்க. என்ன விஷயம்?"

"ம்மா எங்ககூட பெங்களூர் வந்துடுங்க"

அம்மா வர மாட்டேன்னு தலைய ஆட்டுனாங்க.

"எனக்குத் தெரியும் நீங்க ஏன் பயப்படுறிங்கனு" தியா சொன்னாள். அம்மா குழம்பு தாளிச்சு விட்டுட்டே என்னன்னு? கேட்டாங்க.

"நா உங்களக் கொடுமை படுத்துவேன்னுதானப் பயப்படுறிங்க"

நா, அம்மா ரெண்டு பேருமே சிரிச்சோம். கொடுமைப் படுத்துற மூஞ்சப் பாரு.

"இங்க வா" தியா என்னைக் கூப்டாள். அம்மா அவளப் பாத்தாங்க அவள் உடனே "இங்க வாங்க"னு சொன்னாள். இதுதான் அந்தர் பல்ட்டியா? நா அவள் முன்னாடி நின்னேன். அவள் என் தலையில கை வெச்சு சொன்னாள்.

"அஸ்வின் மேல சத்யம் நா உங்கக்கூட சண்டைப் போட மாட்டேன். நீங்க வாங்கம்மா"

நா அவள் கையத் தட்டி விட்டுட்டு "அடிப்பாவி நா உயிரோட இருக்குறது உனக்குப் புடிக்கலயா?" சொன்னேன். அம்மா சிரிச்சாங்க. தியா பக்கம் பக்கமா வசனம் பேசி அம்மாவச் சம்மதிக்க வெச்சாள். என்னைக் கல்யாணம் பண்ணிக்க தியா கொடுத்து வெச்சுருக்கணும்னு எல்லாரும் சொல்றாங்க. ஆனால் உண்மையாவே நாந்தா ரொம்ப லக்கி அவள் என் பொண்டாட்டியா வந்ததுக்கு.

"நந்துக்குப் பொண்ணு பாத்துட்டாங்க" அம்மா சொன்னாங்க. நானும் தியாவும் ஒருத்தர ஒருத்தரப் பாத்தோம்.

"ம்மா அவன் எதுவுமே சொல்லல"

"அவனுக்கேத் தெரியாது"

பாவம் நந்து, நல்ல பையன் ஆனால் அவனப் புரிஞ்சுக்க ஒரு நல்ல குடும்பம் அவனுக்கு இல்ல. கல்யாணம் பண்ணிக்கப் போற பொண்ணாவது அவனுக்கு ஏத்தப் பொண்ணா இருக்கணும் முருகா.

31

சில நாட்களுக்குப் பிறகு....

நந்துவின் நிச்சயம்

நந்துவுக்கு நிச்சயம் நடந்துட்டு இருக்கு, வைஷு அக்காக்கு கல்யாணம் நடந்த அதே மண்டபத்துலதான் நிச்சயம் நடக்குது. இந்த மண்டபத்தை என்னால மறக்கவே முடியாது. நானும் தியாவும் ஒரு பெரிய பிரேக் அப்க்கு அப்றம் ஒன்னா சேந்த இடம் இந்த மண்டபம். பசங்க நாங்க வெள்ளை வேட்டி, மெரூன் ஷர்ட் போட்டு இருக்கோம். பொண்ணுங்க புடவை கட்டிருக்காங்க. நந்துக்கு பாத்துருக்கப் பொண்ணு நல்ல நிறம். இவனுக்கு ஏத்தப் பொண்ணுதான். நிறம்தான் இடிக்குது, இருந்தாலும் இவன்தான் கருப்பழகன் ஆச்சே அதனால ரெண்டு பேருக்கும் பொருத்தம் நல்லா இருக்கு. நவ்யா வந்துருக்காள். அவள் எங்கூடவே இருக்கறதால அத்தை, மாமா அவள எதுவும் சொல்லல. அம்மாவும் கண்டும் காணாம இருந்தாங்க ஆனால் அவிங்க அவளப் பாக்கும் போது எல்லாம் கஷ்டப்படுவாங்கன்னு எனக்குத் தெரியும். நவ்யா அம்மாக்கிட்ட பேசுறேன்னு சொன்னாள் நா

வேண்டான்னு சொல்லிட்டேன். நிச்சயம் முடிஞ்சதும், நாங்க எல்லாரும் வட்டமா நாற்காலி போட்டு உக்காந்தோம். நா தியா, விக்கி, ஐரா, நவ்யா..... இவிங்ககிட்ட பேசனும்னு சொன்னேன். அதனால எல்லாரும் நா என்ன சொல்லப் போறேன்னுக் காத்துட்டு இருக்காங்க. நா கார்த்தி வரணும்னு காத்துட்டு இருக்கேன். அம்மா எங்க கூட உக்கார வந்தாங்க, அம்மா பெங்களூர் வந்ததுக்கு அப்றம் நல்லாவே மாறிட்டாங்க. என் நண்பர்கள் கூட அம்மா தோழி ஆகிட்டாங்க. நவ்யா இருக்கறதப் பாத்ததும் அம்மா திரும்பப் போனாங்க. நவ்யா நா சொல்ல சொல்லக் கேக்காம எழுந்து அவிங்கப் பின்னாடிப் போனாள். அவளோட வாய் அசைவ வெச்சு அவள் "அம்மா"னு கூப்டான்னு புரிஞ்சது. அம்மா திரும்பி அவளப் பாத்தாங்க. நவ்யா டக்குன்னு அம்மாவக் கட்டிப்புடிச்சாள். அம்மா என்னப் பண்றதுன்னுத் தெரியாம நின்னாங்க.

"அஸ்வின், அம்மா அழப் போறாங்க. நா போகட்டுமா?" தியா கேட்டாள்.

"வேணா விடு" நாங்க எல்லாருமே கோரஸா சொன்னோம்.

நவ்யா அம்மாவ விட்டதும், அம்மா அவளப் பாத்தாங்க. அவள் எதோ பேசிட்டு இருக்காள், அம்மாவும் அமைதியாக் கேட்டுட்டு இருக்காங்க. என்னப் பேசுறாங்கன்னு தெரியாம நாங்க குழம்பிட்டு இருக்கும் போதுதான் கார்த்தி வந்தான்.

"ஸாரி மச்சான் நிச்சயம் முடிஞ்சுடுச்சா? என்ன மச்சி இவ்ளோ இன்ட்ரெஸ்டா என்னப் பாத்துட்டு இருக்கீங்க" கார்த்தி கேட்டான்.

நா அவன உக்காரச் சொன்னேன். அவனும் அமைதியா உக்காந்தான். அவனும் என்ன நடக்குதுன்னு புரியாம அவிங்களப் பாத்தான்.

"யாரு மச்சான் அந்தப் பொண்ணு, அழகா இருக்காள்..... உன் ரிலேட்டிவா? பிரண்டா?"

சத்ய சோதனை முருகா, என் தங்கச்சி அழகா இருக்கான்னு எங்கிட்டயே ஒருத்தன் சொல்றான். நா கார்த்தியப் பாத்தேன், நா மட்டும் இல்ல என் நண்பர்கள் எல்லாரும் அவனப் பாத்தாங்க, சிரிச்சாங்க.

"எதுக்குடா சிரிக்கிறிங்க?"

நா அவனோடத் தோள் மேல கைப்போட்டு மெதுவாச் சொன்னேன்.

"அவள் என் அப்பாவோட ரெண்டாவது மனைவியோட பொண்ணு மச்சான்"

"உன் அப்பாவோட ரெண்டாவது மனைவியோட பொண்ணா? அப்டினா உன்...... ஸாரி மச்சான் எனக்குத் தெரியாது ஸாரிடா ஸாரி" கார்த்தி சொன்னான்.

நாங்க சிரிச்சுட்டே நவ்யாவயும் அம்மாவயும் பாத்தோம். நவ்யா பேசி முடிச்சாள். அவளோடக் கண் கலங்கி இருந்தது. அம்மா அவளோடத் தலையில கை வெச்சு பாசமா என்னமோ சொன்னாங்க. அவள் மறுபடியும் அம்மாவக் கட்டிப்புடிச்சாள்.

"என்னடா நடக்குது அங்க? ஒண்ணுமே புரியலயே" விக்கி சொன்னான். அவிங்க எங்கள நோக்கி வந்தாங்க. நாங்க கண்டுக்காத மாதிரி அமைதியா இருந்தோம். அவிங்களும் எங்கப் பக்கத்துல உக்காந்தாங்க, என்ன பேசுனாங்க , எப்டி சமாதானம் ஆனாங்கன்னுத் தெரியல. எப்டியோ ரெண்டு பேரும் பேசிட்டாங்க அதுவே போதும் சந்தோசம்.

"சரி மச்சா, நாம ஸ்டார்ட் பண்லாமா?" கார்த்தி கேட்டான்.

நா சரின்னு தலைய ஆட்டுனேன்.

"மச்சான் நம்ம நாட்டுல செக்ஸுவல் ஹராஸ்மெண்ட், ரேப் எல்லாம் அதிகமாகிட்டே இருக்கு. அத சரி செய்ய இங்க எந்தச் சட்டமும் சரியில்லை. ரேப் பண்ணவனுங்க ஈஸியா ஜாமீன்ல வெளிய வந்து சுத்திட்டு இருக்காங்க. தப்பு பண்ணிருக்கான்னு தெரிஞ்சும் அவனுக்குத் தண்டனை இல்ல. நம்ம நாட்டுலதான் மச்சான் இப்டி ரேப் பண்ணிட்டு ஈஸியா வெளிய வராணுங்க" நா சொன்னேன்.

"மத்த நாட்டுல எல்லாம் அப்டி இல்ல மச்சான், ஒவ்வொரு நாட்டுலயும் டிப்ரெண்டான பனிஸ்மென்ட் இருக்கு, கேஸ்ட்ரேஷன், ஹேங்கிங், பெஹெடிங் இந்த மாதிரி நெறைய இருக்கு.... எல்லாமே கொடுமையானதுதான். நம்ம நாட்டுல மட்டும் அவன் உண்மையாவே ரேப் பண்ணானா? ஏன் பண்ணான்? எப்டி பண்ணான்? எதுக்குப் பண்ணான்? இந்த மாதிரி விசாரணை நடத்தி காலத்தை ஓட்டுறாங்க. அதுக்குச் சரியான தண்டனை கிடைக்குறதுக்கு முன்னாடியே நாம அத மறந்துடுறோம். அப்றம் அவனும் ஈஸியா வெளிய வந்துடுறான்" கார்த்தி சொன்னான்.

"காய்ஸ் நீங்க என்னச் சொல்ல வரிங்க கொஞ்சம் தெளிவாச் சொல்லுங்க" ஐரா கேட்டாள்.

"நம்மளாள முடிஞ்ச உதவிய பொண்ணுங்களுக்கு செய்யப் போறோம், நாம எல்லாரும் சேந்து. ரேப் நடக்குறத நம்மளால தடுக்க முடியலனாலும் அட்லீஸ்ட் செக்ஸுவல் ஹராஸ்மெண்ட் பண்றவிங்கள தட்டி கேட்கலாமே?" நா சொன்னேன்.

தியா என் கையப் புடிச்சாள். நா அவளப் பாத்தேன்.

"அஸ்வின், உன்னோட ஐடியா ஓகே, ஆனால் நெறைய ப்ராப்ளம் வரும் அஸ்வின்"

"பரவால பாத்துக்கலாம்" நானும், கார்த்தியும் சொன்னோம்.

"எப்டி மச்சான்?" விக்கி கேட்டான்.

"நாம நேரடியா கேக்கப் போறது இல்ல, கார்த்தியோட சித்தப்பா ஹெல்ப் பண்றேன்னு சொல்லிருக்காரு. நாம அவன் யாரு, எந்த ஏரியான்னு அவருக்கிட்ட இன்பார்ம் பண்ணாப் போதும். அவருப் பாத்துப்பாரு. அந்தப் பொண்ணுங்க நேம் வெளிய வராத மாதிரி பாத்துப்பாரு"

"நம்ம ஏரியால மட்டும்தான் அவருப் பாத்துப்பாரு, மத்த இடம்" தியா கேட்டாள்.

"சித்தப்பா அந்த ஏரியா போலிஸ்க்கு காண்டாக்ட் பண்ணிச் சொல்லிருவாரு" கார்த்தி சொன்னான்.

"நெறைய பொண்ணுங்க பயந்துட்டு வெளிய சொல்லாம இருக்காங்கடா. ஆனால் அவிங்களும் யாராவது நமக்கு உதவி பண்ண மாட்டாங்களான்னு ஏங்குவாங்க மச்சான்" நா சொன்னேன்.

"ட்ரூ" தியா சொன்னாள்.

"நாம பேஸ்புக்ல ஒரு பேஜ் ஓப்பன் பண்லாம், மொபைல் நம்பர் கொடுக்கலாம். யாராவது செக்ஸுவல் ஹராஸ்மெண்ட் பண்ணா நம்மக்கிட்ட சொல்ல சொல்லலாம்" நா சொன்னேன்.

"அப்டியே அவிங்கச் சொன்னாலும் நம்மளால என்னப் பண்ண முடியும்? " ஐரா கேட்டாள்.

"பெருசா ஒண்ணும் பண்ண முடியதுதான் ஆனால் எல்லாத்தையும் பாத்துட்டு சும்மா இருக்கறதுக்குப் பதிலா நம்மளால முடிஞ்ச சின்ன உதவி செய்லாமே" நா சொன்னேன்.

"ஓகே வி ஆர் ரெடி" என் நண்பர்கள் கோரஸாச் சொன்னாங்க.

சில நாட்களுக்குப் பிறகு...

நாங்களே உதவி செய்யணும்னு நெனச்சாலும் யாரும் உதவிக் கேட்கத் தயாரா இல்ல. எதுக்காக இந்த பொண்ணுங்க இவ்ளோ பயப்படுறாங்க?. ஐரா எங்களுக்கு டீ போட்டு கொடுத்தாள். நாங்க குடிச்சுட்டே சும்மா ஜாலியா பேசுனோம். அப்போ அந்த நம்பருக்கு முதல் முறையா ஒரு கால் வந்தது. எங்களுக்குத் தூக்கி வாரிப் போட்டுச்சு. விக்கி அட்டெண்ட் பண்ணிப் பேசுனான். ஆனால் யாரும் பேசல.

"பொண்ணுங்க நீங்க யாராவது பேசுங்கடி" நா தியா, ஐராக்கிட்ட சொன்னேன். தியா வாங்கிப் பேசுனாள். இப்போ அந்தப் பொண்ணு பேசுச்சு.

"உங்க நேம், ஏஜ்?" தியா கேட்டாள்.

"கவிதா, 14 வயசா?" தியா எங்களப் பாத்தாள்.

அந்தப் பொண்ணு கால் கட் பண்ணப் பிறகு. தியா அந்தப் பொண்ணு சொன்னதையெல்லாம் எங்ககிட்ட சொன்னாள். அந்தப் பொண்ணோட வாத்தியார்தான் பாலியல் தொந்தரவு பண்றாருன்னு. நாங்க கார்த்தி சித்தப்பாக்கிட்ட சொல்லி அந்த பொண்ணு ஏரியா இன்ஸ்பெக்டர்க்கு தகவல் சொல்ல சொன்னோம். அவரும் செஞ்சாரு அடுத்த நாள் அந்த வாத்தியாரை கைது செஞ்சாங்க. அப்றம் எங்களுக்கு நெறைய கால் வந்தது. பொண்ணுங்க போலீஸ்க்குப் போக

பயிந்துட்டு எங்களுக்கு கால் பண்ணிச் சொல்ல ஆரம்பிச்சாங்க. நாங்களும் எங்களால முடிஞ்ச உதவிய செஞ்சோம். சில முறை நாங்களே நேரடியாப் போய் அந்த ஆளுங்கள மெரட்டுனோம். பல முறை கார்த்தி சித்தப்பா சட்டப்படி அவிங்கள கைது செஞ்சாரு. அப்றம் பாதிக்கப்பட்ட பொண்ணுங்க கால் பண்ணி நன்றின்னு சொல்லுவாங்க.

ஒரு நாள் நானும் விக்கியும் படம் பாத்துட்டு இருக்கும் போது, அந்த நம்பருக்கு கால் வந்தது. விக்கி எழுந்து ஓடி ஐராக்கிட்ட கொடுத்தான். ஐரா பேசுனாள், ஆனால் அவிங்க பேசாம கால் கட் பண்ணிட்டாங்க. மறுபடியும் கால் வந்தது விக்கி அட்டெண்ட் பண்ணான்.

"ஹலோ"

அவன் முகம் மாற ஆரம்பிச்சது. நா அவனயேப் பாத்துட்டு இருந்தேன். அவன் ஒரு பேப்பர் எடுத்து எந்த ஏரியா, அந்த ஆளோடப் பேரு எல்லாம் நோட் பண்ணான். கால் கட் பண்ணதும் என்னைப் பாத்தான்.

"மச்சான் அந்தப் பொண்ணு பேரு, வயசு என்ன?" நா கேட்டேன்.

"பொண்ணு இல்ல மச்சான் பையன்.... வயசு 16"

"பையனா?"

"ஹ்ம் அவனோட பக்கத்து வீட்டு ஆன்ட்டி டார்ச்சர் பண்றாளாம்"

நாங்க ரெண்டு பேருமே குழம்புனோம் பொண்ணுங்களுக்கு மட்டும் இல்ல பசங்களுக்கும் இந்த மாதிரி நடக்குதுன்னு.

சில மாதங்களுக்குப் பிறகு...

ஒரு நாலு நாளா எனக்கு நைட் டூட்டி போட்டுட்டாங்க. சரியான தூக்கம் இல்லாம ரொம்பக் கஷ்டமா இருக்கு. நா காலைல ஃப்ளாட்க்கு வந்தேன், அம்மா கதவத் திறந்தாங்க.

"போய் குளிச்சுட்டு சாப்டுடா" அம்மா சொன்னாங்க.

"முதல்ல தூக்கம் அப்றம்தான் எல்லாம்" நா ரூம்க்குப் போனேன். தியா இன்னும் தூங்கிட்டு இருக்காள். நா ஸுவக் கழட்டிட்டு ஷர்ட்டக் கழட்டிட்டுப் போய் அவளக் கட்டிப்புடிச்சுப் படுத்தேன்.

"குட் மார்னிங் பேபி"

"குட் நைட்" நா கண்ண மூடுனேன், தூங்கிட்டேன். மதியம்தான் எழுந்து குளிச்சுட்டு சாப்டேன். அப்போ தியா காலேஜ்க்குப் போயிட்டாள். அவளும் நானும் நாலு நாளா சரியாப் பேசக் கூட இல்லை.

இப்டியே இன்னொரு வாரம் நைட் டூட்டி போட்டாங்க. வீட்டுக்கு போறதும், தூங்குறதும் எழுந்து வரதுமா நேரம் ஓடுச்சு. தியா அதனால எங்கிட்டப் பேசாம இருக்காள். மறுபடியும் டேய் ஷிஃப்ட் போட்டாங்க. ஆனால் ஏகப்பட்ட வேலை கொடுத்துட்டானுங்க. எனக்கு பயங்கர மூடவுட், செமக் கோவத்தோட ஹால்ல உக்காந்து லேப்டாப்கூட குடும்பம் நடத்திட்டு இருக்கேன். அம்மாவும், தியாவும் நா வந்ததுல இருந்தே இல்லை, வெளிய எங்கயோப் போயிருக்காங்க. லேப்டாப் ஸ்க்ரீன பாத்து பாத்துக் கண்ணு வலிக்குது. நா கோவத்துல லேப்டாப்ப சோபா மேல தூக்கிப் போட்டேன், அப்றம் கண்ண மூடி என்னை நானே சமாதானப்படுத்திட்டு மறுபடியும் லேப்டாப் எடுத்து வேலையப் பாத்தேன். அம்மாவும், தியாவும் கைல நெறையக் கவரோட உள்ள வந்தாங்க. ஷாப்பிங் போயிருப்பாங்க போல.

"அஸ்வினு, சாப்டியா?" அம்மா கேட்டாங்க. அப்போவும் தியா எதுவும் கேக்கல.

நா இல்லன்னு தலைய ஆட்டுனேன். கொஞ்ச நேரத்துக்கு அப்றம் அம்மா சாப்ட சொன்னாங்க, நா வேணான்னு சொன்னேன். அம்மா சாப்ட சொல்லி தொல்லைப் பண்ணிட்டே இருந்தாங்க. நா கோவத்துல அவிங்ககிட்ட வேணாம்னு சொல்லிக் கத்துனேன். அவிங்க அமைதியாப் போய்ட்டாங்க. தியா வந்து பக்கத்துல உக்காந்தாள், நா அவளப் பாக்காம வேலையப் பாத்தேன்.

"பேபி"

நா கண்டுக்காம வேலையப் பாத்தேன். இவளுக்கு என்ன பிரச்சனைன்னு தெரியல. அவளுக்கு எப்போத் தோணுதோ அப்போ எங்கிட்டப் பேசுறாள் இல்லனா பேச மாட்டுக்குறாள்.

"பேபி என்னைப் பாரு"

"நா செம டென்ஷன்ல இருக்கேன், நீ தொல்லைப் பண்ணாத. போய்த் தூங்கு போ"

"சாப்டலயா"

"நா சாப்டா உனக்கென்ன சாப்டலனா உனக்கென்ன? எழுந்து போ" அவளப் பாக்காமலே கோவமாச் சொன்னேன். இந்த லேப்டாப் வேற டக்குன்னு ஹேங் ஆகிடுச்சு, சோ..... இவ்ளோ நேரம் கஷ்டப்பட்டு ரெடி பண்ணது எல்லாம் டெலிட் ஆகிடுச்சுன்னா அவ்ளோதான். நானும் என்னென்னமோ பண்ணி பாக்குறேன், வேலைக்கே ஆகல.

"பேபி, உங்கிட்ட கொஞ்சம் பேசணும்"

நா கோவத்துல லேப்டாப்ப சோபா மேல படார்னு வெச்சேன், அவள் பயந்துட்டாள். அவள் என் பக்கத்துல வந்தாள், என் தோள் மேல கை வெச்சாள்.

"அஸ்வின், ஏன் இவ்ளோ டென்ஷனா இருக்க?"

நா அவள் கையத் தட்டி விட்டுட்டு கோவத்துலச் சிரிச்சுட்டே சொன்னேன்.

"நீ என்னை இன்னும் டென்ஷன் பண்ணாதப் போ"

நா அவள் கையத் தட்டி விட்டதும் அவள் முகம் வாடிடுச்சு, கண் கலங்குச்சு. நா ஒரு பைத்தியம் எதுக்கு இப்போ இவக்கிட்ட கோவப்பட்டேன். இருந்தாலும் என் கோவம் என்னை அவக்கிட்ட பேச விடாமத் தடுக்குது.

"அஸ்வின், நா உங்கிட்ட ஒண்ணு சொல்லணும்" தியாவோட கண் கலங்கி அழுகத் தயாரா இருக்கு.

"எதுவும் சொல்ல வேணாம், எதுவா இருந்தாலும் காலைலப் பேசிக்கலாம் நீ போய்த் தூங்கு" நா மறுபடியும் அவக்கிட்ட கோவமா சொன்னேன். அவள் என் தோள் மேல மறுபடியும் கை வெச்சாள். நா கோவமா இருக்கும் போது ஏன் இவள் புரிஞ்சுக்காம இப்டி நடந்துக்குறாள்.

"பேபி, என்னைப் பாரு"

"உன்னை டெய்லி பாத்துட்டுதான இருக்கேன் தியா..... தயவுசெஞ்சு டென்ஷன் பண்ணாம எழுந்துப் போ"

நா அவள் கையத் தட்டிவிட்டு எழுந்து நின்னேன். என் ஷர்ட்ட எடுத்துப் போட்டேன்.

"எங்கப் போற?"

"சாகப் போறேன் வரயா?" நா போய்க் கதவத் திறந்தேன். என் பின்னந்தலையில ஏதோ படார்ன்னு அடிச்சது. இவள் என்னை இன்னும் டென்ஷன் பண்ணாம விட மாட்டாள் போல. நா திரும்பிக் கீழப் பாத்தேன், அவளோட குட்டி டெடி பியர் கிடந்தது. இதுதான் என் தலையில பட்டதா? தியா நின்னுட்டு என்னை மொறச்சுப் பாத்தாள்.

"தியா டென்ஷன் பண்ணாத அடிச்சுடுவேன்"

அவள் அழுதாள், நா அப்றம் எதுவும் திட்டல. இவள் அழுகும் போது எனக்குத் திட்ட மனசு வரல.

"ஐ யம் ப்ரெக்னன்ட்" தியா அழுதுட்டேச் சொன்னாள்.

நா லேசா வாயத் திறந்தேன். அவள் அழுதுட்டேக் கோவமா ரூம்க்குள்ளப் போய்க் கதவப் படார்னு சாத்துனாள். தியா மாசமா இருக்காளா? இததான் சொல்லணும்னு சொன்னாளா? நா ஒரு லூசு. அவள் எவ்ளோ ஆசையா சொல்ல வந்துருப்பாள். நா அதத் தெரியாம அவக்கிட்டக் கத்திட்டேன். நா போய்க் கதவத் தட்டுனேன்.

"ஐ ஹேட் யூ" தியா சத்தமாக் கத்துனாள்.

"குள்ளச்சி, ஸாரி ஸாரி ஸாரி ஸாரி கதவத் திறடி" நா கெஞ்சுனேன்.

"ஐ ஹேட் யூ" அழுதுட்டேக் கத்துனாள். எனக்கென்னமோ அவள் கதவுக்கிட்டயேதான் நின்னுட்டு இருக்கான்னு தோணுது. நா கதவத் தட்டுனேன்.

"ஹேய் செல்லக்குட்டி கதவத் திறடி"

எனக்குள்ளச் சொல்ல முடியாத ஒரு சந்தோசம். நா அப்பா ஆகப் போறேன். நா சந்தோசத்துல என்னையே

அறியாம சிரிச்சுட்டேக் கதவத் தட்டுனேன். அம்மாப் பக்கத்து ரூம்ல இருந்து வெளிய வந்தாங்க.

"உங்க ரெண்டு பேருக்கும் இதே வேலையாப் போய்டுச்சு, வாரத்துல ஒரு நாலு இப்டி நீ வெளிய நின்னு கதவத் தட்டிட்டே இருக்க" அம்மா சிரிச்சுட்டேச் சொன்னாங்க.

"ம்மா உங்களுக்குத் தெரியுமா தியா மாசமா இருக்கான்னு"

அம்மா முழிச்சாங்க, அவிங்க முகம் முழுக்க சந்தோசத்துல பிரகாசமாச்சு.

"இல்லையே அந்த வாயாடி எங்கிட்ட எதுவும் சொல்லவே இல்லயே"

தியா எங்கிட்டதான் முதல்ல சொல்லணும்னு நெனச்சுருக்காள். அதனாலதான் அம்மாக்கிட்ட சொல்லாம இருந்துருக்காள். நாந்தான் சொதப்பிட்டேன். அவக்கிட்ட கோவமா வேறக் கத்திட்டேன். நா கதவத் தட்டுனேன். அம்மாவும் எங்கூட வந்துத் தட்டுனாங்க.

"தியா கதவத் திறடா" அம்மா சொன்னாங்க. உடனே அவள் கதவத் திறந்தாள். கொஞ்ச நேரத்துல அவளுக்கு முகமே செவந்துடுச்சு அழுது, இன்னும் அழுதுட்டே நின்னுட்டு இருக்காள்.

"எதுக்கு அழுகற இப்போ, சந்தோசமா இருக்க வேண்டிய நேரத்துல"

"ம்மா எனக்கு டிவோர்ஸ் வாங்கிக் கொடுங்க" தியா அழுதுட்டேச் சொன்னாள்.

அம்மாக்கு இதக் கேட்டு கேட்டுப் பழகிருக்கும். எப்போ எங்களுக்குள்ள சண்டை வந்தாலும்

அம்மாக்கிட்டப் போய் டிவோர்ஸ் வாங்கிக் கொடுங்கன்னு சொல்லுவாள், குள்ளச்சி.

"ஆரம்பிச்சுட்டியா" அம்மா சிரிச்சுட்டே அவள் தலையிலத் தடவி விட்டாங்க அவள உள்ளக் கூப்ட்டுப் போய் பெட்ல உக்கார வெச்சுப் பேசுனாங்க. நானும் இதே சாக்குல உள்ளப் போயிட்டேன். அம்மா ஸ்வீட் எடுக்கறதுக்காக வெளியப் போனாங்க. நா அவள் முன்னாடி உக்காந்தேன், அவள் என்னைப் பாக்காமத் தலைக் குனிஞ்சு அழுதுட்டு இருக்காள். நா பஜக்குன்னு அவள் நெத்தில முத்தம் கொடுத்துட்டுச் சிரிச்சேன். அவள் என்னப் பாத்து மொறச்சாள். நா அவள் கன்னத்துல முத்தம் கொடுத்தேன். அவள் என்னைத் தள்ளி விட்டுட்டுச் சொன்னாள்.

"பக்கத்துல வராத"

"குள்ளச்சி நீ அம்மா ஆகப் போறடி"

நா அவள் முகத்தைப் புடிச்சேன். அம்மா உள்ள வந்தாங்க. நா எழுந்து நின்னேன். அவிங்க அவளுக்கு லட்டு ஊட்டி விட்டாங்க. அவளும் சாப்ட்டாள். அம்மா எனக்கும் ஊட்டி விட்டாங்க. கொஞ்ச நேரம் அவள சமாதானப்படுத்துனாங்க. என்னைத் திட்டுனாங்க நா அவள்கூட சண்டைப் போடக் கூடாதுன்னு. அவிங்க வெளியப் போனதும் தியா என்னையும் வெளியப் போகச் சொன்னாள், நானும் போற மாதிரி போய்க் கதவ சாத்திட்டு வந்து அவள் முன்னாடி உக்காந்தேன்.

"தள்ளிப் போ, நா தூங்கப் போறேன்"

நா அவளக் கட்டிப்புடிச்சேன். எனக்கு ரொம்பச் சந்தோஷமா இருக்கு. எங்களுக்குக் குழந்தை பொறக்கப் போகுது.

"செல்லம் ஸாரி..... நா தெரியாம உங்கிட்ட கோவப்பட்டுட்டேன்"

"பிரேக் அப் அஸ்வின்" அவள் சொன்னாள், நா சிரிச்சுட்டே அவள் முகத்தைப் புடிச்சேன். அவள் முகம் முழுக்க ஈரம். பக்கத்துலக் கிடந்தக் குட்டித் துண்ட எடுத்துத் தொடச்சேன்.

"பிரேக் அப் பண்ணிக்கலாமா" நா கேட்டேன்.

"ஹ்ம்ம்..... ஐ ஹேட் யூ"

அவளோட மூக்குல ஒரு முத்தம் கொடுத்துட்டு நா சொன்னேன்.

"பட் ஐ லவ் யூ தியா"

"பொய், நீ இப்போல்லாம் என்னைக் கண்டுக்கவே மாட்டுக்குற. நா ரெண்டு நாளா உங்கிட்ட இத சொல்லணும்னு நெனச்சு உன் பக்கத்துல வந்தேன் நீ என்னைக் கண்டுக்கவே இல்ல. இன்னைக்கு எப்படியாவது சொல்லலாம்னு வந்தா நீ என்னைத் திட்டுற"

"ஒர்க் டென்ஷன்லக் கத்திட்டேன், அது மட்டுமில்ல நீயும்தான எங்கிட்டப் பேசாம இருந்த. நா உங்கிட்டப் பேச வந்தப்போ நீ பேசல. இப்போ நீயா வந்துப் பேசுனதும் எனக்கு கோவம் அதிகமாயிடுச்சு அதான் கத்திட்டேன்...... ஸாரி ஓகேய்"

"போடா"

"போகட்டுமா?"

அவள் என்னைக் கட்டிப்புடிச்சாள்.

"வேணா" தியா அழுகை நின்னது.

முருகா..... முதல்ல எல்லாம் எங்களுக்குக் கல்யாணம் ஆகுமான்னே சந்தேகம் இருந்தது. ஆனால் இப்போ குழந்தையேப் பொறக்கப் போகுது. நினைக்கும் போதே ரொம்ப சந்தோஷமா இருக்கு. நல்ல வேளை தியாவுக்கு ஒரு மாசத்துலப் படிப்பு முடியுது. சரியான நேரத்துலதான் மாசமாகிருக்காள்.

காலைல எழுந்தப்போ அதே அளவு சந்தோஷம் எனக்குள்ளக் குறையாம இருந்தது. லேப்டாப் சரியாச்சா இல்லையான்னு கூடப் பாக்காம, போய் குளிச்சுட்டு வந்தேன். கண்ணாடி முன்னாடி நின்னு நானே என்னை ரசிச்சுட்டு இருந்தேன். எனக்குப் பையன் பொறந்தா என்னை மாதிரியே இருப்பானா? என்னை மாதிரியே இருந்தா நல்லா இருக்கும். நானே என்னை மீறி ஏதேதோ யோசிச்சுட்டு இருந்தேன். தியா ரெஸ்ட்ரூம்ல இருந்து வெளிய வந்தாள். என் முன்னாடி வந்து நின்னு அவளோட முகத்தைக் கண்ணாடிலப் பாத்தாள். அவளோட டீ-ஷர்ட்ட லேசா தூக்கிட்டுப் பாத்தாள்.

"பேபி, இங்கதான இருக்கு நம்ம பேபி"

"ஹ்ம்ம்" நா அவளக் கட்டிப்புடிச்சு கன்னத்துல முத்தம் கொடுத்தேன். அவள் என் பக்கம் திரும்பி என் சிக்ஸ் பேக் பாத்துட்டு சொன்னாள்.

"பேபி... ஐ லவ் இட்" அவள் என் வயித்துலக் குத்துனாள்.

சில மாதங்களுக்குப் பிறகு..

தியாக்கு அடுத்த வாரம் பிரசவத் தேதி கொடுத்துருக்காங்க. அவள் உக்காந்துட்டே இருக்க முடியலன்னு சொன்னாள். மாடிக்கு போலாம்னு சொன்னாள். நானும் மெதுவாக் கூப்ட்டுப் போனேன். நாங்க மேலப் போகும் போது விக்கியும், ஐராவும் சண்டைப் போட்டுட்டு இருந்தாங்க, எங்களப் பாத்ததும் அமைதியாகிட்டாங்க. நாங்க எதுவும்

கேக்காம அமைதியாப் போனோம். தியா என் கையப் புடிச்சு நடந்துட்டு இருந்தாள். இவள இப்டி நிறைமாத கர்ப்பிணியாப் பாக்கும் போது ரொம்ப சந்தோஷமா இருக்கு.

"பேபி"

"என்ன முதுகு வலிக்குதா?"

"ஹ்ம்ம்" கண் கலங்குச்சு.

"சரியாகிடும் குள்ளச்சி, மெதுவா நட"

அவளும் மெதுவா நடந்தாள். பாவம் என் குள்ளச்சி ரொம்பக் கஷ்டப்படுறாள். இன்னும் குழந்தை பொறக்கும் போது என்னப் பண்ணுவாளோ தெரியல. நெனச்சாலே எனக்கு ரொம்பப் பயமா இருக்கு. திடீர்னு விக்கி ஐராவ அறைஞ்சான். நாங்க அவிங்களப் பாத்தோம். விக்கி செம கோவத்துல இருந்தான். ஐரா அவனோடக் கையப் புடிச்சாள். அவன் கைய உதறிட்டுப் போயிட்டான்.

"தியா நீ மெதுவா நடந்துட்டு இரு..... நா அவக்கிட்டப் பேசிட்டு வரேன்"

"ஹ்ம்" தியா தலைய ஆட்டுனாள்.

நா ஐரா பக்கத்துலப் போனேன். அவள் செவுத்துல சாஞ்சு நின்னாள். நானும் சாஞ்சு நின்னேன்.

"என்ன பிரச்சனை ரெண்டு பேருக்கும்?"

"ஐ யம் ப்ரெக்னன்ட்"

அவள் என்னைப் பாக்காம முகத்தை அந்தப் பக்கமாத் திருப்பிச் சொன்னாள். விக்கிய லவ் பண்ணிட்டு மாசமாகாம இருந்தாதான் ஆச்சர்யம்.

"அதுக்கு நீதானக் கோவப்படணும் அவன் ஏன் கோவப்பட்டு அடிச்சுட்டுப் போறான்"

"நா அபார்ட் பண்ணப் போறேன்னு சொன்னேன் அதுக்குதான் அடிச்சுட்டுப் போறான்"

"நானா இருந்தாலும் கோவப்படுவேன். கல்யாணம் பண்ணிக்கோங்க பிரச்சனை முடிஞ்சது"

"அஸ்வின், நானா பண்ணிக்க மாட்டேன்னு சொல்றேன். எங்க வீட்டுல ஒத்துக்கல அஸ்வின்"

"ஏன்? என்னை லவ் பண்றேன்னு சொன்னப்போ எப்டி ஒத்துக்கிட்டாங்க?..... விக்கிக்கு என்ன உன்னை விட அவன் பணக்காரப் பையன்தான அப்றம் என்ன?"

"அஸ்வின்.... அவனோட அப்பா கிறிஸ்டியன் அம்மா ஹிந்து, அப்பா கர்நாடகா அம்மா தமிழ் நாடு. அப்பா வேற ஜாதி அம்மா வேற ஜாதி..... எங்க வீட்டுல ஒத்துக்க மாட்டுக்குறாங்க அஸ்வின். அவன் கிறிஸ்டியனா இல்ல ஹிந்துவான்னு கேக்குறாங்க?"

"இப்டி வேற கிளப்பி விடுறாங்களா?. அவன் என்ன சொன்னான்?"

"அவனும் கல்யாணம் பண்ணிக்கலாம்னு சொல்றான்"

தியா எங்க பக்கத்துல வந்து சாஞ்சு நின்னாள்.

"அப்றம் என்ன பண்ணிக்கோங்க"

"டேய் உன்னால ஏற்கனவே எங்க வீட்டுல என்மேல கடுப்பாகிட்டாங்க. இப்போ இப்டிப் பண்ணா இன்னும் கோவப்படுவாங்க"

"என்னப் ப்ராப்ளம்?" தியா கேட்டாள்.

"விக்கி அப்பா ஆகப் போறான்" நா கிண்டலாச் சொன்னேன். ஐரா என் கையக் கிள்ளுனாள்.

"நீ மாசமா இருக்கன்னு வீட்டுல சொல்லு உடனே கல்யாணம் பண்ணி வெச்சுடுவாங்க.... ப்ராப்ளம் முடிஞ்சது" தியா ஐராக்கிட்ட சொன்னாள்.

"தியா, என்னை அடிச்சுட்டாங்கன்னா?"

"அதெல்லாம் முதல்லயே யோசிச்சுருக்கணும்" நாங்க கோரஸா சொன்னோம். ஐரா எங்க ரெண்டு பேரயும் மொறச்சுட்டே எங்கள விளையாட்டுக்கு அடிச்சாள்.

●●●

நானும் தியாவும் தூங்கிட்டு இருந்தோம். என்னைத் தியா எழுப்பனாள், நா கண் முழிச்சப்போ அவள் வயித்துல கை வெச்சுட்டு இறுக்கமா கண் மூடியிருந்தாள். நா வேகமா எழுந்து உக்காந்தேன்.

"என்னாச்சு வலிக்குதா?"

"ஹ்ம்ம்" அவள் பேசவே இல்லை. நா நந்துக்கு கால் பண்ணி கார் ஸ்டார்ட் பண்ணச் சொன்னேன். அம்மாவ எழுப்பி விட்டுட்டு, அப்றம் தியாவ மெதுவா கீழக் கூப்ட்டுப் போனேன். விக்கி கார ஓட்டுனான், நந்துப் பக்கத்துல உக்காந்தான். நா, தியா, அம்மா மூணு பேரும் பின்னாடி உக்காந்தோம். தியா பேசவே இல்ல. எனக்குப் பயமா இருந்தது. என் மேல சாஞ்சு என் கைய இறுக்கமா புடிச்சுக்கிட்டாள்.

"தியா, பயப்படாத" நா பயத்துல சொன்னேன். அவள் அழுக ஆரம்பிச்சுட்டாள். ரொம்ப அழுக ஆரம்பிச்சுட்டாள், லேசா வலித் தாங்க முடியாம கத்துனாள்.

"தியா, கொஞ்ச நேரம்தான் பயப்படாத" விக்கி சொன்னான்.

நாங்க ஹாஸ்பிட்டல் போனதும், அவளுக்கு வலி ரொம்பவே அதிகமாச்சு, கத்திட்டே இருந்தாள். அதக் கேக்க கேக்க எனக்கு கண் கலங்கிடுச்சு, பயமா இருந்தது. ஒரு வலியா குழந்தை பொறந்தது. அவளும் நல்லா இருக்கான்னு டாக்டர்ஸ் சொன்னாங்க. கொஞ்ச நேரத்துக்கு அப்றம் குழந்தைய ஒரு துணியில சுத்திக் கொண்டு வந்தாங்க. என் கைலக் கொடுத்தாங்க. பெண் குழந்தை, குட்டி அழகி. பாப்பாவ கைல வாங்குனதும் எனக்கு உடம்பே சிலித்திருச்சு. வித்யாசமான உணர்வு, இதுக்கு முன்னாடி எத்தனைக் குழந்தையை தூக்கிருப்போம் அப்போல்லாம் இல்லாத ஒரு சந்தோஷம் இப்போ இருக்கு. அவளோட கண் மூடி இருக்கு, கை, கால் ரொம்பக் குட்டியா இருக்கு. குட்டி கண்ணு, குட்டி மூக்கு, குட்டி உதடு, குட்டி முகம். நா பாப்பா நெத்தில முத்தம் கொடுத்தேன்.பாப்பாக் கண் திறந்து பாத்தாள், அழுதாள். அம்மா பாப்பாவ சிரிச்சுட்டே சந்தோசமா கைல வாங்குனாங்க.

"யாரிது, எதுக்கு அழறிங்க...... பாட்டியப் பாருங்க" அம்மா பாப்பாவக் கொஞ்சுனாங்க. விக்கியும், நந்துவும் பாப்பாக் கைவிரல தொட்டுப் பாத்துட்டு இருந்தாங்க. ஐரா வந்தாள். பாப்பாவ கைல வாங்குனாள். விக்கி அவள ஒரு மாதிரி லுக் விட்டான். எனக்கு என்ன பண்றதுன்னே தெரியல சந்தோசத்துல. நா அப்பா ஆகிட்டேனே..... எனக்கும் ஒரு குட்டி தேவதை இருக்காளே.

●●●

தியாவயும் பாப்பாவயும் வீட்டுக்குக் கூப்ட்டு வந்ததும். அப்பா, தியாவோட குடும்பம் எல்லாருமே பாக்க வந்துட்டுப் போனாங்க. ஐரா வீட்டுல அவள் மாசமா இருக்குறது தெரிஞ்சு கல்யாணத்துக்கு ஒத்துக்கிட்டாங்க. நந்துக்கு அடுத்த மாசம் கல்யாணம். வாழ்க்கை நல்லா சந்தோசமாப் போய்ட்டு இருக்கு. நா

நல்லாத் தூங்கிட்டு இருந்தேன், என் தூக்கத்தைக் கெடுக்குறதுக்குன்னே பாப்பா அழுதாள். நா, தியா ரெண்டு பேருமே முழிச்சுட்டோம். தியா சிணுங்கிட்டே எழுந்துப் போய்த் தொட்டில்ல இருந்த பாப்பாவத் தூக்கிட்டு வந்து உக்காந்தாள். மடியில வெச்சு தூங்க வைக்க முயற்சி பண்ணாள். நா பாப்பா நெத்தில முத்தம் கொடுத்துட்டு, கண்ண மூடித் தூங்கிட்டேன். கொஞ்ச நேரத்துக்கு அப்றம் மறுபடியும் பாப்பா அழுதாள். எங்களுக்கு நடுவுலயே இருந்ததால அவள் அழுகுற சத்தம் காதை அடைச்சது, நாங்க முழிச்சோம். தியா சிணுங்கிட்டே எழுந்து பாப்பாவ தூக்குனாள்.

"பேபி இவள் வந்ததுல இருந்து என் தூக்கமே போய்டுச்சு. நீயும் என்னைக் கண்டுக்க மாட்டுக்குற" சிணுங்கிட்டேச் சொன்னாள்.

ஆரம்பிச்சுட்டாள் இனி நிறுத்த முடியாது. நா என் காதுல கை வெச்சு அடைச்சேன், கண்ண மூடுனேன்.

"பாரு இப்போக்கூட உனக்குக் கவலையே இல்லாத மாதிரி இருக்க. நா உனக்காக எவ்ளோ கஷ்டப்பட்டு இவளப் பெத்துக் கொடுத்தேன். நீயும்தானப் பாத்த நா எவ்ளோக் கஷ்டப்பட்டேன்னு. ஆனால் நீ இவள மட்டும் கொஞ்சிட்டே இருக்க என்னைப் பத்திக் கவலையே இல்ல உனக்கு. நா தூங்குறனா இல்லையான்னு கூடக் கண்டுக்க மாட்டுக்குற"

முருகா இதுக்கு மேல இவள் புலம்பறதக் கேக்க முடியாது. நா எழுந்து உக்காந்தேன், அவளக் கிஸ் பண்ணேன். பாப்பா அழுகை திடீர்னு நின்னது. நாங்க அவளப் பாத்தோம். அவள் அமைதியா இருந்தாள். நா அவளக் கைல தூக்கிட்டுச் சொன்னேன்.

"நானேப் பாத்துக்குறேன் நீ தூங்குடி குள்ளச்சி, உன்னோட புலம்பலக் கேக்குறதுக்குப் பதிலா பாப்பாவோட அழுகையே பரவால்ல"

தியா ஈன்னு பல்லக் காட்டிட்டு படுத்துத் தூங்கிட்டாள். நா பாப்பாவத் தோள் மேல சாய்ச்ச மாதிரி தூக்கிட்டே, அவள் தூங்குற வரைக்கும் ரூம்க்குள்ளேயே நடந்தேன். கொஞ்ச நேரத்துலத் தூங்கிட்டாள். அம்மாவும் பொண்ணும் சரியான அழு மூஞ்சி. நா பாப்பாவ தியாப் பக்கத்துலப் படுக்க வெச்சேன். தியா முகத்துக்குப் பக்கத்துல பாப்பா முகம் குட்டியா இருக்கு. ரெண்டு பேருமே தூங்கும் போது ரொம்ப அழகா இருக்காங்க.

நா தியாக்கிட்ட முதல் முறையா என் காதலச் சொல்லும் போது இதெல்லாம் என் வாழ்க்கைல நடக்கும்னு எதிர் பாக்கவே இல்ல. எங்களுக்கு கல்யாணம் ஆகும் இப்டி ஒரு அழகி எங்களுக்குக் குழந்தையாப் பொறப்பான்னு எதிர் பாக்கவே இல்ல. எங்களுக்குள்ள எத்தனை தடவ சண்டை வந்தாலும் எங்களுக்குள்ள இருக்க அன்பும், காதலும் குறையவே இல்ல. தியா என் வாழ்க்கைல வந்ததுல இருந்து எனக்குள்ள எத்தனை மாற்றம் வந்துருக்கு. நா என் மொபைல் எடுத்து அவிங்களப் ஃபோட்டோ எடுத்தேன். ஃபோட்டோ அழகா வந்தது. நானும் மெதுவாப் பாப்பா பக்கத்துலப் படுத்தேன் கண்ண மூடித் தூங்குற மாதிரி ஒரு செல்ஃபி எடுத்தேன். அதுவும் அழகா வந்தது. நா அதப் பாத்து ரசிக்கும் போதே பாப்பா அழுக ஆரம்பிச்சாள். தியா முழிச்சுட்டாள், சிணுங்கனாள். நா எழுந்து உக்காந்தேன். இவிங்க ரெண்டு பேரால என் தூக்கம் போய்டுச்சு.

"பேபி, இவள் எனக்கு வேணா. என்னை தூங்கவே விட மாட்டுக்குறாள்"

"நீங்க ரெண்டு பேருமே எனக்கு வேணாம் போடி"

தியா பாப்பாவத் தூக்கி மடியில வெச்சுட்டு என் தோள் மேலச் சாஞ்சு உக்காந்தாள்.

முற்றும்

www.ingramcontent.com/pod-product-compliance
Lightning Source LLC
LaVergne TN
LVHW100415051026
849518LV00004B/1284
* 9 7 8 9 3 5 5 3 3 6 1 9 4 *